எழுத்தாளராக இருப்பது எப்படி?

எழுத்தாளராக இருப்பது எப்படி?

ஆர். அபிலாஷ்

எழுத்து பிரசுரம்

Title: Ezhuththaalaraaga Iruppathu Eppadi?
Author's Name: R. Abilash

Published by Ezutthu Prachuram

Ezutthu Prachuram
(An imprint of Zero Degree Publishing)
No. 55(7), R Block, 6th Avenue,
Anna Nagar,
Chennai - 600 040

Website: www.zerodegreepublishing.com
E Mail id: zerodegreepublishing@gmail.com
Phone: 89250 61999

Ezutthu Prachuram First Edition: June 2023
ISBN: 978-93-91748-52-4
TITLE NO EP: 440

Layout & Cover Design: Vijayan, Creative Studio

சமர்ப்பணம்

ஒரு எழுத்தாளனாக இருளின் பாதையில் என்றும் எனக்கு
வழிகாட்டும் ஒளியான
மனுஷ்யபுத்திரனுக்கு

முன்னுரை

இது ஒரு எழுத்தாளனின் கொள்கை விளக்கம்

நான் அப்போது என் இருபதுகளில் இருந்தேன். அவர் எனக்கு மிகவும் பிடித்த மூத்த கவிஞர். என்னை விட இருபது வயது மூத்தவர், ஆனால் பேச்சில், நடவடிக்கையில், சிந்தனையில் ஒரு சிறுவனைப் போல இருப்பார். ஒரு மலைவாசஸ்தலத்தில் நிகழ்ந்த இலக்கிய கூடுகையில் நாங்கள் சந்தித்துக் கொண்டோம். நான் அவரிடம் கிடைத்த அவகாசத்தில் எல்லாம் போய் போய் பேசிக்கொண்டிருந்தேன். ஏதாவது ஒரு சிறுபிள்ளைத்தனமான கேள்வியொன்றைக் கேட்டு விட்டு அதற்கு அவர் சொல்லுகிற வித்தியாசமான பதிலை வாய்பிளந்து கேட்டுக்கொண்டிருப்பேன். அவருடைய முதிர்ச்சியை விட முதிர்ச்சியின்மையின் லாகவமே என்னை அவரிடம் அதிகமாக ஈர்த்தது என பின்னர் புரிந்து கொண்டேன். ஒருநாள் அவர் என்னிடம் சொன்ன அந்த விளக்கம், அன்றைய எங்களுடைய சம்பாஷணை இன்னும் நினைவிருக்கிறது. ரொம்ப எளிமையாக அதை அவர் சொல்லிக் கடந்து விட்டார். எனக்கு அப்போது அது புரியவேயில்லை. பின்னர் பலமுறை ஒரு எழுத்தாளனாக சுயமதிப்பீட்டின் கழிவிரக்கத்தில், குழப்பங்களில், மிகை ஏற்பில் ஈடுபட்டதுண்டு. அப்போதெல்லாம் இது பளிச்சென நினைவு வரும், ஆனால்

புரியாது. நான் என்னை சுயமதிப்பிடுவதைத் தன்னிச்சையாக ஒருநாள் நிறுத்திவிட்டபோது அது ‘புரிந்தது’. அன்றைய உரையாடலின் பிரதான பகுதி இதுதான்:

“ஏன் உன்னை மதிப்பிடணமுன்னு நினைக்கிறே?”

“புரிஞ்சுக்கிறதுக்காக.”

“சரி... மதிப்பிடலின் அளவீடு எங்கே இருக்கிறது?”

“....”

“வாழ்க்கைக்குள் அது இல்லை. மதிப்பிடலுக்கு உள்ளேயே தான் மதிப்பிடலின் அளவுகோலும் உள்ளது. நம்மை நாம் மதிப்பிடும்போது அதற்கு வெளியே, அதாவது வாழ்தலுக்குள், அதற்கு எந்த மதிப்பும் இருப்பதில்லை. எனில் நாம் ஏன் வீணே மதிப்பிடுகிறோம்? ஒன்றைச் செய்வதற்கான, ஒன்றுக்கான லாஜிக், நியாயம், அதனுள் மட்டுமே உண்டு எனில் அதற்கு வெளியே அதை ஏன் தூக்கிக் கொண்டு அலைகிறோம்?”

அவருக்கு மாலையானால் லேசாக மதுவருந்தும் பழக்கம் உண்டு. அதனாலே அந்தக் கூடுகை நடக்கும் இடத்தில் அவர் தங்குவதில்லை. வெளியே அறை எடுத்திருந்தார். ஐந்து மணியானால் நைசாக எழுந்து கிளம்பிவிடுவார். ஆனால் அன்று இதைத் தெளிவான மனநிலையில்தான் சொன்னார். நான் பின்னர் எழுத்தாளனாக இருப்பது எனும் பொருளில் இந்தக் கேள்வியைப் பரிசீலித்துப் புரிந்துகொண்டேன். எழுத்தே வாழ்க்கை என்றாலும் எழுத்தைத் தாண்டி எழுத்துக்கு எந்த மதிப்பையும் வகுத்துக் கொள்ளக் கூடாது எனும் முடிவுக்கு வந்தேன். அதுவே எழுத்தாளனாக என்னுடைய கொள்கை விளக்கமாகவும் மாறியது - ஒன்றிற்குள் அதுவாக இருக்கும் போது மட்டுமே அது முக்கியம். இல்லாதபோது அதன் கிரீடத்தையோ முள்முடியையோ அணிந்துகொள்ளக்கூடாது! சிம்பிள்!

நான் யார் என்பது, இந்த உலகம், இங்குள்ள வாழ்க்கை எப்படியானது என்பது வாழ்க்கைக்கு வெளியே இல்லை என்பதையே என்னுடைய இத்தனை ஆண்டுகள் எழுத்தனுபவம்

கற்றளித்திருக்கிறது. வாசிப்பும் எழுத்தும் இந்த வாழ்க்கையின் ஒரு பகுதியே. மாறாக எழுத்து இந்த இருத்தலை, வாழ்தலை விட மேலான ஒன்றோ, அதைக் கடந்த ஒன்றோ அல்ல. எழுத்தின் மீது, எழுத்தின் கருதுகோள்களின் மீது இவ்வாழ்வை அமைத்துக்கொள்ளவோ, அதைக் கொண்டு நம்மை மதிப்பிடவே இயலாது. இன்னும் சொல்வதானால், எழுத்து மூலமாக வாழ்தலைப் பூரணமாக அனுபவிக்க முடியும் அன்றி சமூக, வரலாற்று ரீதியாக நம்மை மதிப்பிடவோ நிறுவவோ இயலாது. என்னுடைய வாழ்க்கையோ உங்கள் வாழ்க்கையோ வரலாறோ சொர்க்கமோ நரகமோ அல்ல. வரலாறும் அரூபமான எழுத்தனுபவமும் இந்த இருத்தலின், வாழ்தலின் உள்ளேதான் இருக்கிறது எனும்போது "இந்த வாழ்க்கை அர்த்தமற்றது, அதை எழுத்தால் பொருள் செறிந்ததாக்குவேன்" எனும் நம்மையே நாம் ஏமாற்ற முடியாது. இந்த அறிதலே நம்மை விடுதலை பெற்றவர்களாக்கும், பூரணமாக எழுதவும் வாழவும் அனுமதிக்கும். எழுத்துக்காக வாழக் கூடாது, செறிவாக, ஆழமாக வாழ்தலுக்காக எழுத வேண்டும் என்பதே என் சித்தாந்தம். இதை நான் நீட்சே, ஹைடெக்கரிடம் இருந்தும், என் அனுபவங்களில் இருந்தும் பெற்ற கருத்துகளால் செதுக்கிக்கொண்டேன்.

இதுவரையிலான இந்த எழுத்து வாழ்வின் அரசியல், சமூக, உளவியல், வரலாற்றுப் பரிமாணங்களை வாசகர்களுடன் பகிர்ந்து கொள்வதே இதை எழுதியதற்கான என் நோக்கம். இந்த நூல் ஒரு எழுத்தாளனாக என் கொள்கை விளக்கம்!

இந்தத் தருணத்தில் ஒரு எழுத்தாளனாக என்னை வளர்த்தெடுத்த தக்கலை இலக்கியப் பெருமன்றத்திற்கும், என் ஆளுமையின் உருவாக்கத்தில் பங்காற்றிய முக்கிய எழுத்தாளர்கள் பலருக்கும், என்னைக் கண்டடைந்து வாய்ப்பளித்து ஊக்குவித்த பத்திரிகை ஆசிரியர்கள், பதிப்பாளர்களுக்கும், என்னுடன் எப்போதும் ஒரு உயிர்ப்பான உறவில் இருக்கும் வாசகர்களுக்கும், இந்நூலைப் பிரசுரிக்கும் ஸீரோ டிகிரி பதிப்பகத்துக்கும் என் நன்றிகளைத் தெரிவித்துக்கொள்கிறேன்!

பொருளடக்கம்

II சமூகம்`

III

சுபாவம்

IV

I

அறிவுரைகள்

எழுத்தாளனின் மிகப்பெரிய சவால்

எழுத்தாளர்கள் *mood* பற்றிப் பேசுவார்கள். நல்ல மூட் அமைய அவர்கள் தவமிருப்பார்கள். நீங்கள் எழுத்தாளன் என்றால், எழுதுவதற்கான ஊக்கமிக்க அந்த மனநிலையில் உணர்ச்சிகளால் ததும்பியபடி அதேவேளை உணர்ச்சிகளால் பாதிக்கப்படாமல் இருப்பீர்கள். ஒரு காதலைப் பிரிந்த வேதனையில் எழுத முடியாது; ஆனால் காலம் கடந்த பின் அந்த வேதனையை வெளிப்படுத்துவதற்கான ஒரு தவிப்பு உங்களுக்கு ஏற்படுகையில் நீங்கள் அதைச் சிறப்பாய் எழுத முடியும்.

ஒரு நண்பரிடம் இதைப் பற்றி மனம் திறந்து பேசிக் கொண்டிருந்தேன். அப்போது இமையம் பற்றிக் குறிப்பு வந்தது. அவரது மகன் நலமற்றிருக்கிறார். கடந்த சில ஆண்டுகளில் சிகிச்சைக்காக நிறைய பணம் செலவழித்திருக்கிறார். அதை விட முக்கியமாய் அவர் எந்தளவு உக்கிரமான உணர்ச்சிகளுக்கு ஆட்பட்டிருப்பார்! அவநம்பிக்கையின் நம்பிக்கையின் எல்லைகளுக்கு இடையில் எந்தளவு ஊசலாடியபடி தவித்திருப்பார்!

இந்த நிலையிலும் இமையம் எழுத்தில் ஊக்கம் குறையாமல் அதி தீவிரமாய் எழுதியபடி இருப்பார். அதனால்தான் அவர்

மாமனிதர்.

எல்லா மனிதர் வாழ்விலும் இதுபோன்ற சோகங்கள், வேதனைகள் வரும் என்றாலும் எழுத்தாளர்களே இவற்றால் மிக அதிகமாய்க் கலங்கி உளம் குலைந்து போகிறவர்களாய் இருப்பார்கள்.

இன்னொரு பக்கம் வாழ்க்கை நிதானமாய் பெரிய விபத்துகள் இன்றி நேர்கோட்டில் சென்று கொண்டிருந்தாலும் எழுத்து வாழ்வில் தொடர்ந்து உன்னிப்பாய் செயல்பட முடியாது. மனதுக்குள் ஏதோ ஒரு ஸ்விட்ச் இருக்கிறது; அதைக் கடவுள் அணைத்துவிடுவார். மனம் இருண்டு விடும். வாழ்க்கை இருண்டு விடும். தத்தளிப்பே அன்றாட வாழ்க்கைப் போராட்டமாக இருக்கும்.

பிரச்சனைகள் இப்படிப் புறமிருந்தும் உள்ளுக்குள் இருந்தும் தோன்றி நம்மைத் தாக்கி நிலைகுலையச் செய்யும். இதன் நடுவில் ஒரு எழுத்தாளன் தன்னைத் தக்க வைப்பதுதான் ஆகப்பெரிய சவால் என்றார் நண்பர்.

நான் உடன்பட்டேன். ஆனாலும் உண்மையான சவால் இது கூட அல்ல.

போனில் *battery saving mode* இருப்பது போல படைப்பாளிக்குள்ளும் ஒன்று உண்டு. அவன் சில ஆண்டுகள் முக்கியமாய் தீவிரமாய் எதையும் எழுதாமல் வெறுமனே படிப்பது, கூட்டங்களுக்குச் சென்று நண்பர்களிடம் அரட்டை அடிப்பது, முகநூலில் கிறுக்குவது என மிதமாய் இருப்பான். சட்டென சிலர் இந்த மிதநிலையில் இருந்து மீண்டு வந்து முக்கியமான நூல்களாய் ஒரு அட்டகாசமான கவிதைத் தொகுப்பு, நாவல் என எழுதுவார்கள். ஆனால் பலரும் இதில் இருந்து மீள மாட்டார்கள். அதனாலே கணிசமான எழுத்தாளர்களின் படைப்பு வாழ்வில் உச்சம் என ஒரு வருடமோ சில வருடங்களோ மட்டுமே இருக்கும். முப்பது வருட எழுத்தாள வாழ்வில் நான்கு ஐந்து வருடங்களுக்கு மேல் வெறியுடன் எதையும் எழுதவோ இயங்கவோ மாட்டார்கள். ஒருவர்

நாவல் எழுதுவதை நிறுத்திவிட்டு வெறும் கூட்டங்களாய்க் கலந்துகொண்டு உரையாற்றிக்கொண்டிருந்தால் எனக்கு அவரைக் கண்டு வருத்தமாய் இருக்கும். இது எழுத்தாளனுக்கு சாபக்கேடான பருவம்.

துயரக் கடலை நீந்தி வருவதை விட இந்த மிதநிலையைத் தாண்டி வருவதே ஆகப்பெரிய சவால் என நண்பரிடம் சொன்னேன். நம் முன்னோடிகளில் பிரமிள், கா.ந.சு, ஆத்மாநாம், தி.ஜா, லா.ச.ரா, சு.ரா என பலரும் எண்ணெய் வற்றாத சுடர் விளக்காய் நீண்ட காலம் எரிந்திருக்கிறார்கள். புயலிலும் மழையிலும் கெடாத சுடராய் நிலைத்திருக்கிறார்கள்.

சரி, அது வேறொரு காலம். இன்றைய காலம் நிரந்தரமின்மையின் காலம் என்றார் நண்பர். அவர்களை நம்முடன் ஒப்பிட முடியாது என்றார். இல்லை நம் காலத்திலும் எஸ்.ரா, ஜெயமோகன் ஆகியோர் இப்படியான சாதனையாளர்களே என்றேன்.

கட்டுரைகளைக் கூட தொடர்ந்து எழுதிக்கொண்டிருக்க முடியும். ஆனால் சிறுகதை மற்றும் நாவலில் தொடர்ந்து இயங்குவது மிக மிகச் சிரமம். நான் ஏற்கனவே குறிப்பிட்டது போல மனித மனத்தால் தொடர்ந்து உக்கிரமான நடவடிக்கைகளில் தோய முடியாது. தொடர்ந்து எழுத்தில் கவனத்தைத் தக்க வைத்து, நம்மை மீளுருவாக்கம் செய்வதற்குத் துணிந்தால் மட்டுமே கால் நூற்றாண்டுக்கு மேலாக நாவல்கள் எழுத முடியும்.

வெறுமனே எழுத்துப் பயிற்சி இருந்தால் மட்டும் போதாது. மட்டுப்படாத அபாரமான மன ஆற்றல், தளராது ஓடும் ஆற்றல் வேண்டும். பெரும் கொந்தளிப்பான சிக்கல்கள் ஏற்படும் போது முழுக்கத் தடுமாறி நம் எழுத்தாளுமையை அதில் இழந்து விடாமல் தக்க வைத்துக் கொள்ளும் திறமை வேண்டும்.

நமது அன்றாட வாழ்க்கை எழுத்துப் பணிக்கு நேர் எதிரான களத்தில் இயங்கும் ஒன்று. இங்கு செல்லுபடியாகும் உணர்ச்சிகள், கருத்துகளுக்கு அங்கு சற்றும் மதிப்பிராது. ஆக, நீங்கள் இரண்டு மனிதர்களாக ஒரே சமயம் இருக்க முடிய

வேண்டும். ஒரு சின்ன அலுவலக வேலைக்காக ஐந்து மணி நேரத்துக்கு மேல் உழைத்துவிட்டு, உங்கள் நாவலில் அதைவிட உக்கிரமான ஒரு விசயத்துக்காக - அலுவலக வேலைக்கான மனநிலையில் இருந்து முழுக்க மாறி - மிகுந்த அர்ப்பணிப்புடன் இயங்க வேண்டும்.

நீங்கள் பத்து வருடங்களில் ஐந்து நாவல்கள் எழுதுவது என்பது வெறுமனே 2500 பக்கங்களைத் தட்டச்சு செய்வது மட்டும் அல்ல; பக்கம் பக்கமாய் சொற்களை வடிப்பது மட்டும் அல்ல; கற்பனை செய்வதும் மனதை ஒருமுகப்படுத்துவது மட்டும் அல்ல. பத்து வருடங்களும் புதுப்புதுக் கனவுகளை வளர்த்து அவற்றினுள் வாழ்வது. கனவுகளை நம்புவது, கனவுகளுக்காய் எல்லா அன்றாட பிரச்சனைகளையும் கடந்து உற்சாகமாய் உழைப்பது. இதுதான் மிக மிகச் சிரமம்.

அதுவும் இவ்வளவு உழைத்த பின் சமூகம் உங்களை யாரென்றே திரும்பிப் பார்க்காமல் இருக்கும்போது, தளராமல் அடுத்த கனவொன்றைப் பின்தொடர்ந்து போக வேண்டும்.

நம் முன்னோடிகளும் ஜெயமோகன் போன்ற சமகால எழுத்தாளுமைகளும் இதற்காகவே போற்றத்தக்கவர்கள்!

எதை, எப்படி, எவ்வளவு எழுதுவது?

எழுத்தாளர்கள் தினமும் எழுந்ததும் ஒரு கதை அல்லது 500 சொற்களாவது எழுதுவது பற்றி விஜய மகேந்திரனின் பதிவைப் பார்த்தேன். ஒரு காபி குடித்த வேகத்தில் ஜெயமோகன் ஒரு சிறுகதை எழுதும் வினோதத்தையும் அவர் குறிப்பிட்டிருக்கிறார். ஏன் மற்ற எழுத்தாளர்களால் அது முடிவதில்லை? இது குறித்த என் கருத்துக்களைக் கீழே தொகுத்திருக்கிறேன்:

1. தினமும் எழுதுவது நல்ல பழக்கம். ஆனால் நிறைய எழுதுவது அவசியமல்ல. மிகக் குறைவாகக் கூட தினமும் எழுதலாம். எழுதியதைத் திருத்தி செறிவாக்கலாம். தொடர்ந்து எழுத்துக்குள் இருக்க வேண்டும், 'உற்பத்தித் திறன்' முக்கியமல்ல.

2. ஜெயமோகன் ஊரடங்கு காலத்தில் தொடர்ச்சியாக எழுதிய கதைகளைக் கண்டு நிறைய பேர் வியந்தார்கள். கமல் கூட பிக்பாஸில் வியந்து பேசினார். ஜெயமோகன் தான் நிறைய எழுதுவதால், பல்லாயிரக்கணக்கான பக்கங்கள் வரும் நாவலை எழுதியதால் தன்னை ஒரு 'பெரிய எழுத்தாளராகக்' கருதுகிறார். இன்னொரு பக்கம் நிறைய எழுதுவதால் அவையெல்லாம் தரமற்றவை என்றும் விமர்சனம் உண்டு. இரண்டுமே மிகை தான் – சங்கர் பிரம்மாண்டமாக படமெடுப்பதால் அவர் சிறந்த இயக்குநரா?

3. எனக்கு பதின்வயதில் தல்ஸ்தாயின் பிரம்மாண்டமான நாவல்கள் மீது ஒரு மயக்கம் இருந்தது. சமீப காலம் வரை அவரைப் புனைவுகளின் கடவுள் எனச் சொல்லி வந்தேன். ஆனால் இப்போது என் பார்வை மாறிவருகிறது. அவரது நாவல்களைத் திரும்பப் படிக்கையில் அதில் வடிவம் சார்ந்து நிறைய கோளாறுகள் - குடும்பம், மதம், ஒழுக்கம், வரலாறு குறித்த பிரச்சாரத்துக்காக அவர் தேவையில்லாமல் எழுதி சேர்ப்பதாக - தோன்றுகிறது. ஜெ.மோவின் ‘விஷ்ணுபுரம்’, ‘பின்தொடரும் நிழலின் குரல்’ போன்ற நாவல்களிலும் இந்த மாதிரியான ‘தொப்பை’ நிறைய உண்டு. வேறு சிலர் செண்டிமெண்டுக்காக, உணர்ச்சித் தளும்பலுக்காகக் கூடுதல் பக்கங்களை எழுதி சேர்ப்பார்கள். நாவலைத் தொடராக எழுதும் போதும் இப்படி நடப்பதுண்டு. அதனால் 150 பக்கங்களோ 400 பக்கங்களோ நாவல் ஒன்றுதான். நீளத்தை கதையின் தேவையே தீர்மானிக்க வேண்டும்.

4. இதே போலத்தான் 100 கதைகளை எழுதுவதும் 10 கதைகளை எழுதுவதும் ஒன்றுதான் - நீங்கள் முக்கியமாகக் கருதுகிற விசயங்களைச் சிறுகதை வடிவில் பரிசீலிக்க எத்தனை கதைகளை எழுத வேண்டுமோ அத்தனை எழுதலாம். மனுஷ்யபுத்திரன் தான் தமிழில் மிக அதிகமாக நவீன கவிதைகள் எழுதியவர். அவருக்கு அடுத்தபடியாக தேவதேவன். ஆனால் கவிதைகளின் எண்ணிக்கையால் அவர்கள் மதிப்பிடப்படக் கூடாது. தொடர்ந்து கவிதையில் இருக்கும் தேவை ஏற்படும் ஒருவர் எழுதிக் குவிக்கலாம். இன்னொருவர் அவ்வப்போது கவிதைக்குள் வந்து விட்டு விலகலாம். எந்த பாதகமும் இல்லை.

5. நான் 2017இல் இருந்தே என் நான்காவது நாவலை எழுத முயன்று வருகிறேன். இரண்டு நாவல்களை ஒரு லட்சத்து 60 ஆயிரம் சொற்களுக்கு மேல் எழுதி விட்டு திருப்தியில்லாமல் வைத்து விட்டு அடுத்த நாவலுக்குள் சென்றுவிட்டேன். நான் நினைத்திருந்தால் இரண்டையும் அவசரமாக முடித்து பிரசுரித்திருக்கலாம். ஆனால், எழுத்தாளனுக்கு தமிழில் வருமானம் இல்லாததால் இதுபோல நாவலை ஒத்திவைக்கும் சாவகாசம் கிடைக்கிறது. கடந்த நான்கு வருடங்களாக என்

பிரசுரங்களைக் கவனிப்பவர்கள் நான் புனைவை விட்டு முழுக்க விலகி விட்டேன், கட்டுரை மட்டுமே எழுதுகிறேன் என நினைக்கலாம். ஆனால் தினமும் 200-500 சொற்களாவது என் நாவலில் எழுதி சேர்க்கிறேன் என்பது அவர்களுக்குத் தெரியாது. எப்படி மதிப்பிடப்படுகிறேன் என்பது குறித்து எனக்குக் கவலையும் இல்லை. என் நான்காவது நாவல் பிரசுரமானதும் நான் ஒரே நாளில் ஹருகி முராகாமி ஆகி விட மாட்டேன் என எனக்குத் தெரியும். என் திருப்திக்காக மட்டுமே பதிப்பிக்கிறேன்.

6. தமிழ் எழுத்தாளர்களில் பலவித மாறுபட்ட ஆர்வங்கள் கொண்டோர் உள்ளனர். ஓவியம், சிற்பக்கலை, வரலாறு, விவசாயம், வணிகம், பங்குச்சந்தை, விளையாட்டு, இசை, நாட்டார் வழக்கு, தத்துவம், சினிமா, அரசியல், போராட்டங்கள், தொழிற்சங்கம், பதிப்பு, ஜோசியம், கோயில், மாயமந்திரங்கள், சடங்குகள், சமையல் என்று. ஆனால் அவர்களில் ஒரு பகுதியினர் இந்த ஆர்வங்களை எழுத்தில் பெரும்பாலும் கொண்டு வர மாட்டார்கள். இன்னொரு பகுதியினரை எடுத்துக் கொண்டால் அவர்களுடைய ஒரு புத்தகத்துக்கும் இன்னொன்றுக்கும் சம்பந்தம் இருக்காது - தமிழ்ச்செல்வன் சமையல் பற்றி புத்தகம் எழுதினார்; தத்தம் ஊர்களின் வட்டார வழக்கை, நாட்டார் பழக்கங்களைத் தொகுத்த பெருமாள் முருகன், நாஞ்சில் நாடன் கதைகளைத் தொகுத்த கி.ரா, பதிப்பிக்கப்படாத நூல்களைத் தொகுப்பதில், பதிப்பு வரலாற்றை எழுதுவதில் ஆர்வம் கொண்ட கடற்கரய், உலக சினிமா நூல் கொண்டு வந்த எஸ்.ரா., ஐரோப்பிய ஓவியங்களைப் பற்றி எழுதிய பி.ஏ கிருஷ்ணன், தமிழ் சினிமா வரலாற்றை எழுதிய அஜயன் பாலா என இப்பட்டியல் நெடியது. நான் கூட குங்பூ பற்றி ஒரு புத்தகம் எழுதினேன். ஐரோப்பாவையும், ஆசியாவையும் எடுத்துக் கொண்டால் காப்கா கட்டிடக்கலை பற்றி நிறைய எழுதினார் என்றும், அவை பதிப்பிக்கப்படவில்லை என்றும் சொல்கிறார்கள். கட்டிடத்துக்கும் இலக்கியத்துக்கும் என்ன சம்பந்தம்? முராகாமி ஓட்டப்பயிற்சி பற்றியும், கல்ட் அமைப்புகள் பற்றியும் புத்தகங்கள்

எழுதினார். அவை ஒன்றும் வெகுஜன ஊடகத்துக்கான நூல்களும் அல்ல. தரமான புத்தகங்கள். சார்த்தர், காமு போன்றோர் தத்துவத்திலும் இலக்கியத்திலும் ஒரே சமயம் ஆர்வம் காட்டினர். *Story of the Eye* நாவலை எழுதிய ஜார்ஜ் பத்தாய் இலக்கிய போர்னில் இருந்து தீவிரமான தத்துவ நூல்கள் வரை எழுதியவர். தமிழில் துரதிருஷ்டவசமாக இப்படி ஒரு மரபு இல்லை. நம்முடைய இலக்கியவாதிகள் மடி பார்ப்பவர்கள். ஏதோ இலக்கியத்தில் எழுந்து இலக்கியத்தில் பல்துலக்கி துப்பி இலக்கிய டிபன் சாப்பிடுவது போல அறுபதுகளில் இருந்து இங்கு இயங்கிய சிறுபத்திரிகை எழுத்தாளர்களைக் கவனித்தால் நமக்கு ஒரு மயக்கம் ஏற்படும். இவர்களாலே இலக்கியவாதி என்றால் இலக்கியம், இலக்கியம் சம்பந்தமான எழுத்துகளில் மட்டுமே கவனம் செலுத்த வேண்டும் எனும் பார்வை இங்கு வலுப்பட்டது; நம்முடைய சாதீய மனப்பான்மைக்கும் இதற்கும் ஒரு தொடர்பு உண்டு எனவும் தோன்றுகிறது - எனக்கு இந்த எழுத்து ஒழுக்கத்துடன் உடன்பாடில்லை. அவ்வப்போது நம் மனத்தை ஆக்கிரமிக்கிற ஆர்வங்களில் முழுசாக நேரம் செலவழித்து விட வேண்டும். ஏனென்றால் அந்தக் காலகட்டத்தைக் கடந்து விட்டால் பின்னர் திரும்பச் சென்று எழுத முடியாது. கடந்த சில ஆண்டுகளாக எனக்கு தத்துவம் குறித்து எழுத ஆர்வம் மேலிடுகிறது. நான் அதைப் பின்னர் பார்த்துக் கொள்ளலாம் என விட்டுவிட்டால் பத்து வருடங்களுக்குப் பிறகு என் மனம் தத்துவத்தை விட்டு இன்னொன்றில் ஈடுபட்டுக் கொண்டிருக்கும். இப்போது எனக்குள் எழும் சிந்தனைகளும் அப்போது மறைந்து போகும். எழுத்துக்காக அல்ல வாழ்க்கை, வாழ்க்கைக்காகவே எழுத்து.

எழுத்தாளனின் நேர மேலாண்மை

நண்பர் விநாயக முருகன் ஒருமுறை என்னிடம் முழுநேர எழுத்தாளனாகும் தன் விருப்பத்தைக் கூறினார். அவர் இப்போது மென்பொருள் துறையில் இருக்கிறார். தினமும் எழுதும் பொருட்டு இரவெல்லாம் விழிக்க வேண்டி இருக்கிறது. அந்தளவுக்கு அவரது பகல் நேரத்தை முழுக்க வேலை உறிஞ்சிக் கொள்கிறது. இரவுத்தூக்கத்தைக் கடன் வாங்கி இருநாவல்களை எழுதிவிட்டார். ஆனால் தனது ஒரு நாளின் முழுநேரத்தையும் எழுத்துக்குச் செலவழிக்க ஆசை என்றவர் அதற்காய் எதிர்காலத்தை திட்டமிடுவதாய் கூறினார். எனக்கு அப்படி ஒருவர் முழுநேர எழுத்தாளனாவது உண்மையில் பயன் தருமா என ஐயம் தோன்றியது.

மேற்கில் எழுத்தாளர்கள், குறிப்பாய் வெற்றி பெற்ற வணிக மற்றும் இலக்கிய எழுத்தாளர்கள், முழுநேர எழுத்தாளர்களாய்த் தான் இருக்கிறார்கள். அவர்களுக்கு என்று ஒரு அலுவலக அறை இருக்கும். ஒரு வழமை இருக்கும். தினமும் குறிப்பிட்ட நேரத்தைப் படிப்பிற்கும் எழுத்திற்கும் செலவழிப்பார்கள். ஒருநாளைக்கு இவ்வளவு சொற்கள் எழுதவேண்டும் என கணக்கு வைத்துக் கொள்வார்கள். அல்லாவிட்டால் எழுத்தாளன் வேறொன்றும் செய்யாமல் சும்மாவும் இருக்கலாம். சும்மா இருப்பது மனதை ஒரு நிலத்தை ஆறப்போட்டு விதைப்புக்குத் தயார்படுத்துவது போல். அதுவும் படைப்பூக்கத்துக்கும் மிகவும் அவசியம். இந்தியாவில் இது இரண்டுமே சிரமம்.

எழுபது, எண்பதுகளில் நம் எழுத்தாளர்களுக்கு அரசு வேலை இருந்தது. குறைவான நேரம் மற்றும் குறைவான அழுத்தத்தில் வேலை. நிரந்தரமான ஒரு வேலை நடைமுறை. மாலையானால் சில மணிநேரங்கள் எழுத்துக்குச் செலவழித்தார்கள். க.நா.சு, அசோகமித்திரன் போன்றோர்கள் வேலை பார்க்காது முழுநேர எழுத்தாளர்களாய் இருந்தார்கள். அதற்கான தியாகங்களை நடைமுறை வாழ்வில் செய்து சிரமப்பட்டார்கள். நான் கல்லூரியில் படிக்கையில் ஜெயமோகனின் அலுவலகத்துக்கு தினமும் போவேன். அவர் உயரதிகாரியாய் இருந்ததால் வேலை மிகவும் குறைவு. ஒரு பிளாஸ்டிக் பையில் எழுத காகிதம், அட்டை, படிக்க புத்தகங்களோடு தான் அலுவலகம் செல்வார். அங்கு அமர்ந்து வாசகர்களுக்கும் நண்பர்களுக்கும் நீண்ட கடிதங்கள், கட்டுரைகள் எழுதுவார். வாசிப்பார். இடையிடையே ஒரு சிப்பந்தி வந்து அவரிடம் கையெழுத்துக்கு வாங்க ஒரு கோப்பை நீட்டுவார். கையெழுத்திடுவதுடன் அவர் வேலை முடிந்து விடும். ஒருவிதத்தில் தன் முழுநாளையும் இலக்கியத்துக்குச் செலவிடும் வண்ணம் அவர் வேலை அமைந்திருந்தது. ஆனால் முழுநாளும் அலுவலகத்தில் கடும் நெருக்கடியான வேலையில் செலவழிப்பவர்கள் இருக்கிறார்கள். அவர்களுக்கு தமக்கு ஜெயமோகனுக்குக் கிடைத்தது போல் வேலை இருந்திருந்தால் இன்னும் நிறைய எழுதியிருக்கலாம் எனத் தோன்றும். ஆனால் இது உண்மை அல்ல. ஏன் என பிறகு சொல்கிறேன்.

தொண்ணூறுகளுக்குப் பிறகு தோன்றின எழுத்தாளர்களில் எனக்குத் தெரிந்து அரசு வேலையில் உள்ளவர்கள் குறைவு. ஒரு பகுதியினர் தனியாரிலும் இன்னொரு பகுதியினர் பிடிவாதமாய் வேலை இல்லாமல் முழுநேர எழுத்துப் பணியிலும் இருக்கிறார்கள். ஜெயமோகன், எஸ்.ரா. போன்றோர் திரைக்கதை எழுத்தில் தம்மை நிலைநாட்டுவதன் மூலம் பொருளாதார ரீதியில் சுயசார்பு பெற்றனர். இன்னும் சிலர் ரெண்டாயிரத்தின் பிற்பாடு ஏற்பட்ட அச்சு ஊடக வளர்ச்சியைப் பயன்படுத்தி பத்திரிகைகளில் நல்ல வேலைகளில் அமர்ந்தனர். எண்பதுகளின் இறுதியிலும் தொண்ணூறுகளின்

துவக்கத்திலும் கோலோச்சின கோட்பாடு சார்ந்த எழுத்தாளர்கள் கணிசமாய் பேராசிரியர்களாய்ப் பணிபுரிபவர்கள்.

ரெண்டாயிரத்தின் பிற்பகுதியில் இருந்து இப்போது வரை தோன்றி இயங்கும் இளம் எழுத்தாளர்களில் ஒரு பாதியினராவது மென்பொருள் துறையில் இருக்கிறார்கள். எழுதுதற்கான நேர நெருக்கடி இந்தத் தலைமுறையினருக்குத்தான் அதிகம். ஒன்று தனியார் நிறுவனங்கள் நாளின் பெரும்பகுதியை நீங்கள் வேலையில் செலவழிக்கும்படி எதிர்பார்க்கின்றன. மின்னணு சாதனங்களின் பெருக்கம், இணையம், சமூகமயமாக்கல் வலைதளங்கள் ஆகியன சதா யாருடனாவது உரையாடியபடி இருக்கும்படி உங்களைத் தூண்டுகின்றன. அது மட்டுமல்ல இணையம் இன்று தனிமனிதர்களை ஒரு நடமாடும் ஊடகமாய் மாற்றிவிட்டது. எப்போதும் ஏதாவது ஒரு செய்தி உங்களுக்குள் புகட்டப்படுகிறது. தினம் தினம் பரபரப்பாய் ஏதேதோ நிகழ்வுகள் நடப்பதாய் ஒரு பொய்த்தோற்றத்தை மீடியா உருவாக்குகிறது. நீங்கள் இச்செய்திகளை முன்பு போல விலகி நின்று பார்க்க இயலாது. இன்று பரபரப்புச் செய்திகளை ஒளிபரப்பும் ஒரு டிவியை போல் தனிமனிதன் மாறிவிட்டான். அவன் அவற்றைப் பற்றிக் கவலை கொள்கிறான். ஒரு கருத்தை உருவாக்குகிறான். பிறகு மறந்து போகிறான். இன்னொரு பக்கம் நடுநிலை, வெகுஜன பத்திரிகைகள், பேஸ்புக் என எங்கும் அன்றாட அரசியல் சமூக செய்திக் கட்டுரைகளுக்கு முக்கியத்துவம் மிகுந்து விட்டது; புனைவுகள் கிட்டத்தட்ட மாயமாகி விட்டன. நாம் திகட்ட திகட்ட அபுனைவுகளைப் பிழியும் ஒரு காலத்தில் வாழ்கிறோம். பௌதிக நேரம் போக 'மன நேரம்' என்று ஒன்று உள்ளது. ஓய்வாக இருந்து சிந்திப்பதற்கு, சிந்தனையின்றி இருப்பதற்கான நேரம். படைப்பூக்கத்துக்கு இது மிகவும் அவசியம். முந்தைய எழுத்தாளனுக்கு மன நேரம் இருந்தது. இன்றைய எழுத்தாளனுக்கு இல்லை.

இப்படிப் பட்டியலிட்டு வரையறுக்க காரணம், வேலை மற்றும் பொருளாதார நிலை சார்ந்து அவர்களுக்குக் கிடைக்கிற நேரமும் எழுதுவதற்கான வசதியும் எப்படி மாறி வந்துள்ளது எனக் காட்டவே.

ஒவ்வொரு தலைமுறைக்கும் எழுதுவதற்கு அவர்களுக்கான சவால்கள் இருந்துள்ளன. 70, 80களில் புத்தகங்கள் வாங்குவது, எழுதுவதைப் பிரசுரிப்பது ஆகியன சவால்கள். அடுத்து வந்த தலைமுறைக்கு, குறைந்த சம்பளமும் ஒரு பக்கம் தமக்கு அறிமுகமாகும் உலக பரப்பில் நிகழும் இலக்கிய வளர்ச்சிகளும் கவனமும் தமக்கு ஏன் அமையவில்லை எனும் அழுத்தமும் ஏக்கமும் பிரச்சனைகள். ரெண்டாயிரத்துக்குப் பிறகு பணம் சம்பாதிப்பதும், பதிப்பில் இடம் பெற்று தம்மை நிலை நிறுத்துவதும் ஊடகத்தில் கவனம் பெறுவதும் முக்கிய சவால்களாகின்றன. கடந்த பத்து வருடங்களில் ஓரளவுக்கு அன்றாடத் தேவைகளை நிறைவேற்றி நிம்மதியாய் வாழவே நிறைய சம்பாதிக்க வேண்டிய அழுத்தம் அதிகரித்தது. அதே போல பொதுவாய் இன்று உலகு முழுக்க மக்களின் பண்பாடு பௌதிகமானதாய், பணம் சார்ந்ததாய், சாமர்த்தியத்துக்கும் அதிகாரத்துக்கும் அதிக கவனம் அளிப்பதாய் இன்று மாறி உள்ளது. இது இலக்கியத்துக்குத் தேவையான விட்டேத்தி மனப்பான்மைக்கு எதிரானது. கலைஞன் எப்போதும் பொருளாதார சாமர்த்தியம் அற்றவனாகவே இருப்பான். அப்போது தான் அரூபமான உலகினுள் அவன் இயங்க முடியும். ஆனால் லௌகீக சாமர்த்தியம் இன்று அவசியமாய் மாறி உள்ளது.

அதேபோல இன்று உலக அளவில் கூட இலக்கிய எழுத்தாளர்களுக்கும் வணிகத்தன்மையுள்ள படைப்புகளை எழுதும் விருப்பம் அதிகரித்து வருகிறது. மிகப் பூடகமான, படிப்பதற்கு மிகவும் புதிர்த்தன்மை கொண்ட படைப்புகள் இப்போது உலகளவில் கூட அதிகம் தோன்றுவதில்லை. மனிதர்களும் பொதுவாய் இருண்மையை விட அதிகம் வெளிச்சத்தையும் கொண்டாட்டத்தையும்தான் இன்று எல்லா தளங்களிலும் எதிர்பார்க்கிறார்கள். இவையெல்லாம் தீவிரமான படைப்புகளை உருவாக்க நினைப்பவர்கள் இன்று சந்திக்கிற வேலை மற்றும் பண்பாடு சார்ந்த சவால்கள்.

இந்த நிலையில் இன்று நாம் எந்தளவு நேரத்தைப் படைப்புக்கு ஒதுக்க முடியும் என யோசிப்போம். எவ்வளவு நேரம்

கிடைத்தாலும் போதாது என்றுதான் தோன்றுகிறது. அந்தளவுக்கு எழுதவும் படிக்கவும் இன்று வாய்ப்புகள் உள்ளன. முழுநேர எழுத்தாளனாய் வசதியாய் தனக்கு ஏற்றபடி எழுதும் ஆசை எல்லாருக்கும் உள்ளது. குறிப்பாய் தினமும் பகல் முழுக்க வேலையில் கழிக்க நிர்பந்திக்கப்பட்டவர்களுக்கு. இப்போது நாம் எவ்வளவு எழுத வேண்டும் என்பது பற்றி ஒரு தெளிவைப் பெற வேண்டும். நிறையப் பேர் படிக்கும்படியாய் உபயோகமாய் எழுதுகிற இப்போதுள்ள சூழலில் எழுத்தாளன் வருடத்திற்குப் பல புத்தகங்கள் எழுத வேண்டியதில்லை. தன்னால் மட்டுமே எழுத முடியும் என நம்புகிற நூல்களை மட்டும் எழுத முயன்றால் போதும். அதில் தன்னால் மட்டும் முடிகிறதில், தான் ஏற்கனவே எழுதாததை மட்டும் எழுதினால் போதும் எனவும் முடிவெடுக்க முடியும். அபரிமிதமாய் தேவைக்கு அதிகமாய் எழுதுவதை அவன் இதன் மூலம் குறைக்கலாம்.

அடுத்து ஒரு நாளில் எவ்வளவு நேரம் எழுத்துக்குச் செலவழிக்கலாம்? இவ்விசயத்தில் முழுநேர எழுத்தாளனும் பகுதி நேர எழுத்தாளனும் ஒரே நிலையில்தான் இருக்கிறார்கள். ஜெயமோகனுக்கு தொண்ணூறுகளில் எழுத நிறைய நேரம் கிடைத்திருக்கலாம். ஆனால் அப்போதும் அவரை தினமும் வந்து சந்திக்கிறவர்கள், அவர்களுக்கு அவர் எழுதும் கடிதங்கள், படிக்க வேண்டிய விசயங்கள் என கணிசமான நேரம் போய் விடும். எனக்குத் தெரிந்து அவர் இரவில்தான் எழுதினார். இரவெல்லாம் தூங்காததனால் மயங்கி விழுந்து மருத்துவ சிகிச்சை பெற்றதாய் ஒருமுறை என்னிடம் கூறினார். ஆக பகலெல்லாம் நேரம் இருந்தாலும் எழுத்தாளனுக்கு அது போதுமானதாய் இருப்பதில்லை. சிறப்பாய் நேரத்தை திட்டமிட்டு உழைத்துக் கழிக்கும் அவருக்கே இந்நிலை என்றால், முழுநேரத்தையும் நண்பர்களைச் சந்தித்து அரட்டையடிப்பதிலும் குடிப்பதிலும் கழிக்கும் பிற எழுத்தாளர்கள் எவ்வளவு நேரம் எழுத செலவழித்திருப்பார்கள் யோசித்துப் பாருங்கள். சொற்பமாய் தான். உண்மையில் ஒருநாளைக்கு ஒரு மணிநேரம் எழுதினாலே சிறப்பு. இரண்டு மணிநேரங்கள் தினமும் எழுதுகிறவர் வருடத்திற்கு ஒரு பெரிய நூல் எழுத முடியும். அப்படியென்றால் மிச்ச 16 மணிநேரங்கள்?

நேரம் என்பது பௌதிகமானது அல்ல. அதாவது 18 மணிநேரங்கள் உண்மையில் நிறைய நேரம் எனத் தோன்றலாம். ஆனால் 18 மணிநேரங்கள் கிடைத்தாலும் அதில் எழுதுவதற்கு அரைமணிநேரத்தை மிச்சம் பிடிப்பது மிகச் சிரமமாய்த் தோன்றலாம். இன்று நமக்கு அந்தளவுக்கு கவனச்சிதறல்கள் உள்ளன என்பது மட்டுமல்ல பொதுவாக நம் மனம்தான் காலத்தை வடிவமைக்கிறது என்பதும் ஒரு காரணம். அரைமணி நேரத்தை நான்கு மணிநேரங்களாகவும் 18 மணிநேரத்தை அரைமணியாகவும் விரிக்கவும் சுருக்கவும் நம் மனதால் முடியும். கராறாய் திட்டமிட்டாலும் கூட முழுமையாய் ஒரு நாளின் நேரத்தை எழுத்துக்குச் செலவழிப்பது சிரமம். எழுதுகிற ஒரு மணிநேரத்தில் முழுமையாய் மூழ்கிப்போய் விடுவதுதான் ஒரே தீர்வு. அப்போதுதான் மனம் கட்டற்று காலத்தில் பயணிக்கும். முழுத்தீவிரத்துடன் கவனத்துடன் எழுத இயலும். எனக்குத் தெரிந்த சில முழுநேர எழுத்தாள நண்பர்கள் ஒரு மாதத்தில் சில நாட்கள்தான் எழுதுகிறார்கள். இவ்வளவு சொற்ப நேரம் மட்டும் எழுத எதற்கு முழுநேர எழுத்தாளன் ஆகவேண்டும்?

சொல்லப்போனால் முழுநேர எழுத்தாளன் ஆகையில் நமக்கு எழுத்து சார்ந்து ஒரு தேவையற்ற அழுத்தம் ஏற்படும். தினமும் கால அட்டவணையின்படி எழுதுவது எழுத்தனுபவத்தை ரசிக்க முடியாமல் கசப்பானதாய் மாற்றலாம். எழுத்து பிரதான நோக்கமாகையில் எழுத்தாளன் எனும் பிரக்ஞை கூடும். அது செயற்கையான எழுத்துக்கு வழிகோலலாம்.

தாம் 22 மணிநேரம் எழுத்துக்குச் செலவழிப்பதாய் சாரு ஒருமுறை கூறினார். அவ்வளவு நேரமா எழுதுவார் என ஒரு நண்பரிடம் கேட்டேன். அவர் சொன்னார் "சாரு முழிச்சு உட்கார்ந்ததில் இருந்து தூங்குறவரைக்குமான நேரத்தை எழுத்துக்குச் செலவழிப்பதாய்க் கூறுகிறார். அதாவது அவர் சாப்பிடுவது, மதியம் தூங்குவது, கணினியில் அரட்டை அடிப்பது, பத்திரிகை படிப்பது, வெட்டியாய் யோசிப்பது எல்லாமே எழுத்துப் பணிதான்". அதெப்படி எழுத்தாளனின் மூளை சத்யம் திரையரங்கில் படம் பார்த்துக்கொண்டிருக்கும் போதும் எழுதிக்கொண்டிருக்குமா?

சாருவின் கூற்று சற்று வேடிக்கையானது என்றாலும் உண்மையானதும்தான். சும்மா இருக்கிற நேரம் கூட எழுத்தாளனுக்கு முக்கியமானது. மூளைக்கு ஓய்வு எவ்வளவு அதிகம் கிடைக்கிறதோ அந்தளவுக்கு புதுசான ஐடியாக்கள் அவனுக்குக் கிடைக்கும். அவ்விதத்தில் தினமும் 12 மணிநேரத்தில் பிடிக்காத வேலையில் மூளையைத் தேய்ப்பவர்கள் இரவில் எழுத உட்காரும்போது களைத்துவிடுகிறார்கள். ஆற்றல் வடிந்திருக்கும். ஆனால் இந்த ஆற்றல் உடல் சார்ந்தது மட்டும்தானா? இல்லை.

நான் கடந்த சில வருடங்களாய் முனைவர் பட்ட ஆய்வு செய்து வருகிறேன். இந்தக் காலத்தில் எனக்கு தினமும் அலுவலகம் போக வேண்டிய கட்டாயம் இல்லை. ஆய்வுக்கான காலத்தில் ஒரு பகுதியை நான் எழுத்துக்கும் பயன்படுத்த முடிகிறது. இதனால் என் எழுத்து அதிகமானதா? எழுதுவது சுலபமானதா?

இதற்கு முன் நான் இரண்டு கல்லூரிகளில் 4 வருடங்கள் பணி செய்தேன். அப்போது மதியம் வேலை முடித்து வீட்டுக்கு வந்து சற்று நேரம் தூங்கி விட்டு எழுத உட்கார்ந்து விடுவேன். அதற்கு முன் 4 வருடங்கள் தனியார் நிறுவனங்களில் 4 வருடங்கள் பணி செய்தேன். அப்போது வேலை நேரமும் பளுவும் அதிகம். வீட்டுக்கு வர இரவு எட்டாகி விடும். பிறகு உண்டு விட்டு எழுத அமர்வேன். பின்னோக்கிப் பார்த்தால் என் வேலை வாழ்வின் முதல் நான்கு வருடங்கள் நெருக்கடி கூடுதலாகவும், அடுத்த நான்கு வருடங்கள் நெருக்கடி குறைவாகவும், அதற்கு அடுத்த (கடந்த) இரண்டு வருடங்கள் சுலபமாகவும் இருந்திருக்க வேண்டும் அல்லவா! ஆனால் அது உண்மை அல்ல.

ஒரு கணக்குப் போட்டுப் பார்த்தால் மிக அதிகமாய் நெருக்கடி இருந்த முதல் நான்கு வருடங்களில்தான் நான் அதிகம் எழுதி இருக்கிறேன். அதேபோல மிக மோசமாய் உடல் நிலை பாதிக்கப்பட்டு பொருளாதார நெருக்கடியும் இருந்த அடுத்த நான்கு வருடங்களில்தான் என்னுடைய 550 பக்க முதல் நாவலான ‘கால்களை’ எழுதி முடித்தேன். கடந்த இரு வருடங்களில் எனக்கு நினைத்த நேரம் எழுத முடிகிற வசதி

உள்ளது. ஆனால் நான் அதே அளவுதான் எழுதி வருகிறேன். அதேபோல இப்போதும் தினமும் ஒரு குறிப்பிட்ட நேரத்தை முழுக்க எழுத்துக்கு ஒதுக்குவது முடியில் லாரியைக் கட்டி இழுப்பது போன்ற காரியமாக இருக்கிறது. சொல்லப் போனால் எப்போதெல்லாம் எனக்கு ஏராளமாய் நேரம் உள்ளதோ அப்போதுதான் ஒரு குறிப்பிட்ட பொழுதை எழுத்துக்கு ஒதுக்குவது சிரமமாய் உள்ளது. ஆனால் குறைவாய் நேரம் கிடைக்கிற நெருக்கடி நாட்களில் எழுத நேரம் கண்டடைவது சுலபமாய் உள்ளது. அதாவது எக்கச்சக்கமான வாய்ப்புகள் கிடைத்தால் அதில் சரியாய்த் தேர்ந்தெடுத்துச் செயல்பட மனம் திணறுகிறது. ஆனால் வாய்ப்புகள் குறைவென்றால் தன்னை அதற்கேற்றபடி வடிவமைப்பது மனதுக்குச் சுலபமாகிறது. ஆகையால் முழுநேர எழுத்தாளன் ஆகையில் நேரக் கட்டுப்பாடு நமக்கு மிக மிகச் சிரமமான ஒன்றாகவும், பகுதி நேர எழுத்தாளனாய் இருக்கையில் அது சுலபமாகவும் இருக்கலாம்.

முழுநேர எழுத்தாளன் சதா தன் எழுத்துப் பணி பற்றி யோசிக்க வாய்ப்புள்ளதால் அதிக எரிச்சலுறவும், தன் அலுப்பைப் போக்க போதைப்பழக்கங்களில் ஈடுபடவும் வாய்ப்புகள் அதிகம். ஆனால், எழுத உட்காரும் நேரம் அவன் உடல் அதற்குத் தயாராக முழு ஆற்றலுடன் இருக்கும். இதுதான் பிரதான அனுகூலம். ஆனால் இது கூட மனம் சார்ந்தது தான்.

ஒரு மனிதனின் ஆற்றலுக்கும் சாத்தியங்களுக்கும் எல்லையே இல்லை என புரூஸ் லீ நம்பினார். அதாவது நாம் இதுதான் முடியும் என நினைப்பது நம் கற்பிதம் மட்டுமே. உதாரணமாய் சிலர் தம்மால் ஒருநாள் ரெண்டு பக்கங்களுக்கு மேல் எழுத இயலாது என எண்ணலாம். ஆனால் தம்மை கடுமையாய் நெருக்கடிக்கு உள்ளாக்கி, தொடர்ந்து முயன்றால், அதே நபர் ஒரு நாளைக்கு 25 பக்கங்கள் கூட எழுத இயலும். புரூஸ் லீ தன்னுடைய சற்று வயதான அமெரிக்க சீடர் ஒருவருக்கு குங் ஃபூ சண்டைக் கலைப் பயிற்சி அளிக்கத் துவங்கின காலத்தில் அச்சீடரால் கடுமையான நீண்ட நேரப் பயிற்சியைத் தாங்க இயலவில்லை. இரண்டாவது நாள் காலை எழுந்ததும்

மொத்த உடலும் ஒரு இரும்புப்பாளத்தைப் போல் அவருக்குத் தோன்றியது. சற்று அசைத்தாலே உயிர் போகிற வலி. அவரால் எழுந்து நடக்கவே இயலவில்லை. கிட்டத்தட்ட தவழ்ந்து காரில் ஏறி புரூஸ் லீயின் வீட்டுக்குப் போனார். அங்கே போன பின் அவரால் காரில் இருந்து இறங்கவே இயலவில்லை. இறங்கி வராவிட்டால் புரூஸ் லீ அவரை அடிப்பதாய் மிரட்டினார். அப்போதும் அவர் இறங்கவில்லை. புரூஸ் லீ அவரை வலுக்கட்டாயமாய் இழுத்துக் கீழே தள்ளித் தூக்கி நிறுத்தினார். ஒரு அடி எடுத்து வைத்தால் தன் இதயம் வெடித்து விடும் என அவர் கூறினார். புரூஸ் லீ "நீங்கள் செத்தாலும் பரவாயில்லை, இன்று கட்டாயம் பயிற்சி செய்ய வேண்டும்" என வற்புறுத்தினார். வலி உண்மையில் நம் மனதின் கற்பனை என புரூஸ் லீ நம்பினார். உடலின் சாத்தியங்களுக்கு எல்லையே இல்லை. எல்லையை மீறிச் செல்லச் செல்ல அது விரிந்தபடியே போகும். அன்று தன் நாற்பது வயதான சீடரை புரூஸ் லீ இரண்டு மணிநேரங்கள் கடும் பயிற்சி செய்ய வைத்தார். ஒரே வாரத்தில் அவரால் அதை விட இரட்டிப்பு பயிற்சியைச் செய்ய முடிந்தது. நானா இவ்வளவு பயிற்சி செய்கிறேன் என சீடர் வியந்தார். அவரது உடல் முன்பை விட இரட்டிப்பு வலுக்கொண்டதாக மாறி விட்டதாகவும் பத்து வருடங்கள் குறைந்து இளமையானதாகவும் அவர் உணர்ந்தார். இது நம் ஒவ்வொருவருக்கும் பொருந்தும். எந்தளவுக்கு அதிகமாய் நம் மீது அழுத்தம் செலுத்துகிறோமோ அந்தளவுக்கு நம் ஆற்றல் அதிகமாகும். ஒரு கடுமையான இலக்கைத் தேர்ந்து அதை நோக்கிக் கடுமையாய் நம்மை செலுத்தினால் விரைவில் எளிதில் அதைச் செய்கிறவராக நம்மை மாற்றிக்கொள்வோம். அதனால்தான் ஆய்வாளர்கள் நம் மூளை பிளாஸ்டிக்கானது என்கிறார்கள். தேவைக்கு ஏற்றபடி தன்னைத் தகவமைக்கும் அபார திறன் அதற்கு உள்ளது. அதனால் தான் தன் குறைந்த நேரத்தில் மிகுந்த நெருக்கடியில் வேலை செய்யும் பகுதி நேர எழுத்தாளனால் முழுநேர எழுத்தாளனைவிட அதிகம் எழுத முடிகிறது. பெரும் சவால்களை வெற்றி கொள்ள முடிகிறது.

ஒரு எழுத்தாளனின் அன்றாட வாழ்க்கை

நான் பல சிரமமான வேலைகளில் இருந்துள்ளேன். வீட்டிலும் கடும் நெருக்கடி இருந்துள்ளது. சொல்லப் போனாலும் சரியான எழுதும் சூழலே இருந்ததில்லை. சாலை ஓரமாய் பைக்கில் இருந்து கொண்டு கூட எழுதி இருக்கிறேன்.

ஒருநாள் என்னை ஏதோ ஒரு டிவியில் பேச அழைத்தார்கள். ஆறு மணிக்கு வரவேண்டி சேனலின் கார் டிரைவர் ஐந்து மணிக்கு வருகிறேன் என்றார். அதன்பிறகு தாமதமாகிவிட்டது, ஆறு மணிக்கே வருகிறேன் என்றார். நான் வீட்டில் இருந்து மூன்று மாடிகள் இறங்கி வந்துவிட்டேன். திரும்ப மேலே போக தோன்றவில்லை. இடைப்பட்ட நேரத்தில் வேறுவேலையும் இல்லை. அதனால்தான் மேற்சொன்னபடி பைக்கில் இருந்தபடி எழுதினேன். அப்போது பார்த்து ஒற்றைக் கால் இல்லாத ஒருவர் அழுக்கான தோற்றத்தில் என்னிடம் வந்தார். அவர் தனது ஆரம்ப கால வாழ்க்கை, தற்போதைய சிரமங்கள் என பல விசயங்களைச் சொன்னார். நான் அவரிடம் எதையுமே விசாரிக்காமல் அவர் பாட்டுக்கு நீயாநானா பங்கேற்பாளர்கள் போல் ஆற்றொழுக்காய்ப் பேசிக்கொண்டு போனார். நான் உம் கொட்டிக்கொண்டே எழுதிக்கொண்டிருந்தேன்.

என்னுடையதைப் போன்ற ஒரு வண்டி இருந்தால் அவருக்கு அன்றாட வாழ்க்கை சிரமமின்றிப் போகும் என்றார். நான் தலையாட்டினேன். அவர் சட்டென நான் அவருக்கு ஒரு பைக் வாங்கித் தர வேண்டும் என்றார். ஆகா இது விவகாரமாச்சே எனத் தோன்ற அவரை நைசாகக் கழற்றிவிட்டுக் கிளம்ப முயன்றேன். ஆனாலும் அவரோ என்னைப் போன்ற பணம் படைத்த 'நல்லவர்கள்' உதவாவிட்டால் அவரைப் போன்றவர்கள் எப்படிப் பிழைக்க முடியும் என விலாவாரியாய்ப் பேச ஆரம்பித்தார். நான் என் சிரமங்களை எடுத்துச் சொல்லி, அவர் அத்தகைய வாகனம் ஒன்று வாங்குவதற்காக உதவ சாத்தியமுள்ள வேறு அமைப்புகளைக் குறிப்பிட்டேன். அவரோ சட்டென எம்.ஜி.ஆர். பாடல் ஒன்றைப் பாடத் துவங்கினார். ஒற்றைக் காலில் சுழன்று நடனமாடவும் செய்தார். அப்பாடலில் வருகின்ற கருத்துகளை எனக்கு இடையிடையே விளக்கவும் செய்தார். ரோட்டில் போகிறவர்கள் என்னை விசித்திரமாகப் பார்க்கத் தொடங்கினர். இந்தக் களேபரத்தில் நான் என் கட்டுரை ஒன்றை முக்கால் வாசிதான் முடித்திருந்தேன். லேப்டாப்பை மூடிவிட்டு அவரிடம் இருந்து தப்பித்து வரப் பெரும்பாடாகியது.

என் தினசரி வாழ்க்கை இப்படித்தான் இருக்கிறது.

என்னைப் பொறுத்த மட்டில் இந்த உலகமே ஒரு பைத்திய விடுதிதான். எங்கு போனாலும் பைத்தியங்கள் என்னைத் துரத்துகின்றன என புக்காவஸ்கி ஒரு கவிதையில் எழுதுவார். நான் என் வாழ்க்கையில் பைத்தியங்களிடம் இருந்து தப்பித்து ஓடியபடியே இருக்கிறேன். இங்கு புத்தி சுவாதீனத்துடன் நான் இயங்க தினமும் எழுத தேவையுள்ளது. ஏன் இந்த நிலை?

ஒன்று, மனிதர்கள் தொடர்ந்து அலைக்கழிப்பிலும் போதாமையிலும் அல்லல்படுகிறார்கள். ஆனால் இவர்களை அலைக்கழிப்பவை மிக எளிய, மிக அபத்தமான, அற்பமான விசயங்கள்தான். நான் முன்பு வேலை பார்த்த நிறுவனத்தில் இச்செனத் தும்முவதென்றாலும் மீட்டிங் போடுவார்கள். இரண்டு மணிநேரம் கூட்டத்தில் கழிந்தால் நான் கூடுதலாய்

அவ்வளவு நேரம் அலுவலகத்தில் இருந்து வேலையை முடிக்க வேண்டும்.

இது போக மற்றொரு கொடுமை அலுவலக மின்னஞ்சல்களைப் பார்ப்பது. மின்னஞ்சல் என்றாலே நான் அலறுவேன். யாரோ ஒருவர் முடிக்க வேண்டிய வேலையை நம் தலையில் சுமத்தி விடுவார்கள். ஒருவர் ஒரு சந்தேகம் எழுப்பி இருப்பார். அதைப் புரிந்துகொள்ள சங்கிலித் தொடரான மின்னஞ்சல்களைப் படிக்க வேண்டும். எதையெடுத்தலும் *FYI* என நாமம் சாத்தி என்னிடம் அனுப்பிவிடுவார்கள். இதில் பாதி நாள் முடிந்து விடும். இதையெல்லாம் சீரியஸாக எடுத்துக்கொண்டால் ஒழுங்காய் வேலையை முடிக்க முடியாது. வேலையை முடிக்காவிட்டால் புதுப் பிரச்சனைகள் முளைக்கும். எனக்கு பைத்தியம் பிடித்துவிடும்.

ஆக இவை அற்பமானவை, கௌரவமான நேரவீணடிப்புகள் எனப் புரிந்துகொண்டே அவற்றை எல்லாம் செய்வேன்.

இன்னொரு விசயம் நமது உணர்வு ஆற்றல் (*emotional energy*). இந்த ஆற்றலே நம் எழுத்தைச் செலுத்துகிறது. இந்த ஆற்றலை அன்றாட அற்பத்தனங்களில் வீணடிக்காமல் இருக்க கவனம் செலுத்த வேண்டும்.

எழுத்தாளர்களில் எளிதில் சின்னச் சின்ன விசயங்களால் தூண்டப்படுபவர்கள். கூருணர்வு மிக்கவர்கள். அதனால் நாம் எதனால் எல்லாம் எப்போதெல்லாம் தூண்டப்பட வேண்டும் என்பதில் ஒரு தெளிவும் கட்டுப்பாடும் இருக்க வேண்டும். அல்லாவிட்டால் அன்றாட வேலைகளுக்கு நடுவிலோ வேலை முடிந்து மாலையிலோ நாம் மிகவும் களைத்து, காற்றிறங்கிய பலூன் போல, படுக்கையறையில் களைத்துறங்கும் கணவன் போல இருப்போம். ஒரு வரி எழுதக்கூட சக்தி இருக்காது. அப்போது நாம் நம் வேலையை, பந்தங்களை, குடும்பத்தை, பொறுப்புகளைப் பழிப்போம். இதன் நீட்சியாக நம்மைப் பழிப்போம். கசப்பு கொள்வோம்.

இதற்கான தீர்வு என்ன?

அன்றாடத்தின் கவனச்சிதறல்களில் இருந்து, வேலையின் அலைக்கழிப்பில் இருந்து, அபத்தமான மனிதர்களிடம் இருந்து ஒரு எழுத்தாளன் தப்பிப்பது எப்படி? என எனக்குக் கீழ்வரும் விசயங்கள் தோன்றுகின்றன:

அன்றாட விசயங்களில், தினசரி சகமனித உரையாடல்களில், சந்திப்புகளில் (நமக்குப் பயன்படாது எனத் தோன்றும் சமாச்சாரங்களில்) உணர்ச்சியை வீணடிக்காமல் இருப்பது.

முடிந்த வரை பட்டும்படாமல் நடந்துகொள்வது. எல்லாரிடமும் நடிப்பது. இது போலித்தனமோ பாசாங்கோ அல்ல. இது ஒரு சிறந்த கலை. நீங்கள் ஒருவரிடம் சிரிக்கிறீர்கள். ஆனால் சிரிக்கிறீர்கள் எனும் உணர்வு உங்களுக்குள் உள்ளது. நீங்கள் உங்கள் வீட்டை, அலுவலகத்தை, ஒரு பொதுவெளியை ஒரு நாடக அரங்காகப் பயன்படுத்துகிறீர்கள். இதில் ஒரு தனி சந்தோசம் உள்ளது. முயன்று பாருங்கள். நீங்கள் இயல்பாக உண்மையாக வெளிப்படையாக எல்லா இடங்களிலும் இருப்பது நல்லதல்ல. விரைவில் களைத்துவிடுவீர்கள். பொய் அழகானது.

கிடைக்கும் நேரத்தில் எல்லாம் எழுதுவது.

எழுதும் போது நமக்காக ஆற்றலை வளர்த்துக் கொள்வது. இது பயிற்சியின் விளைவாக தானே நிகழும். நான் எழுதி, பாதி வாக்கியத்தின் நடுவே லேப்டாப் கீபோர்டில் என்னையறியாது சாய்ந்து உறங்கி இருக்கிறேன். அவ்வளவு கடும் களைப்பிலும் என்னால் இப்போது எழுத முடிகிறது. எழுத கை வைத்ததும் வயாக்ரா உண்ட ஆண்குறி போல் நான் விறைத்துக் கொள்கிறேன், எப்போதும்.

எழுதும் போது மிக உற்சாகமாய், துடிப்பாய் நம்மை வைத்துக் கொள்ள வேண்டும். இது ஒரு பிரமை தான். ஆனால் தொடர்ந்து பயின்றால் நாம் எழுதும் போதே தனி உயிர்ப்புடன் இருப்பதை அறிய முடியும். இதை நான் ஜெயமோகனிடம் இருந்து கற்றுக் கொண்டேன். அவரை முன்பு அலுவலகத்துக்குப் பார்க்கப் போவதுண்டு. மதியம் குட்டித் தூக்கம் போடுவார். நான் அவர் அருகில் காத்திருப்பேன். அவர் விழித்துக்கொண்டதும் ஸ்விட்ச்

போட்ட பொம்மை போல் என்னிடம் இலக்கியம், எழுத்து, வாழ்க்கை என மிகுந்த உற்சாகத்துடன் உரையாட ஆரம்பிப்பார். *Lag* என்று நாம் இன்று காணொளிகள், மின்கருவிகளுக்குச் சொல்வோமே. ஒரு எழுத்தாளன் எனும் கிரீடத்தை அணியும் போது ஜெயமோகனிடம் அரைவினாடி *lag* கூட இராது. எழுத்தாளன் சோர்வாக இருக்கக் கூடாது, எதிர்மறை சிந்தனைகளை வளர்க்கக் கூடாது என அவர் என்னிடம் வலியுறுத்துவார். தனிப்பட்ட வாழ்க்கைப் பிரச்சனைகள் நம் எழுத்தை பாதிக்க அனுமதிக்கக் கூடாது என்பார். ஒரு தேநீர் அருந்துவதைக் கூட அவர் எழுத்தைச் சுற்றியே திட்டமிடுவார். நம் சூழலில் எழுத்தாளனாய் இப்பண்பு மிக அவசியம்!

இறுதியாக, முழுநேர எழுத்தாளனாய் இருப்பது மேற்குறிப்பிட்ட அல்லல்களில் இருந்து தப்பிக்க நிச்சயம் உதவும். ஆனால் வாழ்க்கையில் ஏதாவது அன்றாட தொந்தரவுகள், குறுக்கீடுகள் இருந்துகொண்டேதான் இருக்கும். கொசுவிடம் இருந்து தப்பித்தாலும் அதன் ரீங்காரம் நம்மை விடாது. ஆனால் முழுநேர எழுத்து மிகப்பெரிய சௌகரியமே. அது வாய்க்காதவர்கள் வேறுவகையில் வாழ்க்கையைத் திட்டமிட்டுக் கொள்ள வேண்டும்.

வாழ்க்கையில் நிறையப் பொருள் ஈட்டி நிலைபெற்ற பின் எழுதலாமே?

ஆனால் பத்து வருடங்கள் கழித்து நமக்கு எழுதும் ஆர்வம், தேவை, ஆற்றல் இருக்குமா?

பத்து வருடங்கள் கழித்து நாம் உயிருடன்தான் இருப்போமா?

மேலும் இந்தப் பத்து வருடங்கள் நான் எழுத்தில் இழக்கப் போவதை எப்படி ஈடுகட்டுவது?

இக்கேள்விகளுக்கு என்னிடம் விடை இல்லை. ஆகையால், நான் எதிர்காலத்தில் அமையப் போகும் ஒரு கற்பனையான எழுத்து வாழ்வுக்காக எனது ‘இன்றை’ நடைமுறைத் தேவைகளின் பலிபீடத்தில் வெட்டி சாய்க்க மாட்டேன்.

இப்போதைக்கு என் எழுத்தும் என் வாழ்வும் எனக்கு

வேறுவேறல்ல. எழுதுவது தவிர்த்து நான் செய்யும் எதிலும் என் மனம் ஈடுபடுவதே இல்லை. எழுதும் நேரம் மட்டுமே நான் உண்மையான உலகில் இருப்பதாயும் மிச்ச நேரம் நான் முழுக்க பொய்களால் புனையப்பட்ட ஒரு மாய உலகில் வசிப்பதாயும் தோன்றுகிறது. (போதை அடிமைகளுக்கு இப்படியான பிரமைகள் இருக்கும் எனக் கேள்விப்பட்டிருக்கிறேன்.)

ஆக நான் இப்போதெல்லாம் எழுத்தைப் பற்றி அக்கறைப்படுவதில்லை. அது என்னிடம் இருந்து (அல்லது என் வழி) பாய்கிறது. எழுதாத நேரத்துக்கான வாழ்வை சரியாய் திட்டமிட்டு நடத்துவது பற்றி மட்டுமே அக்கறைப்படுகிறேன்.

எழுத்துக்குத் தோதான வேலை எது?

எழுத்தே ஒரு முழுநேர வேலைதானே. எண்பதுகளின் எழுத்தாளர்கள் பலர் எப்படி அரசு வேலை எனும் சௌகர்யத்தை அனுபவித்தார்கள், அது எப்படி அவர்களின் எழுத்து வேலையைச் சுலபமாக்கியது எனச் சில நண்பர்கள் என்னிடம் சொல்வதுண்டு. அதிக சிரமமோ அதிக நேரமோ செலவிடத் தேவையில்லாத வேலை அமைவது சுகமே. ஆனால் அப்படி அமைந்தவர்கள் அனைவரும் எழுதிக் குவித்துவிட்டார்கள் என்றும் கூற முடியாது. இன்று தமிழில் தொடர்ந்து எழுதும் சிலர் கடுமையாய் வேலைப்பளு கொண்ட மென்பொருள் துறையில் இயங்குகிறார்கள். வினாயக முருகன் ஓர் உதாரணம்.

நானும் மிக அதிகமாய் எழுதியது அதிக வேலைப்பளு கொண்ட வேலையில் இருந்தபோதே.

ஆனால் முழுநேர எழுத்துப் பணிக்கென ஒரு அனுகூலம் உண்டு. தொடர்ந்து நீண்ட மணிப்பொழுதை ஒரே பணிக்காகச் செலவழிக்க முடியும். உதாரணமாய், எனது "புரூஸ் லீ" நூலையும் ரசிகன் நாவலையும் முனைவர் பட்ட ஆய்வுக்காக வேலையைத் துறந்த பின்னர்தான் எழுதினேன். என் மற்ற புத்தகங்களை விட இவை சுலபமாய் அமைந்தன.

கல்லூரி ஆசிரிய வேலை எழுத்துப் பணிக்கு ஏற்றது எனப்

பலர் சொல்லக் கேட்டிருக்கிறேன். ஐந்து வருடங்களுக்குப் பிறகு இப்போது மீண்டும் கல்லூரிப் பணிக்கு மீண்டிருக்கிறேன். ஆனால், இங்கும் ரொம்ப ரொம்ப பரபரப்பான வேலைதான். கிட்டத்தட்ட ஒரு கார்ப்பரேட் அலுவலகம் போன்ற சூழல்.

வாரம் 16 மணிநேரங்கள் பாடம் எடுக்க வேண்டும். இடைப்பட்ட நேரத்தில் தொடர்ந்து மீட்டிங், நிர்வாகப் பணிகள், வகுப்புக்கான தயாரிப்பு, பரீட்சைத்தாள் திருத்துவது, இண்டெர்னல் மதிப்பெண்ணுக்கான வேலைகள் எனத் தொடர்ந்து ஏதாவதொன்று கழுத்தில் கட்டிய கல் போல இருந்துகொண்டே இருக்கும். இதன் இடையில் நான் எப்படியாவது சில மணிநேரங்கள் எழுத கண்டுபிடித்து விடுகிறேன். ஆனாலும் தொடர்ந்து எழுத ஒரே வழி வேலை நேரம் முடிந்ததும் நூலகத்தில் போய் சரணடைவதுதான்.

பொதுவாக மாலை 4-ல் இருந்து 9 வரை இவ்வாறு கழிக்கிறேன்.

வேலைக்கான நேர்முகத்தின்போது இதைப் பற்றிக் குறிப்பாய் கேட்டார்கள். “நீங்கள் ஒரு எழுத்தாளர். உங்களுக்கு எழுத நிறைய நேரம் தேவைப்படும். இங்கே உங்களுக்கு மூச்சுவிட நேரம் இருக்காது. உங்களால் தாக்குப்பிடிக்க முடியுமா?”

நான் சொன்னேன், “எனக்கு அதிகம் நேரம் தேவையில்லை. எழுத நான்கு மணிநேரம், வாசிக்க மூன்று மணிநேரம். இங்கே தலைபோகிற வேலை இருந்தாலும் நான் அதற்கான நேரத்தைக் கண்டடைந்து விடுவேன்.”

உடனே என்னிடம் கேள்வி கேட்டவர் சிரித்தார்: “சொல்வது சுலபம். இங்கே என்னென்னமோ திட்டங்களுடன் நம்பிக்கையுடன் வந்தவர்கள் மனம் சோர்ந்துபோயிருக்கிறார்கள்.”

நான் சொன்னேன் “பத்து வருடங்களுக்கு முன் என் அப்பா இறந்துபோன சேதி வந்தது. நான் விமானம் பிடித்து திருவனந்தபுரம் போய், அங்கிருந்து ஒரு கார் ஏறி நாகர்கோயிலுக்குப் போனேன். அவ்வருடம் நான் ஒரு நாவல் எழுத முயன்றுகொண்டிருந்தேன். அந்த மாலையில் விமானத்திலும் காரிலும் நாவலின் அத்தியாயம் எழுதிக்

கொண்டுதான் இருந்தேன். வீட்டுக்குப் போன பின் அப்பாவின் உடல் அருகே போய் அமர்ந்து கொண்டேன். அப்போது தான் எழுதுவதை நிறுத்தினேன். ஆனால் நான் இப்போதுள்ள நிலையில் அப்பாவின் உடல் அருகே அமர்ந்தும் தடதடவென என் கீபோர்டில் தட்டிக்கொண்டு இருந்திருப்பேன்.

இன்னொரு முறை நான் நோயில் விழுந்து பத்து நாள்கள் கோமா நிலையில் இருந்தேன். சட்டென விழித்துக்கொண்டேன். அரைமணியில் நிலைபெற்றேன். கைகால் மூட்டுகள் இறுகி இருந்தன. ஒழுங்காய் எழுந்து அமர முடியவில்லை. ஆனாலும் உடனே இரு கட்டுரைகள் எழுதினேன். நான் எப்படி கோமாவுக்குச் சென்றேன், எனக்கு நடந்த கொடூரங்கள் என்ன, மருத்துவமனைகள் நீரிழிவாளிகளை நடத்தும் விசித்திரங்கள் ஆகியவற்றைப் பற்றி.

இதைவிடப் பெரிய துயரங்களை எல்லாம் இக்கல்லூரி எனக்குத் தந்து விடாது என நம்புகிறேன்."

அவர் "உங்கள் தன்னம்பிக்கையைப் பாராட்டுகிறேன்" என்றார்.

நான் அன்று கோரியதைப் போன்றே இங்குள்ள இந்த நெருக்கடியிலும் என்னால் எழுத்துக்கான நேரத்தை உருவாக்கிக் கொள்ள முடிகிறது.

எழுத்தில் என்னுடைய தாரக மந்திரம் ஒன்றே: எழுத்துடன் தொடர்பில்லாத எதையும் யாரையும் பொருட்படுத்தாதே. நீ இருக்கிற கட்டிடம் இடிந்து விழப் போகிறதா? தீ விபத்தா? பக்கத்துக் கட்டிடத்துக்கு விரைந்து செல். அங்கு ஒரு நல்ல இடமாகப் பார்த்துக்கொள். தொடர்ந்து எழுது. எந்தக் கூச்சலையும் ஆட்கள் பாய்ச்சலையும் காதில் வாங்கிக் கொள்ளாதே; கண்களில் விழ விடாதே.

என் கல்லூரியின் பிரதான வாயிலின் காவலாளிக்கு மட்டுமே என் நடத்தை விசித்திரமாக இருக்கிறது. ஒருநாள், இரண்டு நாள் என்றால் பரவாயில்லை. தினமும் இரவு ஒன்பதரைக்கு வெளியே போவது பார்த்து அவர் கேட்டேவிட்டார் "சார் கல்லூரி 4 மணிக்கு முடிகிறது. உங்களுக்கு மட்டும் என்ன

இவ்வளவு நேரம் 9: 30 வரை வேலை?" நான் புன்னகைத்தபடி வந்து விட்டேன். அவருக்குத் தெரியாது, நான்கு மணி வரை நான் ஒரு கனவில் இருக்கிறேன், நான் விழித்துக்கொள்வதே நான்கு மணிக்குப் பிறகுதான் என.

நான் சென்னை பல்கலையில் முனைவர் பட்ட ஆய்வு செய்யும் போதும் இதுவேதான் நடக்கும். இலக்கிய ஆர்வம் கொண்ட ஆய்வாளர்கள் ஐந்து பேர் நாங்கள் மாலை ஐந்து மணியானால் எங்கள் பேராசிரியர் அறைக்குள் வந்து விடுவோம். அரட்டை, கதை வாசிப்பது, எழுதுவது என ஒரு தனி உலகில் திளைப்போம்.. நாங்கள் கிளம்பவே எட்டு மணி ஆகிவிடும். அதுவும் கூட அங்குள்ள காவலாளி வந்து துரத்திவிடுவதால் தான். இல்லாவிட்டால் பத்து மணி வரை எங்கள் தர்பார் ஓடும். அவருக்கு நாங்கள் பல்கலைக்கழகம் முடிந்த பின் அங்கு என்ன பண்ணுகிறோம் எனப் புரியாது. எங்களுக்கு இவர்களெல்லாம் சரியாய் நாங்கு மணிக்குக் கிளம்பி, பேருந்து பிடித்து வீட்டுக்குப் போய் என்னதான் செய்கிறார்கள் எனப் புரியாது. சும்மா சாப்பிட்டு, டிவி பார்த்து மனைவியுடன் ரெண்டு வார்த்தை பேசி தூங்கப் போவதற்கு இவர்களெல்லாம் வாழாமல் இருக்கலாமே என நினைப்போம்.

தொந்தரவுகள் இல்லாத, கவனச்சிதறல்கள், பொருளாதார அழுத்தங்கள் இல்லாத எழுத்து வாழ்வு ஒரு பேரழகியைக் கண்டு காதல் கொண்டு, உடனடியாய் ஏற்றுக் கொள்ளப்பட்டு, அடுத்து அவள் பெற்றோராலும் ஏற்கப்பட்டு, விரைவில் மணம் புரிந்து எந்தச் சிக்கல்களும் இன்றி (கரன் ஜோஹர் படங்களின் ஸ்டைலில்) மகிழ்ச்சியாய் வாழ்வது போல.

ஆனால் அது ஒரு லட்சியக் கனவு மட்டுமே. இன்று பொதுவாகவே எல்லா வேலைகளிலும் நெருக்கடி அதிகரித்து விட்டது. அல்லது வெட்டி வேலை என்றாலும் மனிதர்கள் ஏதாவது வேலையை இழுத்துப் போட்டுக் கொள்கிறார்கள். சும்மா இருக்கிறவர்களை இன்று விரல் விட்டு எண்ணி விடலாம். அப்படியே ஒருவர் சும்மா இருக்க முயன்றாலும் ஃபேஸ்புக், வாட்ஸ் ஆப், குடும்பத்தினர், நண்பர்கள், கூட்டங்கள்

என யாராவது / ஏதாவது ஒரு விசயம் நம்மை ஆற்றொழுகு போல் இழுத்துச் செல்ல வந்துவிடுகிறது.

நாம் இன்று எழுத்துக்கு முழுக்க விரோதமான ஒரு காலத்தில் வாழ்கிறோம். ஆயிரம் பெண்கள் காபரே ஆடும் ஒரு விடுதியில் ஒரு விஸ்வாமித்திரர் தியானம் பண்ணுவது போல் நாம் எழுத வேண்டி இருக்கிறது. வேலை இருந்தாலும் இல்லாவிட்டாலும் இதுவே நிதர்சனம்.

அப்படி ஒருநாள் முழுக்க முழுக்க எழுத்துக்கு மட்டுமே வாழ்வைச் செலவிடும் நாள் வர வேண்டும் என்பது என் கனவு. ஆனால் அக்கனவு நிறைவேறாவிட்டாலும், நான் எழுதிக் கொண்டுதான் இருப்பேன். என் நாய்க்கு குலைப்பதற்கு என்று ஒரு காரணம் குறிப்பாய் வேண்டாம். சும்மா போரடித்தால் கூட எழுந்து ரெண்டு முறை குலைத்துவிட்டுப் படுத்துக்கொள்ளும். குலைப்பதே அதன் வாழ்வு. அதேபோல் எழுதுவதே என் வாழ்வு.

நடைமுறை வாழ்க்கையின் தேவைகளையும் எழுத்தையும் ஒரே நேரம் சமாளிக்க முடியாது என்னிடம் ஒரு எழுத்தாள நண்பர் புலம்பினார். நான் அவரிடம் இவ்வாறு சொன்னேன்:

“நடைமுறை சிக்கல்கள் தாமே தீர்ந்து விடும். அவற்றைப் பொருட்படுத்தாமல் போகிற போக்கில் எடுத்துக்கொள்ளுங்கள். நடைமுறையிலும் எழுத்திலும் ஒரே சமயம் ஜெயிக்க முடியாது. இது உண்மை. நடைமுறையில் பெரிதாக சறுக்காமல் மட்டும் பார்த்துக் கொள்ளுங்கள், அது போதும்.

இருபது வருடங்கள் கழித்து நாம் சம்பாதிக்கும் பணம், அந்தஸ்து எதுவும் நம்முடன் இராது. நம் மனைவி, குழந்தை கூட நம்முடன் இருப்பார்கள் என்பதற்கு உறுதியில்லை. ஆனாலும் எழுத்தும் வாசகர்களின் அணுக்கமும் நிச்சயம் இருக்கும். அதுவே நமது உண்மையான சம்பாத்தியம். அதனால் கலங்காதீர்கள். நாம் இருப்போம். இவர்கள் இருக்க மாட்டார்கள். இந்த நம்பிக்கை உங்களைச் செலுத்தட்டும்.”

தனித்துவமான நடையைப் பெற என்ன செய்ய வேண்டும்?

நண்பர் சதீஷை சில வாரங்களுக்கு முன்பு கோட்டூர்புரம் நூலகத்தில் சந்தித்தேன். எழுதுவது பற்றி நிறைய கேள்விகளைக் கேட்டுக் கொண்டிருந்தார். சொந்தமாய் ஒரு ஸ்டைல் உருவாக என்ன செய்ய வேண்டும் என குறிப்பாய் கேட்டார். அவர் என்னை ஓர் உதாரணமாய்ச் சொன்னார். “உங்கள் எழுத்தைப் படிக்கத் துவங்கியதுமே அது அபிலாஷ் நடை என உணரும் மட்டும் உங்களுக்கொரு தனித்துவமான நடை இருக்கிறது” என்றார். எனக்கு இது விசித்திரமாகப் பட்டது. ஒன்று, எனக்கு என்று ஒரு தனி நடை இருப்பதாய் நான் எண்ணவில்லை.

ஆனால் நான் விரும்பி வாசிக்கும் பலரது ‘நடையின்’ கைரேகைகளை எனக்கு நுணுக்கமாய்த் தெரியும். வண்ணதாசன், விக்கிரமாதித்யன், பிரமிள், சு.ரா போன்ற கவிஞர்களாகட்டும், எஸ்ரா, சாரு, ஜெமோ, மனுஷ்யபுத்திரன் போன்ற உரைநடையாளர்களாகட்டும் ஒவ்வொருவரின் மொழியும் தனித்துவமானதுதான். ஆனால் எழுதும்போது தம் மொழியின் தனித்துவத்தை உணர்கிறார்களா எனத் தெரியாது.

எழுத்தாளன் நடை பற்றிக் கவலைப்படக் கூடாது என்று மட்டுமே நண்பரிடம் கூறினேன். நடை நமது ஆளுமையின்

நீட்சி. அதை திட்டமிட்டு வடிவமைக்கக் கூடாது. இயல்பாக அது நமக்குள் இருக்கும். வெளிவர அனுமதித்தால் போதும். நமக்குப் பிடித்த எழுத்தாளர்களின் தாக்கம் நிச்சயம் நம் மொழியில் இருக்கும். ஆனால் அது அவர்கள் மொழியை நகலெடுப்பதாய் இருக்கக் கூடாது. எஸ்.ராவை நகலெடுக்காத இளம் எழுத்தாளர்கள் எத்தனை பேர் ரெண்டாயிரத்தின் துவக்கத்தில் இருந்தார்கள்? சாரு மற்றும் ஜெ.மோவின் வட்டங்கள் ஜெராக்ஸ் கடைகள் போன்றே இயங்குகின்றன. ரெண்டாயிரத்தின் துவக்கத்தில் நான் ஓர் இலக்கிய இதழில் அறிவியல் புனைகதை எழுத்து பற்றி ஒரு கட்டுரை படித்தேன். நடையைப் பார்த்ததும் ஜெயமோகன் என கண்டுகொண்டேன். ஆனால் ஒரு குழப்பம். கட்டுரையில் வேறு ஒருவர் பெயர் இருக்கிறது. சில மாதங்களுக்குப் பிறகு ஜெயமோகனைச் சந்தித்தபோது அந்தப் பெயரைக் குறிப்பிட்டு “நீங்கள் இந்தப் புனைபெயரில் எழுதுகிறீர்களா?” எனக் கேட்டேன். அவர் சிரித்தபடி சொன்னார் “அவர் என்னுடைய ஒரு தீவிர வாசகர். என்னை அச்செடுத்தது போல் எழுதுவார்.”

நாம் ஏன் நகல் எடுக்கிறோம்? இது பலவீனத்தின் அறிகுறியா? இல்லை. எனக்கு ஒரு காரணம் தோன்றுகிறது. நடை என்பது உள்ளடகத்தின் மீதுள்ள ஆடை மட்டுமே. அதை ஒரு இறுக்கமான ஆடை எனலாம். தொப்பை உள்ள ஆள் அதை அணிந்தால் தொப்பை துருத்திக்கொண்டு தெரியும். எலும்பும் தோலுமானவர் அணிந்தால் எலும்புகள் தெரியும். எழுத்தைப் பொறுத்த மட்டில் நமக்கு உள்ளே இருப்பது நம் எழுத்து எனும் ஆடை வழி புலப்படுவதில்லை. நம் ‘உடலையே’ சில நேரம் வெளியில் இருந்து கடன் பெறுகிறோம். அப்போது நாம் நம்மையறியாது அந்த உடலின் உயரம் பருமன் பொறுத்து ஒரு ஆடையும் தயாரிக்கிறோம். இந்த ஆடைதான் நமது நகல் நடை. நம்மால் இப்படி ஒருவரின் உள்ளடகத்தைக் கடன் வாங்கி நமக்கானதாய் மாற்றிப் பயன்படுத்த முடியும். அப்போது நடையும் அவரைப் போன்றதாகிறது. மற்றொரு எழுத்தாளனின் நோக்கம், லட்சியம், கருத்துகள், அவரது வாழ்க்கை அனுபவம், அவர் தன் கதை அல்லது கவிதைகளுக்கு உருவாக்கும் சூழல் என ஒவ்வொன்றாய் நாம் சுவீகரிக்கும்

போது நாம் முழுமையாய் ஒரு ஜெராக்ஸ் எந்திரம் ஆகி விடுகிறோம்.

அதாவது நாம் எளிதாய் ஒருவரின் நடையை மட்டும் கைமாற்றாய் வாங்குவதில்லை. அப்படி ஒரு எழுத்தாளனின் அழகான நடையை சற்றே போலச் செய்வதும் பிரச்சனை அல்ல. பேசும் விசயம் உங்களுடையது என்றால் விரைவிலேயே கடன் வாங்கிய நடை உங்களுடையதாய் உருமாறிவிடும். கடிக்கும் புது செருப்பு விரைவில் உங்கள் காலுக்கு ஏற்றபடி தேய்ந்து பொருந்துவது போன்றது இது.

ஒரு எழுத்தாளனால் நாம் மிகவும் கவரப்படும்போது அவரது மொழி மட்டும் அல்ல உலகமும்தான் நம்மை வசீகரிக்கிறது. அவரது மொழியில் நாம் எழுதிப் பார்க்கும் போது தன்னிச்சையாய் அவரது உலகையும் அதிலுள்ள மனிதர்களையும் நம் மொழிக்குக் கடத்தி வர முயல்கிறோம். இது நம்மையும் அறியாமல் மிகவும் தன்னிச்சையாய் நடக்கிறது. அதாவது அசோகமித்திரனின் மொழி என்னைக் கவர்கிறதென்றால் அதன் சிறந்த அம்சங்களை நான் வரித்துக்கொள்ளலாம். அப்போது என் சொந்த ஸ்டைலை இழந்துவிடமாட்டேன். ஆனால், அவர் கதைகளில் வருகிற அதே வறுமையில் உழலும் பிராமண இளைஞன், அன்றாட சிக்கல்களில் தவிக்கும் வீட்டுப் பெண்களையே நான் எழுத முயன்றால் அவரை அப்படியே நகல் எடுக்க நேரிடும். ஒரு எழுத்தாளனின் உலகம் அவனது உலகப் பார்வையின் வடிவம். அவனது கருத்துகளின் கற்பனை வடிவம் அது. அது அவனது வாழ்க்கையின் சாரம். அதை நாம் புது வண்ணம் தீட்டி நமதானதாக்க முடியாது.

நடை எப்படி இரண்டு விதமாய் தாக்கம் செலுத்தும் என்பதற்கு இரு உதாரணங்கள் தருகிறேன். லஷ்மி சரவணகுமார், அஜயன் பாலா போன்றோரின் மொழியில் எஸ்.ரா, கோணங்கியின் கடுமையான தாக்கத்தைக் காண முடியும். ஆனால் இருவரும் தம்முடைய பார்வையை, கருத்துலகை இழக்கவில்லை. லஷ்மி சரவணகுமாரின் கதைகளையும் எஸ்.ராவின் கதைகளையும் இன்று அருகருகில் வைத்துப் பார்க்கையில் லஷ்மி எப்படி

தனதான ஓர் உலகைக் கண்டடைவதில் தீவிரமாய் நகர்ந்திருக்கிறார் எனப் புரியும்.

போகன் சங்கர் இதற்கு ஒரு மாற்று உதாரணம். அவரைப் படிக்கையில் ஜெயமோகன் நினைவு வருவதைத் தவிர்க்கவே முடிவதில்லை. ஏனென்றால் நடை ஒத்திருப்பது மட்டுமல்ல பிரச்சனை. அவர், ஜெயமோகனின் அதே கதைமாந்தர்கள், அவர்களின் வாழ்ந்து கெட்ட மனிதர்களின் உலகம், அதே வட்டார வழக்கு, கதைப்போக்கு, உணர்ச்சிநிலை ஆகியவற்றைப் போலச் செய்கிறார். அவர் ஒருவேளை இந்த உலகம் தாம் பார்த்து அனுபவித்த உலகம் என்று கூட நினைக்கலாம். ஆனால் அவர் ஜெயமோகனின் கண்கள் வழி பார்த்ததையே நமக்கு அளிக்கிறார் எனும் உணர்வை நம்மால் தவிர்க்க இயலவில்லை. இதைத் தவிர்க்க ஒரே வழி அவர் ஜெயமோகனுக்குத் தொடர்பற்ற ஓர் அனுபவ உலகை எழுதுவது தான்.

சதீஷ் என்னிடம் தனது வேலை பற்றிச் சொல்லிக் கொண்டிருந்தார். இணையதளங்களை வடிவமைக்கும் *code* எழுதுவது அவரது பணி. அதில் உள்ள பல சவால்கள், சிக்கல்கள் பற்றிச் சொன்னார். குறிப்பாய் *FIFA* உலகக் கோப்பையின் போது, டிவி திரையில் பந்து பயணிக்கும் இடத்தில் மட்டும் விளம்பரங்கள் தெரியும் மட்டும் ஒரு *code* எழுத நேர்ந்ததைப் பற்றிச் சொன்னார். எனக்கு இதில் ஒரு கதை இருப்பதாய்ப் பட்டது. தமிழில் ஏன் தொழில்நுட்ப மின்னணு உலகம், மென்பொருள் கட்டமைப்பு ஆகியவை பற்றி இத்துறைக்கான மொழிநடையுடன் கதைகள் வருவதில்லை?

ஒருவர் இந்த மென்பொருள் உலகில் இருப்பதாலே இதைப் பற்றி எழுதவும் அவசியம் இல்லை. விநாயக முருகனும் செல்லமுத்து குப்புசாமியும் மென்பொருள் துறையில் இருந்தாலும் வெவ்வேறு உலகங்கள் பற்றி எழுதுகிறார்கள். வி.மு. மென்பொருள் துறையினால் கீழ்த்தட்டு மக்களும் சூழலும் பாதிக்கப்படுவதைப் பற்றி அதன் அரசியல் சமூகக் காரணிகள் பற்றி எழுதுகிறார். ஒருவர் மென்பொருள் மொழியில் புனைவு எழுத அத்துறையில் இருக்க வேண்டும் என்று கூட அவசியம் இல்லை. ஆனால்

ஒரு புது துறை, புது விசயம் பற்றி எழுதும்போது, அங்கு ஒரு புது மொழி தோன்றுகிறது. அங்கு தனித்துவமான ஸ்டைலும் தோன்றுகிறது.

மொழியின் வழியாக ஒரு புது அனுபவப் புலத்தைக் கண்டடைவதை விட, ஒரு புது அனுபவப் புலம் வழியாக புது மொழியை அடைவது சரியான மார்க்கம். எழுத்தாளனின் மிகப்பெரிய சவால் புது உலகங்களைத் தன் மொழியில் கட்டியெழுப்புவதும், அதற்காய் தன் மொழியை நெகிழ்ச்சியாய் வைத்திருப்பதும்தான்.

தொண்ணூறுகளில் எழுத்தாளர்கள் ஐரோப்பிய எழுத்தாளர்களின் பாணியைப் பின்பற்றி அதே கதைப் பின்புலத்தை இங்குள்ள சூழலில் பொருத்தி எழுதிப் பார்த்தார்கள். மொழியைத் திருகித் திருகி கவித்துவப் பின்னல்கள் மூலம் மிகவும் நுணுக்கமான அசாத்தியமான ஓர் உலகை சித்தரித்தார்கள். சு.ராவை உதாரணம் காட்டலாம். தி.ஜாவின் கும்பகோணத்தைத் தேடிச் செல்பவர்களைப் போல சு.ராவின் நாகர்கோயிலை தேடி யாரும் வர மாட்டார்கள். ஏனென்றால் சு.ராவின் உலகம் அவருக்குள்ளும் அவர் வாசித்த ஐரோப்பிய மேதைகளின் புனைவுகளுக்குள்ளும் மட்டும் இருந்தது. அது நாகர்கோயிலில் இல்லை. சமூகத்துக்கும் தனிமனிதனுக்கும் இடையிலான அதிகார மோதலை அவர் சமூகத்தில் உணர்ந்து படைப்பில் கொணரவில்லை. புத்தகங்களில் வாசித்து அறிந்து அதை பின் தான் பார்த்த மனிதர்களில் கவனித்துப் படைப்பாக்கினார். அவர் படைப்புகளில் உண்மை இருப்பதால் அவை இன்னும் வாசிக்கத் தக்கவையாய் உள்ளன. இப்படி தன் வாசிப்பு மற்றும் கருத்து நிலையின் தூண்டுதலால் எழுதுவதும் ஒரு பாணி. இதிலும் தவறில்லை. ஆனால் இம்முறையிலும் சு.ராவைப் போன்றோர் படித்தறிந்த கருத்துகளை அப்படியே எழுதாமல் அதன் தாக்கத்தில் புதுப் பார்வைகளை உருவாக்க வேண்டும். தாம் சொல்வதற்கு என ஒரு புது விசயத்தைக் கண்டுபிடித்ததைக் கவனிக்க வேண்டும். அவர் அதைச் செய்தார் என்பதே சாதனை. அதனால்தான் அவர் நகல் எந்திரம் ஆகவில்லை.

நான் இதுவரை சொன்னதற்கு ஒரு மாற்று முறையும் உண்டு. அதாவது மொழியில் இருந்து உள்ளடக்கத்திற்குச் செல்வது. மிகவும் தத்துவார்த்தமான சிக்கல்களைப் பேசும் புனைவெழுத்தாளர்களுக்கு மொழியின் ஊடாக தம் கருத்துலகினுள் பயணிப்பது சுலபமாய் இருக்கும். ஏனென்றால் தத்துவம் அரூபமானது. லௌகீக அனுபவம் போல அதை நேரடியாய் அனுபவித்திருக்க முடியாது. அதனால் அவர்கள் அனுபவம் அல்லது ஒரு துறை சார்ந்த தகவல்களைக் கொண்டு கதைக்கான மொழியைக் கண்டுபிடிக்காமல் மொழியை வைத்து இயங்கி அனுபவதளத்தைக் கண்டறிவார்கள். அதாவது மொழி ஒரு டார்ச் என்றால் அந்த ஒளியை இருளில் பாய்ச்சி அங்கு மறைந்திருப்பதைக் கண்டறிகிறார்கள். மௌனி, நகுலன் ஆகியோரை இந்தப் பாணிக்கு உதாரணம் காட்டலாம். ஆனால் இந்தத் தத்துவ பின்புலம் இல்லாதோர் இப்படி மொழியை டார்ச்சாகக் கையாண்டால் இருட்டில் ஏதாவது படுகுழியில் விழ நேரிடும். 'அழியாச்சுடர்' கதையை எடுத்துக் கொள்வோம். மௌனியின் தத்துவ தீப்பிழம்பு மனம் இல்லாதவர்கள் அதே கவித்துவ மொழியில் அதே கதையை எழுதினால் அது ஒரு அசட்டு காதல் கதையாக முடிந்து போகும். அந்த மொழியைக் கொண்டு தான் எதை நோக்கிப் பயணிக்க வேண்டும் எனும் அறிதல் மௌனிக்கு இருந்தது. இல்லாவிட்டால், அந்தப் பெண்ணைப் பற்றிப் பேசும் போது அந்த இருளடைந்த கோயில் பிராகாரம், வௌவால்கள் பற்றி அக்கறை கொள்ள மாட்டார்.

எப்படியும் மூக்கைத் தொடலாம். நேரடியாகவோ, தலையைச் சுற்றியோ. நம் இஷ்டம். எப்படியும் ஒரு படைப்பை உருவாக்கலாம். மொழி வழியாக அனுபவத்திற்குச் சென்றோ அனுபவம் வழியாக மொழிக்குச் சென்றோ. மொழியை டார்ச்சாக பயன்படுத்தி அனுபவத்தைக் காணலாம். அல்லது அனுபவத்தை டார்ச்சாக பயன்படுத்தி மொழியைக் காணலாம். இரண்டாவது சற்று ஆபத்து குறைந்த வழி.

நான் ஒரு கிறித்துவ நண்பரிடம் தமிழ்க் கவிதை விமர்சன மொழியில் உள்ள வெளிப்பாடு, தரிசனம் போன்ற சொற்களைப் பற்றிப் பேசும்போது அவர் மிகவும் வியப்பாக இவையெல்லாம்

கிறித்துவச் சொற்கள் என்றார். ஜெயமோகன் கவிதை விமர்சனம் எழுதிய காலத்தில் எப்படி தரிசனம் எனும் இறையியல் சொல்லைப் பிரபலமாக்கினார் என அவரிடம் சொன்னேன். சொல்லப்போனால் எழுபதுகளில் இருந்தே கவிதையியலுக்கான மொழிக்காக நாம் இறையியலுக்குதான் செல்ல வேண்டி இருந்துள்ளது. ஏனென்றால் கவிதையும் ஆன்மிகமும் பக்கத்தில் பக்கத்தில் உள்ளது. நாளை ஒருவர் பொருளாதாரம் பற்றிப் பேச உளவியலின் மொழியைப் பயன்படுத்த முடியும். அங்கும் ஒரு புது நடை உருவாக முடியும். இப்படிப் பல துறைகள் ஒன்றோடொன்று முயங்கியும் எழுத்தாளனுக்கான மொழி உருவாகலாம். அதனால்தான் பலதுறை சார்ந்து வாசிப்பது மிகவும் பயனுள்ளதாக இருக்கிறது.

கட்டுமானவியல் சார்ந்து எழுதப் போகிறவர் முற்றுமுழுதாய் ஒரு மொழியை உருவாக்க முடியாது. அவர் முதலில் தான் என்ன கோணத்தில் எழுதப் போகிறோம் என முடிவெடுக்கிறார். அடுத்து தமிழில் இந்த விசயத்தைப் பற்றி எழுத எந்தத் துறையில் இருந்து சொற்களை உருவப்போகிறேன் என அவர் தீர்மானிக்க வேண்டும். உதாரணமாய் கட்டுமானவியல் மனிதனின் உளவியலை எப்படிக் காட்டுகிறது, அதேபோல் எப்படி மனித மனதை அதை வடிவமைக்கிறது என எழுத விரும்புகிறார் என்றால் அவர் தமிழின் ஆன்மிக இலக்கியங்களில் இருந்துகூட தன் மொழியை உருவாக்கிக்கொள்ள முடியும். தமிழை எடுத்துக்கொண்டால் இறையியல், சித்த மருத்துவம் ஆகிய துறைகளில்தான் மரபான சொற்களும் படிமங்களும் நிறைய உள்ளன. ஒரு புதுத் துறையைப் பற்றி எழுத தன் மரபில் இருந்து மொழியைக் கடன்வாங்கி புதுப்பிக்கிறவர் சுலபமாய் தனக்கென ஒரு நடையை உருவாக்க முடியும் என்பது மட்டுமல்ல, மக்களிடமும் மிகவும் அந்தரங்கமாய்ப் பேச முடியும். அவரது மொழி மக்களின் உணர்ச்சியையும் ஆழ்மனத்தையும் அசைக்க முடியும். அவர்களுடன் ஒன்ற முடியும். இத்தகைய மொழி மிகவும் இயல்பாகவும் சரளமாகவும் இருக்கும். நாற்பது, ஐம்பதுகளில் கு.ப.ரா, புதுமைப்பித்தன், க.நா.சு போன்றோர் ஐரோப்பிய நவீன கருத்துகளைத் தமிழில்

வெளிப்படுத்த எப்படியான மொழியைப் பயன்படுத்தினார்கள் என ஆய்வு செய்தால் இது இன்னும் ஆழமாய்ப் புரியும். அவர்கள் வெளிநாட்டு சரக்கை இங்கு அறிமுகப்படுத்த நினைத்தாலும், அவர்களின் மொழி மிகவும் இயல்பாக இருந்தது. ஏனென்றால் அவர்கள் கடவுள் நம்பிக்கை அற்றவர்கள் என்றாலும் மரபான இலக்கியம், இறையியல் ஆகியவற்றில் பரிச்சயம் கொண்டிருந்தார்கள். ஆனால் தொண்ணூறுகளில் சிறுபத்திரிகை கோட்பாட்டாளர்கள் நேரடியாய் ஆங்கிலத்தில் இருந்து மொழியாக்கின ஒரு விநோத தமிழில் புதுக் கருத்துக்களைச் சொல்ல முயன்றார்கள். அவர்கள் உருவாக்கிய பல சொற்களை நாம் இன்றும் பயன்படுத்துகிறோம் என்றாலும், அம்மொழி நமதானது அல்ல. அந்தச் செயற்கையான தமிழ் வாசகனை உடனே அந்நியப்படுத்தக்கூடியது. ஏனென்றால் நாம் நம் மரபில் இருந்து அத்தமிழை உருவாக்கவில்லை.

பிறரது மொழியால் நாம் பாதிக்கப்பட்டுக்கொண்டே இருப்போம். ஆனால் மிகத் தெளிவாய் நாம் எழுதுவதற்கு என்று ஓர் உலகை வைத்துக்கொள்ள வேண்டும். நமக்கான ஒரு நடை உருவாவதற்கான முதல் படி அது தான்.

ஜெயமோகனிடம் ஒரு இளம் எழுத்தாளன் கற்றுக்கொள்ள வேண்டியது

சில மாதங்களுக்கு முன் பாவண்ணனுடன் உரையாடுகையில் ஜெயமோகனின் வற்றாத ஆற்றலைப் பற்றிப் பேச்சு வந்தது. தனிப்பட்ட வாழ்வின் அலைக்கழிப்புகள் மென்னியை நெரிக்காத எழுத்தாளனே இல்லை; அதனால் களைத்து கரை ஒதுங்காத படைப்பாளியே இல்லை. தமிழின் பெரும்படைப்பாளிகள் எப்படியோ இப்படி கண்ணில் மணலை வாரி அடித்து நிலைகுலைக்கும் வாழ்க்கை பிரச்சனைகளை லகுவாய் சமாளிக்கிறார்கள்; அல்லது எதனாலும் எழுத்தை வாழ்க்கை குலையாமல் பார்த்துக்கொள்கிறார்கள். இவர்களில் ஜெயமோகன் ஓர் உயர் மின்னழுத்த கம்பி.

மனிதர் எப்படி ஓய்வில்லாமல் சுழன்றுகொண்டே இருக்கிறார் என வியப்பு தோன்றும்? இன்று நாம் அப்படிச் சுழல்கிறோம், பெரும்பாலானோர், ஆனால் ஃபேஸ்புக்கில், கேளிக்கைகளில்.

இலக்கியம் போன்று அக உணர்ச்சிகளைக் குவிக்க வேண்டுகிற, ஆவேசமான உணர்ச்சிநிலைகளை ஏற்படுத்தி தக்கவைக்கிற, மூளை உழைப்பை கடுமையாய்க் கோருகிற துறையில் அப்படித்

தொடர்ந்து இயங்குவது மிக மிகச் சிரமம். அன்றாட வாழ்வின் நெடுந்தொலைவு அலைச்சல்களுக்குப் பிறகு இலக்கியக் கூட்டங்களில் அமர்வது தனக்கு மிகவும் ஆசுவாசமான புத்துணர்வூட்டும் அனுபவம் என பாவண்ணன் குறிப்பிட்டார். அப்போது தான் ஜெயமோகனைப் பற்றி மேற்கண்டவாறு உரையாடினோம்.

ஜெ.மோவுக்கு இலக்கிய உரையாடல்களைப் பொறுத்தவரையில் இரவு பகல் என இல்லை; எப்போது தீராத ஆற்றல் அவருக்குள் ஒளிச்சுடராய் எரிந்துகொண்டே இருக்கிறது என்றார். நான் தொண்ணூறுகளில் அவரை முதலில் சந்தித்த போது இதைக் கண்டு வியந்திருக்கிறேன். நான் பலமுறை என் நண்பர்களிடத்து சொல்லிச் சொல்லி அலுக்காத ஒரு நிகழ்ச்சி இது. ஒரு மாலையில் அவரைச் சந்திக்க அவர் வீட்டுக்குச் சென்றிருந்தேன். அவரது பேச்சு துவங்கியது. நான் இப்படி திகட்ட திகட்ட இவ்வளவு அறிவார்த்தமாய் ஆழமாய் பேசுகிறவரை முன்பு கண்டதில்லை. ஆனால், விசயம் அதுவல்ல. இரவு மணி எட்டரைக்கு மின்சாரம் போனது. அவர் வீட்டில் அப்போது வேறு யாரும் இல்லை. ஜெ.மோ மிக சுவாரஸ்யமாய் தல்ஸ்தாய் பற்றிப் பேசிக் கொண்டிருந்தார். யாரென்றாலும் அந்த நொடி பேச்சை நிறுத்தி விளக்கைத் தேடுவார்கள். ஆனால் ஜெமோ பேசிக்கொண்டே போனார். இருளின் ஊடாய் அவரது குரலை மட்டும் பின்தொடர்ந்து கேட்டுக்கொண்டிருந்தேன். இலக்கிய உரையாடலுக்கு எதுவும் தேவையில்லை, தவிக்கும் இதயத்தைத் தவிர என நான் உணர்ந்துகொண்டேன் அப்போது.

கன்னிமை கழியாத ஒரு இளைஞனைக் காமம் அலைக்கழிப்பது போல் இலக்கியமும் கலையும் அறிவுத் தேடலும் இந்த மனிதனைப் போட்டுத் தாக்குகிறது என எனக்குத் தோன்றியது. நான் அன்று வீட்டுக்குச் சென்ற பின் நள்ளிரவு வரை இதையே யோசித்துக் கொண்டிருந்தேன். தூங்கச் செல்லும் முன் ஒருநாள் நானும் எழுத்தாளன் ஆவேன் என நினைத்துக் கொண்டேன். எழுதும் ஆர்வத்தினால் அல்ல; புத்தகங்கள் பிரசுரிக்க, புகழ் பெற, விருது வாங்க உத்தேசித்து அல்ல. ஜெமோவைப் போல்

இவ்வளவு பித்தாக ஒரே விசயத்தில் இருப்பதற்காக. என் வாழ்வை திசைமாற்றிய சம்பவம் அது.

அவர் தனித்து 'சொல் புதிது' நடத்திய போதும், ஊட்டி கலந்துரையாடல்களை ஒருங்கிணைத்த போது இப்படியான பைத்திய முனைப்பைக் கண்டிருக்கிறேன். தனியாக ஒவ்வொரு வேலையையும் செய்து முடிப்பார். இப்படிச் செய்கிற படைப்பாளிகளின் எழுத்துப் பணி தடைபடும்; ஆனால் ஜெமோ இக்கட்டத்தில் கூடுதலாக எழுதுவார்.

எப்படி இவ்வளவு நேரம் கிடைக்கிறது என ஒருமுறை அவரிடம் வினவினேன். "நான் தேவையில்லாத விசயங்களைத் தவிர்க்கிறேன். டிவியில் கேளிக்கை நிகழ்ச்சிகளைப் பார்ப்பதில்லை. வெட்டி அரட்டைகள் இல்லை..." என்றார்.

ஆனால் இவற்றை மட்டும் கத்தரித்து எறிந்தால் போதுமா? போதாது. எவை தேவையில்லாதவை? இலக்கியத்துக்கு, அறிவு விருத்திக்கு, வாழ்வை அறிவதற்குத் தொடர்பில்லாதவை அனைத்தும் தேவையில்லாதவை. எழுத்தாளனாக இருந்தாலும் நாம் செய்ய வேண்டிய அன்றாட காரியங்கள் நிறைய உள்ளன. ஆனால் எழுத்துக்காக அவற்றில் எதையும் எப்போதும் தூக்கிப் போட நாம் துணிய வேண்டும். அப்படி என்றால் எழுத நேரம் நிறைய நிறைய கிடைக்கும். பல சமயம் நம்மால் தவிர்க்க முடிகிற, ஆனால் நாம் தவிர்க்க துணியாத சின்னச் சின்ன வேலைகளில்தாம் நம் காலம் விரயமாகிறது. இதை நான் ஜெமோவிடம் இருந்தே கற்றுக்கொண்டேன்.

இப்போதெல்லாம் நான் காலை எழுகையில் இன்று எதை எப்போது எழுத வேண்டும் என முதலில் திட்டமிடுகிறேன். எனது நாள் முழுக்க எழுத்தை நோக்கி முடுக்கிவிடப்படுகிறது. எழுத்துக்குத் தொடர்பில்லாத பல காரியங்களைச் செய்தாலும் அவற்றில் என் மன ஆற்றலைச் செலுத்தாமல் தேக்கி வைக்கிறேன். நான் ஒன்றில் இருப்பேன், ஆனால் உண்மையில் இருக்க மாட்டேன். எழுத்தில் மட்டுமே முழுக்க உண்மையாய் இருப்பேன். மற்ற இடங்களில் இருப்பது போல் பாவனை செய்வேன். அது யாருக்கும் தெரியாத விதம் நன்றாய்

நடிப்பேன் ஒரு புன்னகை, ஒரு தலையசைப்பு போதும், மக்கள் நம்பி விடுவார்கள். என்னை நன்றாய்த் தெரிந்தவர்களிடம் “இதுவே நான், மாற்றிக்கொள்ள மாட்டேன்” எனத் துணிந்து சொல்லத் தயங்க மாட்டேன்.

கடந்த முறை விஷ்ணுபுரம் நிகழ்ச்சிக்குச் சென்றிருந்த போது ஜெமோ சற்றும் மாறியிருக்கவில்லை எனக் கண்டேன். அவரது பொங்கி நுரைக்கும் மிகை ஆற்றலைத் தாள முடியாமல் விழா ஒருங்கிணைப்பாளர்கள் துவங்குவதைக் கவனித்தேன். அவரிடம் இருந்து எப்போதெல்லாம் கண்ணில் படாமல் விலகி இருக்க வேண்டும், எப்போது அவரிடம் பேச வேண்டும், எப்படி அவரைச் சமாளிக்க வேண்டும் என்பதை அவர்கள் அறிந்திருக்கிறார்கள். ஆனால் அவர்களை அப்படி கச்சிதமாய் இயங்க வைக்கும் மின்கலன் ஜெமோ தான் சார்ஜ் செய்ய தேவையில்லாத மின்கலன்.

சக—எழுத்தாளர்களுடன் மது அருந்தலாமா?

நான் எழுத வந்து ஒன்பது வருடங்கள் ஆகின்றன. நான் கடைப்பிடிக்கும் ஒரு தற்காப்பு நடவடிக்கை இது: இலக்கியவாதிகள் அல்லது வாசகர்களுடன் மது அருந்த மாட்டேன். அல்லது நான்குக்கு மேல் இலக்கியவாதிகள் குழுமியிருக்கும் அறைக்குள் மாட்டிக்கொள்ளமாட்டேன். ஏனென்றால் இந்த இரு சந்தர்ப்பங்களிலும் இலக்கியவாதிகளுக்கே பிரத்யேகமாக உள்ள வெறுப்பு ஒரு ஆவிபோல் வெளியே வருவதைக் காண நேரிடும்.

இது என்னுடைய தனிப்பட்ட நம்பிக்கை: நம் இலக்கியவாதிகளில் சிலருக்குள் கண்மூடித்தனமான வெறுப்பு கனன்று கொண்டிருக்கும். அல்லது இந்த உலகில் ஒரு கற்பனையான அச்சுறுத்தலைக் கண்டு ஒரு இருமையை வகுத்திருப்பார்கள்: எனக்கெதிராக இந்த ஊரே திரண்டு நிற்கிறது, எல்லாரும் என்னை வெறுக்கிறார்கள், நானே இந்தச் சமூகத்தின் மையமாக இருக்கிறேன், எல்லாரும் என்னைக் கொண்டாடுகிறார்கள், நானே இந்தச் சமூகத்தின் விளிம்பில் இருக்கிறேன். இப்படி முன்னுக்குப் பின் முரணாக எண்ணங்களால் கொந்தளிப்பார்கள், செலுத்தப்படுவார்கள், அவர்களுக்கு இந்த வெறுப்பைக் காட்ட வேறு மார்க்கங்கள் இல்லையா யார் மீது காட்டலாம் என அவகாசம் தேடிக் காத்திருப்பார்கள். மது சந்திப்புகளின் போது இவர்கள் ஒரு கொள்கை ரீதியான கேள்வி கேட்கிறேன் எனும் போர்வையில் உங்களைக் காயப்படுத்தும்

ஒரு கருத்தைச் சொல்வார்கள். இதைச் சொல்பவர்கள் உங்களுக்கு மிகவும் பிரியமானவர்களாக இருப்பார்கள். மிகுந்த மரியாதை கொண்டவர்களாக இருப்பார்கள். அவர்கள் உங்களைக் காயப்படுத்த எந்தத் தேவையும் இராது. ஆனாலும் ஒரு கண்மூடித்தனமாய் மூட்டமான கோபத்தை உங்கள் மீது அவர்கள் வைத்திருப்பார்கள். வாய்ப்புக் கிடைத்தால் என்கவுண்டர் செய்வார்கள். என்கவுண்டருக்கு முன்பும் பின்பும் ஒரு பரிசுத்தமான புன்னகையை உதட்டில் தவழ விடுவார்கள். பல ஹாலிவுட் படங்களில் வரும் சைக்கோ கொலைகாரர்களைப் போல் இனிமையான குரலைக் கொண்டிருப்பார்கள்.

இலக்கிய வட்டாரத்தில் பலருக்கும் ஏற்படும் கசப்புக்கு, காயங்களுக்கு இந்த அர்த்தமற்ற வெறுப்பே காரணம். யாருக்கும் யார் மீது தனிப்பட்ட கோபம் இல்லை; புகார்கள் இல்லை. ஆனால் வாய்ப்புக் கிடைத்தால் டிராகுலாவாகத் தயங்க மாட்டார்கள். கடித்த பின்பும் உங்கள் மீது டிராகுலா முழுமையான காதலுடனே இருப்பார். உங்களுக்கு உதவி செய்ய முன்வருவார். ஆனால் இருட்டில் மீண்டும் தனியாக மாட்டினால் கடிக்கத் தவற மாட்டார். இந்த வன்மத்துக்குத் தீர்வே இல்லை.

இதற்கு விதிவிலக்கு உண்டா?

1) வெள்ளந்தியான எழுத்தாளர்கள், 2) எல்லாரிடமும் நட்பு கொள்வதில் இயல்பான ஊக்கம் கொண்டவர்கள், 3) லட்சியவாதிகள், 4) தினமும் பக்கம்பக்கமாய் எழுதுகிறவர்களும் விதிவிலக்கு (நிறைய எழுதும்போது மனதில் உள்ள விஷயம் தீர்ந்துவிடும்).

தமிழில் அதிகமாக சர்ச்சையில் மாட்டும் எழுத்தாளர்களிடம் இந்த வெறுப்பு உண்மையில் இல்லை. அவர்களை நம்பி நீங்கள் எந்த பாதாளத்திலும் கூட செல்லலாம். இத்தகையோரை இனம் காண ஒரு சுலப வழி உண்டு.

நீங்கள் ஏதாவது ஒரு சர்ச்சையில் மாட்டினால் அதில் சற்றும் சம்பந்தப்படாத சிலர் எங்கிருந்தோ எழுந்து வருவார்கள்.

உங்களைக் கடுமையாய்ச் சாடி எழுதுவார்கள். அல்லது அப்படி உங்களைச் சாடும்படி பிறரைத் தூண்டுவார்கள். உங்கள் மீது கண்டனங்கள் எழும்போது அவர்கள் அப்படி மகிழ்ச்சி கொள்வார்கள். இத்தனைக்கும் உங்களுக்கும் அவர்களுக்கும் எந்தத் தனிப்பட்ட விரோதமும் இராது. வெளியே பார்த்தால் ஒதுங்கிப்போய்விடுவார்கள் நீங்களாகச் சென்று பேசினால் நட்பு பாராட்டுவார்கள். ஆனால், உங்களைக் காயப்படுத்த ஏதாவது ஒரு வாய்ப்புக் கிடைத்தால் மட்டும் பொந்தில் இருந்து எழுந்து வருவார்கள்.

இவர்களின் பிரச்சனை என்ன?

பொதுவாக எழுத்தாளன் துக்கத்தாலும், எரிச்சலாலும், கசப்பாலும் பீடிக்கப்பட்டவன். இந்த எதிர் உணர்வுகள்தாம் படைப்பு சக்தியாக அவனுக்குள் மாற்றம் கொள்கின்றன. ஆனால் எழுதாத போது இந்த எதிர் உணர்வுகள் எழுத்தாளனை அரித்துத் தின்னத் துவங்கும். அப்போது யார் மீது பொறாமை கொள்கிறார்களோ அல்லது யார் சொல்லும் கருத்து தமக்கு எரிச்சல் ஏற்படுத்துகிறதோ அவர்கள் மீது; அல்லது சும்மா எதிரில் மாட்டும் யாராவது ஒருவர் மீது கசப்பைக் கக்குவார்கள். *Zodiac* படத்தில் வரும் சீரியல் கொலைகாரன் சொல்வான்: “எனக்கு தலைவலி அதிகமாகும் போது கொலை செய்வேன். தலைவலி உடனே போய்விடும்.” இவர்கள் அந்த வகை.

இவர்கள் ஒரு கவிதைத் தொகுப்பு வெளியிட்டிருப்பார்கள். அதை இலக்கிய வட்டத்திலும் பலரும் படித்துவிட்டு வேண்டுமென்றே தன்னை உதாசீனிப்பதாய்க் கற்பிதம் கொள்வார்கள். அந்தக் கற்பிதத்தை வலுவாக நம்புவார்கள். ஆக, தன் தொகுப்பு பற்றிப் பேசாதவர்கள் அனைவரையும் கடும் விரோதத்துடன் காண்பார்கள். அல்லது நீங்கள் அவரைப் பாராட்டியிருப்பீர்கள். ஆனால் அதை ஒரு விமர்சனமாய் எழுதிப் பதிவு செய்ய உங்களுக்கு அவகாசம் இருக்காது. உங்களை சாகடிக்க முடிவெடுப்பார்கள். இப்படி ஒரு அற்ப காரணம் தான் வெறுப்பின் பின்னிருக்கும். பத்திரிகை ஆசிரியராய் இருப்பவர்கள், விமர்சகர்கள் இதுபோன்ற வெறுப்பாளரிடம் சிக்க வாய்ப்புகள் அதிகம்.

கருத்து சொல்பவர்களை இவர்களுக்குக் கண்டாலே அலர்ஜி. நீங்கள் உகாண்டாவின் அரசியல் பற்றி ஒரு பின்னூட்டமோ நிலைத்தகவலோ இட்டிருக்கலாம். ஆனால் அதன் மூலம் உங்களை ஜென்மவிரோதியாய்க் கருதும் பலபேர் தோன்றிக் காத்திருப்பதை அறிய மாட்டீர்கள்.

முகாம் அரசியல். நீங்க இன்ன முகாமைச் சேர்ந்தவர் என முத்திரை குத்திவிட்டால் உங்களுக்கு எங்கு அடி விழுந்தாலும் அதைக் கண்டு கைதட்ட பத்துப் பேர் தோன்றுவார்கள். பிறகு அவர்கள் கூட்டு சேர்ந்து நாலு ஊமைக்குத்து குத்துவார்கள். என்ன பிரச்சனை என்றே பல சமயம் அடிப்பவர்களுக்குத் தெரிந்திராது. "நீ என் நண்பனின் நண்பனின் எதிரின் நண்பனின் விரோதி, அதனால் சாவுடா" என்பதே இவர்களின் நிலைப்பாடாக இருக்கும்.

இந்த வெறுப்பை எப்படி எதிர்கொள்வது?

இன்று முகநூல் மூலம் இந்த வெறுப்பு பதிவாகிறது. ஒரு கருத்துப்போர் நடக்கிறது எனும் போர்வையில் தனிப்பட்ட வஞ்சமே வெளிப்படுகிறது. உங்கள் மீதான தாக்குதலுக்கு நீங்கள் பதிலளிக்கையில் நீங்களும் இந்த பாவனையில் பங்கு கொள்ள நேரிடும். முதல் படியாய், இதுபோன்ற பதிவுகளுக்கு பின்னூட்டங்களுக்கு பதில் கூறக் கூடாது. மாறாக, இவர்களை நேரில் கண்டோ போனில் அழைத்தோ பேசிவிட வேண்டும். பதிவர்கள் இதைச் சற்றும் எதிர்பார்க்க மாட்டார்கள். நேரில் பேசும்போது அவர்களின் பொய் அம்பலம் ஆகிவிடும். உங்கள் மீதான வெறுப்பு அவர்கள் குரலில் வெளிப்பட்டுவிடும். மேலும் பொதுவெளியில் வைத்து உங்களை வறுத்தெடுக்கும் வாய்ப்பும் அவர்களுக்கு மறுக்கப்படும். ஏனென்றால் நம் மீது வெறுப்பைத் துப்புபவர்கள் நம் நண்பர்களே. நேரடியாய் நாம் விசாரிக்கும்போது அவர்களுக்கு லஜ்ஜையாய் இருக்கும். குறைந்தது, இவனைப் பற்றித் திட்டி எழுதினால் போனைப் போட்டுக் காதைக் கடிப்பானே எனத் தயங்குவார்கள். எழுத்தில் பதில் சொல்லவே கூடாது.

எழுத்து என்பது ஒரு மூளைச்சலவை

எழுத்துலகில் மூட நம்பிக்கைகள் அதிகம். அதில் ஒன்று நமக்குக் கிடைக்கும் அங்கீகாரம். நாம் எழுத்துக்கான மதிப்பீட்டை ஒரு தேர்வு மதிப்பெண் போன்றே பார்க்கிறோம். நாம் நம்பும், மதிக்கும் யாரோ ஒருவர் பாராட்டிவிட மாட்டாரா என ஏங்குகிறோம். ஒரு படைப்பு போதுமான கவனம் பெறாமல் போனால் தோற்றுவிட்டோமோ என கலங்குகிறோம். ஒரு பிரபல எழுத்தாளர் நம்மை பாராட்டிவிட்டால் பெரும் வாசக கவனம் நம் மீது திரும்பும் என நம்புகிறோம். கடந்த பத்தாண்டுகளில் பிரபல எழுத்தாளர்கள் பாராட்டி முன்வைத்து ஆனாலும் காணாமல் போன எழுத்தாளர்களின் பட்டியலை என்னால் தர முடியும். அது கூடத் தேவையில்லை, நாற்பது வருடங்களுக்கு முன்பு கா.ந.சு புரொமோட் செய்த இளம் எழுத்தாளர்களின் பட்டியலைப் பாருங்கள். அதை இன்று படிக்க அஞ்சலி போஸ்டர் போல இருக்கும்.

வாசகனை ஏமாற்ற முடியாது; அவன் ஒரு கறாரான மதிப்பீட்டாளன் என நான் கூறவில்லை. வாசகனை நிச்சயம் ஏமாற்ற முடியும். ஆனால் தற்காலிகமாக மட்டுமே. ஏனென்று அடுத்த சில பத்திகளில் சொல்கிறேன்.

பிரபல எழுத்தாளர்கள் கூட வேண்டாம். என்னைப் போன்ற ஆரம்ப நிலை எழுத்தாளன் பாராட்டினால் கூட போதும் என நினைக்கிறவர்களும் உண்டு. என்னிடம் புத்தகம் தந்து "ஒரு சின்னக் குறிப்பாக எழுதுங்கள். புத்தகத்தை யாராவது கவனிப்பார்கள். எல்லாம் உங்கள் கையில் தான்" என்பார்கள். இதேபோல் நானும் யோசித்திருக்கிறேன், நம்பி இருக்கிறேன் என்பதால் எனக்கு அவர்களின் உளவியல் புரிகிறது. "என்னைத் தொந்தரவு செய்யாதீங்க. வற்புறுத்தாதீங்க" என நான் அவர்களிடம் கூற மாட்டேன். ஒரு படைப்பை புத்தகமாய்க் கொண்டு வருவது, அதை வாசகனிடம் கொண்டு சேர்ப்பதன் பின்னுள்ள போராட்டங்கள் என்னவென எனக்குப் புரியும்.

நான் இரண்டு விசயங்களை அவர்களிடம் வலியுறுத்துவேன். 1) எழுத்து என்பது மதிப்பீடு சார்ந்த செயல்பாடு அல்ல. ஒரு புத்தகத்தினால் எழுத்தாளனாய் நமக்கு எந்த மாற்றமும் நேரப் போவதில்லை. ஒரு எழுத்தாளன் ஒரு சிறுகதையால், ஒரு தொகுப்பால், ஒரு நாவலால், ஒரு கட்டுரையால் உருவாகிறவன் அல்ல. "இந்த ஒரு கதை அல்லது கவிதை போதும், தமிழில் என் பெயர் காலங்காலமாய் நிலைத்து நிற்கும்" என்பது தமிழில் உள்ள மூட நம்பிக்கை மட்டுமே.

சிலர் அப்படி ஒற்றைப் படைப்புக்காய் அறியப்படுவது உண்டு. ஆனால் அந்தப் படைப்பைத் தாண்டி வாசகர்கள் அந்த எழுத்தாளனைப் படிக்க மாட்டார்கள். உதாரணமாய், சி.சு. செல்லப்பாவின் எல்லா எழுத்துகளையும் தேடிச் சென்று யாரும் படிக்க மாட்டார்கள். ஆனால் 'வாடிவாசல்' கிடைத்தால் படித்துப் பார்ப்பார்கள். அதே நேரம் சுந்தர ராமசாமியின் ஒரு சிறு கட்டுரை, மொழியாக்கத்தைப் படிக்கக் கூட எதிர்காலத்திலும் வாசகன் இருப்பான். ஜெயமோகன் வெறுமனே முட்டைக்கோஸ் பற்றி எழுதினால் கூட அதை வாசகர்கள் ஆர்வமாய்ப் படிப்பார்கள்.

சில நாவல்கள் ஒரு காலகட்டத்தின் மைய மனநிலையைப் பிரதிபலிப்பதால் வாசகனுக்கு முக்கியமாகிவிடும். ஆங்கிலத்தில் *Uncle Tom's Cabin* அப்படியான ஒரு நாவல். அமெரிக்காவில்

கறுப்பர் விடுதலை, சமூக மாற்றங்கள் ஏற்பட்ட நிலையில் இந்நாவலும் ஒரு கலாச்சாரக் குறியீடாக மாறியது. இதையெல்லாம் ஓர் அதிர்ஷ்டம், விசித்திரம் என்றுதான் சொல்ல வேண்டும். மற்றபடி இதை யாராலும் திட்டமிட முடியாது.

2) எழுத்து என்பது உயரம் தாண்டும் போட்டி போன்று ஒரு சாதனை அல்ல. அது ஒரு தொடர்ச்சியான பணி. முப்பது, நாற்பது வருடங்கள் நீடிக்கிற மூளைச்சலவை அது ஒரு எழுத்தாளனுக்கும் வாசகனுக்கும் திறமை, புத்திசாலித்தனம், அறிவு ஆகிய அளவுகளில் எந்த வித்தியாசமும் இல்லை. சிலவேளைகளில் வாசகன் எழுத்தாளனை விட அதிபுத்திசாலியாக இருப்பான். (இதை நான் அடிக்கடி உணர்கிறேன்.) வாசகன் யானை என்றால் எழுத்தாளன் ஒரு பாகன். பாகனின் சொற்களுக்கு, ஆளுமைக்கு, அன்புக்கு, ஆணைகளுக்கு அவனை விட பன்மடங்கு வலிமை கொண்ட யானை கட்டுப்படுகிறது. மொழி வழியாகவே அது சாத்தியப்படுகிறது.

மொழியின் ஒரு தனிச்சிறப்பு என்னவென்றால் தொடர்ந்து அதை சாமர்த்தியமாய் பயன்படுத்தி வாசகனின் மனநிலையை, நம்பிக்கைகளை, நுண்ணுணர்வை மெல்ல மெல்ல நீங்கள் மாற்றி எடுக்க முடியும். சாருவை தொடர்ந்து வாசிக்கிறவர் மற்றொரு குட்டி சாருவாகி விடுவார். அதன் பிறகு அந்த வாசகன் நீங்கள் எதை எழுதினாலும் நம்புவான், ரசிப்பான். (எதை என்று சும்மா ஒரு அழுத்தத்துக்காக சொன்னேன். குப்பை எழுதினால் கண்டிப்பாய் காறி துப்புவான்)

ஒரு வாசகன் தன் நேரத்தில் சில நிமிடங்களை, மணிநேரங்களை உங்களுக்காய் அர்ப்பணிப்பது என்பது ஒரு சாதாரண விசயம் அல்ல. அவன் நம்பிக்கையை பெறுவது எளிய காரியம் அல்ல. அதற்குத் தான் தொடர்ந்து எழுத வேண்டும். அவனை ஆச்சரியப்படுத்திக்கொண்டே, நெகிழவும் கோபம் கொள்ளவும் மகிழவும் வைத்துக்கொண்டே இருக்க வேண்டும். உங்கள் சொற்களைப் படிக்கத் துவங்கியதுமே அவன் தன்னை

மறக்க வேண்டும். உங்களுக்கும் அவனுக்கும் இடையில் ஒரு மின்சாரம் பாயத் துவங்கும். நீங்கள் எழுதுவது உண்மையில் அவன் சொற்களே என அவன் நம்ப ஆரம்பிப்பான். இங்கு தான் ஒரு எழுத்தாளன் வெற்றி பெறுகிறான். ஒரு படைப்பு கவனிக்கப்பட்டு பாராட்டப்படும் போது அல்ல.

சமீபத்தில் புதிய தலைமுறை "நீரின்றி அமையாது உலகு" நிகழ்ச்சியில் கலந்து கொண்ட போது நிகழ்ச்சி ஒருங்கிணைப்பாளர் என்னிடம் எனது முதல் நூல் பிரசுர அனுபவம் பற்றிக் கேட்டார். "நீங்கள் எவ்வளவு மகிழ்ச்சியாக உணர்ந்தீர்கள்?". நான் ஒரு புத்தகத்தைப் பிரசுரிப்பது அவ்வளவு முக்கியம் அல்ல என்றேன். மாறாகத் தொடர்ந்து எழுதக் கிடைக்கும் வாய்ப்புகளே முக்கியம். என் முதல் நூல் வெளியான வருடம் நான் தொடர்ந்து உயிரோசை இணையதளத்தில் எழுதி கவனம் பெற்றிருந்தேன். என் முதல் நூல் பிரசுரத்தை விட அதுவே எனக்கு முக்கியம். அதைவிட முக்கியம் நான் இன்றுவரை எழுதிக்கொண்டிருப்பது.

எழுத்தை என்றுமே தனி சாதனைகளின் தொகுப்பாகப் பார்க்கக் கூடாது. அது ஒரு ஹிப்னாடிஸம். வாசகனை ஹிப்னாடைஸ் செய்துகொண்டே இருக்க வேண்டும். சிலர் கட்டுரையில் மயங்குவார்கள். சிலர் உங்கள் பேச்சுக்குத் தலையாட்டுவார்கள். இன்னும் சிலர் உங்கள் நாவலில் தம்மைக் கரைக்க விரும்புவார்கள். நீங்கள் பலவிதமான மொழிகளை உருவாக்கியபடி இருக்க வேண்டும். சாகிற வரை நீங்கள் உங்கள் மொழியில் சலனங்களை, சிற்றலைகளைக் கிளப்பியபடி இருக்க வேண்டும். நீங்கள் விடைபெற்ற பின் உங்கள் மொழியின் தாக்கத்துடன் எழுதுபவர்கள் தோன்றுவார்கள். அவர்களின் மொழியில் நீங்கள் வாழ்வீர்கள். அப்படி இருப்பதுதான் மகிழ்ச்சி. ஒரு புத்தகம் மூலம் பத்துப் பேர் பாராட்டைப் பெற்று சின்ன விருதொன்றை வாங்கி அலமாரியில் வைப்பது அல்ல.

எப்படி பத்து மதிப்புரைகள் வாங்குவது, எப்படி நான்கு விருதுகள் வாங்கி ஒரு சின்ன இடத்தை உருவாக்குவது என நாம் யோசித்து நம்மையே ஏமாற்றிக்கொள்ளக்கூடாது.

நீங்கள் Inception படத்தில் நாயகன் என நினைத்துக்கொள்ளுங்கள். பிறரது நினைவுகளை, கனவுகளை, நம்பிக்கைகளை நீங்கள் சிறுகச் சிறுக மாற்றுகிறீர்கள். அவர்களை வடிவமைக்கிறீர்கள். இதை எப்படிச் செய்வது எனச் சிந்திக்க வேண்டும். உங்களை சந்திக்கும் ஒருவர் நீங்கள் என்றோ போகிற போக்கில் கூறிய கருத்தொன்றைப் பற்றி, பல வருடங்கள் முன்பு எழுதிய ஒற்றை வரி, ஒரு சித்தரிப்பைப் பற்றி உங்களிடம் சிலாகித்துப் பேசும் போது நீங்கள் எழுத்தாளனாய் வெல்கிறீர்கள். உங்களுடைய பிரத்யேகமான சொற்களை மற்றொருவர் தன்னையறியாது தன் படைப்பில் எடுத்துக் கையாளும்போது எழுத்துலகில் உங்கள் இடம் உறுதிப்படுகிறது. (கோணங்கியின், எஸ்.ராவின் மொழியில் பின்னாளில் எழுத வந்தவர்கள் ஓர் உதாரணம்)

வண்ணதாசனை எடுத்துக்கொள்ளுங்கள். அவரை ஆரம்பத்தில் சு.ரா நிராகரித்தார். விமர்சகர்கள் அவர் ஒரு மிகையான, செயற்கையான, ரொமாண்டிக்கான எழுத்தாளர் என்று அவரைத் தேர்வில் ஃபெயில் ஆக்கினார்கள். ஆனால் அவர் எழுதிக் கொண்டே இருந்தார். இன்று அவர் சாகித்ய அகாதமி விருது பெறும்போது வாசகர்கள் பலர் அது தமக்குக் கிடைத்த விருது என்பது போல் புளகாங்கிதம் பெறுகிறார்கள். உண்மையில் வண்ணதாசனின் விருது இந்த வாசகர்களின் சிலாகிப்பு தான். அவர் தன்னைப் போல் பல ஆயிரம் வாசகர்களை உருமாற்றிவிட்டார். நேற்று ஒரு கூட்டத்தில் பேசும்போது வண்ணதாசனைப் பற்றி ரசனையாகக் குறிப்பிட்டேன். உடனே முன்வரிசையில் அமர்ந்திருப்பவர்களின் முகங்களில் ஒளி பரவித் துலங்கியது. கண்களில் லயித்து மயங்கின. புன்னகை சுடர் விட என்னைப் பூரிப்பாகப் பார்த்தார்கள். அவரைப் பாராட்டியது அவர்களுக்குத் தம்மையே பாராட்டியது போல் இருக்கிறது. எழுத்தாளன் இந்த இடத்தை நோக்கித்தான் நகர வேண்டும். நாளை உங்களை யாராவது பாராட்டினால் உங்கள் வாசகன் புளகாங்கிதப் பட வேண்டும்.

நாம் எழுத ஆரம்பிக்கும் காலகட்டத்தில் போதுமான வாசக கவனம் கிடைக்கவில்லை எனப் பட்டால் நம்மிடம் ஏதோ

ஒரு சிக்கல் இருக்கிறது எனப் பொருள். ஒன்று, நமது மொழி எளிமையாக அல்லாமல் இருக்கலாம். அல்லது, நம்மிடம் சொல்வதற்குப் புதிதாக ஒன்றும் இல்லாமல் இருக்கலாம். அப்போது நாம் வெவ்வேறு விசயங்கள் வெவ்வேறு மொழிகள் எழுதிப் பார்க்கலாம்.

மீனுக்கு தூண்டில் வீசுவதைப் போலத்தான் இது. அதற்கு ஒரு லாகவம், சாமர்த்தியம் வேண்டும். இந்த இடத்தில் மீன் மாட்டவில்லை என்றால் சற்றுத் தள்ளிச் சென்று மீண்டும் தூண்டிலை வீசலாம். பொறுமையும் முக்கியம். இதனுடன், நம் ஆளுமையையும் நாம் சுவாரஸ்யமானதாய் மாற்றிக் கொள்ளலாம். ஏனென்றால் உங்கள் ஆளுமைதான் உங்கள் எழுத்து. புது விசயங்களைக் கவனியுங்கள். மனிதர்களின் நடத்தையை ஊன்றிக் கவனியுங்கள். யாரும் யோசிக்காத கோணங்களில் துணிச்சலாய் சிந்தியுங்கள். சக எழுத்தாளர்கள் படிக்காத புத்தகங்களைத் தேடிப் படியுங்கள். பிறர் எழுதத் தயங்கும் விசயங்கள் நீங்கள் எழுதுங்கள். எப்போதுமே நேர்மாறாய் சிந்தியுங்கள். இது எழுத்தாளனுக்கு அவசியம். ஒவ்வொருவருக்குள்ளும் ஒரு கோணல் உள்ளது. அந்தக் கோணல் தான் அவர்களின் ஸ்டைல். அதை வெளிக்கொணர வேண்டும். எழுத்தாளன் தொடர்ந்து தன்னை மாற்றிக் கொண்டே, புதுப்பித்துக்கொண்டே இருக்க வேண்டும்.

நீங்கள் முதலில் எழுதும் சில நூறு பக்கங்கள் (கவிதையோ நாவலோ) முக்கியமே அல்ல. நாம் மீனவர்கள். எவ்வளவு முறை வலை வீசுகிறோம் என்பது பொருட்டல்ல. நம் வலையில் மீன்கள் விழுகின்றனவா? அதுதான் கேள்வி. நம் உலகில் மீன்களும் நாமும் மட்டும்தான். கரையில் நின்று ஒரு விமர்சகர், ஒரு பரிந்துரையாளர். ஒரு நண்பர் கைதட்டலாம். அது உங்களுக்குக் கேட்கலாம். ஆனால் உங்களுக்கு மட்டுமே கேட்கும். மீன்களுக்குக் கேட்காது. மீன்களுக்குக் கேட்காத விசயங்கள் உங்களுக்குக் கேட்கத் தேவையில்லை. காதை மூடிக் கொள்ளுங்கள்!

சந்தைப்படுத்துவது மட்டும் போதுமா?

புத்தகம் வெளியிட்டிருக்கும் பெரும்பாலான எழுத்தாளர்களுக்கு இந்த ஆவலாதி இருக்கும். நம்மை பிறர் வேண்டுமென்றே கவனிக்கவில்லை, திட்டமிட்டு புறக்கணிக்கிறார்கள், நம்மிடம் நியாயமாக நடந்துகொள்ளவில்லை, இதெல்லாம் ஏன், இதற்குப் பின் ஒரு சதித்திட்டம் உள்ளது என்று கூடத் தோன்றும். சில நண்பர்களின் புத்தகங்கள் வெளியானதும் ஒரு பரபரப்பு தோன்றும். குறிப்பாய், சமூக வலைதளங்களில். யாராவது அதைக் குறிப்பிட்டு எழுதலாம். ஒரு நாளிதழில் ஒரு குறிப்பு வரலாம். அப்போது நம் வயிறு எரியும். ஆனால் இந்த எதிர்பார்ப்பு, ஏமாற்றம், வயிற்றெரிச்சல், ஆவேசம் எல்லாம் நம் கற்பனையால் விளைகிறவை என்பது நமக்குச் சில வருடங்களில் புரிந்துவிடும்.

எழுத்துலகம் என்பது மிக மிகச் சிறியது. ஓர் எளிய குடும்பத்தின் வளைகாப்புக்குக் கூடுகிற கூட்டத்தை எடுத்துக்கொண்டால் அதுதான் வாசகர்களும் எழுத்தாளர்களும் சேரும் நம் கூட்டம். இதற்குள்தான் பரபரப்பும் புரொமோஷனும் நடக்கிறது. சமூக வலைதளங்களில் இன்று சினிமாவும் அரசியலும் பேசும் இடத்தில் இலக்கிய சர்ச்சைகளும் நடப்பதால் நமக்கு மூன்று ஒரே இடத்தில் இருக்கும் ஒரு மாயத்தோற்றம் கிடைக்கிறது.

உண்மையில் பாண்டவர்கள் கேட்ட ஐந்து கிராமங்கள் கூட நமக்கு இல்லை.

இங்கு ஏற்படும் பரபரப்பு என்பது கட்டமைக்கிற ஒன்று. சக எழுத்தாளர்களிடம், மீடியா அன்பர்களிடமும் நல்லுறவில் இருந்து, சில இலக்கிய அமைப்புகளில் தொடர்புகளும் செல்வாக்கும் ஏற்படுத்திக்கொண்டு, பணமும் நேரமும் செலவழித்துச் செயல்பட்டால் புத்தகம் வெளியாகும் சில வாரங்கள் முன்பே கடுமையாய் உழைத்தால் நிச்சயம் உங்கள் நூல் பற்றி ஒரு பரபரப்பு ஏற்படுத்தலாம். ஆனால் இதற்கு நீங்கள் கடுமையாய் உழைக்க வேண்டும். 9–5 வேலையில் இருந்துகொண்டு, வீடு திரும்பும் வழியில் காய்கறி வாங்கிக் கொண்டு, நேரத்துக்கு பஸ் வருமா என கவலைப்பட்டுக் கொண்டு, மனைவி திட்டுவாளா என நடுங்கிக்கொண்டு தினம் தினம் அல்லல்படுவோர்களுக்கு இந்த மாதிரியான புரொமோஷன் எல்லாம் சரிப்படாது. கல்யாணம் பண்ணிப் பார், புத்தகம் புரொமோட் பண்ணிப் பார்!

ஆனால் இப்படியெல்லாம் லோல்பட்டு புரொமோட் செய்தும் உங்கள் புத்தகம் ஆயிரக்கணக்கில் (அல்லது நூற்றுக்கணக்கில்) விற்கும் என கற்பனை செய்ய வேண்டாம். இந்த புரொமோஷனைக் கொண்டு சில நூறு புத்தகங்களை ஒருவேளை கூடுதலாக விற்க வைக்கலாம்! அதுவும் உங்களுக்கு ஏற்கனவே உள்ள வாசக, நண்பர் வட்டத்தைப் பொறுத்தது, உங்கள் புத்தகத்துக்குக் கிடைக்கும் இலவசப் பரிந்துரைகள், உங்கள் எழுத்து வாசகனுக்கு எந்தளவுக்கு சுவாரஸ்யமாக இருக்கிறது, அவனுடைய தேவைகளுக்கு எந்தளவுக்கு பொருந்திப் போகிறது என்பதைப் பொறுத்தது. எளிமையான, நேரடியான, சிக்கலற்ற புத்தகங்கள் இலக்கிய வாசகர்களிடம் கூட வேகமாய்ப் பரவி விடும்; சற்று மலிவான, மிகையுணர்ச்சி, மேலோட்டமான… எதற்கு இவ்வளவு இழுக்கிறேன், வெகுஜனத்தன்மை கொண்ட கதைகள் இன்னும் வேகமாக விற்கும். உங்கள் புத்தகம் எந்தளவுக்கு சவாலானதோ அந்தளவுக்கு அதன் விற்பனையும் குறைவாகவே இருக்கும். என்னிடம் கேட்டால் அத்தகைய அதி-சவால் நூல்களை வாசகனிடம் கொண்டு சேர்க்கவே அதிகமான புரொமோஷன் தேவை.

புத்தக விற்பனை என்பது அதன் பொழுதுபோக்கு அம்சத்தைப் பொறுத்தது. இது இலக்கிய ஆர்வலர்களுக்கு ஆச்சரியமாய் இருக்கலாம். ஆனால் உண்மை இதுதான். எஸ்.ரா., ஜெமோவில் நூல்களாய் இருந்தாலும் கூட அவை சுவாரஸ்யமான வாசிப்பனுபவத்தைத் தருவதாய்ப் பேச்சுக் கிளம்பினால் தான் விற்கும். இலக்கிய மதிப்பினால் நூல்கள் விற்பதில்லை. அதனால் யார் என்ன உங்கள் நூலைப் பாராட்டி எழுதினாலும் வாசகர்களைச் சுலபத்தில் ஏமாற்ற முடியாது.

சில வருடங்களுக்கு முன்பு எஸ்.ரா தன் நூல் வெளியீடு ஒன்றின்போது வருத்தப்பட்டார்: “புத்தகங்களைத் தொடர்ந்து வெளியிடுவது கிணற்றில் கற்களைப் போடுவது போல் இருக்கிறது.” அவர் ஏன் அப்படி சொல்ல வேண்டும்? ஏனென்றால் மற்றொரு சமூகத்தில் அவர் இப்படியான பணிகளைச் செய்திருந்தால் ஒரு சூப்பர் ஸ்டாராக இருந்திருப்பார். இங்கு எதுவும் நடக்காது. நூறு புத்தகங்கள் வெளியிட்டால் பத்து நூல்களுக்கு அங்கீகாரம் கிடைக்கும். ஆயிரம் பேரோடு வந்தால் பத்துப் பேர் கவனிப்பார்கள்.

சமீபத்தில் அராத்துவின் நூல் வெளியீட்டு விழாவில் பேசிய ஜெயமோகனும் இதே உணர்வைத் தான் வெளிப்படுத்தினார். “என் நாவலுக்கு மூன்று பேர்தான் முன்பதிவு செய்வார்கள் என்று நினைத்தேன். 300 பேர் முன்பதிவு செய்த ஆச்சரியம் எனக்கு இன்னும் நீங்கவில்லை. நம்மூருக்கு இதுவே அதிகம்,” என்றார் அவர். ஆனால் இந்த 300 எனும் எண்ணைத் தொடுவதற்கு அவர் கடந்த கால்நூற்றாண்டாக வருடாவருடம் ஆயிரக்கணக்கான பக்கங்கள் எழுதியிருக்கிறார். நூறே பக்கம் எழுதிவிட்டு நாமெல்லாம் ஒன்றுமே இங்கு எதிர்பார்க்கக் கூடாது.

தமிழில் இளம் எழுத்தாளர்கள் எதையுமே எதிர்பாராத துறவி போல் இருக்க வேண்டும். இந்த மனநிலை இல்லாவிட்டால் சீக்கிரமே களைத்துப் போய் காவியை, தாடி மயிர்களைத் துறந்துவிடுவார்கள். இதற்குத் துணிவு இல்லாதவர்கள் இங்கு வரவே கூடாது. நானெல்லாம் என்னை எப்போதும் ஒரு

கன்னியாஸ்திரி போலத்தான் கற்பனை பண்ணிக்கொள்வேன். என் உள்ளங்கையில் நீங்கள் துப்பினாலும் அன்னை தெரேசா போல் ஜேப்பில் போட்டுக் கொண்டு “இது எனக்கு. இனி என் மக்களுக்குக் கொஞ்சம் சில்லறை கொடுங்கள்” எனச் சொல்வேன்.

நான் 15 வருடங்களுக்கு முன்பு உயிரோசையில் தொடர்ந்து எழுத ஆரம்பித்த போது ஓரளவு கவனம் கிடைத்தது. அல்லது நான் அப்படி நினைத்துக் கொண்டேன். அடிக்கடி புதுப்புது ஆட்கள் எனக்கு மின்னஞ்சல் அனுப்புவார்கள். போனில் தொடர்பு கொண்டு பேசுவார்கள். அப்போது ஃபேஸ்புக் இல்லை என்பதால் இதுவே ஒரு பெரிய பரபரப்பு தான். சரி, மாஸ் ஆகி விட்டோம் என நினைத்தேன். ஒரு வருடத்துக்குப் பிறகு உயிர்மையின் ஒரு இலக்கியக் கூட்டம். நான் பார்வையாளர்களில் ஒருவனாக போய் உட்கார்ந்தேன். “என்னை இதோ நிறையப் பேர் கவனிக்கிறார்கள், திரும்பிப் பார்க்கிறார்கள், இவர்களில் என்னைப் பிடிக்காதவர்கள், என் கருத்துக்களோடு உடன்படாதவர்கள், என் விசிறிகள் இருக்கிறார்கள்.” என்றெல்லாம் மனதுக்குள் எண்ணங்கள். ஆனால் யாருமே என்னை கவனிக்கவில்லை. எட்டு வருடங்களுக்குப் பிறகு இப்போது நான் கூட்டத்துக்கு சென்றால் யாரோ இரண்டு பேர் புதிதாய் வந்து தம்மை என் வாசகர் என அறிமுகப்படுத்துகிறார்கள். மற்றபடி ஏற்கனவே நன்கு தெரிந்த எனது பத்து நண்பர்கள் பிரியத்துடன் புன்னகைக்கிறார்கள். ஒன்பது வருடங்கள் தொடர்ந்து எழுதி நான் உருவாக்கிக் கொண்ட ஒற்றை அலை இது. அடுத்த முப்பது வருடங்களில் இது பத்தோ அல்லது இருபது மடங்கு பெருகும். அவ்வளவு தான். அப்படி ஆகாவிட்டாலும் நான் கவலைப்பட மாட்டேன்.

இந்த சிறிய காலகட்டத்தில் நான் கற்றுக்கொண்ட பாடம் இது:

1. தமிழின் வாசகப் படை மிக மிகக் குறுகியது.
2. பெரும்பாலான வாசகர்கள் எதிர்கால எழுத்தாளர்கள்
3. நம் வாசகர்களில் ஒரு பாதியினர் வெளியே வந்து நம் கை

கைகுலுக்க மாட்டார்கள். மௌன வாசகர்கள் ஏராளமாக இருப்பார்கள். அதனால் வாசகப் படை இல்லையெனச் சோர்வடையக் கூடாது. நாம் அரசியல்வாதிகள் அல்ல, எழுத்தாளர்கள்.

4. நம் புத்தகங்கள் பத்து பத்தாய் விமர்சனம் எழுத வேண்டி பிற எழுத்தாளர்களுக்கு அனுப்புவதனால் எந்தப் பயனும் இல்லை. அவர்களுக்கு எழுதத் தேவையிருந்தால், ஆர்வம் இருந்தால், நேரம் இருந்தால் ஒழிய எழுத மாட்டார்கள். ஆனால் உங்கள் நூல் குறித்த ஒரு பரிச்சயத்தை எழுத்தாளர்கள் இடையே நீங்கள் இதன் வழி ஏற்படுத்த முடியும். அதனால் அனுப்புங்கள்!

5. ஒரு புத்தகம் ஏன் கவனிக்கப்பட்டு விரும்பப்படும் என்பது அதை எழுதிய எழுத்தாளனுக்கே பல சமயங்களில் புரியாது. அவன் முக்கியமாய் நினைக்கும் புத்தகம் ஒன்று வாசகர்களால் புறக்கணிக்கப்படலாம். இதை ஜாலியாக எடுத்துக்கொள்ள வேண்டும்.

6. ஒரு புத்தகம் வெளியானதுமே, அதாவது ஒரே வாரத்தில் அல்லது மாதத்தில், பத்து, இருபது, முப்பது என அதற்கு இணையத்தில் விமர்சனங்கள் வரவேண்டும் என எதிர்பார்க்கக் கூடாது. வெளியாகி ஒரு வருடம் கழித்தும் அந்நூலுக்கு விமர்சனம் வந்தால் தான் மகிழ்ச்சி. அப்போது தான் அதற்கு ஆயுள் உண்டென என அர்த்தம். பொறுமை முக்கியம்.

7. கடைசியாக, உங்கள் நூலுக்கு விமர்சனங்கள் வரவேண்டும் என்றால் நீங்கள்தான் அதற்குக் கடுமையாய் உழைக்க வேண்டும். அதற்கென மூன்று மாதங்கள் ஒதுக்கிப் பணமும் செலவழிக்க வேண்டும். கூச்சப்படக் கூடாது. காலமும் பணமும் இல்லை, கூச்ச சுபாவி நீங்கள் என்றால் நோ பிராப்ளம், எழுதுங்க, அதுவே நீங்கள், விற்பனை, விளம்பரம் எல்லாம் பதிப்பாளரின் பிரச்சினை என ஒதுங்கிக் கொண்டிருந்து எழுதுங்க. உங்கள் எழுத்தே உங்களை வானளவு உயர்த்தும்!

விருதுகளைப் பெறும் யுக்திகள்

இப்பதிவு விருதுகள் கிடைக்காதா என ஏங்கும் அல்லது கிடைக்கவில்லையே எனக் கவலைப்படும் / கோபப்படும் எழுத்தாளர்களுக்கானது:

விருதுகள், பெற்றோர்கள் ஏற்பாடு செய்யும் திருமணம் போல. மணமகன்/மணமகள் அழகாயில்லை என்றோ திறமையோ புத்திசாலித்தனமோ இல்லை என நீங்கள் வியக்க இடமில்லை. திருமண வாழ்வுக்கு முற்றிலும் புறம்பான அளவுகோல்கள்தாம் ஜோடிகளை ஒன்றிணைக்கின்றன. நான் அழகாய் திறமையாய் இருந்தும் ஏன் வரன் அமையவில்லை என எப்படி ஒருவர் கவலைப்படுவது அபத்தமோ, அதுபோன்றே நீங்கள், நான் நல்ல புத்தகம் எழுதியும் யாரும் விருது தரவில்லையே என யோசிப்பது. அதற்கு நீங்கள் தரகர் மூலம் ஓடி அலைந்து வரன் பிடிப்பது போல் விருது பிடிக்க வேண்டும்.

சில நேரங்களில் உங்கள் அரசு வேலை, குடும்ப கௌரவம் பார்த்து தானாகவே வரன் அமையும். விருதுகளும்தான். நீங்கள் ஓர் அமைப்பில் இருந்தால் அதன் வழியாக பல அங்கீகாரங்கள் கிடைக்கும். எனக்குத் தெரிந்து இவ்வாறு வாசகர்களேயற்ற எழுத்தாளர்கள் சில ஏகப்பட்ட விருதுகள் பெற்றிருக்கிறார்கள்.

அவர்கள் எழுதிய படைப்புகளின் எண்ணிக்கையை விட விருதுகள், சால்வைகள், கிரீடங்கள் ஆகியவற்றின் எண்ணிக்கை நீளமாக இருக்கும்.

கேரளா மாதிரி சில ஊர்களில் எழுத்துக்கு ஒரு ரொமாண்டிக்கான மதிப்பு இருக்கும். ஒவ்வொரு எழுத்தாளனும் அங்கு ஷக்கீலா மாதிரி. உண்ணி. ஆர் என ஒரு எழுத்தாளர் இருக்கிறார். இளைஞர். அவரது சிறுகதைத் தொகுப்பு மொழிபெயர்ப்பில் (காளி நாடகம்) உயிர்மையில் வெளியாகி உள்ளது. சாதாரணமான கதைகள்தாம். ஆனால் ஒவ்வொரு கதைக்கும் தனித்தனியாக விருது வாங்கி உள்ளார்.

தமிழகத்தில் இது வேறுமாதிரி. சிலவேளை உங்கள் புத்தகம் சொல்லும் கருத்தியலுக்காக, அரசியலுக்காக அமைப்புகள் உங்களுக்கு பட்பட் என விழா எடுப்பார்கள். முழுக்க முழுக்க கருத்தியலுக்கான அங்கீகாரம் இது. இவர்களுக்கு உங்கள் படைப்பின் இலக்கியத் தன்மை குறித்து எந்த ஆர்வமும் இராது. அதுபோல நட்புக்காக, பழக்கத்துக்காக விருதளிப்பவர்கள் உண்டு. சாதி பாசத்தில் வழங்கப்படும் விருதுகள் உண்டு.

எந்தப் பரிசுப்பணமும் இல்லாமல் வழங்கப்படும் விருதுகள் விசயத்தில் உஷாராக இருங்கள் - உங்களைத் தங்களுடைய நிறுவனம் அல்லது அமைப்பின் விளம்பரத்துக்காகப் பயன்படுத்துவார்கள். பஸ் காசு கூட கொடுக்காமல் ஒரு சின்ன மேடையில் வைத்து ஒரு பட்டயத்தைக் கொடுத்து பாதி வழியில் நள்ளிரவில் விட்டுப் போய்விடுவார்கள். அவமானமாக இருக்கும்.

ஒரு படம் ஒரு நாவலைத் தழுவி எடுக்கப்படும்போது சிலவேளை இயக்குநர் ஒரு பரபரப்புக்காக அந்நாவலுக்கு ஒரு விருதை வாங்கித் தரலாம். அதற்காக அகாதெமிக்காரர்களுக்கு படத்தின் பட்ஜெட்டில் கொஞ்சம் காசு ஒதுக்கினால் போதும்.

பெரும்பாலும் விருது வாங்க நீங்கள் நன்றாக வலைதொடர்பாக்க வேலைகளைச் செய்துகொண்டிருக்கவேண்டும். இலக்கிய வட்டங்களில் செல்வாக்குள்ள நபர்களிடம் அனுசரணையாக

இருக்க வேண்டும். என் முதல் நாவலை ஒரு விமர்சகரிடம் அனுப்பிவைத்தபோது அவர் என்னிடம் சொன்னார் “நீங்கள் இதுவரை என்னிடம் பேசியதில்லை என்பது வியப்பாக இருக்கிறது. ஏனென்றால் தமிழில் எழுதுகிறவர்களில் கணிசமானோர் என்னிடம் தொடர்ந்து தொடர்பில் இருக்கிறார்கள். நீங்கள்தான் இதுவரை என்னைத் தொடர்பு கொண்டு பேசியதில்லை.” அதாவது நீங்கள் எழுதினால் மட்டும் போதாது. தொடர்ந்து போனில் இவர்களிடம் எல்லாம் “உள்ளேன் ஐயா” கூவிக்கொண்டிருக்க வேண்டும். அவர்களுடன் தான் இருக்கிறீர்கள் என உறுதிப்படுத்திக் கொண்டிருக்க வேண்டும். அவர்களின் அதிகாரம் அப்போது தான் ஸ்திரமாகும். உங்களுக்குக் கொசுறாகச் சில விருதுகளுக்கு பரிந்துரைப்பார்கள். அங்கங்கே சில பட்டியல்களில் உங்களைச் சேர்ப்பார்கள். இதெல்லாம் தேவையா என சுயமரியாதை உள்ளவர்கள் யோசிப்பார்கள்.

இப்படியான தொடர்பாக்க வேலைகள் எழுத்துப் பணிக்கு முற்றிலும் விரோதமானது. அடிப்படையில் எழுத்தாளன் பேச்சைக் குறைப்பது நல்லது. அதிகம் பேசுபவர்கள் மிக அரிதாகவே எழுதுவார்கள். மேலும் நீங்கள் தொடர்ந்து எழுத்தில் முன்னேற வாசிப்பும் பரிசோதனைகளும் பயிற்சியும் வேண்டும். அதற்குத் தனிமை அவசியம். கூட்டத்தோடு பஜகோவிந்தம் செய்தால் எழுத்து உங்களை விட்டுப் போய்விடும். அதனால் தான் மிக அதிகமாய் விருது வாங்குபவர்கள் ஒன்று அப்படியே தேங்கிப் போய்விடுகிறார்கள். எழுதியதையே திரும்பத் திரும்ப எழுதுவார்கள். அல்லது எழுத்தை நிறுத்திவிட்டு ஊர் ஊராகப் போய் நண்பர்களுடன் குடித்துக்கொண்டிருப்பார்கள். தமிழில் இந்நிலை வெளிப்படையானது.

அது மட்டுமல்ல தொடர்ந்து இலக்கியம், சமூகம், அரசியல் பற்றியெல்லாம் விமர்சனம் எழுதுவது, கருத்து சொல்லுவது விருது வாங்கும் உங்களது ‘தகுதியைக்’ குறைத்துவிடும். பொதுவாக இத்தகையோர் சாகும் வரை பேசிக்கொண்டும் எழுதிக்கொண்டும் இருக்க வேண்டியதுதான், பேருந்தே போகாத

ஊரில் இயங்கும் இலக்கிய அமைப்புக்கூட பாவப்பட்டு உங்களுக்கு விருது தராது.

மிகவும் தரமாகவும் அதிகமாகவும் எழுதியுள்ள எழுத்தாளர்கள் ஒன்றோ ரெண்டுக்கு மேல் 30 வருடங்களில் விருதே வாங்கி இருக்க மாட்டார்கள். இது ஏனென்று தெரியவில்லை - தெருமுனைப் பிள்ளையாரைப் போல ஒன்றுமே பண்ணாமல் வேடிக்கை பார்த்திருக்கும் படைப்பாளிகளை விருதுகள் தேடித் தேடி வருகின்றன. விருதுகள் ஒருவகை ஓய்வூதிய திட்டம் போல.

“காட்சிப்பிழை” இதழில் எம்.ஜி.ஆர், சிவாஜிக்கு கார் ஓட்டின ஒரு சினிமாத் துறை டிரைவரிடம் பேட்டி வந்திருந்தது. அவர் சினிமாவில் நடிக்கத்தான் வந்ததாகவும், டிரைவரானால் வாய்ப்புகள் கிடைக்கும் என நம்பி வந்ததாகவும் சொல்லுகிறார். ஆனால் ஒன்றிரண்டு படங்களில் தலைகாட்டியது ஒழிய அவர் இறுதிவரை சினிமாவில் டிரைவராகவே ஆகிப்போனார். எழுத்துக்கும் இது பொருந்தும் - ஒரு இலக்கை நோக்கி மட்டும் ஓடாமல், இதையும் அதையும் எதையும் செய்து கொண்டிருந்தால் நீங்கள் கடைசியில் ஒன்றையும் உருப்படியாய்ப் பண்ண முடியாது.

விருதுகள் ஒரு தற்காலிகக் கிளர்ச்சி மட்டும்தான். கடந்த பத்து வருடங்களில் விருது வாங்கினவர்களின் பெயர்களைச் சொன்னால் அவர்கள் யாரென்று கேட்பீர்கள். அந்தளவுக்குத் தான் அதன் முக்கியத்துவம் வாசகர்களுக்கு உள்ளது. இன்னொன்று விருதுகள் உங்களைத் தொடர்ந்து எழுத ஊக்குவிப்பதும் இல்லை. சிலர் விருதுகள் வாங்கினதும் எழுத்துத் துறையை விட்டே அகன்றுவிடுகிறார்கள். சாலையில் போகும்போது ஒரு அழகிய பெண் உங்களைத் திரும்பிப் பார்ப்பது போல், விருதுகள் உங்களுக்கு வந்தால் (அதற்கு 1% தான் வாய்ப்பென்றாலும் கூட) நல்லது. அல்லது நாமே இந்தப் பெண்ணைத் தேடிப் பின்னால் அலைந்தால் வீட்டுக்கு ஒழுங்காய்ப் போய்ச் சேர முடியாது.

இறுதியாய், எழுத்தாளனுக்கு வாசகன்தானே விருது. அதை யாரும் வாங்கித் தர முடியாது!

சார் என் கதை புடிச்சிருக்கா?

தொழில்நுட்ப வளர்ச்சி காரணமாக படைப்புகளை இன்னொருவருக்கு அனுப்பி கருத்து கேட்பது இன்று பரவலாகி வருகிறது. ஜெயமோகன் தற்போது தனக்குப் பிடித்த இளம்படைப்பாளிகளின் கதைகளைப் பிரசுரிக்கையில் இன்னொருபுறம் பிடிக்காத பலரையும் நிராகரிக்கத்தான் செய்கிறார். நிராகரிக்கப்படுபவர்கள் காயப்படுகிறார்கள். கோபமாகிறார்கள். குழப்பமடைகிறார்கள். இதெல்லாம் தேவையா என யோசிக்கிறேன். தேவையில்லை என்பதே என் பதில். ஒரு விமர்சகன் தரும் அங்கீகாரம், பாராட்டு ஒரு படைப்பாளிக்கு அவசியமற்றது. அதனால் எந்தப் பயனும் இல்லை. வாசகனுடன் உரையாடுவதே எழுத்தாளனின் லட்சியம். விமர்சகனின் கைபிடித்து நடப்பதல்ல.

நானும் இதுபோல் என் இளம்பருவத்தில் என் படைப்புகளைப் பலரிடமும் படிக்கக் கொடுத்துள்ளேன். ஆனால், அதனால் எந்தப் பயனும் இல்லை என்பதைத் தொடர்ந்து எழுத ஆரம்பித்த பின் தான் உணர்ந்தேன். மேலும் நிராகரிப்பை எதிர்கொள்ளும் சிறந்த வழி தொடர்ந்து எழுதி பிரசுரித்துக் கொண்டே இருப்பதுதான். இது குறித்து என் கருத்துகளைச் சுருக்கமாகக் கீழே அடுக்கி இருக்கிறேன்.

1. கதை நன்றாக உள்ளதா என்பது முக்கியமல்ல. கதையின் நோக்கம் பிரசுரம், அதன் மூலம் வாசகனுடன் உரையாடுவது.

2. நாம் நம் தன்னம்பிக்கையை உயர்த்துவதற்காக அடுத்தவரின் கருத்தை எதிர்நோக்குகிறோம். இதற்காகப் பிறரிடம் வாசிக்கக் கொடுக்கிறோம். ஆனால் அசலான தன்னம்பிக்கை ஒருவர் பாராட்டுவதனால் அல்ல பலர் வாசிப்பதனால்தான் ஏற்படும்.

3. தொடர்ந்து பிரசுரமாவது, வாசிக்கப்படுவதுதான் எழுத்தாளனுக்கு முக்கியம்.

4. அடுத்து அவன் வாசகனுடன் உரையாடும்படி அவன் கதையில் ஒரு வாசல் திறக்க வேண்டும். அதற்குத்தான் பயிற்சியும் அனுபவமும் திறனும் தேவையாகிறது.

5. ஒரு மூத்த எழுத்தாளர் படித்துவிட்டு “இதுதான் சிறந்த படைப்பு” எனக் கூறினால் அது சிறந்ததாகி விடாது. ஏனெனில் ஒரு படைப்புக்கு மதிப்பெண் அல்ல அளவுகோல். சொல்லப் போனால் படைப்புக்கு அளவுகோலே அவசியமில்லை.

6. ஒரு படைப்பு என்பது ஒரு விவாதம். வாசகர்கள் அவ்விவாதத்தில் கலந்துகொள்ள வேண்டும். பலதரப்பட்ட கருத்துக்களை எண்ணங்களைத் தோற்றுவிப்பதே சிறந்த படைப்பு. ஏனென்றால் இந்தக் கருத்துகள் அல்லது மனப்பதிவுகள்தாம் அப்படைப்பின் வளர்ச்சி எனலாம். ஒரு படைப்பு என்பது விதை. அது வாசகனின் மனங்களில் விழுந்து வேர் பரப்பி வளர்ந்து விருட்சமாக வேண்டும். வாசகனின் மனப்பதிவுகள் மூலம்தான் ஒரு படைப்பே உருவாகிறது. ஒரே ஒருவர் படித்து நன்றாக உள்ளது எனச் சொல்லும்போதுகூட அது உயிர் கொள்ளுகிறதுதான். ஆனால் சின்னச் செடியாக மட்டுமே இருக்கும்.

7. இதன் தொடர்ச்சியாக யோசித்தால் யாருமே படிக்காத ஒரு கதை அல்லது கவிதை என்பது ஒரு படைப்பே அல்ல. அது ஒரு தனிமனிதனின் கனவு மட்டும்தான்.

8. ஆக, ஒரு எழுத்தாளன் பண்ணவேண்டியதெல்லாம் பத்திரிகை ஆசிரியர்களுடன் நல்லுறவைப் பேணுவதும், தனக்கான ஒரு வலைப்பக்கத்தை ஆரம்பித்து அதன் மூலம் வாசகர்களுடன் ஓர் உயிர்ப்பான உறவைத் தக்கவைப்பதும் தான்.

9. எழுத்தாளனுக்கும் வாசகனுக்கும்தான் பஞ்சாயத்தே. இதனிடையே கருத்து கந்தசாமிகளுக்கும் விமர்சகர்களுக்கும் இடமில்லை. நீங்கள் எழுதுகிறதில் பெறுவதற்கு ஏதோ ஒன்று இருப்பதனாலேதான் உங்களைப் படிக்கிறார்கள். நீங்கள் யாராக இருந்தாலும் நீங்கள் ஒரு நல்ல பண்பாட்டு/அறிவு ஊற்றாக இருக்கும் பட்சத்தில் வாசகன் அள்ளிக் குடித்துக் கொண்டே இருப்பான்.

10. விமர்சகன் ஒரு படைப்பின் நுட்பங்களை அல்லது வாசக அனுபவத்தின் பல தளங்களை விவாதிக்கக் கூடியவன். அவனும் எழுத்தாளன்தான். அவனும் ஒரு வாசகனை நோக்கியே பேசுகிறான். நீங்கள் படிக்கப்பட வேண்டுமா இல்லையா என்பதை அவன் தீர்மானிப்பதில்லை. நீங்கள் அவனை மிகுதியாக மதித்தால் அது தாழ்வுணர்ச்சியை ஏற்படுத்தும்.

11. வாசகன் என்றுமே விமர்சகனின் கருத்துகளைப் பற்றிக் கவலைப்படாமல் தனக்குப் பிடித்ததைப் படித்துக்கொண்டு இருக்கிறான். எழுத்தாளனும் தனக்குப் பிடித்ததை எழுதிக் கொண்டு போகிறான். இவர்கள் ஏதோ ஒரு புள்ளியில் சந்திக்கிறார்கள். அவ்வளவுதான்.

12. இது கிட்டத்தட்ட காதல் போன்றது. விமர்சகர்கள் பாமக தலைவர் ராமதாஸைப் போன்றவர்கள். விமர்சனம் படித்து தன் படைப்பைப் பற்றிக் கவலைப்படுகிறவன் பாலியல் சந்தேகங்களை மாத்ருபூதத்துக்கு எழுதுகிறவனைப் போன்றவன்.

13. வாழ்க்கையில் செயல்தான் பிரதானம். யோசிப்பது பேசுவது எல்லாம் அதற்கு அடுத்துதான். ஆக எழுத்தாளன் யாரைப்

பற்றியும் கவலைப்படாமல் எழுதுவான். மழை பெய்யுமா என கவலையின்றி விதை விதைப்பான்.

14. ஒரு மூத்த எழுத்தாளன் அல்லது தேர்ந்த வாசகனிடம் இருந்து படைப்பின் நுணுக்கங்களைக் கற்கலாமே? அதற்கு படைப்பை, பார்வைக்கு அனுப்புவது உதவுமில்லையா? இல்லை. உலகில் எழுத்து சம்பந்தமாக எத்தனையோ ஆலோசனைகள் உள்ளன. கணிசமானவை நம்மைக் குழப்பும், வழிதவறச் செய்யும், செயலற்றுப் போக வைக்கும். மொழி சார்ந்த சில அடிப்படைகள் போக கணிசமான உத்திகள், முறைகளை நாம் எழுத எழுதத் தான் கற்க முடியும். எந்தக் கோட்பாடும் உதவாது. நம் மனமும் மொழியும் இன்னொருவர் உறையில் தூங்கும் கத்தி அல்ல. நமக்கான பாதையை நாம்தான் நடந்து நடந்து உருவாக்க வேண்டும். ஒரு அலுவலகத்தில் சேர்ந்த உடன் *job profile* என்று ஒன்று கொடுப்பார்கள். அதற்கு இம்மியும் பிசகாமல் நடந்தால் வேலை வெற்றிகரமாக இருக்கும். ஆனால், எழுத்தாளனின் வேலை இதற்கு நேர்மாறானது.

15. என்னுடைய எழுத்துப் பற்றி நிறைய எதிர்மறை விமர்சனங்களைக் கேட்டுள்ளேன். அடிக்கடி யாராவது வந்து “நீ தவறான பாதையில் போகிறாய்” என்பார்கள். நான் இவர்களை உதாசீனித்துவிடுவேன். ஏனென்றால் எனக்கு ஒன்று தெரியும். நான் உபயோகப்படும்படியாக சுவாரஸ்யமாக எழுதும்போது யாராவது படித்தபடிதான் இருப்பார்கள். இந்த வாசிப்புதான் என் எழுத்துக்கான நியாயம். வேறு எவரின் தீர்ப்பும் அல்ல.

16. அதேபோல “நீங்க நல்லா எழுதுறீங்க” என ஒரு விமர்சகரோ மூத்த படைப்பாளியோ பாராட்டினால் அதை ஒரு பெரிய ஆசீர்வாதமாக நான் கருதுவதில்லை. அவர்களும் ஒரு வாசகரே, ஒரு வாசகராக என் படைப்பு அவர்களுக்குப் பிடித்திருக்கிறது என்று எடுத்துக்கொள்வேன். இலக்கிய வெளியில் அனைவரும் சமம் என்பதே என் நம்பிக்கை.

17. பிரபலப் படைப்பாளிகள்தாம் இங்கே விமர்சகர்கள்.

அவர்கள் குறிப்பிடும் இளைய எழுத்தாளர்கள் உடனடி கவனம் பெறுகிறார்கள் என்பது உண்மைதான். ஆனால் அது மட்டுமே இறுதியானது அல்ல. அவர்களால் குறிப்பிடப்பட்ட எத்தனையோ பேர் இன்றும் வாசகர்களால் நிராகரிக்கப்பட்டு வருகிறார்கள். குறிப்பிடப்படாத எத்தனையோ பேர் நல்ல பெயருடன் விளங்குகிறார்கள். மூத்த எழுத்தாளனால் பாராட்டப்படாத ஒருவனால் கூட முப்பது நாற்பது வருடம் இங்கே வெற்றிகரமாக இயங்க முடியும். தொடர்ந்து எழுதுவதன் மூலம் இயங்குவதன் மூலம் நாம் இந்தத் தடையை எளிதில் கடந்து விட முடியும்.

18. நான் ஒரு பெண்ணை முத்தமிடுகிறேன் என்றால் அந்த முத்தத்தின் சுவை எனக்கும் அவளுக்கும்தான் தெரியும். வெளியில் இருந்து பார்ப்பவருக்கு அல்ல. எழுதுவதன் முக்கியத்துவம் வாசிக்க வாசிக்கத்தான் தோன்றும். எப்படி வாசிக்க என இன்னொருவர் சொல்லுவதனால் அல்ல.

19. நீங்கள் நூறு பெண்களை முத்தமிடுகிறீர்கள். இதில் 90 பேருக்கு உங்கள் முத்தம் பிடிக்கவில்லை. அதற்காக நீங்கள் முத்தமிடுவதை நிறுத்திவிடுவீர்களா? ஒருத்தருக்குப் பிடிக்கவில்லை என்று நீங்கள் எழுதுவதை நிறுத்தினால் நீங்கள் அப்படிச் செய்வதாகத்தான் பொருள்.

20. தன்னம்பிக்கையே மிக அவசியமான பண்பு. நீங்கள் எழுதப் போகும் படைப்பு சிறந்தது என உங்களுக்கு எப்படித் தெரியும்? நியாயப்படுத்த, உறுதிப்படுத்த முடியாத ஒரு தன்னம்பிக்கையே உங்களைச் செலுத்தும் ஆற்றல். அது இல்லாமல் நீங்கள் எழுத முடியாது. அதனால் முதலில் உங்களையே நம்புங்கள். எழுத ஆரம்பிக்கும் முன் உங்களை நோக்கி “நான் ஒரு சிறந்த எழுத்தாளன்” எனச் சொல்லிக்கொள்ளுங்கள். திரும்பத் திரும்ப கண்ணாடி முன் நின்று சொல்லுங்கள். பிறரிடமும் சொல்லுங்கள். போகப் போக நம்பிக்கை பெருகும். தயங்காமல் எழுத முடியும். எழுத எழுத உங்கள் தன்னம்பிக்கை மேலும் உறுதியாகும். ஒருபோதும் உங்கள் நம்பிக்கையை இழக்காதீர்கள். நம்பிக்கை இழப்பது எழுத்தை இழப்பதற்குச் சமம்.

நான் பாரபட்சமான விமர்சகனே!

"பொது வாசகன்" எனும் பிம்பம் நவீனத்துவவாதிகளால் பொய்யாக கட்டியெழுப்பப்பட்ட ஒன்று. அப்படி ஒரு ஆள் வானத்தின் கீழ் எங்குமே இல்லை. ஒரு இலக்கியப் படைப்பின் சாரத்தை, எந்தச் சார்பும் இன்றி, சார்புநிலையின் "இழுபறிகள்" இன்றி, உறிஞ்சும் ஒரு அன்னப்பறவை வாசகன் எங்குமே இல்லை. ஏனென்றால் ஒரு நாவலுக்கோ கதைக்கோ அப்படி ஒரு மையம் - ஒரு சாரம் - இல்லை.

என் நாவல்களுக்கு / கதைகளுக்கு அப்படி ஒரு சாரம் உள்ளதாய் நான் நிச்சயம் கற்பனை பண்ணிக் கொள்கிறேன். ஏனென்றால் அப்படிச் செய்யாமல் என்னால் அவற்றை எழுதிவிட முடியாது. ஆனால் ஒவ்வொரு முறையும் நான் எதிர்பார்க்கும் சாரத்தை என் வாசகன் தீண்டுவதில்லை, உணர்வதில்லை, எடுத்துச் சுவைப்பதில்லை என்பதையும் அறிகிறேன். ஏமாற்றமடைகிறேன். அப்படி ஏமாற்றமடைவது பற்றி எனக்குள் நானே சிரித்துக் கொள்வதும் உண்டு. ஆனால் அதுவே எந்த இலக்கியவாதியும் விதியும்.

தனது சார்புநிலை "சார்ந்து" ஒரு வாசகன் என் புத்தகத்தில் எதையோ ஒன்றைத் தேடி வந்து அடைகிறான் (அல்லது

அடையாது ஏமாற்றம் அடைகிறான்.) அதற்காக என்னைப் பாராட்டுகிறான். (அல்லது சபிக்கிறான்.)

நம்முடைய நவீனத்துவ முன்னோடிகள் ஒரு பொத்தாம் பொதுவான, அரசியலற்ற, எதனாலும் மனம் கலையாத, ஒரு தொலைதூர வாசகன், முகமற்ற மனிதன், நம் படைப்பை நுகர காத்திருப்பதாய் ஒரு கற்பிதத்தை உருவாக்கி நம்மை அதை நம்ப வைத்தார்கள். தான் இறந்த பின்னும் தான் யாரென்றே அறியாது தனது கவிதை வரியொன்றைப் படித்து கண்ணீர்விடும் வாசகன் ஒருவன் வருவான் என சு.ரா ஒரு கவிதையில் எழுதினார். அவனே தன் உன்னத வாசகன் என்றும், அவனுக்காகவேதான் எழுதுவதாயும் சொன்னார். ஆனால் அவனும் கூட தன் வாழ்க்கையில் கண்ட எதையோ தேடி, தன் தனிப்பட்ட நம்பிக்கைகள், அனுபவங்கள், கருத்துகள், அரசியல் ஆகியவற்றின் சாயலை நாடியே சு.ராவின் படைப்பிடம் வந்து, ‘அதை’ அங்கு கண்டு கண்ணீர்விட்டதாய் சு.ரா அறியவில்லை.

தனது கதையொன்றைப் படித்து கடுமையாய் அதைத் திட்டி கடிதம் எழுதிய முகம் தெரியாத வாசகன் ஒருவனின் வீட்டைத் தேடிச் சென்று, அவனை ஆச்சரியப்படுத்தி, அவனுடன் ஒரு இரவு அவன் வீட்டில் கழித்த உருக்கமான அனுபவம் பற்றி எஸ்.ரா முன்பு ஒரு கட்டுரை எழுதியிருந்தார். இப்படித்தான் “பொதுவாசகன்”, பொதுவாசகர்களின் பொது விழுமியங்கள் பற்றி ஒரு பிம்பம் தமிழில் ஏற்பட்டது.

ஆனால் இதெல்லாம் நாம் நம்ப விரும்பும் ஒரு இனிய பொய். நாம் வாயிலிட்டு முழுங்கும் இனிப்பூட்டின மாத்திரை.

இலக்கியக் குழுக்கள் ஒரு புத்தகத்தைப் பொய்யாய் முன்னெடுத்து வாசகனின் தொண்டையில் திணிக்கின்றன என்பதும் இது போல் ஒரு பொய்தான்.

உண்மை இரண்டுக்கும் நடுவில் உள்ளது.

உயிர்மையில் எந்த நூல் வெளியானாலும் எனக்குத் தெரிய வருகிறது. எனக்கு எளிதில் கிடைக்கிறது. உயிர்மை எழுத்தாளர்களில் சிலரை நான் தனிப்பட்ட முறையில்

நன்கு அறிவேன். அவர்கள் என் நண்பர்கள். இதனால் நான் அவர்களை முன்பு பாராட்டியதும், இப்போது பாராட்டுவதும் இயல்பே. இதில் “திட்டமிட்ட” சார்பு என்று ஒன்று இல்லை. உங்கள் சொந்தத் தம்பியை அன்புடன் அரவணைத்தால் அது பாரபட்சமா? குடும்பத்தில் ஒருவருக்கு உதவினால் அது ஒருபக்க சார்பா? இலக்கிய உலகம் என் குடும்பம் அல்லவா?

அஜெண்டா என்பது அவசியமே

இவ்விசயத்தில் சதியாலோசனை எதும் நடப்பதில்லை. அதாவது இவ்வாறு தான் எந்த நூலையும் பொதுவெளியின் கவனத்துக்குக் கொண்டு வர முடியும். இடதுசாரிகள் இடதுசாரித் தத்துவத்தை முன்னெடுக்கும் ஒரு நூலினால் உந்தப்பட்டு அதைப் பற்றித் தொடர்ந்து பேசி அதிக வாசகர்களுக்கு அதை எடுத்துச் செல்வார்கள். இந்துத்துவர்களும் பெண்ணியவாதிகளும் கழக அரசியல்வாதிகளும் சிறுபான்மையினரும் இதையே செய்வார்கள். இதன் பின்னால் நிச்சயம் ஒரு “அஜெண்டா” உள்ளது. ஆனால் திட்டமிட்டுச் செயல்படுத்தப்படுகிற அஜெண்டா அல்ல இது. தம்மை அறியாமல் நம் குழுக்கள் செயல்படுத்துகிற அஜெண்டா இது. ஆனால் புத்தகங்கள் மக்களை அடையவும், மக்களால் வாசிக்கப்படவும் ஏதாவது ஒரு அஜெண்டா அவசியம்.

ஒரு நாவலுடன் ஒரு இனக்குழுவினர், சாதியினர் உணர்வுரீதியாய் பிணைக்கப்படலாம். அதை முன்னெடுப்பது அவர்களுக்கு அவசியமாய் இருக்கலாம். உதாரணமாய் கள்ளர் சாதியினர் தம் வரலாற்றைச் சித்தரித்த ஒரு நாவலை தேசமெங்கும் கொண்டு செல்ல முயலலாம். செய்யட்டுமே! என்ன குற்றம்? ஏன் ஒரு குறிப்பிட்ட சமூகத்துள் மட்டுமே வாசிக்கப்பட ஒரு நாவல் எழுதப்படக் கூடாதா? *Uncle Tom's Cabin* மாதிரியான ஒரு நாவல் அதன் வரலாற்றுச் சூழலுடன் கச்சிதமாய் பொருந்திப் போனதனால் மட்டுமே உலகம் முழுக்கப் பிரபலமாயிற்று. இன்றும் அதன் வரலாற்றுப் பின்புலத்துக்காக, அடிமைத்தனம், இனஒடுக்குமுறை பற்றின விவாதத்துக்காக அந்நாவல் படிக்கப்படுகிறது.

சு.ராவின் "ஜெ.ஜெ சில குறிப்புகள்" அது வெளியான புதிதில் கிட்டத்தட்ட ஒவ்வொரு சிறுபத்திரிகை எழுத்தாளன் கையிலும் இருந்தது. அதைப் பற்றி பரபரப்பாய்ப் பேசாத ஆட்கள் அப்போது இலக்கிய வட்டத்தில் இல்லை. அந்தப் பரபரப்பு அதன் புதுமையான பரீட்சார்த்தமான மொழியினால் மட்டும் ஏற்படவில்லை. அந்நாவல் முன்வைத்த கலகக்கார அறிவுஜீவி, அவனது உன்மத்தமான பாய்ச்சல், விட்டேற்றியான போக்கு, அதிர்ச்சிக்குரிய வாழ்க்கை நமது சிறுபத்திரிகையாளர்களுக்கு அன்று அவசியமாய் இருந்தது. அந்த பிம்பத்தை ஒரு டெடிபேர் போல் தழுவிக்கொண்டு அவர்கள் உறங்கினார்கள். அதைக் கட்டியபடியே அன்றாட வாழ்வில் ஈடுபட்டார்கள். இன்று சிறுபத்திரிகை உலகம் இடைநிலை உலகமாய், சமூக வலைதள உலகமாய் மாறியபின், கலகத்தின் பொருள் மாறியபின், மக்களுக்கு அந்த ஜெ.ஜெ பிம்பம் அவசியம் இல்லை. அந்நாவலும் மதிப்பை இழந்துவிட்டது.

எக்காலத்துக்குமான ஒன்று உண்டா?

பரபரப்பைத் தாண்டின இலக்கிய மதிப்பு ஒன்று, எக்காலத்துக்குமான செவ்வியல் மதிப்பு என ஒன்று, இல்லையா? இலக்கிய மதிப்புக்காக மட்டுமே ஒரு புத்தகம் பேசப்பட வேண்டும் என நான் ஒரு காலத்தில் நம்பினேன். ஆனால் அது வெறும் கற்பிதமே என காலம் எனக்குக் கற்பித்தது. தூய்மையான இலக்கிய அந்தஸ்துக்காக மட்டுமே ஒரு நாவல் ஒரு வாசகனுடன் உரையாடுவதில்லை. (ஏனென்றால் வாசகனுக்குள் அப்படியான ஒரு தூய்மையான ஒரு இடம் - ஒரு துலங்கும் ஆன்மா இன்று இல்லை.)

ஜெயமோகனின் "பின்தொடரும் நிழலின் குரல்" நாவலை எடுத்துக் கொள்ளுங்கள். சிதையும் மனம் ஒன்றைப் பற்றின அபாரமான உளவியல் சித்தரிப்புக்காக மட்டுமே அந்நாவலை உலக இலக்கிய வரிசையில் வைக்கலாம். ஆனால் அந்நாவல் தமிழ் மண்ணில் காலூன்றின ஒன்று அல்ல. அது கேரளாவில் வெளியாகி இருக்க வேண்டியது. இடதுசாரிகள் பிரதான கலாச்சார அடையாளமாக மாறாத தமிழகத்தில் அந்நாவல்

எழுதப்பட்டதால், இங்குள்ள பொதுமனதுடன் உரையாட முடியாமல் போகிறது. அவர் அதை மலையாளத்தில் எழுதி இருந்தால் நூறு மடங்கு அதிக கவனம் கிடைத்திருக்கும். இதையே "விஷ்ணுபுரத்துக்கும்" சொல்லலாம். அது ஒரு *desi* நாவல். அதை ஆங்கிலத்தில் எழுதியிருந்தால் நிச்சயம் லட்சக்கணக்கான பிரதிகள் விற்றிருக்கும். அதன் இலக்கிய "அந்தஸ்தும்" ரஷ்டி, அருந்ததி ராயின் புத்தகங்களுக்கு மேல் இருந்திருக்கும்.

குழுக்களின் புரொமோஷனில் எந்த உள்நோக்கமும் வணிக லாபமும் இல்லை

இனி மற்றொரு விசயத்துக்கு வருவோம். இலக்கியக் குழு சார்ந்த புத்தக புரொமோஷனில் எந்த உள்நோக்கமோ வணிக நோக்கமோ இல்லை. ஒரு திருமண வைபவம் போல் இது நடக்கிறது. பலர் வந்து விருந்துண்ணுகிறார்கள். சிலர் பரிமாறுகிறார்கள். சிலர் புறம் பேசுகிறார்கள். சிலர் ஒருங்கிணைக்கிறார்கள். சிலர் உதவுகிறார்கள். உங்கள் நண்பனின் திருமணத்துக்கு அழைப்பிதழ் விநியோகிக்கச் செல்வது போலத்தான் இங்கு ஒரு கவிதைத்தொகுப்புக்கு மதிப்புரையோ சிறு முகநூல் குறிப்போ எழுதுவது. உணர்வுப்பெருக்கில் மிக இயல்பாய் நடக்கிற காரியங்கள் இவை. உள்நோக்குடன், பெரிய திட்டங்களுடன் நடப்பவை அல்ல. எழுத்தாளன் உட்பட யாருக்கும் இதனால் லாபம் உண்மையில் இல்லை. நூறு பிரதி விற்கிற புத்தகம் முன்னூறு பிரதிகள் விற்றால் உண்மையில் என்ன பெரிய லாபம் சம்பாதித்து விடப் போகிறான் எழுத்தாளன்?

இதில் புரொமோஷன் - சதித்திட்டம் - ஒன்றும் இல்லை:

(1) தமிழ் இலக்கிய வட்டாரங்களில் யாரும் இதையெல்லாம் திட்டமிட்டுச் செய்வதில்லை. எனக்குத் தெரிந்து அதுவாகவே நிகழ்கிறது. முன்பு தமிழினி நூல்களை ஜெயமோகன் தொடர்ந்து அறிமுகப்படுத்திப் பாராட்டிக்கொண்டிருந்தார். ஏனென்றால் அந்நூல்கள் அவருக்கு உடனடியாய் கிடைத்துக் கொண்டிருந்தன. காலச்சுவடு சார்ந்த படைப்பாளிகளுக்கும் இதுவே நிகழ்கிறது. இதில் நமது நண்பர்களின் படைப்புகளைக் கூடுதல் கவனம்

கொடுத்து வாங்கி வாசிப்போம். நட்பு காரணமாய் கூடுதல் ஸ்பூன் சர்க்கரை கலந்து பாராட்டவும் செய்வோம். இதெல்லாம் இயல்பே.

(2) திட்டமிட்டு பாராட்டி இங்கு ஒரு நூலை நீங்கள் ஆயிரம் பிரதிகள் விற்க வைக்க முடியாது. கூடுதலாய் பத்துப் பிரதிகள் விற்கலாம். இருக்கட்டுமே. அதனால் நம் பண்பாட்டுக்கு என்ன நஷ்டம்? நான் பாராட்டிய நூலைப் படித்து வீணாகிய நேரத்தைக் கொண்டு வாசகன் என்ன ஆப்பிள் கம்பெனி ஆரம்பித்து உலகைத் தலைகீழாய்ப் புரட்டிப் போட்டிருப்பானா? கூல் பாஸ். வாசித்து நீங்கள் எதையும் வீணடிப்பதில்லை. மேலும் பிடிக்காவிட்டால் பத்துப் பக்கங்களிலே தூக்கிப் போட வேண்டியதுதானே? பணம் வீணாகிறது என்றால் புத்தகத்தை இரவல் வாங்க வேண்டியதுதானே? அல்லது நூலகத்தில் போய் படியுங்கள். பிடிக்காவிட்டால் நூலை அலமாரியில் திரும்ப அதே இடத்தில் வையுங்கள்.

ஏன் சிலர் மட்டும் முன்னெடுக்கப்படுகிறார்கள்?

சில எழுத்தாளர்கள் ஏன் சிலரால் தொடர்ந்து கொண்டாடப்படுகிறார்கள் என எனக்கும் உண்மையில் புரிவதில்லைதான். சமகாலத்தவர்களின் பெயர்களை நான் குறிப்பிட விரும்பவில்லை. முன்னோடிகளைப் பற்றிச் சொல்கிறேன். கி.ரா, பா.சிங்காரம், தஞ்சை பிரகாஷ் போன்றவர்களிடம் அப்படி என்னதான் சிறப்பு என என்னால் சத்தியமாய் விளங்கிக்கொள்ள முடிந்ததில்லை. ஆனால், இவர்கள் இங்கு சில குறிப்பிட்ட இலக்கியக் குழுக்களுக்கு குலசாமிகளாய் இருக்கிறார்கள். இவர்களிடம் இருந்து எதையோ அந்தக் குழுவினர் (படைப்பாளிகள்) ஆதர்சமாய் பெற்றுக்கொள்கிறார்கள்; விழுமியமாகவோ பிம்பமாகவோ மொழியாகவோ அது இருக்கலாம். இவர்களால் இக்குழுவினர் தூண்டப்படுகிறார்கள். தஞ்சைப் பிரகாஷைக் கொண்டாடும் லஷ்மி சரவணகுமார் தஞ்சைப் பிரகாஷை விட மேலான கதைகளை எழுதியிருப்பதாகவே எனக்குப் படுகிறது. அவ்விதத்தில் தஞ்சைப் பிரகாஷ் பயன்படுவது ஒரு

நல்ல விசயம்தானே? நான் இவர்களிடம் போய், தஞ்சைப் பிரகாஷ் ஏன் ஒரு சிறந்த படைப்பாளி இல்லை என எழுதியும் விவாதித்தும் நிறுவ முயல மாட்டேன். உடையாத பொருள் ஒன்றைப் பழுது பார்க்கக் கூடாது என ஆங்கிலத்தில் ஒரு பழமொழி உண்டு *(if it aint broke don't fix it)*. அது இவ்விசயத்தில் நன்கு பொருந்தும்!

நான் பாரபட்சமானவனே!

நான் இதை வெளிப்படையாகவே ஒத்துக்கொள்வேன்.

நான் சார்புநிலை கொண்டவன். இதை நெஞ்சு நிமிர்த்தி உரக்கச் சொல்வேன்.

என் ஊரைச் சேர்ந்த அத்தனை எழுத்தாளர்கள் மீதும் எனக்கு பாரபட்சம் உண்டு. அதைச் சொல்வதிலும் கூச்சமில்லை. என்.டி ராஜ்குமாரைப் பற்றி என்னை விட விரிவாய் யார் எழுதியிருக்கிறார்கள்? அவர் என்ன குறைபட்ட படைப்பாளியா? தமிழின் சாதனையாளர்களில் ஒருவர். அதேபோன்றே நட.சிவகுமார் பற்றியும் எழுதியிருக்கிறேன். மேலும் பல சொந்த ஊர் எழுத்தாளர்களைப் பற்றி எழுதியிருக்கிறேன். என் மண்ணின் எந்தப் படைப்பாளியைப் படித்தாலும் என் நெஞ்சுக்கு இனிக்கிறது. உடனே சிலாகித்து எழுத உள்ளம் துடிக்கிறது. தவறா? நிச்சயம் இல்லை.

மனுஷ்யபுத்திரனை எவ்வளவு பாராட்டினாலும் எனக்குத் திகட்டாது. இரண்டு காரணங்கள். 1) அவர் ஒரு அற்புதமான கவிஞர். 2) அதைவிட முக்கியமாய், அவர் என் பிரியத்துக்குரியவர். இதை வெளிப்படையாகவே ஒத்துக் கொள்வேன். எனக்கு இதில் தயக்கமே இல்லை. ஒருவேளை நான் அவர் பதிப்பகத்தில்

எழுதுவதை நிறுத்தினாலும் இதையே செய்வேன். ஏனென்றால் பிரியத்துக்குக் காலாவதி தேதி கிடையாதே.

நான் சி.சு. செல்லப்பாவோ சு.ராவோ அல்ல. நான் பாரபட்சமான ஒரு ஆள்.

இன்னொரு பக்கம், காலச்சுவடு "முகாமை" சேர்ந்த சுந்தர ராமசாமி (ஹா ஹா ஹா), சுகுமாரன், அரவிந்தன் போன்றோரையும் கொண்டாடி எழுதியிருக்கிறேன். அதற்காய் நான் திரு.கண்ணனிடம் சம்பளம் வாங்குகிறேனா? என்னைக் கடுமையாய்த் திட்டிய பிரபு காளிதாஸின் நாவலைப் பற்றித் தேன் சொட்டச் சொட்டப் பாராட்டி எழுதி இருக்கிறேன். நான் சார்புநிலை கொண்டவனாய் இருக்கும் அதேவேளை சிலநேரம் "பாரபட்சம் இன்றியும்" எழுதுகிறேன்தான். என்ன செய்ய? என்னை ஒரு பைத்தியம் என வைத்துக்கொள்ளுங்கள்.

சரளமாக செறிவாக எழுதுவது எப்படி?

நான் எழுத ஆரம்பித்த புதிதில் ஜெயமோகன் ஒருமுறை என்னிடம் சொன்னார் “எழுத்தாளனுக்கு கைப்பழக்கம் முக்கியம். எழுதி எழுதி மனம் செல்கிற இடத்தில் கை செல்லும் லாகவம் வரவேண்டும்” என்றார். அவர் சிலம்பாட்டப் பயிற்சியில் இருந்து ஓர் உதாரணம் சொன்னார். சிலம்பம் கற்க செல்கிறவர்களை ஆரம்பத்தில் வெறுமனே குச்சியைச் சுழற்றிக் கொண்டே இருக்கச் சொல்வார்கள். இதுவே கராத்தே, குங்ஃபூ கற்க செல்கிறவர்களுக்கும் நடக்கும். தடுக்கும் கையசைவை மட்டுமே நூற்றுக்கணக்கான முறைகள் பயில வைப்பார்கள். தசை நினைவு என்றொரு திறன் உண்டு. போதுமான அளவு பழகிவிட்டால் சிலம்பத்தை யோசிக்காமலே சுழற்ற முடியும்; முகத்துக்கு நேராய் வரும் அடியைத் தன்னிச்சையாய் கையால் தடுக்க முடியும். எழுத்தாளனுக்கு மொழியும் இதுபோல் வசப்பட வேண்டும்.

அன்றைக்கு எழுதி பிரசுரிக்கும் வாய்ப்புகள் குறைவு. காகிதத்தில் எழுதித் தள்ளலாம். ஆனால் எடிட் செய்வதும் பாதுகாப்பதும் பிறரைப் படிக்க வைப்பதும் பகிர்வதும் சிரமம். சமீபத்தில் இமையத்துடன் பேசும்போது அவர் கணினி ஒரு பேய் என்றார். அதனிடம் மாட்டிக்கொண்டால் அது நம்மை

இழுத்துக்கொள்ளும். விடாது. இன்னும் இன்னும் எழுது எனக் கேட்டுக்கொண்டே இருக்கும் என்றார். மிதமாய் கச்சிதமாய் எழுதுவதே சரி என நம்பும் அவர் கணினியில் நேரடியாய் எழுதுவது எழுத்தாளனுக்குக் கேடு விளைவிக்கும் என்கிறார். அதனால் அவர் காகிதத்தில் எழுதி பின்னர் அதை கணினியில் உள்ளிடுகிறார். இது ஒரு முக்கியமான அவதானிப்பு.

கணினி ஏன் அதிகம் எழுதச் செய்கிறது? ஒன்று அது எழுத்து கட்டுப்பாடற்றது எனும் உணர்வை அளிக்கிறது. ஒரு 'வெர்ட்' பக்கத்தை நீங்கள் பத்து வருடங்கள் கூட நிறுத்தாமல் எழுதிக் கொண்டே போகலாம். ஆனால் ஒரு நோட்டு புத்தகத்தில் எழுதுவது அப்படி அல்ல. அது காட்சிபூர்வமாய் நமக்கு ஒரு கட்டுப்பாட்டுணர்வை அளிக்கிறது. ஒரு நாற்பது பக்கக் கதையைக் காகிதத்தில் எழுதினால் அது எண்பது பக்கங்கள் வரும். பார்க்கவே மலைப்பாய் இருக்கும். அதனால் இயல்பாகவே நீங்கள் கையடக்கமாகவே எழுத விரும்புவீர்கள். எண்பதுகளில் எழுதப்பட்ட சிறுகதைகள் அளவில் சிறிதாகவே இருந்தன இதனால்தான்.

(ஆனால் இமையம் கூட தொண்ணூறுகளில் எழுதியதை விட இன்று பல மடங்கு அதிகமாய் எழுதுகிறார் என்பதையும் நாம் கவனிக்க வேண்டும். கணினியைத் தவிர்க்க நினைக்கிறவர்களையும் அது மறைமுகமாய் பாதிக்கவே செய்கிறது.)

இணையத்தில் இயல்பாகவே நாம் மொழியை உரையாடல் கருவியாகவே பயன்படுத்துகிறோம். இலக்கிய எழுத்தாளர்கள் படைப்பில் சமூகத்துடன் நேரடியாய்ப் பேசுகிறவர்கள் அல்ல. அவர்கள் ஒரு அந்தரங்கமான துணையை வாசகராக எண்ணி உள்-உரையாடல் மேற்கொள்வார்கள். அதனால் அந்த எழுத்து தனக்குள் ஒருவன் பேசுகிற தன்மையைக் கொண்டிருக்கும். படிக்க ஆரம்பித்ததுமே உடனே சேலைத்தலைப்பால் தலையை மூடிக் கொள்கிற எழுத்து இது. மெல்ல மெல்ல நம் பிரயத்தனம் பொறுத்தே இவ்வகை எழுத்து நமக்கு நெகிழ்ந்து தரும். நகுலன், மௌனி ஆகியோரை உதாரணம் காட்டலாம்.

ஆனால் கடந்த பத்து வருடங்களில் எழுதப்பட்ட கணிசமான கதைகள், கட்டுரைகள் வெளிமுகமானவை. ஒரு கற்பனை எதிர்த்தரப்பை முன்வைத்து உரையாடவோ அரட்டை அடிக்கவோ முயல்பவை. “நான்”, “நீ”, “நாம்” என்பவை அதிகம் புழங்கும் சொற்கள். இதனால் மொழி லகுவாகி இருக்கிறது. சரளமாகி இருக்கிறது. ஆனால் அடர்த்தி குறைந்திருக்கிறது. சுவாரஸ்யமாகி இருக்கிறது. ஆனால் ஆழம் குறைந்திருக்கிறது.

நாம் மீண்டும் ஜெயமோகனின் மேற்கோளுக்கு வருவோம். இன்று “கைப்பழக்கம்” அதிகமாகி இருக்கிறது. முன்பெல்லாம் ஒரு வாக்கியம் எழுத காகிதத்தைப் பேனாவால் குத்திக் கிறுக்கி மண்டையைச் சொறிந்து புண்ணாக்குவார்கள். இன்று கணினி தட்டச்சுப் பலகையில் விரல் வைத்தால் வாக்கியங்கள் கோர்வையாய் விழுந்துகொண்டே இருக்கின்றன. எழுத்துக் கூச்சம் இன்று காணாமல் போய்விட்டது. சொற்கள் இன்னும் சரளமாய் கைவருகின்றன. இது நிச்சயம் நேர்மறையானது. வளர்ச்சி தான். பாராட்டுக்குரியது தான்.

நான் முன்பு கல்லூரியில் வேலை செய்யும்போது என்னிடம் எப்படி ஆங்கிலத்தில் எழுத கற்பது என கேட்கிற மாணவர்களிடம் சமூக வலைதளங்களை அதிகம் பயன்படுத்த சொல்வேன். பேஸ்புக்கில் எழுதிப் பழகுவது ஆரம்ப கட்ட மொழி வளர்ச்சிக்கு மிகவும் நல்லது.

எழுத்து என்பது ஒரு பெரும் நதியாய் ஆரம்பித்து பின் சிறு கிளை ஆறுகளாய்ப் பிரியும் விதத்தில் இருக்க வேண்டும். முதலில் கட்டுப்பாடற்ற சரளத்துடன் நினைத்ததை எழுத வேண்டும். சிலம்பத்தைக் காற்றில் ஜாலியாய்ச் சுற்றிக்கொண்டே இருக்க வேண்டும். துல்லியமான அடவுகள், தொழில்நுட்பம் குறித்து கவலைப்படக் கூடாது. இந்தப் பிரவாக எழுத்து பின்னர் அனுபவம் கிடைத்த முதிர்ந்த பின் துல்லியம், கூர்மை, கட்டுப்பாடு நோக்கிச் செல்லவேண்டும். மொழி விரிவாய் ஆரம்பித்துச் சுருங்க வேண்டும். இணையத்தில் நம் மொழி கட்டுப்பாடில்லாமல் பெரும் நதியின் ஆர்ப்பாட்டத்துடன் எல்லா திசைகளையும் அள்ளி அணைத்து ஓடுகிறது. இது

ஆரம்ப நிலை எழுத்தாளர்களுக்கு நிச்சயம் உதவக் கூடியது.

ஆனால், இதில் ஒரு சிக்கல் உள்ளது. இன்று எழுதுகிறவர்கள் முதல் கட்டத்திலே நின்றுகொள்கிறார்கள். ஓர் உணர்வை, சிறு தகவலைக் கடத்தினால் போதும் என நினைக்கிறார்கள். சுவாரஸ்யமாய் எழுதுகிறவர்கள் நல்ல எழுத்தாளர்கள் எனும் கற்பிதம் தோன்றுகிறது.

இவர்கள் முப்பது நாற்பது பொதுவான பெயர்ச் சொற்களுக்கு மேல் பயன்படுத்துவது இல்லை. அடைச்சொற்கள் *(adjectives)* இன்னும் குறைவு. எனக்குத் தெரிந்த ஒரு முகநூல் பதிவர் எதற்கெடுத்தாலும் ‘ரகளை’ எனச் சொல்லத் தவறமாட்டார். ஒரு சுவாரஸ்யமான பதிவைப் படித்தால் அது ரகளை. நல்ல பாட்டு, ஜோக் என்றால் அதுவும் ரகளை. மசாலா தோசை. சாம்பார் வடை எல்லாமே ரகளை. இல்லாவிட்டால் ‘மாஸ்’ அல்லது ‘செம’. அட்டகாசம், கலக்கல் போல இன்னும் சில சொற்கள் உள்ளன. எதிர்மறையான விசயம் என்றால் ‘செருப்படி’, ‘மொக்கை’ அல்லது வேறு சில வசைச் சொற்கள். இதை வைத்தே ஒப்பேற்றிக்கொண்டிருக்கிறார்கள். இன்னும் சொல்லப் போனால் எழுத்து மொழியை ஒருவித வெற்று அரட்டை மொழிக்கு நகர்த்திக்கொண்டிருக்கிறார்கள். “சொன்னா கேட்கவே மாட்டேங்கிறான். என்ன நினைச்சிட்டிருக்கிறான்? பெரிய மயிரா அவன்? பருப்பா என்ன? கொய்யால. இறங்கி அடிச்சேன்னா வச்சுக்க? அவனை வச்சு செய்யப்போறேன் பாரு” இப்படி நேரில் பேசுவதை அப்படியே எழுதுகிறார்கள். இதில் எவ்வளவு சொற்கள்? பத்து? இருபது? பேச்சு மொழியில் ஓர் எரிச்சலை, கோபத்தை உணர்த்த நமக்கு இவ்வளவு சொற்களே தாராளம். எழுத்தில் போதாது.

ஆனால், இதே இருபது சொற்களை வைத்து தினமும் பத்தி பத்தியாய் பதிவெழுதுகிறவர்கள் இருக்கிறார்கள். மெல்லிய உணர்ச்சிகள், மிதமான பிரச்சனைகள் பற்றி மட்டுமே எழுதுவார்கள். ஒரு சிக்கலான பிரம்மாண்டமான நாவலுக்குக் கூட இந்தக் கையளவு சொற்களை வைத்து விமர்சனம் எழுதுகிறார்கள். எப்படி? நாவலின் படத்தைப் பதிவேற்றிவிட்டு

கீழே "செம மாஸ். மிஸ் பண்ணிடாதீங்க. உடனே படிச்சிருங்க பாஸ்." இவ்வளவுதான். இதன் மூலம் இவர்கள் இளமை ததும்பும் மொழியில் எழுதுவதாய் பெருமிதம் கொள்ளலாம். ஆனால் நடப்பதென்னவென்றால் எந்த மொழிப்பயிற்சியும் இல்லாத வாசகர்கள் இதைத் தமக்கு நெருக்கமாய் உணர்ந்து ஆர்வம் கொள்கிறார்கள். ஆனால் இந்த மொழி விரைவில் உலர்ந்து உதிர்ந்துவிடும். படிப்பவர்களும் வேறு ஆட்களை நோக்கி நகர்ந்துவிடுவார்கள். பேல்பூரி மிக்ஸ் செய்து விற்கும் வட இந்திய வியாபாரிகளுக்கும் இவர்களுக்கும் அதிக வித்தியாசம் இல்லை. பூரி, பொரி, கொஞ்சம் மசாலா, நறுக்கின வெங்காயம், தக்காளி, ஒரு குலுக்கல், ஒரு கிளறல், காகிதத்தில் பொட்டலம் கட்டல் அவ்வளவுதான்.

பேஸ்புக்கில் பலவித உணர்ச்சிகளை நேரடியான மொழியில் வெளிப்படுத்தும்படி எழுதுகிறவர்களும் இருக்கிறார்கள். இவர்கள் முதல் நிலை. இவர்களுக்குக் கீழ் பேல்பூரி மொழியில் எழுதுகிறவர்கள் இன்று அதிகமாகி வருகிறார்கள். (இவர்கள் தாம் எழுதுவதைத் தொகுத்துப் பதிப்பிக்கவும் செய்கிறார்கள்.)

இணையத்தில் ஜெயமோகன், சாரு நிவேதிதா, மனுஷ்யபுத்திரன் எழுதுவதற்கும் இந்தப் பதிவர்கள் எழுதுவதற்கும் என்ன முக்கியமான வித்தியாசங்கள்? ஒன்று மேற்சொன்ன எழுத்தாளர்கள் எளிய உணர்ச்சிகள், பிரச்சனைகளைக் கடந்து இன்னும் அடர்த்தியான உணர்ச்சிகள், பிரச்சனைகளைக் கையாள்கிறார்கள். அடுத்து, அதிகமான சொற்களைப் பயன்படுத்துகிறார்கள்.

சாருவை நான் இந்தப் பட்டியலில் சேர்த்தது சிலருக்கு வியப்பாக இருக்கலாம். ஆனால் ஜனரஞ்சக மொழியில் எழுதுகிறவர்களில் சாரு அளவுக்கு மூட்டை நிறையச் சொற்களைக் கொண்டவர்கள் அரிதே. சாருவுக்கும் ஜெயமோகனுக்கும் இதில் வித்தியாசம் சாரு வாரமலர் மொழி, சுவரொட்டி மொழி ஆரம்பித்து, பேச்சுமொழியின் நுணுக்கமான விவரிப்புகள் எனப் பலவித சொற்கள் மற்றும் பிரயோகங்களைத் தன் கட்டுரைகளின் அரட்டை மொழிக்குள்

கொண்டு வருகிறார். வெகுஜன மொழியில் இலக்கியப் பண்பாட்டு உணர்வுகளைச் சித்தரிக்கிறார். சோடா போல் ஜிவ்வென அவர் இலக்கிய எழுத்துக் கூட இருப்பதன் காரணம் இதுதான். யாரும் கற்பனை செய்யாத இடங்களில் இருந்து சேகரித்த சொற்களை அவர் அதற்கு முரணான இடத்தில் வைத்துப் பட்டை தீட்டுகிறார். இவற்றோடு இலக்கிய, கவிதைச் சொற்களையும் அவர் கலக்குகிறார்.

ஜெயமோகன் வரலாறு, தொன்மம், உளவியல், இலக்கியம், கவிதை, ஆன்மிகம், விமர்சனவியல் ஆகியவற்றில் புழங்குகிற பலவிதமான சொற்களைப் பயன்படுத்துகிறார். “விஷ்ணுபுரம்” நாவலில் தொன்மம், பலவித முந்தைய சிற்பவியல், குதிரை வளர்ப்பு சம்பந்தமான தொன்மையான பிரதிகள் ஆகியவற்றில் இருந்து புழக்கத்தில் இல்லாத சொற்களை நூற்றுக்கணக்கில் காண இயலும். அதேபோல “பின்தொடரும் நிழலின் குரல்” நாவலில் இடதுசாரி கோட்பாட்டுச் சொற்கள் பலவற்றைப் புதிதாய்த் தேடி எடுக்க முடியும். ஜெயமோகனின் நாவல்களில் உள்ள புதுச் சொற்களை சேகரித்தாலே தனி அகராதிகள் நான்கைந்து தொகுக்கலாம்.

“பின்தொடரும் நிழலின் குரலின்” மைய பாத்திரம் வெள்ளாள சாதியைச் சேர்ந்தவர். இதே சாதியைச் சேர்ந்த ஒரு நண்பர் என்னிடம் உரையாடும்போது மையபாத்திரத்தின் மனைவியின் உடல்மொழியை ஜெயமோகன் சித்தரித்திருந்த விதம் மிகத் துல்லியமாய் அச் சாதி பெண்களுக்கே உரித்ததாய் அமைந்திருந்ததாய் சிலாகித்தார். அவருக்கு ஜெயமோகன் மீது இதனாலே தனி பிரியம் ஏற்பட்டுவிட்டது. சில வாக்கியங்களில் ஓர் எழுத்தாளனால் ஒரு மொழிக்குள் மற்றொரு மொழி அடுக்கை உருவாக்க முடியும். அந்த அடுக்கை கண்டடையும் போது, கூடலின் போது சட்டென அந்தரங்க இடத்தில் ஒரு புள்ளியைத் தீண்டினது போல், ஒரு நல்ல வாசகன் மனக்களிப்பு கொள்கிறான்.

ஜெயமோகனின் மொழியில் உள்ள கவித்துவம் அவர் நவீன கவிதையை உள்வாங்கிச் செரித்து தன் மொழியில் மீண்டும்

கருத்தரிக்கும் திறனில் உள்ளது. “காடு” நாவல் வெளியான புதிதில் தமிழ்ச்செல்வன் எனும் எனது நண்பர் அதில் பிரமிள், தேவதச்சன் போன்றோரின் கவிதைப்பிரயோகங்களை ஜெயமோகன் எப்படி எடுத்தாண்டிருக்கிறார் என நாவல் முழுக்க அடிக்கோடிட்டு எனக்குக் காட்டினார்.

கோணங்கியின் புனைவுகளில் அவர் நிகண்டுகளில் இருந்து கண்டறிந்து புதிதாய்த் தன் மொழியில் சேர்த்த சொற்களைக் காணலாம். வெகுஜன எழுத்தில் வைரமுத்து நாட்டார் வழக்கியல், நாட்டுப்புறப் பாடல்கள், சொலவடைகள் ஆகியவற்றில் இருந்தும், சங்கத்தமிழில் இருந்து ஆயிரக்கணக்கான சொற்களைப் பந்தி விரிப்பதைக் கவனிக்கலாம். சுஜாதா மாறாக ஆங்கில பிரயோகங்கள் பலவற்றைச் சாமர்த்தியமாய் மொழியாக்கி தன் தமிழின் வாக்கிய அமைப்பையே தலையை வாலிலும் வாலை தலையிலும் பொருத்தி மாற்றி அமைத்தவர். சுஜாதாவின் ‘மார்பிங்’ *(morphing)* மொழிக்கு அவர் நவீன கவிதையின் தீவிர வாசகராய் இருப்பதும் உதவியது. நவீன கவிதையில் சுருங்கச் சொல்லும் முகமாய் வாக்கியத்தை உடைத்து, அதன் காட்சிபூர்வமான பகுதிகளை அடுக்கடுக்காய் முன்வைப்பார்கள். சுஜாதா இந்த அமைப்புடன் கவிதையின் பல உருவகங்களைச் சேர்த்து ஒரு பிரத்யேகமான மொழியைத் தமிழுக்கு அளித்தார்.

நாட்டார் வழக்காற்றியல் மொழியைப் பயன்படுத்துகிற அழகிய பெரியவன், கி.ரா, அழகிய நாயகி அம்மாள் போன்றோரும் விவசாயத்தின் மொழியைக் கொணர்கிற நாஞ்சில் நாடனும் ஒரு புது உலகை, ஆளுமை தம் மொழியில் பொருத்துகிறார்கள்.

பாலகுமாரன் வாசிக்கையில் கூட மத்திய வர்க்க பிராமண குடும்பத்தின் பாலியல் சார்ந்த மொழியின் அடுக்கு அல்லது ஆன்மிக மொழியின் பல வண்ணங்களும் நுணுக்கங்களும் தான் நமக்கு வாசிப்பு இன்பத்தை அளிக்கிறது.

சமீபத்தில் உயிரெழுத்து இதழில் கூத்தலிங்கம் என்பவர் விவசாயம் பற்றி எழுதியிருந்த ஒரு கட்டுரை ஒரு நாவலின் ஆரம்ப அத்தியாயம் போன்றே இருந்தது நாற்று நடுதல்,

அறுவடை, நெல்லடிப்பு பற்றி ஏகப்பட்ட புதுச்சொற்களை அவர் அறிமுகப்படுத்தி இருந்ததே காரணம். பொதுத் தமிழுக்கு சற்றுக் கூடுதல் அந்நியமாய்த் தோன்றினாலும் ஜாகீர் ராஜா, தோப்பில், ரசூல் போன்ற இஸ்லாமிய எழுத்தாளர்கள் பயன்படுத்தும் வட்டார தமிழ்-அரபியச் சொற்கள் அவர்களின் படைப்புகளுக்குத் தனித்துவம் அளிக்கின்றன.

ஜெயமோகனைத் தொடர்ந்து நெல்லையைச் சேர்ந்த போகன் சங்கர் தன் கதைகளில் குமரியின், குறிப்பாய் களியக்காவிளை பகுதியைச் சேர்ந்த, ஒரு மலையாளம் கலந்த தமிழைப் பயன்படுத்த முயல்கிறார். இது அவரது சொந்த மொழியான நெல்லைத்தமிழ் அளவுக்கு இயல்பாக துல்லியமாய் இல்லை. சொல்லப்போனால் போகன் எழுதுவது போன்ற வட்டாரத் தமிழை, குமரியில் யாரும் பேசுவது இல்லை. ஆனால் அவர் எழுதும் நெல்லைத்தமிழை விட இந்தக் குமரித் தமிழ்தான் அதிக வரவேற்பைப் பெறுகிறது. கமல் தன் சொந்த வழக்கான சென்னை பிராமணத் தமிழ் பேசுவதை விட, பாலக்காட்டு தமிழ் பேசுவது மக்களுக்கு அதிகம் பிடித்திருந்ததுபோலத் தான் இது. எழுத்தாளன் தன் செவிப்பழக்கம் மூலம் கற்கிற பாதி மொழியைக் கற்பனை மூலம் மீதிப் பாதி சேர்க்கும் போது அது தனி அழகும் சுவாரஸ்யமும் பெறுகிறது. தனது வட்டார வழக்கு கூட தான் சொந்தமாய் கட்டமைத்ததே குமரிப் பகுதியில் யாரும் அப்படிப் பேசுவதில்லை என ஜெயமோகன் “அந்திமழை” இதழில் ஒருமுறை எழுதி இருந்தது முக்கியமானது.

இப்படி வட்டார வழக்கை “உருவாக்குவதற்கு” ஆங்கிலத்தில் ஜேம்ஸி ஹேட்லி சேஸ் எனும் பிரபல பாக்கெட் நாவலாசிரியரை உதாரணம் சொல்லலாம். அவர் இங்கிலாந்தைச் சேர்ந்தவர். ஜேம்ஸ் கெயினின் அமெரிக்கத் துப்பறியும் இலக்கிய நாவலான *The Postman Always Rings Twice* வாசித்துத் தூண்டப்பட்ட ஹேட்லி சேஸ் அமெரிக்கப் பின்னணியில் திகில் மற்றும் சாகச நாவல்கள் எழுத ஆரம்பித்து பெரும் வெற்றி கண்டார். ஆனால், இவர் ஒருமுறை கூட அமெரிக்காவுக்குச் சென்றதோ அங்கு வாழ்ந்ததோ இல்லை. அவர் அமெரிக்க வரைபடங்கள்,

கொச்சை அகராதி முழுக்கப் பயன்படுத்தியே அமெரிக்க மொழியில் அமெரிக்க வாழ்க்கையை எழுதி அமெரிக்க வாசகர்களைப் பெருமளவில் கவர்ந்தார்.

(இவர்களுக்கு மாறாக ஜெயகாந்தனிடம் நாம் வெறுமனே எந்த அடுக்கும் இல்லாத ஒரு தட்டையான மொழியைக் காண்கிறோம். ஜெயகாந்தனை நாம் இன்று முகநூலில் தட்டையாக எழுதும் பதிவர்கள் சிலருக்கு அருகில் வைக்க முடிகிறது.)

இப்படி லாரி லாரியாய் (ஜெயமோகன், வைரமுத்து போல்), ஆட்டோ ஆட்டோவாய் (சாரு, கோணங்கி போல்) முற்றிலும் புதுவிதமான சொற்களைப் பயன்படுத்துவதன் மூலம் நீங்கள் உங்கள் மொழிக்குப் புது அடுக்குகளை, ஒரு தனி வாசனையை, செழுமையை, காட்சிபூர்வத் தன்மையை அளிக்க முடியும். இதை வாசிக்கும் போது உங்களுக்கு உணர்ச்சிகளும் தகவல்களும் மட்டுமல்ல, ஒரு புது சமூகத்தின் போக்குகளும், வரலாறும், பண்பாடும், மன அமைப்பும் பரிச்சயமாகிறது. இந்த அடுக்கு தான் மேற்சொன்ன எழுத்தாளர்களை வாசிக்கையில் நமக்குக் கிடைக்கும் உவகைக்கும் வியப்புக்கும் காரணம்.

இதுபோன்ற தினுசு தினுசான மொழி மடிப்புகள் இல்லாது நேரடியாய் எளிமையான மொழியில் எழுதும் சிறந்த எழுத்தாளர்களும் இருக்கிறார்கள்தானே? அசோகமித்திரன் போல? சுந்தர ராமசாமி போல?

அசோகமித்திரனின் புகழ்பெற்ற “பிரயாணம்” சிறுகதையின் மொழி அவரது வழக்கமான மொழி இருந்து முற்றிலும் வேறானது. அது மரணத்தின் விளிம்பில் இருக்கும் ஒரு சித்தரின் சீடனின் பார்வையில் விரியும் கதை. அசோகமித்திரன் மரபார்ந்த மதச்சடங்குகள், தொன்மங்கள். சித்தர் இலக்கியத்தில் பெரும் ஆர்வம் கொண்டவர் அல்ல. அவர் முற்றிலும் நவீன மனம் கொண்ட நடைமுறைவாதி. ஆனால் இக்கதையில் சித்தர் சம்பிரதாயங்களை அங்கங்கே குறிப்புணர்த்தும், மிகை எதார்த்தத்தின் அருகில் செல்லும் ஒரு மொழி உலகை அவர் உருவாக்கி இருப்பார். அசோகமித்திரன் கதைகளிலே மிக

அதிக கவித்துவச் செறிவு கொண்ட கதை இதுதான். ஒரு கட்டத்தில் இக்கதை எதார்த்த விவரணையில் இருந்து நகர்ந்து அந்த சீடனின் விசித்திர மன உலகின் அதர்க்கம் நோக்கி வியாபிக்கும். மொழியில் மிக அதிகமாய் அசோகமித்திரன் பரீட்சார்த்த முயற்சி செய்து பார்த்ததும், அவர் கதைகளில் மிக அதிகமாய் புகழ்பெற்றதும் “பிரயாணம்” தான்.

சுந்தர ராமசாமியின் “பல்லக்குத் தூக்கிகள்” இதேபோல் அவர் கதைகளில் மிக அதிக பெயர் பெற்றது. கோயில் பல்லக்கு ஒன்றைச் சில கோயில் கூலிகள் தூக்கிப் பயிற்சி செய்வதை விவரிக்கும் இக்கதை கதைசொல்லியான அக்கோயிலுக்கு வருகை தரும் ஒரு மேல்சாதி ஆள், அவனை கேலியாய்ப் பார்க்கும் பல்லக்குத்தூக்கிகளான கீழ்சாதி ஆட்கள், அவர்களை நிர்வகிக்கும் இடைத்தட்டு மேஸ்திரி ஒருவன் ஆகியோரது மொழியில் பலவிதமாய்த் தன்னை மீறி உருவாகிக்கொண்டே இருக்கும். ஒரு கட்டத்தில் இக்கதை யார் பார்வையில் சொல்லப்படுகிறது என்பதே புதிராக இருக்கும். இந்தக் குழப்பம் நேரடியாய் ஏற்படுவது இல்லை. உரையாடல்களின் நுணுக்கம் வழி தோன்றுகிறது. தன்னைத் தேவைக்கதிகமாய் வேலை வாங்கும் மேஸ்திரி மீது கோபத்தை வெளிப்படுத்தும் தூக்கிகளின் பேச்சில் ஒருவிதத்தில் தம் மீதான சமூகத்தின் அதிகாரத்தை அவர்கள் தாமே உருவாக்குவதைக் காணலாம். தாம் தூக்கும் சாமியை கேலி பண்ணும் அவர்கள், “முருகா” என கூவி அழைத்தால் தான் தூக்கும் வலி தெரியாது என்றும் கூறுவார்கள். இவர்கள் மீது கசப்பும் வெறுப்பும் கொண்ட கதைசொல்லி அவர்கள் மீது பொறாமையும் ஈர்ப்பும் கொண்டவனாகவும் இருக்கிறான். இந்த மூவரும் தம் மொழியால் பிணைக்கப்பட்டிருப்பதை, தம் மொழி மூலம் தம்மையே, தமது சமூக நிலையைத் தாமே உருவாக்குவதை சு.ரா காட்டி இருப்பார். இந்த மொழி நுணுக்கங்களே இக்கதையைப் பெரும் கவனம் பெறச் செய்தது.

கடந்த பதினைந்தாண்டுகளாய் எழுதி எழுதி நமக்குக் கை பழகி விட்டது. இனி என்ன செய்ய வேண்டும்? தமிழில் சிறந்த எழுத்தாளர்கள் தொடர்ந்து புது சவால்களை

மொழியில் எடுத்துக்கொள்பவர்கள். நமக்கு வசதியான நன்கு அறிந்த எளிய விசயங்களை எழுதும்போது மொழி எளிதில் கைவருகிறது. சரளமும் வேகமும் கைகூடுகிறது. ஆனால் நமக்குப் போதுமான அளவுக்குப் பரிச்சயமில்லாத, சொல்வதற்கு சிக்கலான ஒரு விசயத்தைப் பற்றி எழுதும்போது நமக்கு இப்போது ஆற்றொழுக்காய்ப் படுகிற மொழிகூட ஆரம்பத்தில் தடங்கல்களை ஏற்படுத்தும். எப்படி உடற்பயிற்சி நிலையத்தில் பத்து கிலோ தூக்கி பழகின பின் பதினைந்து கிலோவுக்கு மாறுவார்களோ அதுபோல் எளிய கருப்பொருட்களில் இருந்து சற்றே சிரமமான புதுத் துறைகளுக்கு நம் எழுத்து பயணிக்க வேண்டும்.

இதற்கு என் அனுபவத்தில் இருந்தே சான்றளிக்க இயலும். நான் ஆரம்பத்தில் என் அனுபவங்களையும் இலக்கிய விமர்சனங்களையுமே எழுதினேன். முதன்முதலில் சமூக அரசியல் கட்டுரை எழுத முயன்ற போது என்னால் முதல் சொல்லுக்கு மேல் நகர முடியும். என்னுடைய மொழி நான் விவரிக்கப்போகும் பிரச்சனைக்கு லாயக்கற்றதாய் இருந்தது. மெல்ல மெல்ல அந்த மொழி கைவந்தது. அறிவியல், உளவியல், விளையாட்டுப் பற்றி எழுத முயன்ற போதும் புதுச்சொற்களை உருவாக்க வேண்டி இருந்தது அல்லது தேடிச் செல்ல வேண்டி இருந்தது. நீட்சே பற்றிப் பேசும் போது *will* எனும் சொல்லைத் தவிர்க்க முடியாது. இதற்குத் துல்லியமான ஒரு தமிழ்ச்சொல் இல்லை. நீட்சே பற்றிக் கட்டுரைகள் எழுதிய காலத்தில் இதற்காய் நிறைய முட்டி மோதி இருக்கிறேன். தத்துவப் பேராசிரியரும் எழுத்தாளருமான நா.முத்துமோகனை மதுரையில் முதலில் சந்தித்தபோது *will*க்கு சரியான தமிழாக்கம் என்னவெனக் கேட்டேன். அவர் நீண்ட காலமாய் இத்துறையில் புழங்குகிறவர். அவர் கண்கள் அகல விரிய என்னைப் பார்த்து “அதற்கு சொல்லே நம்மிடம் இல்லை” என்றார். அவரும் இது போன்ற சொற்களுக்காய் நிறைய போராடி இருப்பார் என நான் அக்கணம் உணர்ந்துகொண்டேன்.

தத்துவார்த்தமான அரூபமான கருத்தை நேரடியான மொழியில் புரியும்படியாய் சரளமாய் எழுதுவது நூறு கிலோ எடை

தூக்கியவர் அக்குள் சொறிவது போன்ற காரியம். ஆனால் எழுத்தாளனுக்கு அகப்பை கொண்டு போர் செய்வதுதானே உத்வேகம் தரும் சவால்! அவன் மொழியை இந்தச் சவால்தான் துல்லியமும் கூர்மையும் கொண்டதாக்கும். ஒவ்வொரு புதுக் களத்தை எடுத்துக்கொள்ளும்போதும் உங்கள் வாக்கியங்களின் அமைப்பு, நீளம், அதன் துவக்கம், முடிவு எல்லாம் மாறுவதைக் கவனிப்பீர்கள். இது உங்கள் மொழியில் பல சாத்தியங்களை உங்களுக்குப் புலப்படுத்தும்.

ஒவ்வொரு புதுத் துறையும் நமக்கு புதுச் சொற்களை, பிரயோகங்களைக் கற்றுத் தரும். புதுச் சொற்கள் புது ஐடியாக்களின் திசைகாட்டிகள். தமிழவன் போன்றவர்கள் எவ்வளவு புதுக் கலைச்சொற்களை நமக்குக் கொடையளித்திருக்கிறார்கள்! ஆனால், அச்சொற்களை உருவாக்குவதற்கு எவ்வளவு போராடி இருப்பார்கள். நம் மொழிப்பயன்பாட்டில் மிதந்து ஒழுகி வந்து இன்று “கட்டமைத்தல்”, “கட்டுடைத்தல்” போன்ற சொற்கள் சாதாரணப் புழக்கத்துக்கே வந்துவிட்டன.

எழுத்தில் முதல் நிலையில் தேங்கிவிடாமல் இருக்க பல்வேறு அறிவுத்துறைகளிலும் எழுத்துவகைகளிலும் ஆர்வம் வளர்த்துக் கொள்ள வேண்டும். புதுமைப்பித்தனின் மொழியில் சைவ சித்தாந்த தத்துவம், இலக்கியம், அரசியல், தொன்மம், சமகால பிரச்சனைகள், சர்ச்சைகள், வெகுஜன போக்குகள் எனப் பல பண்பாட்டு, அறிவுப் போக்குகளின் மொழிகளைப் பார்க்கலாம். அவர் தன் கையில் கிடைத்ததை எல்லாம் படித்திருக்கிறார். எல்லா குரல்களையும் கவனித்திருக்கிறார். பார்க்கக் கடவாததையும் பார்த்திருக்கிறார். வேதாளக் கதை, துப்பறியும் கதை, ஆன்மிகக் கதை, சித்தர் கதை, பகடிக் கதை, அரசியல் சமூகக் கதை என அவர் தொட்டுத் துலங்காத தளங்களே இல்லை. அதனால்தான் அவரது மொழி இன்றும் புதுமை மாறாததாக, படிக்கப் படிக்க வியப்பு தீராததாக இருக்கிறது. இந்தப் பல்முனை ஆர்வத்தை நாம் ஓரளவு கு.ப.ராவிடமும் பார்க்க முடியும்.

இன்று இணையத்தில் எழுதும் இளைஞர்களின் ஆதர்சமான

சுஜாதா சினிமா, அரசியல் பற்றி கிஞ்சித்தும் எழுதினதில்லை. அவர் ஆழ்வார்கள் பற்றி ஒரு நூல் எழுதியிருக்கிறார். கடவுள் பற்றி மேற்கத்திய அறிவியலின் புரிதல்களை ஒரு சிறுபுத்தகம் ஆக்கி இருக்கிறார். நேனோ தொழில்நுட்பம் பற்றி எழுதி இருக்கிறார். சங்க இலக்கியம், நவீன கவிதை, மேற்கத்திய கட்டுரை நூல்கள், நாவல்கள் பற்றி எழுதியிருக்கிறார். சிலப்பதிகாரத்தை சமகாலத் தமிழில் கொண்டு வந்திருக்கிறார். இதையெல்லாம் எழுத அறிவும் தகவல்களும் மட்டும் போதாது. ஒவ்வொன்றுக்கும் அதற்குத் தோதான மொழியை சுஜாதா தமிழில் கண்டறிந்திருக்கிறார். ஆனால் சுஜாதாவைக் கொண்டாடுகிறவர்கள் ஏன் சினிமா, சமகால சர்ச்சைகள், செய்தித் தாள் விவகாரங்களைத் தாண்டி தம் மொழிக் குதிரையை மேயவிடுவதில்லை.

எவ்வளவு காலம்தான் ஒரே மாதிரி கம்பு சுற்றிக்கொண்டிருக்கப் போகிறார்கள்?

நம் கல்லறை வாசகங்களை நாமே செதுக்கவேண்டும்

நான் என் முனைவர் பட்ட ஆய்வை தமிழ் நவீனத்துவம் பற்றிச் செய்தேன். குறிப்பாக உடல் பிம்பம் எவ்வாறு கடந்த நாற்பது வருடங்களில் மாறிவந்திருக்கிறது என்பதை ஆய்வு செய்தேன். அப்போது நான் சந்தித்த முக்கிய இடைஞ்சல் துணை ஆய்வு ஆதாரங்கள் கிடைக்காதது. என் ஆய்வின் முதல் வருடத்தில் நவீன கவிதை பற்றி வந்த நூல்களைத் தேடி சேகரித்தேன். மிக மிகச் சொற்பமான நூல்களே கிடைத்தன. அவையும் எனக்கு உதவிகரமாய் இல்லை. ஏனென்றால் அவை தத்துவார்த்தமாகவோ மொழி ரீதியிலோ நம் கவிதைகளை ஆராயும் புத்தகங்கள் அல்ல.

இணையத்தில் நமது எழுத்தாளர்கள், அவர்களின் முக்கிய படைப்புகள் பற்றிச் சில கட்டுரைகள் கிடைக்கின்றன. அவையும் ஆழமான ஆய்வுகள் அல்ல. ஆனாலும் ஏதோ ஒரு மேற்கோள் என இருக்கட்டுமே என அவற்றைப் பயன்படுத்திக்கொண்டேன். அப்போது நான் கவனித்தது என்னவென்றால் ஒருசில பிளாகர்களே தொடர்ந்து புத்தகங்கள் பற்றி எழுதுகிறார்கள். ஒரு எழுத்தாளன் இறந்துபோகும்போது மட்டும்தான் அவனைப் பற்றி விரிவான கட்டுரைகள் வருகின்றன. அசோகமித்திரன் பற்றி அவர் வாழ்ந்த காலத்தில் இவ்வளவு தீவிரமான கேள்விகளை யாரும் எழுப்பி இருக்க மாட்டார்கள். (இப்போது வரும் அஞ்சலிக் கட்டுரைகளிலும்

இலக்கிய ஆய்வுகள் என அதிகம் தேறுவதில்லை, என்றாலும் கூட) பிளாக் நடத்தும் இளம் எழுத்தாளர்கள் தம் நூல்கள், படைப்புகள் பற்றின மதிப்புரைகளைத் தொகுக்கிறார்கள். எஸ்.ரா தன் இணையதளத்தில் ஓரளவு மதிப்புரைகளைத் தொகுத்திருக்கிறார். ஜெயமோகன் மட்டும் தான் தன் ஒவ்வொரு நூலுக்கும் தனித்தனியாக பிளாக் வைத்து கடிதங்கள் முதல் விமர்சனங்கள் வரை தொகுத்திருக்கிறார். என் முனைவர் ஆய்வில் ஜெயமோகனின் பிளாகுகள் எனக்கு மிகவும் பயன்பட்டன.

இந்த ஆய்வு ஆதார பற்றாக்குறை காரணமாகத்தான் ஆங்கில முனைவர் பட்ட ஆய்வாளர்கள் தமிழ் எழுத்துலகம் பற்றி ஆராயத் தயங்குகிறார்கள்.

ஆங்கிலத்தில் நிலை நேர்மாறானது. அங்கு எளிய ஆரம்ப நிலை எழுத்தாளனுக்குக் கூட ரீடர் போன்ற நூல்கள் வருகின்றன. எந்தத் தலைப்பு எடுத்துக் கொண்டாலும் நூற்றுக்கணக்கான ஆய்வுக் கட்டுரைகள் இணையத்தில் வந்து குவிகின்றன. நான் தற்போது டாம் மர்பி எனும் ஐரிஷ் நாடகாசிரியர் பற்றி நூல் ஒன்று படித்துக்கொண்டிருக்கிறேன். ஐயர்லாந்தைக் கடந்து அவரை அதிகம் மக்களுக்குத் தெரியாது. அவருக்கும் கூட விரிவான சீரியசான நூல் ஒன்றை எழுத ஒரு விமர்சகர் முயற்சி எடுத்திருக்கிறார். தமிழில் நமது இலக்கிய சாதனையாளர்கள் பற்றி அத்தகைய நூல் ஒன்று கூட இல்லை. ஜெயமோகனின் இலக்கிய முன்னோடிகள் வரிசை அத்தகைய ஒரு சிறந்த முயற்சி. (எஸ்.ரா குறித்து ஒரு விமர்சனத் தொகை நூல் வந்துள்ளது என நினைக்கிறேன். உறுதியாகத் தெரியவில்லை.) ஆனால் இவ்வளவு வாசகத் தொண்டர்கள் கொண்ட ஜெயமோகனுக்கு அவரைப் பற்றி ஒரு ரீடர் நூல் இன்றுவரை இல்லை. (அதையும் அவரே தான் எழுதிக்கொள்ள வேண்டும் என நினைக்கிறேன்.)

உண்மையில் இத்தகைய நூல் ஒன்றை வெளியிடுவது இன்று ஒரு அசகாய சாதனை அல்ல. ஒரே ஒரு நபர் சற்றே முனைந்தால் போதும். (சாருவின் வாசகரான நண்பர் ஸ்ரீராம் சாரு பற்றி ஒரு ரீடர் நூல் தொகுப்பதாய் என்னிடம் தெரிவித்து கட்டுரை கேட்டிருக்கிறார்.) இன்று வாசக சாலை

மற்றும் அகரமுதல்வன், ஆத்மார்த்தி, லஷ்மி சரவணகுமார் போன்றோரது அமைப்புகள் தொடர்ந்து எழுத்தாளுமைகள் பற்றி முழுநாள் கருத்தரங்குகள் நடத்துகின்றன. இந்நிகழ்வுகளின் முடிவில் பேசப்பட்ட பேச்சுகளை அல்லது வாசிக்கப்பட்ட கட்டுரைகளை ஒரு மலராகத் தொகுத்து வெளியிட்டால் போதும். *POD* முறையில் பத்து பிரதிகள் வெளியிட்டால் கூட போதும். நண்பர்களுடன் பாரில் சென்று தண்ணியடிக்கிற செலவு அல்லது கேர்ல்பிரண்டுடன் ஒரு திராபையான படத்தை மல்டிபிளக்ஸில் பார்க்கிற செலவுதான் ஆகும். ஆனால் ஏனோ கூட்டம் நடத்த காட்டும் ஆர்வத்தில் ஒரு பகுதியைக் கூட நாம் நூல் கொண்டு வருவதில் காட்டுவதில்லை.

ஆனால் எதிர்காலத்தில் ஒருவர் ஒரு குறிப்பிட்ட எழுத்தாளன் பற்றி ஆராயவோ அல்லது புரிந்துகொள்ளவோ முனையும் போது இத்தகைய தொகை நூல் மிகவும் உதவும். உதிரிக் கட்டுரைகள், பேஸ்புக் குறிப்புகள் சிதறிவிடும். ஆனால் ஒரு புத்தகம் என்றும் தனி மதிப்புடன் இருக்கும்.

நாம் நமது படைப்பு பற்றி அடுத்த வாரம் அல்லது அடுத்த மாதம் என்ன பேசுகிறார்கள் எனக் கவலைப்படுகிறோம். ஆனால் ஐம்பது வருடங்களுக்கு அல்லது நூறு வருடங்களுக்குப் பிறகு வருகிறவர்களுக்கு நாம் என்னவாகத் தெரியப்படப் போகிறோம் என்பதில் நமக்கு அக்கறை இல்லை. இப்போது வாசகர்கள் நம்மைப் படிப்பது போல் அப்போதும் யாராவது படிப்பார்கள் என நினைக்கிறோம். ஆனால் அது உண்மையல்ல. நமது மரணத்துக்குப் பிறகு நம்மைப் பற்றி யாராவது தொடர்ந்து எழுதி புரமோட் செய்யாவிட்டால் வாசகன் நம்மை சுலபத்தில் தவிர்த்துச் சென்றுவிடுவான்.

இன்னொரு காரணத்துக்காகவும் விமர்சனத் தொகைகள், ரீடர்கள் முக்கியம். ஒரு எழுத்தாளுமையை ரசித்துப் படிப்பதும் தர்க்கரீதியாய்த் தொகுப்பதும் இருவேறு காரியங்கள். மனுஷ்யபுத்திரனை தொடர்ந்து ரசித்துப் படிக்கிறீர்கள். அவர் கவிதை உங்கள் மனதில் பலவித சலனங்களை ஏற்படுத்துகின்றன. ஆனால், அவர் எத்தகைய கவிஞர், தமிழ் நவீன கவிதை மரபில் அவரை எங்கு பொருத்துவது எனக்

கேட்டால் பெரும்பாலான வாசகர்களுக்குப் பதில் இருக்காது. மனுஷ்யபுத்திரன் கவிதைகள் பற்றிச் சில குற்றச்சாட்டுகள் உண்டு. அவற்றுக்குப் பதில் சொல்ல அவரது தீவிர வாசகர்களுக்குத் தெரியாது. அக்கேள்விகள், குற்றச்சாட்டுகள் ஒரு வேதாளம் போல் அவரது பிம்பத்தின் முதுகில் தொங்கிக்கொண்டே இருக்கும். அவரைப் பற்றின பாராட்டுகளையும் தர்க்க ரீதியாய்த் தொகுப்பது சுலபம் அல்ல. அவர் ஆயிரக்கணக்கான கவிதைகளை (பல்லாயிரம் பக்கங்களில்) எழுதியிருக்கிறார். அடுத்த அரை நூற்றாண்டில் அவர் இதற்கு இரட்டிப்பு மடங்கு எழுதுவார் எனக் கொள்வோம். இக்கவிதைகளை முழுக்க ஒரு தனி வாசகனால் படிக்க இயலாது. (ஜெயமோகனின் வெண்முரசு நாவல்களுக்கும் இந்தக் கதிதான்) அப்படி எனில் இப்படியான ஒரு எழுத்தாளனின் ஒட்டுமொத்தக் கவிதையின் அல்லது படைப்புகளின் சாரத்தை ஒருவர் எப்படிப் புரிந்து கொள்வது, அவரை எப்படி ஒரு படைப்பாளியாகத் தொகுப்பது, ஒரு கவிஞனாக அவரது பரிணாமத்தை, தொழில்நுட்ப வளர்ச்சியை, தத்துவார்த்த நிலைப்பாடுகளை எப்படி ஒரு சில வரிகளில் எடுத்துரைப்பது? எதிர்காலத்தில் ஒரு வாசகன் அவரது ஆயிரக்கணக்கான கவிதைகளில் ஒரு சிலவற்றை மட்டும் படிப்பான், நினைவு வைத்திருப்பான், அவற்றின் வழி அவரது எழுத்தாளுமையைத் தனக்குள் தொகுத்துக்கொள்வான். ஆனால் அப்படிச் செய்வது அவரது பிற படைப்புகளுக்குச் செய்யும் துரோகம் அல்லவா?

மனுஷ்யபுத்திரனைப் போன்று அதிக கவிதைகள் எழுதியவர் தேவதேவன். அவரைப் பற்றியும் ஒரே ஒரு ஆய்வுப் புத்தகம்தான் வந்துள்ளது. (அதையும் ஜெயமோகன்தான் எழுதியிருக்கிறார்.)

இன்றுவரை நமது முன்னோடிகளைப் பல்வேறு தலபுராணங்கள் வழியாகத்தான் அறிமுகம் கொண்டிருக்கிறோம். நம் காலத்தைய எழுத்தாளர்களையும் நூறு வருடங்கள் கழித்து வாசகர்கள் அவ்வாறே அறியப்போகிறார்கள் என நினைக்க அசதியாக இருக்கிறது.

மாபெரும் படைப்பாளியோ அல்லது எளிய படைப்பாளியோ அவரைப் பற்றி ஒரு சில வரிகளில் அல்லது ஒற்றை வரியில்

வரலாற்று, சமூக, தத்துவார்த்த ரீதியில் அடையாளப்படுத்த முடிய வேண்டும். அவர் யார்? அவரது பங்களிப்பு என்ன? மொழியில் அவரது சாதனை என்ன? அவரது தத்துவம் என்ன? இக்கேள்விகள் முக்கியம். இவற்றுக்கான பதில்கள் முக்கியம். இக்கேள்வி பதில்கள் வழியில்தான் அடுத்த தலைமுறை நம் காலத்து இலக்கிய வரலாற்றை எழுதப் போகிறது. நமது சிறந்த படைப்புகள் என்ன, அவற்றை எப்படி அணுக வேண்டும் என அறியப்போகிறது. அப்போதுதான் நமது படைப்புப் பணிகளுக்கு நியாயமான அங்கீகாரம் கிடைக்கும். ஒரு முன்னோடிப் படைப்பாளியின் ஆதாரப் புள்ளியை அறிந்து கொண்டால்தான் அங்கிருந்து அடுத்தகட்ட படைப்பாளிகள் தோன்ற முடியும்.

வாசகனால் ஒரு படைப்பாளியை உணர்வுரீதியாய் மட்டுமே அணுகி ரசிக்க, புரிந்துகொள்ள முடியும். ஒரு விமர்சகனால் மட்டுமே அந்த உணர்வுகளுக்கு ஒரு தர்க்க வடிவை அளிக்க முடியும். வாசக உணர்வுகள் பாதுகாப்பான செக்ஸ் போல. ஆனால் தர்க்கம் விந்து போல. அது பல சந்ததிகள் தோற்றுவிக்கும். தர்க்கரீதியாய் நிலைநிறுத்தப்படாத எழுத்தாளன் ஒரு விதத்தில் அனாதைதான். படைப்பு என்றுமே தானாக வாசகனைச் சென்று சேராது. அதற்குக் கால்களோ இறக்கைகளோ இல்லை. ஒரு படைப்பு பற்றின உரையாடல்கள் தொடர்ந்து நிகழ வேண்டும். அப்போதுதான் ஒவ்வொரு தலைமுறையிலும் ஒரு புத்தகத்துக்கு வாசகன் தோன்றுவான். இந்த உரையாடல்கள் ஒரு மைய தர்க்கத்தில் இருந்து தோன்றுகின்றன. ஒரு சொற்றொடர் போதும். அதில் இருந்து ஆயிரம் உரையாடல்கள் தோன்றும். இந்த உரையாடல்கள்தாம் எதிர்காலத் தலைமுறையினர் ஒரு படைப்பாளியைப் படிக்க வேண்டிய கட்டாயத்தை, நியாயத்தைத் தேவையை உருவாக்கும். நம் மரபுக்குப் பெருமையையும் அடையாளத்தையும் தரும்.

தன் காலத்தில் வெறும் வெகுஜன எழுத்தாளனாய் இருந்த ஷேக்ஸ்பியரை அவருக்கு அடுத்த சில நூற்றாண்டுகள் தோன்றின விமர்சகர்கள் ஆராய்ந்து கொண்டாடி ஒரு மேதையாய் முன்வைத்தனர். அதற்கு என பல லட்சம் பக்கங்களை எழுதினர். ஆங்கில இலக்கிய மரபின் மேதைமைக்கு அவர்

ஓர் அடையாளமாய் மாறினார். ஆங்கிலேயப் பண்பாட்டின் முகமாக முன்னிறுத்தப்பட்டார். எழுத்தாளனுக்கும் ஒரு சமூகத்துக்கும் ஒரேபோல பயன்தரக்கூடிய விசயம் இது.

தமிழர்கள் இந்த வேலையை பாரதி, கம்பன், வள்ளுவன், இளங்கோ ஆகியோர் விசயத்தில் மட்டும்தான் செய்தார்கள். இந்நான்கு பேரையும் நம் பண்பாட்டு அடையாளங்கள் ஆக்க பல்லாயிரம் பேச்சாளர்கள், பட்டிமன்ற உரையாளர்கள், விமர்சகர்கள், பேராசிரியர்கள், தொகுப்பாளர்கள், பதிப்பாளர்கள் பணி செய்தார்கள். இந்நால்வரும் இல்லாவிட்டால் திராவிடத் தமிழன், செவ்வியல் தமிழன் என எந்த முகத்தை வைத்துக் கொண்டு சொல்வோம்?

அடுத்த கட்டமாய், நவீனத் தமிழனை அடையாளப்படுத்த நமக்கு எழுத்தாளர்கள் தேவை. அதற்காக வேலை செய்ய இதேபோன்று பல்லாயிரம் தோள்கள் நமக்கு வேண்டும். ஆனால் அத்தகையோர் இனி வருவார்களா என்பது ஐயமே.

ஒன்று இத்தகைய நூல்களை வாசகர்கள், பதிப்பாளர்கள், இலக்கிய ஆர்வலர்கள் கொண்டு வர வேண்டும். அல்லாவிட்டால் சம்மந்தப்பட்ட எழுத்தாளனே சங்கோஜப்படாமல் தன்னைப் பற்றின ரீடர் நூலை கொண்டு வர வேண்டும். அழுகிற குழந்தைக்குத்தான் பால்! சமீபமாய் ஆத்மார்த்தி மனுஷ்யபுத்திரனின் ஐந்து கவிதை நூல்கள் பற்றி கருத்தரங்கு நடத்தினார். அது பற்றி இம்மாத உயிர்மையில் கடைசிப் பக்கத்தில் சில கறுப்புவெள்ளைப் படங்களும் நான்கு வரிகளும் வந்துள்ளன. இது போதுமா? போதாது. குறைந்தது அவர் இதைப் பற்றின பதிவுகளுக்காக பத்துப் பக்கங்கள் ஒதுக்கியிருக்க வேண்டும். பேசின சொற்கள் காற்றில் மறைந்து விடும். பதிப்பான சொல்லுக்கு மட்டுமே ஆயுசு. அவரே தன் பத்திரிகையில் இதற்காக இடமும் காலமும் ஒதுக்கவில்லை என்றால் வேறு யார் செய்வார்கள்?

நாம் இனி இந்தக் கோணத்தில் சற்று யோசிக்க வேண்டும். நம் கல்லறையில் செதுக்கப்பட வேண்டிய வாசகங்களை நாமே தீர்மானிக்க வேண்டும்.

பதிப்பாளரைத் தேடுகையில் கடைப்பிடிக்க வேண்டியவை

ஒரு அமைப்பு எனும் வகையில் உறவு என்பது கொடுக்கல் வாங்கலின் அடிப்படையில் இயங்குவது. நீங்கள் கொடுத்து வாங்குவது பணமோ, வசதியோ, உணவோ, அங்கீகாரமோ, அன்போ, ஆறுதலோ, பாதுகாப்போ, இது ஒரு வணிக உறவாடலைப் போன்றதே. ஒரு படைப்பாளனுக்கும் பதிப்பாளனுக்குமான உறவும் அப்படியானதே. நீங்கள் அதற்குள் செல்லும்போது அதில் இருந்து என்ன எதிர்பார்க்கிறீர்கள் எனும் தெளிவு மிக மிக அவசியம். எப்படி ஒரு உறவுக்குள் எல்லாம் கிடைக்காதோ அப்படியே ஒரு பதிப்பாளரிடம் ஒரு படைப்பாளனுக்கு எல்லா எதிர்பார்ப்புகளும் பூர்த்தியடையாது. எப்படி ஒரு எலக்டிரானிக் கடையில் போய் அரை கிலோ கறி கேட்கக் கூடாதோ அதேபோல என்ன கிடைக்கும் என்பது தெரியாமல் நீங்கள் ஒரு பதிப்பாளரிடமும் செல்லக் கூடாது. இந்தத் தெளிவு என் முந்தைய தலைமுறையில் தொடர்ந்து எழுதும் படைப்பாளிகளிடம் இருந்ததைப் போல, என்னுடன் எழுத வந்தவர்களிடம் இல்லை என்று இன்று ஒரு சீனியர் எழுத்தாளரிடம் பேசிய போது தோன்றியது.

தமிழில் ஒரு முறைசாராத் தொழிலாகவே பதிப்பும் எழுத்தும் இருப்பதால் இன்றைய எழுத்தாளர்கள் பல ஏமாற்றங்களுக்கு

ஆளாகிறார்கள்; புலம்புகிறார்கள்; மியூசிக்கல் சேர் விளையாட்டுப் போல மாறி மாறிப் பல இருக்கைகளில் அமர்கிறார்கள். முக்கியமாக, அவர்கள் இங்கு எல்லாமே முறையாக, நியாயமாக இருக்கும் என நினைக்கிறார்கள். ஆனால், எதார்த்தத்தில் லாட்டரிச் சீட்டு வாங்குவதைப் போன்றதே.

இங்கு என்றுதான் இல்லை - என் நண்பர் ஒரு ஆங்கிலக் கவி. அவர் வங்காளத்தில் உள்ள ஒரு பெயர்பெற்ற பதிப்பகத்துக்கு ஒரு லட்சம் மேல் பணம் கொடுத்து தன் முதல் கவிதை நூலை வெளியிட்டார். அடுத்த கவிதை நூலையும் அவ்வாறே வேறொரு பதிப்பகம் வழியாகக் கொண்டு வந்தார். சச்சிதானந்தன் போன்றோர் முன்னுரை எழுதிக்கொடுத்தனர்; அவர் அளவுக்கு அவர் படாடோபமாகவே புத்தகத்தை வெளியிட்டார். ஆனால் கடந்த சில மாதங்களாக “எனக்கு ஒரு வருட ராயல்டியாக 450 ரூபாய் மட்டுமே அனுப்பி இருக்கிறார்கள்” என புலம்பிக் கொண்டிருக்கிறார். இனி பணம் கொடுத்து புத்தகம் கொண்டு வரப் போவதில்லை என்று வேறு சபதம் செய்கிறார். நான் “பணம் கொடுக்காதீங்க” என இரண்டு வருடங்களுக்கு முன்பே எச்சரித்தேன். அவர் கேட்கவில்லை. இப்போது புலம்புகிறார். இன்னொரு நண்பர், “என் புத்தகத்தை நூலகங்களில் பார்த்தேன், ஆனால் பதிப்பாளர் எனக்குக் காசு தரவில்லை” என்று அழுதார். அவரையும் நான் இதைக் குறிப்பிட்டே முன்பு எச்சரித்திருந்தேன். அப்போது அவர் என் சொற்களைக் காதிலே வாங்கிக்கொள்ளவில்லை. இப்படிப் பலர்!

இந்த வாரம் நீயா நானாவில் சைவம் சாப்பிடும் கணவர்களுக்கும் அசைவம் உண்ணும் மனைவியருக்கும் இடையே ஒரு விவாதம். அதில் ஒரு பெண் தன் கணவரைப் பற்றிச் சொல்லும்போது “அவரு ஒரு ஓட்டல்ல *chef* என்று சொல்லித்தான் கட்டி வச்சாங்க. நல்லா விதவிதமாக சிக்கன் கறி, பிரியாணின்னு சமைச்சுப் போடுவாருன்னு நினைச்சா வெறும் சைவமா சமைக்கிறாருங்க” என்று புலம்பினார். கணவன் சைவ உணவுக்காரராம். இது தெரியாமலே கட்டியிருக்கிறார். மேற்சொன்ன ஏமாற்றங்கள் இப்படியானவையே.

தீர விசாரித்து, யோசித்து நம் ஆட்கள் ஒரு பதிப்பாளரை அணுகுவதில்லை. ஏதோ ரோட்டில் போகிற பெண்ணின் கண்ணை மட்டும் பார்த்து, காதலில் விழும் சினிமா காதலனைப் போல புத்தகங்களைக் கொடுக்கிறார்கள். நீங்கள் இந்தி பேசுகிற பெண்ணை மணமுடித்துவிட்டு "அவ எங்கிட்ட தினமும் இந்தியிலே பேசி சாகடிக்கிறா" என்று புலம்புவதால் என்ன பலன்? வேறு வழியில்லாமல் சிக்கிக்கொண்டால் கழற்றி விட்டு அடுத்து 'ஒரு தமிழ்ப் பெண்ணிடம்' போவதுதானே சரி! சொல்லப்போனால் ஆண் பெண் உறவை விட எழுத்தாள-பதிப்பாள உறவு சுலபமானது.

இத்தனைக்கும் இன்று ஏகப்பட்ட பதிப்பாளர்கள் தோன்றி விட்டார்கள். *POD* வந்தே சில வருடங்கள் ஆகின்றன. இன்று பூப்பறிப்பதைப் போல ஒரு புத்தகத்தைப் பிரசுரித்து விடலாம். ஓரளவுக்குத் தெரியப்பட்ட எழுத்தாளர்களிடம் நாவல் இருந்தால் அதை வாங்க நான்கைந்து பதிப்பாளர்கள் தயாராக இருக்கிறார்கள். மற்ற எழுத்தாளர்களுக்கும் நூல் பிரசுரிப்பது குதிரைக் கொம்பல்ல.

எப்போதும் ஒரு புத்தகத்தினால் உங்களுக்கு என்ன கிடைக்கப் போகிறது - பணமா, புகழா, இலக்கிய அங்கீகாரமா, ஒரு துவக்கமா - என்பதில் தெளிவு வேண்டும். அதில் உங்கள் முதலீடு என்ன, முதலுக்கு லாபம் வருமா என்பதும் தெரிந்திருக்க வேண்டும். புத்தகமும் பதிப்பகமும் அதை நோக்கியே எழுதப்படவும் அணுகப்படவும் வேண்டும். "இங்கே போனால் உங்க புத்தகத்துக்கு கவனம், பிராண்ட் வேல்யூ கிடைக்கும், ஆனால் பணம் கஷ்டம்தான்" என்று யாராவது சொன்னால் அதைத் தெரிந்துகொண்டு போங்க. "பணமும் (ராயல்டி) அங்கீகாரமும் கிடைக்கும்" என்றால் அதை நாடிப் போங்க. "அன்பும், நட்புமே எனக்கு முக்கியம், அதனுடன் இலக்கிய ஸ்தானமும் என்றால்" அது கிடைக்கும் இடத்துக்குப் போங்க. "விருதுகள், தொடர்புகள், மொழிபெயர்ப்பு வாய்ப்புகள், இலக்கியப் பயண வாய்ப்புகள் முக்கியம் எனக்கு" எனத் தோன்றினால் அவை கிடைக்கும் பதிப்பாளரிடம் செல்லுங்கள்.

இதை என் அனுபவத்தில் இருந்து சொல்கிறேன்:

முதலில், ஒரு எழுத்தாளன் தொடர்ந்து நிலையாக இயங்க நீடித்த பதிப்பாள உறவு முக்கியம்.

இரண்டாவதாக, நீங்கள் அறிமுக எழுத்தாளரோ, அறியப்பட்ட எழுத்தாளரோ அடுத்த பத்தாண்டுகளில் உங்கள் இலக்கு என்ன, அதை அடைய எந்தப் பதிப்பாளர் பொருத்தமாக இருப்பார் என்பதை முடிவு செய்தே எழுத வேண்டும். அதை மட்டுமே எதிர்பார்க்க வேண்டும், உதிரி பலன்களை அல்ல. சொந்த நண்பர்களே வெளியிட்டாலும் சரி, உங்கள் எதிர்பார்ப்பு நட்பா, அதிக வாசகர்களா, பணமா என முடிவு செய்து அதை மட்டுமே கேளுங்கள்.

முதல் மூன்றாண்டுகளுக்கு எனக்கு பிராண்ட் மதிப்புதான் தேவை என்றால் அதுவரை பொறுமையாக இருங்கள். “சமவயது படைப்பாளிகளுடன் பிரசுரித்து அவர்களுடன் போட்டியிட்டு நான் வளர்ந்து கொள்வேன்” என நினைத்தால் பெரும் படைப்பாளிகளைப் பிரசுரிக்காத ஒரு வளரும் பதிப்பகத்துக்குப் போங்க. “புகழ் பெற்ற எழுத்தாளர்களின் புத்தக அடுக்கில் அவர்கள் அருகே என் புத்தகமும் வர வேண்டும்” என்றால் அப்படியான ஒரு பதிப்பகத்தை அணுகுங்கள். ராயல்டி மிக முக்கியமா, அதைத் தவறாமல் தருகிற பதிப்பாளர் யாரென விசாரித்து அவரிடம் செல்லுங்கள். உங்களுக்கு என்று தனித்த கொள்கை, அரசியல் இருந்தால் உங்களை ஒத்தோருடன் மட்டுமே செயல்பட வேண்டும் என்றால், உங்கள் அரசியலுக்கு இணக்கமானோர் உள்ள பதிப்பகத்துக்குச் செல்லுங்கள். ஒரு இளம் எழுத்தாளனாக அங்கே போன பிறகு உங்கள் முதன்மை எதிர்பார்ப்பை மீறி வேறெதையும் முதல் சில ஆண்டுகளுக்கு எதிர்பார்க்காதீர்கள். உங்களை நிறுவிய பிறகு அடுத்த இலக்கைத் தீர்மானியுங்கள்.

மூன்றாவதாக, ஒரு பதிப்பாளர் எப்படியானவர், என்ன பின்னணி, என்ன வரலாறு எனத் தெரிந்து கால் வைத்தால் அங்கு கசப்போ ஏமாற்றமோ இராது. நான் ஒரு புத்தகத்தை எழுதும்போதே அதைப் பிரசுரிக்க வேண்டிய பதிப்பாளர் யார்

என இப்போது யோசிக்கிறேன். என் எழுத்தாள நண்பர்களிடம் பரவலாக விசாரித்து நிறைய யோசித்துப் பல மாதங்களுக்குப் பிறகே எந்தப் பதிப்பாளரைத் தேர்வது என ஒரு முடிவை எடுக்கிறேன். அதன் பிறகு ஏமாற்றம் ஏற்பட்டாலும் கவலைப்பட மாட்டேன். ஆனால் நான் 15 ஆண்டுகளாக புத்தகங்கள் எழுதிவருகிறேன். சங்கடங்கள், அதிர்ச்சிகள் இருந்ததுண்டு, ஆனால் ஒரு சிறிய வருத்தம், ஏமாற்றம் கூட எனக்கு என் பதிப்பாளர்களிடம் ஏற்பட்டதில்லை.

நான்காவதாக, புத்தக விற்பனையில் இருந்து கிடைக்கும் பணம் உபரி வருமானமாகவே இருக்க வேண்டும்; நமக்கு வேறு தொழில் இருக்க வேண்டும். இல்லாவிடில் மேற்சொன்ன மூன்று விசயங்களும் சொதப்பிப் போகும்.

ஐந்தாவதாக, அவசரகதியில் எந்தப் பிரசுர முடிவையும் எடுக்காதீர்கள். இலக்கிய உலகில் ஒரு புத்தகம் இன்று வந்தாலும் பத்தாண்டுகளுக்குப் பின் வந்தாலும் ஒன்றுதான். இங்கு முயலை விட ஆமையே வெல்லும்.

(மேலே வருவன இன்று பதிப்பாள-எழுத்தாள உறவைப் பற்றி ஒரு புத்தகத்தைப் படித்த உணர்வில் நான் எழுதிய குறிப்புகள்.)

உங்கள் ஊருக்கென்று ஒரு வட்டார இலக்கிய மரபு இல்லையா?

வட்டார இலக்கியம் ஏன் சில ஊர்களில் மட்டும் செழிக்கிறது? மற்ற ஊர்க்காரர்கள் என்ன செய்ய வேண்டும்? இந்தக் கேள்விகளை என்னுடைய "அந்தக் காலம் போல இல்லை" கட்டுரையைப் படித்துவிட்டு நண்பர் மோகன் ராஜ் உள்பெட்டியில் சில கேள்விகளை எழுப்பி இருந்தார். எங்களுக்குள் நடந்த அந்த விவாதத்தை இங்கு சிறிது 'திருத்தி' பகிர்ந்துகொள்கிறேன்.

மோகன் ராஜ்: நான் காஞ்சிபுரம். நான் நாகர்கோவிலை நேரில் பார்த்த உணர்வு வந்துவிட்டது. நாகர்கோவில் எழுத்தாளர்கள் எழுதுவதைப் படித்துவிட்டு அந்நிலத்தில் பிறந்திருக்கக் கூடாதா என்று ஏங்கியதுண்டு. கன்னியாகுமரி தஞ்சை மதுரை கோவில்பட்டி விருதுநகர் நாகர்கோவில் போன்ற ஊர்கள் இலக்கியத்தின் மீது இவ்வளவு தாக்கம் செலுத்துவதன் பின்னணி என்ன?

நான்: அங்கு தோன்றி இலக்கியம் வளர்த்த படைப்பாளிகள் தாம் அதற்குக் காரணம்.

மோகன் ராஜ்: படைப்பாளிகளுக்கும் நிலத்திற்கும் தொடர்பு இருப்பது உண்மைதானே? எங்கள் ஊர் காஞ்சியிலிருந்து எந்த

[இலக்கிய] படைப்பாளியும் வரவில்லையே. நா.முத்துக்குமார் கூட பாடல் ஆசிரியர்தான். ஒரு மாவட்டம் அதாவது நிலவியல் எதற்கு முக்கியத்துவம் கொடுக்கிறது என்பதும் முக்கியம். உதா "ஜேஜே: சில குறிப்புகள்" வெளிவந்தபோது மருத்துவ மாணவர்கள் அதைப் பற்றிப் பேசிக்கொண்டிருந்ததை கோவில் பட்டியில் பார்த்ததாக எஸ்.ரா எழுதியுள்ளார். இதெல்லாம் என் ஊரில் நடக்காது. பணத்தைத் தவிர இங்கு வேறு எதுவும் முக்கியப்படுவது இல்லை

நான்: ஒரு ஊரில் ஒரு படைப்பாளிகளின் குழு தோன்றி தொடர்ந்து எழுதும்போது அது ஒரு இலக்கியத் தடத்தை ஏற்படுத்துகிறது. அதில் அடுத்தடுத்த படைப்பாளிகளில் பயணிக்க முடிகிறது. ஒரு ஊரின் பண்பாட்டை, மக்களை எப்படியெல்லாம் எழுதலாம் எனத் தெரிந்து போகும்போது அந்த மண்ணின் எழுத்தை வளர்த்தெடுப்பது அடுத்த தலைமுறைக்குச் சுலபமாகிறது.

கூடவே ஒரு மாவட்டத்துக்கான தனி அழகியலும் தோன்றுகிறது. அதன் நிலப்பரப்பு துலங்குகிறது. அதற்கென பிரத்யேகமான மனிதர்கள் பாத்திரங்கள் ஆகிறார்கள். அதுவே அந்த ஊரின் எதார்த்தம் என்று நான் கூறவில்லை. ஆனால் அந்த மண்ணின் இலக்கியத்துக்கான ஒரு நிலவியல், ஜனங்கள், சூழல், தட்பவெப்பம், இயற்கை என ஒரு திரட்சி உருவாக்கப்படுகிறது. அது மேலும் மேலும் செறிவாக்கப்பட்டு திரண்டு வெண்ணெய் போல் மேலே வருகிறது.

உ.தா., என்னுடைய ஊரான பத்மநாபபுரத்தில் இருந்து வெகுசிலரே படைப்பாளிகளாக வந்திருக்கிறோம். என் ஊரைச் சேர்ந்தவர்களும் எனக்கு சாகித்ய அகாடெமி விருது கிடைத்த பின்னரே என்னை கவனித்தார்கள். என் நாவலைப் படித்தார்கள். ஊர் நூலகத்தில் என்னுடைய நாவல் வாங்கப்பட்டிருப்பதாகச் சொன்னார்கள். இதன் பொருள் நான் அந்த ஊரின் பண்பாட்டு முகம் என்றல்ல. நான் ஒரு உதிரி மட்டுமே. தக்கலை, விளவங்கோடு, நாகர்கோவில் பகுதிகளில் இன்னும் அதிகமான இலக்கிய எழுத்தாளர்கள்

கடந்த முப்பதாண்டுகளில் தோன்றி தீவிரமாகச் செயல்பட்டு வருகிறார்கள். அவர்களும் அங்கு உதிரிகளே. ஆனால் ஒரு முகாமாக, குழுவாகச் செயல்படுகிறார்கள். முன்பு எங்கள் ஊரில் சு.ரா இருந்தார். இப்போதும் ஜெயமோகன் இருக்கிறார். கலை இலக்கியப் பெருமன்றத்தின் முகமாக பொன்னீலன் செயல்படுகிறார். மீரான், குமார செல்வா, நட. சிவகுமார், என்.டி ராஜ்குமார், முஸ்தபா, பீர் முகமது போன்ற அண்ணன்கள் இலக்கிய, கோட்பாட்டு எழுத்துப் பணியை முன்னெடுக்கிறார்கள். செல் சேவியஸ் எனும் அபூர்வ படைப்பாளியையும் மறக்க முடியாது. வாஸ்தோ இருக்கிறார். வேறு புது படைப்பாளிகளும் தோன்றிவருகிறார்கள்.

கலை இலக்கியப் பெருமன்றத்தின் விழாக்களில் வெகுமக்கள் சற்றே கலந்துகொள்வார்களே ஒழிய இலக்கியம் அம்மக்களின் மையப் போக்கல்ல. எல்லா ஊரிலும் அப்படித்தான் இருக்க முடியும். நெல்லை, விருதுநகர், கோவை இலக்கியவாதிகளும் இப்படித்தான் ஒரு தடத்தை உருவாக்குகிறார்கள். தனித்தனியாக, ஒரு தனிக்குழுவாக. இலக்கியம் அந்த ஊரின் முகமாக மாறினாலும் கூட அது விளிம்பிலேயே இருக்க முடியும். அதனாலே அம்மக்களின் சிறப்புப் பண்புகளால் அங்கு இலக்கியம் செழிப்பாக வளர்கிறது என்று கூற முடியாது. நீங்கள் உங்களூருக்குச் சொல்வதைத்தான் நான் நாகர்கோயிலுக்கும் சொல்வேன். இங்குள்ள மக்களுக்கும் இலக்கியம் "உயிர்மூச்சல்ல". மாறாக அம்மக்களின் வெளிப்படாத விளிம்புநிலை, உதிரிப் பண்பாடே அவ்வட்டாரத்தின் இலக்கியமாக மலர்கிறது என்பேன். ஒரு காட்டுச்செடியில் மலரும், யாரும் பொருட்படுத்தாத பூக்களைப் போல. போத்ரிலர் சொல்லும் தீமையின் மலர்களைப் போல.

சொல்லப்போனால், எந்த மாவட்டத்துக்கும் அப்படி ஒரு தனி இலக்கிய மரபை உண்டாக்க முடியும். வேலை செய்ய ஆட்கள் இருந்தால் மட்டும் போதும்! உங்கள் ஊருக்கென்று ஒரு வட்டார இலக்கியத் தடத்தை நீங்களும் உங்களைப் போன்றோரும் ஆரம்பிக்கலாமே?

மோகன் ராஜ்: எனக்கு அந்த ஆசை உண்டு; ஆனால் சென்னையில் உள்ள விரிவான மனநிலை இங்கு கிடையாது. இங்கு அனைத்தையும் தனிப்பட்ட விரோதமாகவும் விமர்சனம் ஆகவும் எடுத்துக் கொள்கிறார்கள்.

நான்: எந்த ஊரிலும் சிறு சிறு குழுக்களுக்குள் விரோதமும் பரஸ்பரம் காலைப் பற்றிக் கீழே தள்ளுகிற நண்டு அரசியலும் இயல்பே. மூச்சு முட்டுவதைப் போலிருக்கும். நீங்கள் சொல்வதை நான் புரிந்துகொள்கிறேன். ஆனால் சென்னை போன்ற பெருநகரங்களில் இன்னும் கூடுதலாக சுதந்திரம் இருக்கும். அதே நேரத்தில் வட்டார புலத்திலே மேலும் தனித்துவமான செயல்பாடுகள் சாத்தியமாகும்.

மோகன் ராஜ்: நிலவியலுக்கும் எழுத்தாளனுக்கும் உள்ள தொடர்பு பற்றிய உங்கள் பார்வையைத் தெரிந்துகொள்வதற்காக தான் கேட்டேன். எனக்கு விரிவான பதிலைக் கொடுத்ததற்கு நன்றி.

நான்: உங்கள் கேள்விகளுக்கும் அன்புக்கும் நன்றி!

II
சமூகம்

எழுத்தாளனின் செயலின்மை

செயலின்மையின் போதை பற்றி அண்மையில் ஜெயமோகன் எழுதியிருக்கிறார். அதில் அவர் செயலின்மைக்கு அகங்காரம் மற்றும் சவால்களைச் சந்திப்பதற்கான தயக்கத்தைக் காரணங்களாகக் கூறுகிறார். உண்மை. ஆனால் இது உண்மையின் ஒரு பகுதி மட்டும்தான்.

நம்மில் எத்தனையோ பேருக்கு எழுதுவது, வீட்டுவேலை, வியாபாரம் எனப் பல விசயங்களை ஒட்டி திட்டங்கள் இருக்கும், அவற்றை நிரந்தரமாகத் தள்ளிப் போட்டபடி இருப்போம். பல்வேறு காரணங்களை வைத்திருப்போம். பொதுவான ஒரு குற்றவுணர்வும் இருக்கும். குறிப்பாக இன்றைய ஊடக ஆக்கிரமிப்புச் சூழலில் செய்வதற்கு ஓராயிரம் காரியங்கள் இருப்பதாக ஒரு பிரமை நமக்கு உள்ளது. நாள் முழுக்க வேலை செய்தாலும் நிறையச் செய்யாமல் விட்ட அதிருப்தி பலருக்கும் இருக்கும்.

தள்ளிப்போடுவதில் ஆகச் சிக்கலானது படைப்பு சார்ந்த வேலை. அது மனக்கசப்பை, தாழ்வுணர்வை, பிறகு இந்த எதிர்மறைகளை சிலாகிக்கிற மனநிலைக்கு இட்டுச் செல்லும் என்கிறார் ஜெமோ. எனக்கு ஒரு வியப்பு அவர் இதை இன்று

இணையத்தில் பரவலாகவும் மிகுதியாகவும் எழுதப்பட்டு வருகிற சூழலில் சொல்லுகிறார் என்பதுதான். ஆக சூழல் ஒருவர் இயங்குவதற்கு மிகவும் அவசியமானது. நிறைய எழுதுகிற பல இளம் எழுத்தாளர்கள் கடந்த பத்து வருடங்களில் அறிமுகமாகி இருக்கிறார்கள். சொல்லப்போனால் இன்று இலக்கியப் பத்திரிகைகளில் உள்ள மொழியையே இணையம் கணிசமாக பாதித்திருக்கிறது.

நான் கடந்த ஐந்து வருடங்களில் ஐயாயிரம் பக்கங்களுக்குக் குறையாமல் எழுதியிருக்கிறேன். அதற்கு உயிர்மை அளித்த களம் ஒரு முக்கிய காரணம். வாராவாரம் உயிரோசைக்கு எழுத ஆரம்பித்து, பின் இன்னும் சில பத்திரிகைகளுக்கு எழுதத் தொடங்கி எனக்கு வாரத்தில் மூன்று நான்கு நாட்களாவது எழுத வேண்டிய கட்டாயம் ஏற்பட்டது. பின்னர் இன்னொரு பக்கம் நாவல், புரூஸ் லீ வாழ்க்கைக் கதை ஆகிய எழுதும் போது தினமும் குறைந்தது ஐந்து மணிநேரத்தில் இருந்து பத்து மணிநேரம் வரை எழுதி இருக்கிறேன். என்னைப் போல் நிறைய எழுதுகிற இளம் எழுத்தாளர்களில் சிலரையாவது குறிப்பிட முடியும். எழுதுவது உடற்பயிற்சி போலத்தான். தினமும் 20 பக்கங்கள் எழுதினால்தானே நீங்கள் டைப் அடிக்க ஆரம்பித்தது 20 பக்கங்களுக்கு தானே வந்து நின்று விடும். அதற்கு முன்பு உங்களுக்குக் களைப்போ வலியோ தென்படாது. தசை நினைவு போல நம்முடைய நரம்பணுக்களுக்கு ஒரு நினைவு உள்ளது. எழுத எழுத இந்த நரம்பணுக்களுக்கு இடையிலான தொடர்பு வலுவாகிறது. நடக்க நடக்க காட்டின் நடுவே ஒரு பாதை தானே தோன்றுவது போலத் தான்.

ஆனால், கலையில் நீங்கள் தொடர்ந்து ஆயாசமின்றி இயங்க சூழல் மட்டும் போதாது. ஜெயமோகன் குறிப்பிடும் உள்முனைப்பு, சுயக் கட்டுப்பாடும் மட்டும் போதாது. இதைச் சொல்லத்தான் இக்குறிப்பை எழுதுகிறேன். நம் படைப்பு வேலையை நம் உடல் கணிசமாகத் தீர்மானிக்கிறது.

பொதுவாக மிகை ஆற்றல் *(hyper-active individuals)* கொண்டவர்களுக்கு நிறைய வேலை செய்வது பிடித்தமானது.

புரூஸ் லீ ஒரு நல்ல உதாரணம். அவருக்குச் சின்ன வயதில் குடும்பத்தினர் வைத்த பெயர் “ஓரிடத்தில் நில்லாமல் ஓடிக்கொண்டிருப்பவன்” என்பது. இத்தகையவர் வேலை செய்யாமல் இருந்தால் மன அழுத்தம் கொள்வார்கள். மனதுக்கு அணுக்கமான ஒரு துறையில் நுழைந்துவிட்டால் முடுக்கி விட்ட கடிகாரம் மாதிரி ஓடிக்கொண்டே இருப்பார்கள். இன்று நாம் காணும் பல சாதனையாளர்களிடம் இந்த மிகை ஆற்றல் கோளாறு உள்ளது. அவர்கள் சதா ஓடிக்கொண்டிருக்கும் அரவை எந்திரம் போல. சதா தீனி போட்டுக் கொண்டே இருக்க வேண்டும். ஜெயமோகனும் அப்படியாக இருக்கலாம்.

ஏ.ஆர்.ரஹ்மான் ஓய்வுக்காக வெளிநாடு போகும் போது தன்னுடைய இசைக் கருவிகளையும் எடுத்துச் செல்வார். அவை பெரிய அறை ஒன்றை அடைக்கக் கூடிய அளவுக்கு இருக்கும். அங்கு போனதும் அவர் இங்கு இருப்பதைப் போல அறைக்குள் போய் இசை பயின்றபடி பரிசோதனைகள் பண்ணிக்கொண்டு இருப்பார். ரஹ்மானுக்கு ஓய்வு என்றால் வேலைதான். அவருக்கு வேறு விடுதலை இல்லை. இது போல் பலர் இருக்கிறார்கள். இதை ஒரு வரமா சாபமா என வரையறுக்க முடியாது.

ஆனால் நாம் இந்த நிலையைப் பொதுமைப்படுத்தக் கூடாது. எல்லாரும் வருசத்துக்கு ஆயிரம் பக்கம் எழுத வேண்டியதில்லை. எனக்கு எழுதுவதில் ஒரு இன்பம் கிடைக்கிறது. ஒவ்வொரு சொல்லும் எனக்குள் ஒரு தந்தியை சலனிக்க வைக்கிறது. அரைமணிநேரம் பேசினால் களைத்துவிடுவேன். ஆனால் எட்டு மணிநேரம் எழுதினாலும் இன்னும் எழுத வேண்டும் போல இருக்கும். இது என் இயல்பு. என் சாபம் மற்றும் வரம். இன்னொருவர் குறைவாக எழுதினால் அல்லது எழுதாமல் இருந்து திருப்தி அடைவார். ஒருவர் பூரணத்துவம் அடையத் தன் திட்டங்களை நிறைவேற்றித் தான் ஆகவேண்டும் என்றில்லை. அது லட்சியம். ஆனால் வாழ்க்கை லட்சியங்களால் ஆனதில்லை.

ஜெயமோகன் உடல் என்பது மனதின் ஒரு நீட்சி என நம்பும் மரபைச் சேர்ந்தவர். ஒருமுறை ஒரு தனி உரையாடலில்

அவருடைய பரிச்சயத்தில் உள்ள ஒரு இளம்சாமியார் துறவை கைவிட்டு நாற்பது வயது பெண்ணை மணந்ததைக் குறிப்பிட்டு, அது அவர் தியான முறையைச் சரியாகக் கற்காமல் பயின்றதால் ஏற்பட்ட தீய விளைவு என்றார். ஆனால் உடலுக்கு என்று ஒரு மூளை தனியாக இருக்கிறது, அதுதான் நம்மை இயக்குகிறது என ஏற்க மாட்டார். இன்று அறிவியல் படித்து வரும் நாம் மனதை உடலின் ஒரு பகுதியாகப் பார்க்கத்தான் தலைப்படுகிறோம். பல்வேறு புறக்காரணிகளால் இயக்கப்படுகிற ஒருவனாகத் தான் மனிதன் இன்று சித்தரிக்கப்படுகிறான். அதனால்தான் “சூது கவ்வும்” போன்ற படங்கள் வெற்றி அடைகின்றன.

கோழி-முட்டை தோற்றம் போல இது ஒரு சிக்கலான வாதம். இரு பக்கமும் கொஞ்சம் உண்மைகள் உள்ளன.

ஒருவர் ஒரு படம் எடுப்பதை நாவல் எழுதுவதை வாழ்நாளெல்லாம் தள்ளிப் போட்டபடி இருக்கலாம். பெரிய வேலைகளைத் தொடர்ந்து ஆவேசமாக அபாயங்களைப் பொருட்படுத்தாது இறங்கிச் செய்வது அவரது இயல்பு அல்லாமல் இருக்கலாம். அப்படியானவர் தன்னை வருத்திக்கொண்டு ஒரு நாவல் எழுதினால் அது மிச்ச உலகத்துக்கும் துன்பமாகத் தான் மாறும்.

ஒரு வேலை செய்யும்போது ஆரம்பத்தில் சிரமமாக இருந்தாலும் உள்ளுக்குள் ஒரு சின்ன இன்பம், ஒரு போதை தென்பட வேண்டும். அது உங்களை அந்த வலியை நோக்கி மீண்டும் மீண்டும் தள்ள வேண்டும். இல்லை என்றால் அந்த வேலை உங்களுக்கானது அல்ல. வேறு பல உருப்படியான காரியங்களை உங்களுக்கென்று கடவுள் உருவாக்கி வைத்திருக்கிறார்.

ஏன் தமிழ் எழுத்தாளன் மதிக்கப்படுவதில்லை?

இக்கேள்விக்கு வரும் முன் நீங்கள் நம் சமகாலப் பண்பாடு உண்மையிலேயே ஆழமற்றது, வெறும் கேளிக்கை நடவடிக்கைகள் சார்ந்தது என்பதை ஒத்துக்கொள்ளவேண்டும். அதாவது இங்கு இலக்கியம், தத்துவம், வரலாறு ஆகியவற்றை அறிவதில் அவற்றை ஆய்வு செய்வதில் மக்களுக்கு ஆர்வமில்லை. ஆம், இது உண்மைதான் என்றால் இனி இந்நிலைக்கு என்ன காரணங்கள் எனக் கேட்போம்.

பல காரணங்கள் சொல்லப்படுகின்றன. தமிழவன் திராவிடக் கட்சிகளை குறை சொல்கிறார். கர்நாடகத்திலும் கேரளாவிலும் அரசியல் உணர்வு மக்கள் பேரியக்கமாய் வளர்ந்து வந்த கட்டத்தில் எழுத்தாளர்களும் சிந்தனையாளர்களும் முக்கியப் பங்காற்றினர். அதனாலே அங்கு எழுத்தாளர்களுக்கு அதிக மதிப்புள்ளது. ஆனால் தமிழகத்தில் அரசியல் எழுச்சி அறுபதுகளில் சினிமா நட்சத்திரங்கள் வழியாகவே நிகழ்கிறது. எம்.ஆர். ராதா, கலைஞர் கருணாநிதி, எம்.ஜி.ஆர் போன்றோர் இங்கு அரசியல்-சமூக-பண்பாட்டு இயக்கமொன்றை சினிமாவை மையமிட்டுக் கட்டி எழுப்புகிறார்கள். மூன்று

பெரும் திரை நட்சத்திரங்கள் மாநிலத்தின் உச்ச அதிகாரத்தைப் பெறுகிறார்கள். இதனாலே இங்கு இசை, நடனம், எழுத்து என ஒவ்வொன்றும் சினிமாவின் முகமாகவே மாற்றப்பட்டு விட்டது. சினிமா கலைஞர்கள் அல்லாது வேறு யாரும் இங்கு கவனிக்கப்படுவதில்லை. இது தமிழவனின் பார்வை. வரலாறு ஒரு புள்ளியை மையமிட்டு அதிகாரத்தால் கட்டமைக்கப்படுகிற ஒன்று எனும் அமைப்பியல் நோக்கு இதில் உள்ளது. தமிழவன் ஒரு அமைப்பியல்வாதி.

ஜெயமோகன் இது தமிழகம் கடந்த நூற்றாண்டில் சந்தித்த கடும் வறுமையின், பஞ்சங்களின் விளைவு எனப் பார்க்கிறார். ஒரு வளமான பாதுகாப்பான சூழலில் இருந்தே சிறந்த இலக்கியமும் அழகியல் பார்வையும் தழைக்க முடியும். இதற்கு அவர் கிரேக்கத்தின் பொற்காலத்தைச் சான்றாய் பார்க்கிறார். அடிமைகள் உழைக்க நாடு தழைக்க கிரேக்கர்கள் அந்த வியர்வையின் ரத்தத்தின் விலையைக் கொண்டு சொகுசாக வாழ்ந்தனர். அந்தச் செழிப்பிலும் அது தந்த ஓய்வு மற்றும் பாதுகாப்பில் இருந்தும் உன்னத தத்துவங்களும் நாடக இலக்கியமும் தோன்றியது. ஜெயமோகனின் இந்தப் பார்வைக்கு ஒரு மாற்றுத்தரப்பும் உண்டு. நீட்சே அக்கால கிரேக்கத்தை போர்கள், அழிவுகள், அரசியல் குழப்பங்கள், பிரச்சனைகள் என கடும் நெருக்கடிக்கும் சவால்களுக்கும் மத்தியில் வாழ்ந்த மக்கள் திரளாகப் பார்க்கிறார். அவர்களின் அக/புற நெருக்கடிகளே அவர்களின் உன்னத கலாச்சாரத்துக்குக் காரணம் என்கிறார்.

இந்த நீட்சேயிய தரப்புக்கு இங்கிலாந்தின் இலக்கிய வரலாறும் இதற்கு ஒரு உதாரணமே. இங்கிலாந்தின் இலக்கியப் பண்பாட்டின் உச்சம் என இரு காலகட்டங்களைச் சொல்லலாம். ஒன்று 16ஆம் நூற்றாண்டு. ஷேக்ஸ்பியர், பேகன், மில்டன், ஜான் டன்களின் நூற்றாண்டு. இன்றும் இவர்களை விஞ்ச கலைஞர்கள் இல்லை. இக்காலகட்டம் இங்கிலாந்தின் தடுமாற்றங்களின் காலகட்டம். எலிசபத் அரசியின் கீழ் அரசியல்ரீதியாய் ஓரளவு இங்கிலாந்து நிலைபெற்றாலும் தொடர்ச்சியான மதக்குழப்பங்கள், பிரான்சுடனான போர்,

உள்நாட்டு அரசியல் சதிகள், ஐரோப்பிய இலக்கிய, தத்துவ பிரதிகள் மொழிபெயர்ப்பாகி இங்கிலாந்தில் வாசிக்கப்பட்டு உருவான சிந்தனை/பார்வை மாறுதல்கள் என முழுக்க ஸ்திரமற்ற சூழல் அங்கு நிலவியது. ஷேக்ஸ்பியரின் அரசியல் நாடகங்கள் முழுக்க இப்படி தத்தளிக்கும் அரசியல் நிலை, அது சமூகத்தில் ஏற்படுத்தும் குழப்பங்கள் பற்றியவைதான். ஆனால் இதன் பின்னான நூற்றாண்டுகளில் இங்கிலாந்து பெரும் செல்வச் செழிப்பையும் அதிகார நிலைப்பையும் நோக்கிச் சென்றது. பத்தொன்பதாம் நூற்றாண்டில் உலகையே காலனியாதிக்கம் செய்து சூரியன் அஸ்தமிக்காத சாம்ராஜ்ஜியம் ஆகியது. ஆனால் இலக்கியத்தைப் பொறுத்தமட்டில் இந்தச் செழிப்பான காலம் தான் வறிய காலம். இலக்கியத்தில் இங்கிலாந்தில் அடுத்த மேதைகள் தோன்ற இருபதாம் நூற்றாண்டு வரை அவர்கள் காத்திருக்க வேண்டியதாயிற்று. அது இங்கிலாந்தின் வீழ்ச்சியின் காலம். சாம்ராஜ்ஜியம் துண்டுதுண்டாகிச் சிதைந்துவிட்டது.

இரண்டாம் உலகப்போரின் முடிவுடன் இங்கிலாந்து எனும் சாம்ராஜ்ஜியம் அஸ்தமித்தது. இது ஏற்படுத்திய பொருளாதாரப் பண்பாட்டு நெருக்கடிகளும் சிதைவுகளும் உன்னத இலக்கியத்துக்கு வழிகோலியது. விர்ஜினியா வூல்ப், கிரெகம் கிரீன், டி.எச்.லாரன்ஸ், ஆர்வெல், சி.எஸ். லீவிஸ் தோன்றினர். டி.எஸ். எலியட் அமெரிக்காவில் இருந்து இங்கிலாந்துக்குப் புலம் பெயர்ந்து தன் ஆகச்சிறந்த கவிதைகளை எழுதினார். இதே இருபதாம் நூற்றாண்டில்தான் ஐரோப்பா பொருளாதார, பண்பாட்டு, மத ரீதியாய்க் கடும் சோதனைகளைச் சந்திக்கிறது. உயிரும் பொருளாதாரமும் எதிர்காலமும் நிலையற்றது, அர்த்தமற்றது என மக்களுக்குத் தோன்றுகிறது. இது ஏற்படுத்தும் கடும் அழுத்தத்தில் பெரும் இலக்கியங்களும் தத்துவங்களும் தோன்றுகின்றன.

இந்த இரண்டு தரப்புகளில் எது உண்மை? செழிப்பா அல்லது வறுமையா? ஸ்திரமான சூழலா அல்லது ஸ்திரமின்மையா? அச்சமா பாதுகாப்புணர்வா? எது பண்பாட்டு உன்னதத்துக்கு வழிகோலுகிறது?

சமகாலத்தைக் கவனிக்கும்போது இரண்டுக்கும் சாத்தியமுள்ளது எனத் தோன்றுகிறது. அமெரிக்காவின் அதிகார, பொருளாதார வலிமை அவர்களின் ஆகச்சிறந்த படைப்புகளுக்கும் ஒரு உந்துசக்தியை அளித்துள்ளது; லத்தீன் அமெரிக்க நாடுகளின் தத்தளிப்பு அங்கிருந்து மார்க்வ்ர்ஸ், போர்ஹெ போன்ற பெரும் கலைஞர்கள் தோன்ற உதவியுள்ளது.

இன்னொரு சுவாரஸ்யமான பதில் மரபைப் பற்றியது. ஒரு தேசத்திலோ மாநிலத்திலோ நீண்ட அழுத்தமான மரபு இருந்தால் அங்கு புதுக் கலாச்சார, சிந்தனை மாற்றங்கள் சாத்தியப்படாது என்பது இந்தப் பார்வை. தமிழர்களின் ரெண்டாயிரம் வருட மரபு இங்கு ஒரு இறுக்கமான மத/சாதிய கட்டமைப்பை உருவாக்கி உள்ளது. நமது பழம் இலக்கியங்கள் அழுத்தமான உணர்வுகளை, மொழி கட்டமைப்புகளை நம் மீது சுமத்தி உள்ளது. நாம் இவற்றை மீள மீள விதந்தோத முடியுமே அன்றி உதறி புது சிந்தனைகளை ஏற்க முடியாது என்பது இந்த வாதம். அதாவது தமிழனின் மரபே அவனது முதுகை வளைக்கும், பண்பாட்டை மழுங்கடிக்கும் பெரும் சுமை.

2016 ஏப்ரல் மாத அம்ருதாவில் வெளிவந்த தனது பேட்டியில் லஷ்மி மணிவண்ணன் நமது சினிமா மையமிட்ட கலாச்சாரச் சீரழிவுக்கு இதைத்தான் காரணம் காட்டுகிறார். கேரளாவும் கர்நாடகாவும் புதிதாய்த் தோன்றின மாநிலங்கள், அவற்றின் பண்பாட்டு உருவாக்கம் அண்மையானது என்பதால் அம்மாநில மக்கள் வெளியில் இருந்து புது ஊடுருவல்களைத் தம் பண்பாட்டில் தொடர்ந்து அனுமதிக்கிறார்கள். தம்மைத் தொடர்ந்து கலைத்துப் போடத் தயாராக உள்ளார்கள். அதனாலே அங்கு நவீனச் சிந்தனைகளும் பரீட்சார்த்த முயற்சிகளும் அவற்றை முன்னெடுக்கும் படைப்பாளிகளும் கொண்டாடப்படுகிறார்கள் என்கிறார் லஷ்மி மணிவண்ணன்.

இனி விமர்சகனுக்குப் பதிலாக வாசகன் வருவான்

தமிழ் எழுத்தாளர்களிடம் நீக்கமற நிறைந்திருக்கும் ஒரு விசித்திரப் புகார் இது: "யாருமே என்னைப் பற்றிப் பேசுவதில்லை, திட்டமிட்டு என்னை இருட்டடிப்பு செய்கிறார்கள். என் புத்தகங்களைத் திட்டமிட்டுப் புறக்கணிக்கிறார்கள்." ஆனால் இவர்கள் மற்ற எழுத்தாளர்களின் புத்தகங்களுக்கு எந்த விமர்சனமும் எழுத மாட்டார்கள். தன்னைப் பற்றி மட்டும் அவர்கள் மெனக்கெட்டு எழுதிக்கொண்டும் பேசிக்கொண்டும் இருக்க வேண்டும் என எதிர்பார்ப்பார்கள் - முரளி அந்தக் காலத்தில் ஒருதலையாக காதலித்து அழுதுவடித்துக்கொண்டு இருப்பாரே அதேபோல நாம் இவர்களை ஒன்சைடாகப் பின் தொடர வேண்டும், ஆனால் அவர்கள் திரும்பியே பார்க்க மாட்டார்களாம். சரி இவர்கள் ஏன் அடுத்தவர்களைப் பற்றி எழுதுவதில்லை? ஏனென்றால் அவர்களுடைய படைப்பாக்கப் பணிகள் இடையே, அன்றாட அலுவல்களின் நெருக்கடிகளுக்கு இடையே, படித்த புத்தகங்களைப் பற்றி விமர்சனம் எழுத நேரம் கிடைக்காது. நியாயம்தானே? ஆனால் மற்றவர்களுக்கும் இது பொருந்தும்தானே?

அடுத்து, விமர்சகர்கள் என இதற்கென்றே மந்திரித்து விடப்பட்ட சில நல்லவர்கள் தமிழில் இருக்கிறார்கள். அவர்களை மேடைக்கு மேடை பேச அழைப்பார்கள். முன்னுரை எழுத புத்தகம் அனுப்புவார்கள். ஆனால், அவர்களுக்கு என வாசகர் படையோ, புத்தக விற்பனை மதிப்போ இராது. அவர்களுக்கு

விருதுகள் கொடுக்க மாட்டார்கள். அங்கீகாரம் இருக்காது. அதனால்தான் என் தலைமுறையிலும் அதற்கு அடுத்த தலைமுறையிலும் முழுநேர இலக்கிய விமர்சகர்களே இல்லை. நியாயம்தானே? ஒன்று எழுத்துக்கான மதிப்பு, மரியாதை, வாசக அங்கீகாரம் வேண்டும் அல்லது சன்மானம் கிடைக்க வேண்டும். ஒன்றுமே இல்லாமல் வேலை செய்ய வேண்டியவன் விமர்சகன் / மதிப்புரையாளன் மட்டுமே. யாருமே சுவருடன் தனியாக உட்கார்ந்து பேசிக்கொண்டிருக்கப்போவதில்லை. இப்போது அறுபது வயதுக்கு மேலுள்ள விமர்சகர்கள் ஓய்வு பெற்ற பின்னர் தமிழில் விமர்சகர் என யாருமே இருக்க மாட்டார்கள்.

அடுத்து, விமர்சனம் என்பது ஒரு தத்துவக் கட்டுரை எழுதுவதற்கு, கிட்டத்தட்ட இணையாக உழைப்பைக் கோரும் பணி. சினிமா விமர்சனத்தை விட கடுமையான பணி. நான் முன்பு அதைத் தொடர்ச்சியாகப் பண்ணி வந்தேன். ஏனென்றால் நான் ஒரு இலக்கிய பைத்தியம். என்னைப் போன்ற வேறு இலக்கிய பைத்தியங்கள் சிலர் ஒரு பத்தாண்டுக்கு முன்பு வரை இதைச் செய்து வந்தார்கள். ஆனால், அக்காலம் முடிந்து அனேகமாகிவிட்டது - நான் நாவல் எழுதும் காலங்களில் வாசிப்பேன். ஆனால், வாசிக்கும் நூல்களுக்கு விமர்சனம் எழுத முனைவதில்லை.

அதனால்தான் தமிழின் கணிசமான முக்கிய படைப்புகளுக்கு விமர்சனக் கட்டுரைகளே வருவதில்லை. முன்னணி படைப்பாளிகளுக்குக் கூட சமூக வலைதளங்களில்தான் அதிகமாக அறிமுகக் குறிப்புகள், ரசனை உரைகள் வருகின்றன. அதாவது எழுத்தாளனாக அல்லாதவர்கள் தாம் புத்தகங்களைப் பற்றி எழுதுகிறார்கள். எந்தத் திட்டமிடலும் ஒருங்கிணைப்பும் இல்லாமல் தன்னிச்சையாக அவர்கள் எழுதுகிறார்கள். அவர்களும் தாம் எழுத்தாளனாகி கதை, கவிதை எழுதும் வரைதான் இப்பணியைச் செய்வார்கள்.

சிலநேரம் ஒரு டிரெண்டிங் போல ஒரு புத்தகத்தைப் பற்றி சக எழுத்தாளர்களும் தொடர்ச்சியாகப் பேசுவதுண்டு. ஆனால் அது விதிவிலக்கு மட்டுமே. இப்போதைக்கு எழுத்தாளர்கள்

அமெச்சூர் எழுத்தாளர்களான வாசகர்களையே நம்பி இருக்கிறார்கள்.

ஆகையால் இனி எழுத்தாளர்கள் தம் சக எழுத்தாளர்களை எதிர்நோக்காமல் வாசகர்களிடமே மதிப்புரை, ரசனை உரை, விமர்சனத்துக்காக எதிர்பார்த்திருக்க வேண்டும். என்னுடைய நாவல்களை, சிறுகதைகளை, மற்ற புத்தகங்களைப் பற்றிக் கூட மூத்த, சமகால எழுத்தாளர்கள் பெரும்பாலும் எழுதியதில்லை. முழுக்க முழுக்க வாசகர்கள்தாம் என்னைப் பற்றிப் பேசியிருக்கிறார்கள். இதுவே எதிர்காலம்.

இனிமேல் எழுத்தாளன் தன் சக எழுத்தாளன், மூத்த எழுத்தாளர்கள் முன்பு காற்சலங்கையுடன் சென்று நீதிகேட்கச் செல்லக் கூடாது. உங்களுக்கும் அவர்களுக்கும் ஏதாவது கொடுக்கல் வாங்கல் இருந்தால் மட்டுமே உங்களைப் பற்றி எழுதுவார்கள். சும்மா சும்மா அவர்களிடம் போய் ஒப்பாரி வைக்காதீர்கள். எழுத்தாளர்கள் பரஸ்பரம் ஆதரிக்கிற, ஒன்றாக இணைந்து இயக்கமாகச் செயல்படுகிற காலம் முடிந்துவிட்டது.

யாருக்கும் யார் மீதும் வன்மமோ குரோதமோ இருட்டடிக்கும் நோக்கமோ இல்லை. எழுத்தாளர்களுக்கு பரஸ்பரம் அன்பும் மரியாதையும் உண்டு, ஆனால் அந்த அன்பையும் மரியாதையையும் நினைத்துப் பார்க்க இன்று ‘நேரம்’ இல்லை. எல்லாரும் தத்தமது அன்றாட வாழ்க்கையை, இலக்கிய உலகை, இடத்தைக் காப்பாற்ற, எழுத்தின் முன்னேற்றத்தை உறுதி செய்யப் போராடிக்கொண்டிருக்கிறார்கள்.

இனி நீங்கள் கவனிக்கப்படவில்லை என்று தோன்றினால் வாசகர்களிடம் கேளுங்கள். உங்கள் புத்தகத்தைப் பற்றி அறிமுகம் செய்ய அவர்களிடம் கோருங்கள். வாசக சாலை செய்வதைப் போல இத்தகையோரை உங்கள் கூட்டங்களில் பேச வைத்து உத்வேகப்படுத்துங்கள், ஆற்றுப்படுத்துங்கள். அவர்கள் பயிற்சியற்ற மொழியில் எழுதினாலும், உணர்ச்சிவயப்பட்டு மட்டுமே பேசினாலும் அதில் ஒரு களங்கமின்மை, உண்மைத்தன்மை இருக்கும். இனி இலக்கிய விமர்சனத்தை வாசகர்கள் எடுத்துச் செய்வார்கள், செய்யட்டும். சக எழுத்தாளன் பாவம் அவனை விட்டுவிடுங்கள்!

நம் காலத்தின் அறிவுஜீவிகள்

நம் சூழலில் அறிவுஜீவிகள் அளவு கிண்டல் செய்யப்பட்டவர்களும் புறக்கணிக்கப்பட்டவர்களும் இல்லை. நம் சூழலில் அவர்கள் அளவு தொடர்ச்சி அற்று மறக்கப்பட்டவர்களும் இல்லை. ஆனால் இவர்களே இதுவரையிலான நமது பண்பாட்டு, சமூக அரசியல் இயக்கங்களுக்கு ஜீவநாடியாய்த் திகழ்பவர்கள். இவர்களின்றி நாம் நாம் இவ்வளவு நம்பிக்கைகளும் தர்க்கங்களும் உறுதிப்பாடுகளும் கொண்டு முன்னேறி வந்திருக்க முடியாது. இந்த அறிவுஜீவிகள் என்பவர்கள் யார்? இவர்களைக் கீழ்வருமாறு புரிந்துகொள்கிறேன்:

விரிவான கோட்பாடு மற்றும் தத்துவ வாசிப்பும் அறிதலும் கொண்டவர்கள்.

சொல்நேர்த்தியும் கருத்தில் கூர்மையும் கொண்டவர்கள்.

முக்கியமாய், தமது ஒவ்வொரு சொல்லுக்கும் இன்னொரு சொல்லுக்கும் இடையிலும் கூட ஒரு சமூக அரசியல் கோட்பாட்டுத் தொடர்ச்சியைக் கொண்டவர்கள்.

அரசியல் / சமூகம் பற்றி உரையாடும் போதே நமக்கு பெண்ணியம், தலித்தியம், பின்நவீனத்துவம் என ஏதாவது ஆழமான சிந்தனைப் புலம் ஒன்றை நினைவுபடுத்துபவர்கள்.

அதாவது, ஒரு அரசியல் சமூகக் கருத்துடன் ஒரு பெண்ணியவாதியும் உடன்படும் வண்ணம் ஒருமித்த தர்க்கம் கொண்டவர்கள் (உ.தா., விளிம்பில் இருப்பதே விடுதலையான நிலை எனும் பார்வை).

ஒரு தற்கால / அரசியல் பிரச்சனையை அதன் ஆழமான உளவியல், குறியியல், தத்துவார்த்த தளங்களுக்குக் கொண்டு போகிறவர்கள்.

தத்துவத்தையும் மானுட விடுதலையையும் இணைப்பவர்கள்.

மிகச் சிக்கலான ஒன்றையும் துணிச்சலாய்ச் சொல்பவர்கள்.

ஏதோ ஒருவித பொறுப்புடன், கடப்பாட்டுடன் இருப்பவர்கள்.

ஒரு முனைப்புடன், பிடிவாதத்துடன், நம்பிக்கையுடன், எந்த நெருக்கடியிலும் தளராது, போராடுபவர்கள்.

அரசியல், சமூகம், இலக்கியம், தினசரி அல்லல்கள், அன்பு, இரக்கம், இசை, பண்பாட்டு வடிவங்கள் என எதையும் தனித்தனியாக அன்றி ஒன்றாய்க் கோர்த்துப் பார்ப்பவர்கள் (ஆனால் பத்திரிகையாள எழுத்தாளர்கள் இவற்றை அவ்வப்போதைய பரபரப்பை ஒட்டி தனித்தனியாய்ப் பார்ப்பவர்கள்.)

யார் என்ன கிண்டலடித்தாலும் மரியாதை காட்டினாலும் அதைப் போகிற போக்கில் எடுத்துக் கொள்பவர்கள். முன்னுள்ள இலக்கில் இருந்து கவனம் இழக்காதவர்கள்.

அறிவு மட்டும் சமூக விடுதலை செயல்பாட்டே முக்கியம், தனிப்பட்ட விருப்பு வெறுப்புகள் அல்ல எனும் தெளிவு கொண்டவர்கள்.

நம் தமிழ் மரபில் ஆதியில் இருந்தே அறிவுஜீவிக் கவிஞர்கள் இருந்திருக்கிறார்கள். வள்ளுவர் ஒரு நல்ல உதாரணம். அவர் மனித மனம் பற்றிப் பேசுகையில் அதற்கு ஒழுக்க மற்றும் ஆன்மிக புலங்களை அளிப்பார் (அழுக்காறாமை); அவர் “தெய்வம் தொழாள்” என இல்லற அறம் பற்றி (சர்ச்சைக்குரிய ஒன்றை) பேசும் போது தெய்வம் என்பவர் ஒரு அதிரூபன் அல்ல அவர்

இந்த பூமியில் நடமாடும் ஜீவனே என ஒரு பௌதிகவாதம் பேசுவார். வள்ளுவரை எங்குமே நாம் ஒற்றைத் தளத்தில் பார்க்க முடியாது. தொல்காப்பியரின் மெய்ப்பாட்டியலும் வள்ளுவரின் தத்துவ / ஆன்மிகச் சிந்தனையை ஒரு நிகழ்த்துக்கலை தளத்தில் வைப்பதே. இலக்கியம் என்பது வெறுமனே வாசிப்பு அல்ல, அது நிகழ்த்துதல், உடலுடன் பின்னிப் பிணைந்த ஒன்று என தொல்காப்பியம் பேசுகிறது. உடலும் மனமும் ஒன்றே என்கிறது. ஆக உடல் தொடர்ந்து நிலைமாறும் ஒன்றாய் இருக்கையில் மனமும் அப்படியே உள்ளது; உடலின் தொடர்ச்சியாய் மனமும் துண்டுபட்ட ஒன்றாய் மாறுகிறது. மேற்கில் பிரபலமான பல பின்நவீனத்துவக் கருத்துகளைக் தொல்காப்பியம் நினைவுபடுத்துகிறது. அதைவிட முக்கியமாய் வாசிப்பை அது எப்படி பௌதீகவாதம், நிகழ்த்துக்கலைக் கோட்பாடு, மனம் குறித்த புதிய அவதானிப்புகள் எனும் வெவ்வேறு தளங்களில் வைக்கிறது என பாருங்கள்.

இவர்களுக்கு அடுத்து நம் மரபின் பத்தொன்பதாம் நூற்றாண்டிலிருந்து இருபதாம் நூற்றாண்டு வரை முக்கிய சிந்தனையாளர்கள் தோன்றியிருக்கிறார்கள். அயோத்திதாசர் இவர்களில் முதன்மையானவர். அவர் ஒரு ஜீனியஸ். திருக்குறளை, பௌத்தத்தை அவர் முழுக்க ஒரு மாறுபட்ட தளத்தில் அர்த்தப்படுத்துகிறார்; அதுமட்டுமல்ல அதை சமூக அரசியல் தளங்களுடனும் இணைக்கிறார். அடுத்து பெரியார் (ஒரு கறாரான தத்துவவாதியோ கோட்பாட்டியலாளரோ அல்லவெனிலும்) ஒரு சுதந்திரமான அரசின்மைவாத சிந்தனையாளர். இவர்களுக்கு அடுத்தபடியாய் நமது அறிவுஜீவி மரபு எண்பது தொண்ணூறுகளில் உச்சம் பெறுகிறது. பிரேம், அ. மார்க்ஸ், ரவிக்குமார், தமிழவன் என காத்திரமான நீண்ட பட்டியல் இப்பருவத்தின் செறிவைக் காட்டுகிறது. மேற்கத்திய சிந்தனைகளின் (குறியியல், பின்நவீன சிந்தனைகள்) தாக்கமும், நமது தமிழ் மரபு குறித்த தீர்க்கமான பார்வையும் கைகோர்க்க இவர்கள் படைப்பூக்கம் கொண்ட சிந்தனையாளர்களாகவும் மாறினார்கள். மேற்கின் சிந்தனைகளை அறிமுகப்படுத்தும் ஆவேசம் இவர்களை அப்போது ஆட்கொண்டிருந்தது.

அதற்கான மொழி தமிழில் அப்போது இல்லை. ஆக ஒரு புது மொழியை, புது சொல்லாடல்களை உருவாக்கி அளித்தார்கள். இது இங்கு ஒரு கலவரச் சூழலை ஏற்படுத்தியது. *Birds* படத்தில் ஓர் அமைதியான நகரத்தை பறவைகள் தாக்குவது போன்ற சூழல். ஆனால் நமது இலக்கியச் சூழலில் ஒரு புத்துணர்ச்சியும் இவர்களால் ஏற்பட்டது. நாம் அதுவரை அரசியல் சமூகச் சிந்தனைகளை விவாதிக்க தமிழ் தேசியம் தவிர்த்து வேறு எந்த மொழியும் அற்றிருந்தோம். இவர்கள் மொழி, பண்பாட்டு அசைவுகள், அரசியல் இயக்கங்கள், வரலாறு என பல வகைகளில் சமூக அரசியல் சிந்தனைகளைப் பேச வழிவகை செய்தார்கள். உதாரணமாய், பிரேம் ரமேஷ், இளையராஜாவை பேட்டி எடுத்து வெளியிட்ட நூலை சொல்லலாம் (இளையராஜா: இசையின் தத்துவமும் அழகியலும்). பின்நவீன புனைவெழுத்தில் நாம் (எஸ்.ரா முதல் ஜெ.பி சாணக்யா வரை) பார்த்த (மாய எதார்த்தம், நான்-லீனியர்) அழகியல் சித்தரிப்புக்கு சாதகமான, உத்வேகமான தத்துவ அடித்தளத்தை அமைத்துத் தந்தவர்கள் மேற்சொன்ன கோட்பாட்டியலாளர்களே. நீங்கள் தமிழின் தொண்ணூறு மற்றும் ரெண்டாயிரத்தின் பரீட்சார்த்த கதைகளை இந்தக் கோட்பாடுகளில் இருந்து துண்டித்துப் பார்க்க இயலாது (புனைவெழுத்தையும் கோட்பாட்டு எழுத்தையும் இரு எதிர்போக்குகளாய்ப் பார்க்கும் நோக்கு துரதிருஷ்டவசமானது.)

இந்த நவீனத் தமிழ் அறிவுஜீவிகளில் என்னை மிகவும் கவர்ந்தவர்கள் என ரவிக்குமார் மற்றும் ராஜ் கௌதமனைச் சொல்வேன். ஒரு அறிவுஜீவி ஒரு அரசியல் சமூகச் செயல்பாட்டாளனாய் வளர்ந்து ஒரு கட்சியின் சித்தாந்த தலைமையாக மாற வேண்டும். அதுவே ஆரோக்கியமான வளர்ச்சி (பிளேட்டோ தத்துவவாதி நாட்டின் தலைவராக வேண்டும் என கோரியதும் இதையே). அந்தப் படிநிலை வளர்ச்சியில் சரியாகப் பொருந்துபவர் என ரவிக்குமாரை சொல்லலாம். தன் கட்சியின் (விடுதலைச் சிறுத்தைகள்) அரசியல் திசையைப் பல சமயங்களில் தீர்மானிப்பவராய் அவர் இருந்திருக்கிறார். தன் கட்சியின் சார்பில் திமுகவுடன்

அணுக்கமாய் உரையாடுகிறவராகவும் இருந்திருக்கிறார். கட்சியின் துவக்கத்தில் இருந்து இன்று வரை உறுதியாய் செயல்பட்டு வருகிறார். கோட்பாட்டுவாதிகள் குளறுபடியானவர்கள், குழப்பவாதிகள், அவர்களின் செயல்பாடு சமூக மேம்பாட்டுக்கு உதவாது, அவர்கள் வெறுமனே எலைட்டுகள் எனும் குற்றச்சாட்டை வலுவாய் மறுக்க ரவிக்குமாரின் உதாரணம் ஒன்றே போதும். ஒரு எழுத்தாளனாய் எனது ஹீரோக்களில் ரவிக்குமாரும் ஒருவர். அவர் எனக்கு ஒரு ஆதர்ச புருசன். ஒரு மேற்கத்திய கருத்தியலைப் பற்றி தமிழில் தன் தெளிவான செறிவான மொழியில் அவர் எழுதுகையில் சட்டென அதற்கு நாம் எதிர்பாராத வெளிச்சத்தைக் கொண்டு வருவார். அவரது மொழியாக்கத்துக்கும் இதையே சொல்லலாம். அவரது சிறுகதைகள் பிரச்சார கதைகளோ வெறுமனே பரீட்சார்த்த கதைகளோ அல்ல. சமூகக் கொடுமைகள் குறித்த தன் கொந்தளிப்பை சித்தரிக்கும் போதும் வெகு நுணுக்கமாய் நளினமாய் கதையை நகர்த்தத் தெரிந்தவர். அவர் குறைவாகவே புனைவெழுதுவது துரதிர்ஷ்டம்.

நான் அடுத்ததாய் மிக அதிகமாய் கொண்டாடுவது ராஜ் கௌதமனை. அரசியல் சமூகக் கோட்பாடுகளை தமிழக (19-20ஆம் நூற்றாண்டு) வரலாற்றைக் கொண்டு சமூகவியல் தளத்தில் அவர் அலசி அபாரமான கட்டுரை நூல்களை எழுதியிருக்கிறார். அவரது “க. அயோத்திதாசர் ஆய்வுகள்”, “தலித்திய விமர்சனக் கட்டுரைகள்” ஆகிய நூல்கள் முக்கியமானவை. அவரைப் போல ஆய்வில் சமூகவியல் அலசலையும் இலக்கியத்தையும் இணைப்பது சுலபமல்ல. இலக்கியம் தட்டையாகப் பார்க்கப்படுகிறது எனும் குற்றச்சாட்டு எழும். ஆனால் ராஜ் கௌதமன் மிக சாமர்த்தியமாய் ஆழமாய் இந்த இணைவை நிகழ்த்துபவர். என்னை மிகவும் பாதித்தது வெள்ளாள சமுதாயம் நிலவுடைமை சமூகமாய்ச் செழித்து அதன் பிறகு, பத்தொன்பதாம் நூற்றாண்டில் பிராமண எழுச்சியின் முன் தன் அதிகாரத்தையும் பொருளாதார வலுவையும் இழந்து, இருபதாம் நூற்றாண்டில் நாடோடிகளாய் மாறிப்போனதை சித்தரிக்கும் கட்டுரைகள். தமிழ் எழுத்தாளர்கள், இயக்குநர்கள்

பலரையும் முற்றிலும் புதிய ஒளியில் பார்க்க கற்றுத் தந்தவை இக்கட்டுரைகள். ராஜ் கௌதமனின் எழுத்தின் தொனியும் சுவையானது நீதியற்ற தமிழ்ச் சமூகம் மீதான கோபமும் அவருக்கு உரித்தான நக்கலும் கிண்டலும் கலந்த அழகான தொனி அது.

இந்த தொனி மிகச் சிறப்பாய் வெளிப்படுவது அவரது நாவல்களில். புனைவுத் தளத்தில் எழுதப்பட்ட சுயசரிதைக் குறிப்புகள் ராஜ் கௌதமனின் நாவல்கள். இவற்றில் எனக்கு மிகவும் பிடித்தமானது “காலச்சுமை”. சமூக ஏற்றத்தாழ்வுகளின் ஊடே போராடி மேலே வரும் ஒரு தனிமனிதனின் சித்திரமே இது. ஆனால் அது மட்டுமல்ல இந்தத் தனிமனிதனின் தனிமையை அவர் சித்தரித்திருக்கும் விதமும் அபாரமானது வெறும் சமூகத் தனிமை அல்ல காலத்தின் ஓட்டத்தில் தான் எங்கும் பொருந்தாமல், தன் திசையைத் தன்னாலே தீர்மானிக்க முடியாது போகும் அபத்தம் உணர்த்தும் தனிமை இது. மார்க்வெஸின் “நூற்றாண்டுகளின் தனிமை” நாவலில் வரும் தனிமை இது. காப்காவின் நாவல்களில் நாம் காணும் அந்த வேடிக்கையான சுவையான அதே நேரம் அச்சுறுத்தலான அபத்தமும் சற்றும் மென்மையாய் ராஜ் கௌதமனின் புனைவில் வருகிறது. (நான் எனது சமீபத்திய நூல் ஒன்றை மிகவும் உவப்புடன் ராஜ் கௌதமனுக்கு சமர்ப்பித்தேன்.)

இரு முக்கியமான தொண்ணூறுகளின் அறிவுஜீவிகளைப் பார்த்தோம்.

இன்றைய அறிவுஜீவிகளின் நிலை என்ன?

இன்று கல்விப்புல அறிவுஜீவிகள் ஒரு *public intellectualகளாகவும்* ஆக வேண்டும் எனும் கோரிக்கை உலகம் முழுக்க, இந்தியா எங்கும், எழுந்து வருகிறது. உலகில் வலதுசாரி சிந்தனை சுனாமியாய் எழுந்து வரும் நிலையில் *public intellectualகளின்* தேவை இன்று குறிப்பாய் உணரப்படுகிறது. இவர்கள் வலதுசாரிகளுக்கு ஒரு வலுவான எதிர்தரப்பாய் அமைய வேண்டும் என எதிர்பார்க்கப்படுகிறது. ஆக முற்போக்கு அரசியல் களத்தில் இன்று பல அறிவுஜீவிகள்

செயல்படுகிறார்கள்.

மேற்கில் ஸிஸெக், இந்தியாவில் ஆஷிஸ் நந்தி (அவர் வலதுசாரி போல பொய்த்தோற்றம் தந்தாலும்) ஆகியோரை இதற்கு உதாரணம் காட்டலாம். இந்த அறிவுஜீவிகள் பொது ஊடகங்களிலும் சமூக ஊடகங்களிலும் செயல்படும் போது அவர்களின் சிந்தனை வீச்சு குறைவாகவும் சமூக அரசியல் கடப்பாடு அதிகமாகவும் வெளிப்படுகிறது. சற்றே தீவிரம் இழந்த ஆனால் முக்கியமான ஒரு கருத்தியல் தரப்பாக இவர்கள் டிவி விவாதங்களிலும் நாளிதழ் நடுப்பக்கக் கட்டுரைகளிலும் உருமாறுகிறார்கள்.

தமிழில் முன்பு தினமணியிலும் பின்னர் தி ஹிந்துவிலும் எழுத்தாளர்கள், அறிவுஜீவிகள், செயற்பாட்டாளர்கள் ஆகியோர் எழுதும் நடுப்பக்கக் கட்டுரைகளுக்கு மதிப்பும் இடமும் கிடைத்தது. ஆனாலும் இவற்றை ஒரு அறிவுஜீவி எழுத்து என வகைப்படுத்த முடியாது. பொதுப் பிரச்சனைகளுக்கு அறிவுத் தரப்பில் இருந்து எழும் குறுகின எல்லைக்குட்பட்ட எதிர்வினை எனலாம். அன்றைக்கான பிரச்சனைகளையே அன்றன்றைக்கு பேசித் தீர்க்க வேண்டும் என்பது வெகுஜன ஊடகங்களின் கோரிக்கை. அதற்கு அறிவுஜீவிகள் தலைசாய்த்தனர். குறிப்பாக டிவி ஊடகத்தில்.

டிவி விவாதங்களில் முன்பு எழுத்தாளர், சமூகச் செயற்பாட்டாளர், இடதுசாரி சிந்தனையாளர் எனும் அடையாளங்களின் கீழ் பொதுத் தரப்பு ஒன்று அறிமுகமானது. நான் 2012இல் இருந்து தொடர்ந்து ஐந்து வருடங்கள் இந்தச் சமூக அரசியல் விவாத நிகழ்ச்சிகளில் (சன் நியூஸ், புதிய தலைமுறை, தந்தி டிவி முதல் ராஜ் டிவி, கேப்டன் டிவி வரை) கலந்து கொண்டிருக்கிறேன். என்னை எழுத்தாளர் என்றே அறிமுகம் செய்வார்கள். ஆனால் நான் ஒரு எழுத்தாளனாய் என் தரப்பை எடுத்து வைத்துள்ளேனா?

துணிச்சலாக நேரடியாய், ஓரளவு அறிவுஜீவி வீச்சுடன், பேசி இருக்கிறேன். ஆனால் அறிவுஜீவியாய் எனக்கான மொழியில், எனக்கான நம்பிக்கைகளுடன் தர்க்க ஒழுங்குடன் நான்

என்றுமே டிவியில் பேசினதில்லை. ஒரு மணிநேர டிவி நிகழ்வு ஒன்றில் நீங்கள் மொத்தமாய் 8 நிமிடங்களே பேச முடியும். இரண்டிரண்டு நிமிடங்களாய் பிரித்து, நான்கு கட்டங்களாய். முதலில் ஒரு பொதுவான விளக்கம், அடுத்து பிற பங்கேற்பாளர்களின் கருத்துக்களுக்கான எதிர்வினை அல்லது நெறியாளரின் கேள்விக்கான பதில், (ஒரு விளம்பர இடைவேளைக்குப் பின்) அடுத்த கட்டத்தில் தான் விவாதம் சூடு பிடிக்கும். யார் கடுமையாய் தந்திரமாய் ஆவேசமாய் நாடகீயமாய் அல்லது மக்களின் உணர்வுகளுக்கு ஒழுக பேசுகிறார்களோ அவர்களே பார்வையாளர்களின் கவனத்தை கவர்வார்கள்; பாராட்டு மழையில் நனைவார்கள். ஆனால் இந்த சர்ச்சைகளுக்கிடையே யாராவது தன் கருத்தியலையோ நிலைப்பாட்டை விளக்கமாய் தீவிரமாய்ப் பேச முயன்றால் அங்கே அவர் கோமாளியாய்த் தெரிவார். “நீயா நானா” மட்டுமே எழுத்தாளர்களுக்குத் போதுமான அவகாசத்தையும் மதிப்பையும் அளித்தது. ஆனால் “நீயா நானாவிலும்” நீங்கள் பேசுவது ரியாலிட்டி ஷோவில் எனும் பிரக்ஞை இருக்க வேண்டியது அவசியம்; பேச்சின் இடையே பொதுமக்களில் நன்றாய் பேசியவர்களைக் குறிப்பிட்டு அவர்களின் கருத்துகளுக்கு எதிர்வினையாற்றிப் பேச வேண்டும்; ஏதாவது ஒரு தரப்பை எடுத்துக் கொண்டு விரிவாய் விளக்க முடியும் என்பதே “நீயா நானாவின்” அனுகூலம். தமிழில் பல எழுத்தாளர்களையும், அறிவுஜீவிகளையும் பொதுமக்களின் கவனத்திற்குக் கொண்டு சென்ற நிகழ்ச்சி அது.

டிவி விவாத நிகழ்ச்சிகளில் கடந்த சில ஆண்டுகளில் மற்றொரு மாற்றம் வந்துள்ளது. அரசியல் சமூக விவாதங்களில் நால்வரில் இரண்டு இடத்தை பாஜக மற்றும் பிற இந்துத்துவ ஆதரவாளர்கள் எடுத்துக்கொள்கிறார்கள். மகப்பேறு பற்றி ஒரு விவாதம் என்றாலும் அங்கே ஒருவர் “வலதுசாரி சிந்தனையாளர்” என்ற பெயரில் வந்து அமர்ந்துகொள்கிறார். இன்று டிவி அலைவரிசைகளின் ஆசிரியர்கள் ஆளுங்கட்சி அளிக்கும் அழுத்தம் காரணமாய் மாநிலத்திலும் மத்தியில் ஆள்பவர்களின் அடிபொடிகளைக் கட்டாயம் நிகழ்ச்சிக்குள்

நுழைத்துவிடும் கட்டாயத்தில் இருக்கிறார்கள். இதன் விளைவு பொதுத்தரப்பு, அறிவுஜீவித் தரப்பு என்ற ஒன்றே இல்லாமல் ஆனது. இன்று நீங்கள் ஏதாவது ஒரு கட்சியின் ஆதரவாளராகவோ எதிர்ப்பாளராகவோ மட்டுமே களமிறங்கி விவாதிக்க முடியும்.

இன்று மார்க்ஸிய ஆதவாளர்கள் எனத் தோன்றுபவர்கள் கருத்தியலாளர்கள் அல்ல கட்சிப் பிரதிநிதிகள்; திமுக அனுதாபிகள் என்பவர்களும் அவ்வாறானவர்களே. பாஜக தரப்பினரை விதூஷகர்கள் எனலாம். பார்வையாளர்களைச் சிரிக்க வைப்பதும் அவர்களின் ரத்த அழுத்தத்தை எகிற விடுவதுமே இவர்களின் பணி.

இப்படி நீர்த்துப் போனதும், ஆதரவு-எதிர்ப்பு எனும் இருமைக்குள் மாட்டிக்கொண்டதும் டிவி விவாத அணிகள் மட்டும் அல்ல. இன்று மாத இதழ்கள், முகநூல், இணையதளங்கள் எங்குமே எழுத்தாளர்கள், அறிவுஜீவிகள் சிந்தனையாளர்கள், களப்போராளிகள் அனைவரும் ஏதாவது ஒரு தற்காலிக பிரச்சனையை எடுத்துக்கொண்டு, அதைத் தமது ஆதரவு நிலைப்பாட்டை ஒட்டி சுருக்கமாய் உணர்ச்சிகரமாய் விவாதித்து விட்டு முடித்துக்கொள்கிறார்கள். ஒற்றைப்படையான நேரடியான பேச்சே இன்றைய அறிவார்ந்த உரையாடல் என மாறிவிட்டது.

உதாரணமாய், மதவாத எதிர்ப்பு என்று வந்துவிட்டால் பாஜகவினர் அனைவரும் மதவெறியர்கள், அது மட்டுமே பிரச்சனை எனச் சுருக்கி, கொந்தளிப்பாய் எழுதி முகநூலில் ஆயிரம் லைக்குகளும் நூறு பகிர்வுகளும் வாங்கிக் கொள்கிறார்கள். அது அறிவார்ந்த மொழியில் சமூகக் கோபத்துடன் எழுதப்பட்டாலும் அறிவுஜீவி எழுத்தல்ல. மதவாதம் என்றால் மதவெறி மட்டுமல்ல, பல மதவாதிகள் மதத்தில் எந்தவிதப் பிடிப்பும் அற்றவர்கள், ஆரம்பகால இந்து மகாசபையினரில் பலரும் இறைநம்பிக்கையற்றவர்கள் அல்லது மரபை சீர்திருத்த விழைந்தவர்கள்; மதவாதம் என்பது ஒரு போர்வை, அதன் பின்னே உள்ளது தேசியவாத லட்சியமும் கார்ப்பரேட் நல நகரமயமாக்கலுமே என ஆஷிஸ்

நந்தி ஒரு முற்றிலும் புதிய பார்வை ஒன்றை, ஆழமான விரிவான பார்வை ஒன்றை, நிரூபணங்களுடன், இந்துத்துவா விவாதத்துக்கு அளிக்கிறாரே அதுதான் அறிவுஜீவி நோக்கு. இந்த முன்னெடுப்பும் தீவிரமும் விசாலமான நோக்கும் இன்று இல்லாமலாகி வருகிறது. பத்திரிகைத்தனமான எழுத்தே அறிவுஜீவித் தரப்பு என இன்று ஆகிவருகிறது.

மிக அதிகமாய் பொதுமக்கள் அரசியல் பேசும் சமூக நடப்புகளை விவாதிக்கும் காலம் இது. மிக அதிகமாய் பாசிச ஒடுக்குமுறை தலையெடுக்கும் காலம் இது. மிக அதிகமாய் போலியான வாதங்கள், அபத்தமான கருத்துகள் அதிகார வர்க்கத்தால் பரப்பப்படும் காலம் இது. ஆனால் இப்போது தான் அறிவுஜீவிகள் மாயமாகி வருகிறார்கள் என்பது வருத்தத்திற்குரியது.

இன்றைய அறிவுஜீவிக்கு நான் கட்டுரையின் ஆரம்பத்தில் குறிப்பிட்ட பண்புகள் எல்லாம் வேண்டும். அதோடு சமூக வலைதள வாய்ப்புகளைப் பயன்படுத்தி இளைஞர்களுடன் உரையாடும் புத்திசாலித்தனமும் எளிமையும் வேண்டும். அறிவுஜீவி எழுத்துகள் ஆயிரமாயிரம் லைக்குகளையும் பரவலான பகிர்வுகளையும் பெறாமல் இருக்கலாம். ஆனால் ஒரு தீவிரமான விவாதத்தின் போது தெளிவான கூர்மையான ஒளியைப் பாய்ச்சி திசை காட்டுவது அறிவுஜீவியே. ஆக அவனது கருத்துக்கள் எல்லா பரபரப்பான சர்ச்சைகளின் மத்தியிலும் ஒரு கூர்வாளைப் போல ஒளிர்ந்து உயர்ந்து வரும்.

சுவர் இருந்தால் எழுத வேண்டும்

வெகுஜன பத்திரிகைகளில், முகநூலில் எழுதுவது, டிவியில் பேசுவது எழுத்தாளனுக்கு அவசியம்தானா என சமீபத்தில் ஒருநாள் மனுஷ்யபுத்திரனுடன் பேசிக்கொண்டிருந்தேன். எழுத்தாளனின் வேலை சமூக, அரசியல் மற்றும் உடனடி பிரச்சனைகளுக்கு எதிர்வினையாற்றுவது அல்ல என்றார் மனுஷ்யபுத்திரன். இம்மாதிரியான பதிவுகள் மற்றும் கட்டுரைகள் சில வாரங்களில் அல்லது நாட்களில் மதிப்பிழந்து விடுகின்றன. சின்மயி சர்ச்சையின் போது மாமல்லன் பக்கம் பக்கமாய் எழுதினார். அவற்றை தொகுத்து நூலாகவும் வெளியிட்டார். இப்போது அதைப் புரட்டிப் பார்க்க அவருக்கே தோன்றாது. மாமல்லன் மட்டுமல்ல நம்மில் பலர் எழுதிய சர்ச்சை எதிர்வினைகளுக்கு மீள்வாசிப்பு பாக்கியம் இருக்காது. அப்படியென்றால் ஏன் எழுத்தாளன் ஒரு துரித உணவு சமையல்காரனாக இருக்க வேண்டும்?

மனுஷ் இதற்கு ஒரே காரணம்தான் என்றார்: வாசகர்கள் மற்றும் பொது சமூகத்துடன் உரையாடும் விருப்பம்.

முன்பு சமூக பிரச்சனைகள் குறித்து அவதானிப்பதற்கு வாய்ப்பு இல்லை. இன்று உள்ளது. பயன்படுத்திக்கொள்கிறோம். ஒரே

சிக்கல் மீடியா வாய்ப்புகளைப் பெற நாம் நம்மை வளைத்துக் கொள்ள வேண்டியுள்ளது. 400 வார்த்தைகளுக்குள் எழுதச் சொல்வார்கள். ஏன் 100 வார்த்தைகளில் கூட எழுதச் சொல்வார்கள். மோதிர வட்டத்தின் வழி தலையை நுழைத்து வெளிவர வேண்டும். அப்படித்தான் வெகுஜன பத்திரிகைகளில் தொடர்ந்து செயல்பட இயலும்.

தமிழில் இன்றும் ஒரு இலக்கிய எழுத்தாளன் தான் உருவாக்கிய அடையாளத்தின் கீழ் எழுதுவது இல்லை. ஒரு குறிப்பிட்ட விசயத்தை (அரசியல், விளையாட்டு, அனுபவம், செக்ஸ், சர்ச்சை) பற்றி எழுதும் விருப்பமும் திறனும் கொண்டவனாய் அவனை அடையாளப்படுத்தி, எடிட்டர்கள் தீர்மானித்து அவனுக்கு என ஒரு இடத்தை அளிக்கிறார்கள். அங்கு அவன் எழுதுகிறான். (ஆனால் இந்தச் சூழல் சிறுகச் சிறுக மாறி எதிர்காலத்தில் எழுத்தாளனுக்கு என ஒரு தனி மேடை அமையப்போகிறது என நம்புகிறேன்.)

வெகுஜன பத்திரிகைகளில் எழுதுவது மிக மிக எளிது. அது பெரும் உழைப்பையோ மூளை ஜிம்னாஸ்டிக்கையோ கோருவதில்லை. ஒரு அரசியல் பத்தி எழுதுகிறீர்கள் என்றால் ஒரு கோணம், அதை விளக்கும் எளிய மொழி, கொஞ்சம் தகவல் போதும். நீங்கள் நான்கு வெகுஜன பத்திரிகைகளுக்கான ஒரு வார பத்திகளை ஒரே நாளில் இன்னும் சொல்லப் போனால் அரைநாளில் கூட எழுதிவிடலாம். இப்படி எழுதினால்தான் அந்தத் தளத்தில் சுவாரஸ்யமாகவும் ஏற்றுக் கொள்ளும்படியாகவும் இருக்கும்.

அதாவது ஒரு மெல்லிசைப் பாடல் படப்பிடிப்பை கற்பனை செய்யுங்கள். மென்மையான இசைத்துடிப்பு. சிம்ரன் ஆடுகிறார். அவர் பண்ண வேண்டியதெல்லாம் லேசாய் இடுப்பு வெட்டி அசைத்தபடி விரகதாப முகபாவனை காட்டுவது. அதை அவர் ஒழுங்காய்ச் செய்தால் பாடல் நன்றாய் வந்துவிடும்; பத்தி எழுத்தாளனின் பணியும் இப்படி இடுப்பாட்டுவது மட்டும் தான். “நான் சிம்ரன், என்னால் ஸ்பிரிங் போல வளைந்து துள்ள முடியும்” என்றெல்லாம் அவன் கோரக் கூடாது.

பத்திரிகையாளர்களில் பலருக்கும் தீவிரமான எழுத்தில் ஜொலிக்க, விரிவான கட்டுரைகள், அடர்த்தியான கதைகள், நீளமான நாவல்கள் எழுத ஏன் சிரமமாய் உள்ளது என எனக்கு இந்த ஒரு வருட பத்தி அனுபவம் புரிய உதவியது. ஆரம்பத்திலே நீங்கள் மெல்லிசைக்கு இடுப்பசைத்து மட்டுமே பயின்று வந்தால் பிறகு அதை மட்டும்தான் செய்ய வரும். இது பத்திரிகை எழுத்தின் ஒரு அடிப்படைச் சிக்கல்.

ஒரு குழந்தையின் கையில் கரிக்கட்டி கொடுத்து எதிரில் உள்ள வெற்றுச்சுவரில் கிறுக்க அனுமதிக்கிறார்கள். அது பாட்டுக்குக் கிறுக்கி விளையாடுகிறது. கடந்து போகிறவர்கள் கவனிக்கிறார்கள். சிலர் தட்டிக் கொடுக்கிறார்கள். சிலர் கன்னத்தைக் கிள்ளிக் கொஞ்சுகிறார்கள். எழுத்தாளனின் வெகுஜன பத்திரிகை அவதாரம் இப்படித்தான். ஆனால் அக்குழந்தை ஒருநாள் கிறுக்குவதை நிறுத்தி வேறு இடத்துக்கு நகர்ந்துவிடும். அப்போது சுவரை வெள்ளையடித்து இன்னொரு குழந்தைக்குக் கொடுத்து விடுவார்கள்.

இது ஒரு தற்காலிக விளையாட்டு மைதானம் என்பதில் எழுத்தாளன் தெளிவாக இருக்க வேண்டும். அவ்வளவு தான்!

புத்தக அறிமுகக் கூட்டத்தில் பேசுவது எப்படி?

என்னுடைய நண்பர் ஒருவரை சுமார் பத்து வருடங்களுக்கு முன் ஒரு சினிமா நடிகரின் சார்பில் அவரது உதவியாளர் எழுதின கவிதைத் தொகுப்பு வெளியீட்டு விழாவுக்குப் பேசக் கேட்டார். நண்பர் அப்போது தீப்பிழம்பு போல் இருப்பாராம். அவர் சொன்னார்: “நான் பேசுகிறேன். ஆனால் புத்தகம் பற்றின என் உண்மைக் கருத்துகளைத்தான் சொல்லுவேன்” என்றார். அரைமணி கழித்து உதவியாளர் போனில் மீண்டும் அழைத்து “நீங்க கூட்டத்துக்கு வாங்க, ஆனால் பேச வேணாமுன்னு சார் சொல்றாரு” என்றாராம் பணிவாக. இப்போதெல்லாம் நண்பர் தணிந்துவிட்டார். பொதுவாக என்னை விமர்சனக் கூட்டங்களுக்கு அழைக்கும் போது இந்தச் சம்பவம் நினைவு வரும்.

பிடித்த புத்தகங்களைப் பற்றிப் பேசுவது ஒரு கொடை. ஒரு அற்புத வாய்ப்பு. ஆனால் அது அரிது. பொதுவாக புத்தகக் கூட்டங்கள் கல்யாண வரவேற்பு போல. பையன் வீடு பெண் வீடு எனப் பல பக்கங்களில் இருந்து வருவார்கள். எழுத்தாளனின் நண்பர்கள், நண்பர்களின் நண்பர்கள், கூட்டங்களில் கலந்து கொண்டு இலக்கிய அப்டேட் செய்வதற்காக, பொழுது போக்க, என்னவென்றே தெரியாமல்

வந்து அமர்வது என பல ரகங்களில் வருவார்கள். இடங்களைப் பொறுத்து எல்லா கூட்டங்களுக்கு ஒரு எண்ணிக்கையில் கூட்டம் வரும். மாலையானால் பூங்கா, கடற்கரை, டீக்கடை எனக் கூடுவது போல் மக்கள் நிகழ்ச்சி அரங்கங்களுக்கும் கூடுவார்கள். பண்பாட்டு நிகழ்வுகளில் பங்கெடுக்க மக்களுக்கு நிச்சயம் ஆர்வமுண்டு. சென்னையில் அதற்கான இடம் குறைவு. இருந்தால் நூற்றுக்கணக்கான மக்களை தினமும் கூட திரட்டி பேச்சு, விவாதம் கொஞ்சம் இசை, நகைச்சுவை என நடத்த முடியும். மேலும் கிராமங்களில் வாழ்ந்த காலத்தில் இருந்தே வேலை முடித்த பின் வில்லுப்பாட்டு, அரசியல் பேச்சு என கூடிய மரபு நமக்குண்டல்லவா. இந்த இடத்தைப் பின்னர் பட்டிமன்றம் ஆக்கிரமித்தது. தமிழர்களுக்கு பேச்சைக் கேட்பதிலும் பேசுவதிலும் உள்ள தாகம் அளப்பரியது. ஒரு இலக்கிய நிகழ்ச்சிக்கு வந்து கூடி கைதட்டும் மக்கள் எங்கிருந்து வருகிறார்கள் என விளக்கவே இவ்வளவும் சொன்னேன். ஒரு பெரிய பேச்சாள எழுத்தாளருக்கு வரும் ஆயிரக்கணக்கான ரசிகர்களையும், சின்ன எழுத்தாள பேச்சாளர்களுக்கு வரும் நூற்றுக்கணக்கானோரையும் வைத்து நாம் இங்கு இலக்கிய மறுமலர்ச்சி ஏற்பட்டுவிட்டதாய் மயங்கிவிடக்கூடாது.

சரி, அடுத்து வேறு விசயத்துக்கு வருவோம். விமர்சன அல்லது நூல் அறிமுகக் கூட்டங்களில் பேசுபவர்கள் இரண்டு அணுகுமுறைகள் வைத்திருப்பார்கள். மூத்த எழுத்தாளர் என்றால் கண்ணை மூடி புகழ்ந்து தள்ளிவிடுவார்கள். அந்த மூத்த எழுத்தாளரை விட பேச்சாளர் மூத்தவர் என்றால் ஒன்றிரண்டு அறிவுரைகள் சொல்லலாம். இளம் எழுத்தாளர் என்றால் ஏகத்துக்கு அறிவுரையாய்ப் பொழிந்துவிடுவார்கள். “சின்னப் பையன் என்னவோ பண்ணி வச்சிருக்கான், பாருங்க” என்கிற ரேஞ்சில் தைரியமாக விமர்சிப்பார்கள். இதுகூட நல்லது தான். நேர்மையான கருத்துகள் வந்து விழும்.

நடுவயது எழுத்தாளன் என்றால் பேச வந்திருப்பவர்கள் அவனுடன் அதே காலகட்டத்தில் எழுத வந்த அதே வெளுத்த ஆடையும் பிய்ந்த செருப்பும் அணிந்த ஆசாமிகளாக

இருப்பார்கள். அவர்களை "இவனைப் புகழக் கூடாது. அதுக்காகத் திட்டவும் வேணாம். ஏதாவது மையமாகப் பேசுவோம்" என நினைத்துப் பேசுவார்கள். பெரும்பாலும் "எழுத்தாளர்" என்றில்லாமல் "என் நண்பர்" என்று அழைத்துப் பேச ஆரம்பித்தால், "உன்னை எல்லாம் எழுத்தாளனாக அங்கீகரிக்கத் தயார் இல்லை" எனப் பொருள். அதனால் கடந்த கால நினைவுகள், கசப்புகள், வருத்தங்கள், சுயதம்பட்டம் என அரைமணிக்குக் குறைவாகப் பேசுவார்கள். பேச்சை முடிக்கும் போது "இந்தப் புத்தகத்தில் எனக்குச் சில இடங்கள் பிடித்திருக்கின்றன" என கண்ணாடியைப் பொருத்திக்கொண்டு புத்தகத்தைத் திறந்து தேடத் துவங்குவார்கள். சம்பந்தப்பட்ட எழுத்தாளன் அப்போதுதான் ஆர்வமாகி நிமிர்ந்து உட்கார்ந்து கவனிப்பான். ஆனால் தேடின பக்கம் கிடைக்காது. பொத்தாம் பொதுவாக வாழ்த்தி அமர்வார்கள். மொத்தம் பத்தே நொடிகள் தான் புத்தகம் பற்றிப் பேசி இருப்பார்கள். அதற்கே "ரொம்ப புகழ்ந்துட்டோமோ" என மனசுக்குள் குமுறுவார்கள்.

இன்னும் ஒரு வகை நடுவயது அறிவுஜீவி பேச்சாளர்கள். இவர்கள் கோட்பாடு, தாம் படித்த பிற நூல்களைப் பற்றி அரைமணி ஜல்லியடித்து விட்டு "சார்த்தர், காம்யு இடத்தில் இந்த எழுத்தாளரையும் நாம் வைக்கலாம்" எனச் சொல்லி சம்பந்தப்பட்ட எழுத்தாளரை நெளிய வைப்பார்கள். இந்த மாதிரி மிகையாக புகழ்வதும் பாராட்டாமல் இருப்பதற்கான ஒரு தந்திரம்தான். யாரும் பொருட்படுத்த மாட்டார்கள்.

உண்மையிலேயே நமக்கு உவப்பில்லாத ஒரு நூலைப் பற்றி எப்படிப் பேசுவது? ஒன்று நேர்மையாக மனதில் பட்டதைக் காயப்படுத்தாமல் சொல்லிவிடலாம். யாரும் உங்களைக் கடித்து விடப் போவதில்லை. இறுதியில் பேசினால் நல்லது. முதலில் பேசினால் அடுத்து வருபவர் உங்களுக்கு பதில் கூறும் சாக்கில் நிறைய *freehit* சிக்ஸர்கள் அடித்து கைதட்டு வாங்குவார். நடுவில் பேசும் போது முன்னே வந்தவர்கள் பேசி உருவாக்கிய ஒரு குறிப்பிட்ட பாங்கை, தொனியை நீங்கள் முறித்துப் பேசும் சிக்கல் வரும்.

இன்று ஆங்கில நூல் விமர்சனக் கூட்டங்களில் உள்ள விவாத முறை இன்னும் மேலானது. நான்கு பேர் சுற்றி உட்கார்ந்து புத்தகம் பற்றி ஏதோ ஒரு புள்ளியில் இருந்து தம் விவாதத்தை ஆரம்பிக்கலாம். உதாரணமாக, "எனக்கு இந்த நாவல் சரளமாக எழுதப்பட்டது போல உள்ளது. ரெண்டே நாளில் படித்து விட்டேன். நீங்கள் என்ன நினைக்கிறீர்கள்?" என ஒருவர் ஆரம்பித்து இன்னொரு பேச்சாளரிடம் மைக்கை கொடுக்கலாம். பின்னர் பார்வையாளர்களிடம் கேள்விகள் கேட்கச் சொல்லலாம். யாராவது ஒருவர் புத்திசாலித்தனமாக ஒருங்கிணைத்தால் இந்த மாடல் வெற்றி பெறும்.

தமிழில் புத்தகக் கூட்டங்களில் உள்ள மேடைப்பேச்சு பாணியை யாராவது மாற்ற வேண்டும்.

கார்ப்பரேட் எழுத்தாளர்கள்

இப்போதெல்லாம் ஏன் முன்பு போல் அதிகம் சர்ச்சைகள் நடப்பதில்லை, ஏன் எழுத்தாளர்கள் சட்டையைக் கிழித்துக் கொண்டு மண்ணில் புரள்வதில்லை என ஒரு நண்பர் கேட்டார். எனக்குத் தோன்றின சில எளிய பதில்கள் இவை:

இன்று இலக்கிய உலகம் கார்ப்பரேட்மயமாகிவிட்டது. யாரையும் அதிகம் பகைத்துக்கொள்ளாமல் சுமுகமாய்ப் போவது, உள்ளுக்குள் புகைந்தாலும் வெளியே ஒரு புன்னகை ஸ்மைலியைச் சுமந்து செல்வது, சின்னச் சின்ன சச்சரவுகள் வந்தாலும் அதைப் பெரிதுபடுத்தாமல் கடந்து செல்வது, முடிந்தளவு கசப்புகளை மறந்து உடனுக்குடன் கைகுலுக்குவது ஆகியவை கார்ப்பரேட் சுபாவங்கள். நீங்கள் எந்த எம்.என்.ஸி அல்லது உள்ளூர் கார்ப்பரேட் நிறுவனம் போய் பாருங்கள். யாவரும் கேளிர் எனும் ரீதியில் அவ்வளவு இனிமையாய் பரஸ்பரம் பழகுவார்கள். இதில் ஒரு ஆழம் இராது. பிளாஸ்டிக் தன்மை இருக்கும்.

உறவில் ஆழம் வந்தால் உடனே மனம் காயப்படும்; கசப்பில் கடிந்துகொள்வோம்; பிரிவோம், மீண்டும் இணைவோம், கண்ணீர் விட்டு கட்டியணைப்போம். இதெல்லாம் கார்ப்பரேட்

பந்தளங்களில் இராது. பிளாஸ்டிக் கைகுலுக்கல், பிளாஸ்டிக் புன்னகை, பிளாஸ்டிக் வழிதல், பிளாஸ்டிக் கிளுகிளுப்பு, பிளாஸ்டிக் கோபம். உறவை விட வேலைக்கு உதவும் தொடர்புகளே அவசியம் என கார்ப்பரேட் முதலாளித்துவம் நமக்கு உணர்த்துகிறது. அதனாலே இந்த பிளாஸ்டிக் தோரண பந்தங்கள் தழைக்கின்றன.

கார்ப்பரேட்டில் வேலை செய்யாதவர்களும் கூட பேஸ்புக்கில் புழங்குகையில் பாதி கார்ப்பரேட் ஆகிவிடுகிறார்கள். ரத்தமும் சதையுமான அன்பை விட தொடர்புகளே முக்கியம் என மெல்ல மெல்ல நமக்கு பேஸ்புக் உணர்த்துகிறது. லைக், வாழ்த்துகள் கிராபிக்ஸ், நண்பர்களுக்கு இடையிலான *frien-daniversary* கொண்டாட்டம், பிறந்தநாள் நினைவுபடுத்தல்கள் என பேஸ்புக் மெல்ல மெல்ல எதிர்மறையான காரியங்களை நம் உறவுகளில் இருந்து களைகிறது. நமக்கு சலிக்கும் அளவு நண்பர்களின் உலகம் ஒரு சொர்க்கபுரி என தித்துப்புகளால் நம்மைத் திணறடிக்கிறது. விளைவாக, பிறரை அது துன்புறுத்துமெனில் ஓர் உண்மையைக் கூட மறைப்பதே சாலச்சிறந்தது என நம்புகிறோம். எழுத்தாளர்களும் இன்று இந்த இடத்துக்கு வந்து விட்டார்கள்.

பேஸ்புக் பயன்படுத்தாத படைப்பாளிகள் கூட ஏதோ ஒரு விதத்தில் அதிக தொடர்பு வலைகள் கொண்டவர்களாய் மாறி இருக்கிறார்கள். அதன் சுகத்தை அனுபவிக்கிறார்கள். ஊரோடு ஒத்துப் போவோமே என அவர்களும் கட்சி மாறிவிட்டார்கள். பரஸ்பரம் இலக்கிய விழாக்களுக்குப் போய் வாழ்த்துகிறார்கள். எல்லா எழுத்தும் நல்ல எழுத்தே என அரவணைக்கிறார்கள். ஒரு பெரிய அனாதை இல்லத்தின் உறுப்பினரும் நிர்வாகியும் நாமே எனும் உணர்வு நமக்கு வந்துவிட்டது. என் பக்கத்தில் இருப்பவரை நான் அணைக்காவிட்டால் நான் ஒரு அனாதை எனும் உணர்வு என்னைச் சாப்பிட்டு விடும் என அஞ்சுகிறேன் இன்று. ஆக, இனி இலக்கிய உலகில் பாரதப் போர் நிகழவே நிகழாது. அப்படியே யாராவது அஸ்திரத்தை எடுத்தாலும் அடுத்தவர்கள் அவரை ஒரு காமடி பீஸாக்கி விட்டுச் சிரித்து கலைந்துவிடுவார்கள்.

சர்ச்சை தரும் புகழ் எதிர்மறையான புகழ். அதனால் எந்தப் பயனும் இல்லை. வாசகர்கள் கூட மாட்டார்கள். புத்தகம் கூடுதல் பிரதிகள் விற்காது. இதை இன்று எழுத்தாளர்கள் உணர்ந்துவிட்டார்கள். நான் இதை அனுபவரீதியாகவே உணர்ந்திருக்கிறேன். சர்ச்சை சார்ந்து நீங்கள் எழுதுவதைப் படிக்கிறவர்கள் உங்களது வேறு எழுத்துகளைப் பொருட்படுத்த மாட்டார்கள். உங்களது எழுத்துகளைப் படிப்பவர்கள் சர்ச்சைகளை எண்ணி தலையில் அடித்துக்கொண்டு உங்களைத் தொடர்ந்து அக்கறையாய்ப் படிப்பார்கள். சர்ச்சைகள் உங்களுக்கு ஒரு வெளிச்சத்தை அளிக்கும்தான். ஆனால் அது இரவல் வெளிச்சம்.

இலக்கிய அடிதடிகளுக்குப் பின்னால் கொள்கை உறுதிப்பாடு இருந்தது. இது என் நிலைப்பாடு எனும் நம்பிக்கையே உங்களை சண்டை போட வைத்தது. இன்று அந்த மாதிரி நிலைப்பாடு யாருக்கும் எதற்கும் இல்லை.

இலக்கிய சர்ச்சைகளின் இன்னொரு காரணம் தத்தமது இலக்கிய இடம் என்ன எனும் உறுத்தல்கள், குழப்பங்கள், நெருக்கடி. இப்போது எழுத்தாளர் தம் நூல்களைத் தாமே பிரசுரிக்கிறார்கள். தம் மேடையைத் தாமே உருவாக்குகிறார்கள். எல்லாமே தனித்தனி என்றாகி விட்டது. ஆக முரண்படுகிறவர்களுடன் சேர்ந்து செயல்படும் நெருக்கடி இனி இராது. ஜெயமோகனின் நூலை மனுஷ் பிரசுரிக்க, அதில் அவர் மனுஷை சற்றே விமர்சிக்க, அது பொறுக்காமல் அதை சாரு மேடையில் கிழிக்க, அதற்காக ஜெமோ உயிர்மையுடனான உறவை முறிக்க ... இப்படியான சம்பவங்கள் இனி சாத்தியமில்லை. கூட்டுக்குடும்பம் பிரிந்து விட்டது.

இலக்கிய விழாக்கள் – ஜம்போ சர்க்கஸ் – ஏற்றத்தாழ்வு

2018 ஜனவரி மாத உயிர்மையில் முருகேச பாண்டியன் சிறுபத்திரிகை பண்பாட்டுப் பற்றிச் சொல்லும்போது எழுத்தாளனுக்கும் வாசகனுக்கும் இடையிலான சமத்துவம் பற்றிக் குறிப்பிடுகிறார். ஒரு காலத்தில் எழுத்தாளனைப் பெயரால்தான் அழைத்தார்கள். சின்னப் பையன் என்றாலும் மூத்த எழுத்தாளனைப் பெயரால்தான் அழைத்துப் பேசினான். அவர்களும் சமமாக நடத்தினார்கள். இலக்கியமும், எழுத்து, சமூக அக்கறை சார்ந்த விழுமியங்களும் இப்பரப்புக்குள் வருபவர்களைச் சமமாக்கியது. நீங்கள் ஒரு வரி கூட எழுதாமல் இருக்கலாம். ஆனால் இலக்கியம் வாசிக்கும் ஒரே தகுதி உங்களை சு.ராவுக்கும் ஜெயமோகனுக்கும் இணையாக்குகிறது. ஏனென்றால் சிறுபத்திரிகை உலகம் மனிதன் தன் எண்ணங்களால்தான் தகுதியை அடைகிறான் என்று நம்பியது. உயர்ந்த எண்ணங்கள் ஒரு 16 வயதுப் பையனைக் கூட நாற்பது வயது ஆளுக்கு நிகராக்குகிறது. நான் ஜெயமோகனைச் சந்தித்த காலத்தில் அவருக்கு நாற்பதின் துவக்கம். எனக்கு 14 இருக்கும். நான் அவரைப் பெயரால்தான் அழைத்துப் பேசுவேன். அண்ணே சார் எல்லாம் கிடையாது. ஆனால் மரியாதை நிமித்தமாக ஒருவரை அண்ணே என அழைப்பதிலும் தவறில்லைதான். ஆனால் நான் முன்னர் நிலவிய சமத்துவம் சார்ந்த நம்பிக்கை பற்றிப் பேசுகிறேன்.

சமீபத்தில் நடந்து வரும் இலக்கிய அறிமுக “விழாக்கள்” இந்தச் சமத்துவத்திற்கு நேர் எதிரானவை. நாம் பத்திரிகைகளில் தாழ்த்தப்பட்டவர்கள், சிறுபான்மையினர், ஏழைகள், பாட்டாளிகளின் ஒடுக்குமுறை பற்றி ஆவேசப்பட்டு எழுதுகிறோம், படித்துவிட்டுப் பேசுகிறோம். ஆனால் இந்த விழாக்கள் பணமும் செல்வாக்கும் இல்லாத எழுத்தாளனைத் தற்போது உ.பியில் முதல்வரும் குடும்பமும், சல்மான்கான் நடனத்தை மேடையில் பார்த்து ரசிக்க தற்காலிக முகாம்களில் வாடும் ஏழைகளைப் போல் கிட்டத்தட்ட ஆக்குகின்றன. இது ஒரு வழக்கமான நடைமுறை, இது வெறும் சடங்கு என உ.பி முதல்வர் நியாயப்படுத்துவது போல் புத்தக வியாபாரத்துக்கு விழாக்களும் அவற்றில் நட்சத்திரங்கள் கலந்துகொள்வதும் அவசியம் என பதிப்பாளர்கள் கூறலாம். தவறில்லை. ஆனால் கொண்டாட்டமும் வெளிச்சமும் எல்லாருக்கும் சமமாக இருக்க வேண்டும். பைசா இல்லாதவனுக்கு ஒரு எளிய அரங்கில் விழா, பணக்காரனுக்கு பிரம்மாண்ட அரங்கில் அறிமுகக் கொண்டாட்டம் என்பது நாம் நம்பும் பேசும் சமத்துவத்திற்கு எதிரானது.

இந்த நாட்டில் ஏழைகளும் பணக்காரர்களும் இருந்து தானே ஆகிறார்கள், அவர்கள் தம்மால் முடிந்ததைப் பண்ணுவது தவறில்லை என நாம் யோசிக்கலாம். ஆனால் சமூக நீதியையும் சமத்துவத்தைத் தன் லட்சியமாகக் கருதும் பதிப்பகங்கள் இதற்குக் கடை விரிக்கக் கூடாது என்பதே என் வாதம். ஒரு பணக்கார செல்வாக்கான எழுத்தாளன் நட்சத்திர ஹோட்டலில் கேப்ரே நடனத்துடன் கூட தன் நூல் வெளியீட்டை வைக்கலாம். அது ஒரு தனிப்பட்ட நிகழ்ச்சியாக இருக்க வேண்டும். அது பதிப்பக பதாகையுடன் நடக்கும் போது சிக்கலாகிறது. உண்மையில் ஆங்கிலப் பதிப்பகங்கள் கூட இப்படிப் பண்ணுவதில்லை. அங்கு எல்லா எழுத்தாளனுக்கும் ஒரே மேடை, ஒரே வகையான நிகழ்ச்சி. இங்கு தமிழில் அதிகாரப் படிநிலையை வலியுறுத்துவது, பகட்டைக் காட்டுவது சமீபத்தில் இலக்கிய நிகழ்ச்சிகளில் மோசமாகத் தலையெடுத்துள்ளது.

தமிழில் இலக்கிய, இடைநிலை புத்தகங்களுக்கு விளம்பரமோ வாங்க வாசகர் பரப்போ இல்லை என்பதால் எழுத்தாளன் தான் தன்னால் முடிந்த அளவுக்கு சந்தைப்படுத்த வேண்டும், அதைப் பதிப்பகம் ஆதரித்துதான் ஆகவேண்டும் என ஒரு நியாயமும் கோரப்படலாம். ஆனால் பதிப்பகம் தான் நடத்தும் விழாக்களும் ஒரு வரைமுறையை உருவாக்குவதும், எல்லாருக்கும் சமமாக அதை வலியுறுத்துவதுமே சரியாக இருக்கும். உதாரணமாக, நான் பா.ஜ.கவை, இந்துத்துவாவை என் எழுத்து மற்றும் பேச்சு மூலமும் பத்திரிகை வழியாகவும் கடுமையாக எதிர்க்கிறவன் என கொள்ளுங்கள். நாளை நான் ஒரு பா.ஜ.க ஆதரவாளரின் புத்தகத்தை பிரசுரிக்கிறேன். அவர் மோடியைக் கொண்டு லட்சக்கணக்கான ஆட்கள் கூடுகிற இடத்தில் நேரடி டி.வி ஒளிபரப்புடன் வெளியிட ஆசைப்படுகிறார். அங்கு நான் போய் மேடையில் அமர்ந்து அந்தப் புத்தகத்தை ஆதரித்துப் பேசினால் மோடியையும் அவர் கருத்துகளையும் ஏற்றுக்கொண்டதாகவும் அது ஆகும். அங்கு கடுமையான மத துவேஷ கருத்துகள் பேசப்படலாம். அதைப் பார்த்துக்கொண்டு அமைதியாக இருந்துவிட்டு அடுத்த நாள் மோடியை எதிர்த்து நான் எழுத முடியாது. இதை வெறும் வியாபார நடைமுறை என கடந்து விட முடியாது. நியாயமாக நான் அவரைத் தனியாக என் அங்கீகாரம் இன்றி, பதாகை இன்றி விழாவை நடத்தச் சொல்ல வேண்டும்.

நாம் சமூகத்தை ஒட்டுமொத்தமாக சமத்துவமாக மாற்ற முடியாது. ஆனால் சில இடங்களில் சமத்துவத்தைக் கோருகிறோம் பள்ளிக்கூடம், எழுத்து எனச் சில இடங்களில் மட்டும். ஏனென்றால் அங்குதான் லட்சியங்களைக் கற்கிறோம். ஒரு பள்ளிக்கூடத்தில் உங்கள் குழந்தையை பெஞ்சிலும், உங்களை விட அதிகம் பணத்தைக் கொடையாக பள்ளிக்கு அளிக்கிற பணக்காரக் குழந்தையை சோஃபாவிலும் அமர்த்தினால் ஏற்பீர்களா? மாட்டீர்கள். அதனால்தான் பள்ளிக் கூடத்தில் சீருடை இருக்கிறது. அங்குதான் வாழ்க்கையின் அடிப்படையைக் கற்கிறார்கள். ஆனால் படித்து முடித்ததும் வேலையிடத்தில் முதலாளி முன் நின்றுதான் பேச வேண்டி

இருக்கும். பரவாயில்லை. ஆனால் சமத்துவம்தான் சரி என்கிற ஒரு சிறு நம்பிக்கையாவது உங்களுக்குள் இருக்கும். இலக்கியம், அரசியல் சிந்தனை, சமூகக் கோட்பாடுகள் ஆகியவை சமத்துவம் என்கிற விழுமியத்தின் மீது நிற்பவை. அதை எடுத்து விட்டால் எல்லாம் விழுந்து விடும். வியாபாரத்துக்காக நாம் தற்காலிகமாக நாற்காலியை நீக்கிவிட்டு அந்தரத்தில் உட்கார்ந்திருக்க முடியாது.

சமீபமாக அதிகாரத்துக்கு எதிராகக் குரல் கொடுப்பவர்களின் நிகழ்ச்சியிலேயே ஒரு அதிகார மையம் இயல்பாக உருவாவதைப் பார்க்கிறோம். இதற்குக் காரணம் அதிகார எதிர்ப்பரசியல் பற்றி ஏதும் தெரியாத, ஆழமான சமூகப் பார்வை அற்ற வெகுஜன, சினிமா ஆட்கள் இலக்கியப் பரப்பை ஊடுருவுவதால்தான். இவர்கள் ஒரு நிகழ்ச்சிக்கு வந்து சம்பந்தமே இல்லாமல் தன்னைப் பேச அழைத்த ஒரே காரணத்துக்காக நிகழ்ச்சி நடத்துபவரைப் பற்றி அரைமணி புகழ்வார்கள். இவர்களுக்குக் கடந்த ஐம்பது வருடங்களுக்கு மேலாக இலக்கிய எழுத்தாளர்கள் கடந்து வந்த பாதையும் கொண்டுள்ள நம்பிக்கைகளும் மரபும் தெரியாது. இப்படியான தனிமனித புகழ்ச்சி பேச்சுகள் இருக்கலாம். ஆனால் பிறந்த நாள் விழா, திருமண விழா போன்ற தனிப்பட்ட நிகழ்ச்சிகளில் இருக்க வேண்டும். இலக்கிய அறிமுகக் கூட்டங்களில் கருத்துகளும் விழுமியங்களும்தாம் முக்கியம்.

ஒரு மேடையில் டி.ஆரும் ஜெயமோகனும் சேர்ந்து இருக்கலாம், அல்லது சாருவும் திரிஷாவும் ஒரு டி.வி நிகழ்ச்சியில் தோன்றலாம். நீங்கள் ஒரு சாதாரண ரியாலிட்டி ஷோவில் கூட போய்ப் பேசலாம். ஆனால் அங்கே ஒரு எழுத்தாளனின் இருப்பு ஒரு சிறுவெளிச்சத்தை உருவாக்குகிறது. ஆனால் ஜெயலலிதாவின் பாராட்டு விழாக்களின் பாணியை நாம் இலக்கிய மேடைக்குக் கொண்டு வந்தால் இருக்கிற வெளிச்சத்தைத் துரத்தி மொத்தமாய் இருட்டில் மூழ்குகிறோம் என அர்த்தம். நாம் இருட்டான இடத்திற்கு வெளிச்சத்தைக் கொண்டு போகிறோம். அவர்கள் ஏற்கனவே வெளிச்சமாக உள்ள நம் இடத்தில் இருட்டைக் கொண்டு வருகிறார்கள். பணமும் அதிகாரமும் இருக்கிறவனின் காலில் நாம் விழுவதே

நியாயம் என நம்மிடமே வந்து சொல்கிறார்கள்.

நம் பண்பாட்டை அங்கே கடன் கொடுக்கலாம், ஆனால் அவர்களின் பாசாங்கான அதிகார போதையின் பண்பாட்டை நாம் கடன் வாங்குவது அபத்தத்தின் உச்சம்.

நாம் ஒரு விடாப்பிடியான லட்சியவாதியாக இருக்க வேண்டியதில்லை. அதே நேரம் எல்லாம் வியாபாரம் என்றும் இருக்க முடியாது. நாம் எதை எழுத்தில் வலியுறுத்துகிறோமோ அதை முடிந்தவரை செயலிலும் காட்ட வேண்டும். பத்திரிகையில் ஒருவனது தரமும் தீர்க்கமான பார்வையும் பொறுத்துதான் பத்திரிகையில் இடம் அளிக்கிறோம் என்றால் வெளியீட்டு விழாவிலும் அப்படியே இருக்க வேண்டும். எழுத்தில் எல்லோரும் சமம் என்றால் மேடையில் அப்படியே இருக்க வேண்டும்.

ஒரு எழுத்தாளன் தாக்கப்படும்போது...

தான் எழுதுவதை நிறுத்தப்போவதாகவும், தன் புத்தகங்களைப் பின்வாங்குவதாகவும் பெருமாள் முருகன் அறிக்கை வெளியிட்ட போது மிகவும் அதிர்ச்சியடைந்தேன். இந்தச் சூழல் மீது சட்டென ஒரு கடும் வெறுப்பு தோன்றியது. பெருமாள் முருகனின் அறிக்கை சிறுபிள்ளைத்தனமாக சிலருக்குத் தோன்றலாம். ஆனால் மிகுந்த நெருக்கடிக்கு உள்ளாகும் போது நீங்கள் பெரிய வெகுமதி இன்றி சமூக நோக்குக்காய், தனிப்பட்ட விருப்பத்துக்காய் செய்கிற ஒன்றை நிறுத்திவிடலாம் எனத் தோன்றும். இனி உன்னிடம் ஒருபோதும் பேச மாட்டேன் என ஒரு காதலி போனைத் துண்டிப்பது போலத்தான் இது. ஓர் உணர்ச்சிகரமான எழுத்தாளன் இப்படித்தான் இருப்பான்.

தமிழில் இதற்கு முன்னும் ரசூல் மற்றும் மனுஷ்யபுத்திரன் மதவாதிகளின் ஒடுக்குமுறையை எதிர்கொண்டிருக்கிறார்கள். மனுஷ்யபுத்திரனைத் திட்டுவதற்காக ஒரு தனி கூட்டமே நடத்தினார் ஜனாலுய்தீன். ரசூலை ஊரை விட்டு ஒதுக்கி வைத்தார். அவர் வருடக்கணக்கில் ஒடுக்குமுறையைச் சந்தித்தார். ரசூல் இப்பிரச்சனையை எப்படி சமாளித்தார் என எனக்குப் புரியவில்லை. ஏனென்றால் அவர் குடும்பம் அதே பகுதியில் தொடர்ந்து வசித்தது. மனுஷ்யபுத்திரன் பிடிவாதக்காரர். அவரை எளிதில் காயப்படுத்தலாம், ஆனால்,

அச்சுறுத்த முடியாது. ஈகோவை ஒரு கவசம் போல் அணிந்து கொள்பவர் அவர். அந்தக் கவசத்தின் மீது கல்லெறிந்தால் அது இரட்டிப்பு கெட்டியாகும். மேலும் அவர் சென்னையில் வசிக்கிறார். ஒருவேளை வஹாபியத்தால் தூண்டப்பட்ட இஸ்லாமியர் மத்தியில் கிராமத்தில் தன் தொழிலைச் செய்து வாழும் நிர்ப்பந்தத்தில் இருந்திருந்தால் பாதிப்பு அதிகமாக இருந்திருக்கும்.

பெருமாள் முருகன் பிரச்சனை இதை விட பன்மடங்கு பெரியது. இது ஒரு சாதிப் பிரச்சனை. ஆயிரக்கணக்கான மக்களிடம் அவரது நாவலில் உள்ள பாலியல் சித்தரிப்புகளின் பிரதிகள் கொண்டு சேர்க்கப்பட்டன. அதை மட்டும் படித்தவர்கள் அவர் தம் சாதியைக் கொச்சைப்படுத்துவதாய் கொதித்தார்கள். இலக்கியம், கோட்பாடு எல்லாம் புரியாதவர்கள் படித்தால் அப்பகுதியில் திருவிழா சடங்குகளில் பங்கு பெறுபவர்கள் அனைவரும் தேவடியா மகன்கள் எனும் பொருள்தான் கிடைக்கும். மக்களின் வெறுப்பு அவர் மீது குவிகிறது. அதுவும் இது சாதி துவேசமாக மாற நீங்கள் எதிர்த்தரப்புடன் விவாதிக்கவே முடியாது எனும் நிலை தோன்றுகிறது. நம் சமூகப் பெண்களை அவமானப்படுத்தி விட்டான் எனும் கொச்சையான அவப்பெயர் அவர் மீது சுமத்தப்படும்போது கிராமியச் சூழலில் அது தரும் நெருக்கடி கடுமையானது. தொடர்ச்சியான போராட்டங்கள், கடை அடைப்பு அச்சுறுத்தல் எனும் நிலை வரும்போது மாவட்ட நிர்வாகம் தலையிட்டு பேச்சுவார்த்தைக்கு ஏற்பாடு செய்கிறது. அங்கு அவர் அச்சுறுத்தப்படுகிறார். மன்னிப்பு கேட்கிறார். பிறகு மன்னிப்பு கேட்ட கூச்சமும் சங்கடமும் அவமானமும் அவரை இந்த அறிக்கையை எழுத வைக்கிறது.

அவர் இப்பிரச்சனையை வேறு விதமாய் கையாண்டிருக்கலாம் தான். குறிப்பாய் முற்போக்கு எழுத்தாளர் சங்கம், கம்யூனிஸ்ட், காங்கிரஸ் கட்சி மற்றும் மீடியாவிலும் நேரடியாகவும் சக எழுத்தாளர்களின் ஆதரவு கிடைத்துள்ள நிலையில் அவர் தலைகுனியாமல் நிமிர்ந்து நின்று போராடி இருக்கலாம். ஆனால் அவர் அப்படித்தான் செயல்பட்டிருக்க வேண்டும்

என நாம் வலியுறுத்த முடியாது. நெருக்கடிக்கு உள்ளாகும் போது மனிதர்கள் எதையும் செய்வார்கள். மண்டியிடுவார்கள், ஓடுவார்கள் அல்லது திரும்ப அடிப்பார்கள். அல்லது திரும்ப அடித்தவர்களே சற்று நேரத்தில் மண்டியிடுவார்கள். பெருமாள் முருகனின் மென்மையான, உணர்ச்சிகரமான அணுகுமுறை தான் அவரது பின்வாங்கலுக்குக் காரணம். அதில் எந்தக் குற்றமும் இல்லை. ஏனென்றால் இறுதியில் அவரது நிலைக்கு அவர்தான் பொறுப்பாகிறார். சுமுகமாகப் போவதோ முரண்டு பிடிப்பதோ அவர் உரிமை. அவர் ஒரு அமைப்பின் பொறுப்பாளியாக இருந்து அடுத்தவர்கள் சம்பந்தப்பட்ட விசயத்தில் ஒரு பிரதிநிதியாக பலவீனமாகச் செயல்பட்டால் நாம் அவரைக் குற்றம் சொல்லலாம். ஆனால் இவ்விசயத்தில் ஓர் எளிய மனிதனாக உடைந்துபோவதற்கு அவருக்கு உரிமையுண்டு.

பெருமாள் முருகனை பெரியார் போன்ற போராளிகளுடன் ஒப்பிட்டு அவர் ஏன் மன உறுதியுடன் இல்லை எனக் கேட்பதில் எனக்கு உடன்பாடில்லை. மனம் உடைவதற்கும், கண்ணீர் மூலம் ஆதரவு தேடுவதற்கும் அவருக்கும் உரிமை உண்டு. அவர் அரசியல்வாதியாக இருந்து இப்படி ஒரு முடிவெடுத்தால் நீங்கள் விமர்சிக்கலாம். ஆனால் அப்படி அல்லவே. எனக்கு அவரது நிலைப்பாட்டின் பின் ஓர் உண்மையான உணர்ச்சி உள்ளதாய்த் தோன்றுகிறது.

இது ஒரு மீடியா ஸ்டண்ட் எனவும் நான் நினைக்கவில்லை. இதன் மூலம் கடந்த இரு நாட்களில் அவரது நாவல் “மாதொரு பாகன்” 350 பிரதிகள் விற்றதாய் சேதி வந்தது. ஆனால் அதனால் பதிப்பாளருக்குத்தான் லாபமே அன்றி முருகனுக்கு அல்ல. அவர் அரசுப் பேராசிரியராக இருக்கிறார். அவர் சம்பளத்துக்கு இந்த ராயல்டி தொகை துச்சமானது. ஆனால் கிடைக்கும் அவப்பெயரோ மிகப்பெரியது. சர்ச்சையின் மூலம் கிடைக்கும் எதிர்மறைப் பெயரினால் தமிழில் எழுத்தாளனுக்கு எந்தப் பயனும் இல்லை. இங்கிலாந்தில் வாழும் ஒரு ரஷ்டி பயன்பெறலாம். ஆனால் தமிழில் சூழல் வேறு. மேலும் அவர் இதற்கு முன் சர்ச்சைகளை விரும்பி பின்னால் சென்றதாயும் வரலாறு இல்லை.

ஒன்று தடைசெய்யப்பட்ட நாவலினால் எழுத்தாளன் லட்சக்கணக்கான, கோடிக்கணக்கான பணத்தை அடைய வேண்டும். அல்லது அவனை ஒரு கலகவாதியாக சமூகம் கொண்டாட வேண்டும். இரண்டு நிலைகளும் இங்கு இல்லை. பொதுவாக சர்ச்சைக்குள்ளாகும் எழுத்தாளன் அதன் மத்தியில் தனிமைப்படுத்தப்படுவான். அவன் மீது அடிக்கப்படும் சாணியைக் கழுவவே அவனுக்கு நீண்ட காலம் எடுக்கும். இருபதாம் நூற்றாண்டின் ஆரம்பத்தில் டி.ஹெச். லாரன்ஸின் நாவல் தடை செய்யப்பட்ட போதும் அதனால் ஒரு இருட்டில் தள்ளப்பட்டதாகவே அவர் உணர்ந்திருப்பார். தடை செய்யப்பட்ட நூலின் திருட்டு பிரதிகளை அதிகமாக மக்கள் படித்தாலும் எழுத்தாளன் அகமகிழப் போவதில்லை. ஏனென்றால் சமூகத்துக்குத் தேவைப்படும் ஓர் உண்மையைச் சொல்வதாக நம்பியே ஒரு எழுத்தாளன் ஒரு வித்தியாசமான களத்தை எடுத்துக் கொள்கிறான். அது தூற்றப்பட்டு பின்னர் ரகசியமாகப் படிக்கப்படுவது இருட்டில் ஒரு பெண் வருடப்படும் உணர்வை ஒத்தது. அது ஒரு அவமானம்தான். பரவலான அவமானம் என்பது கிளுகிளுப்பானதா சொல்லுங்கள்?

எழுத்து அதன் நோக்கத்துக்காக விவாதிக்கப்பட வேண்டும் எனத் தான் எழுத்தாளன் விரும்புவான். ஆனால் முற்றிலும் தவறாக அது புரிந்துகொள்ளப்பட்ட பின் என்னதான் பன்மடங்கு வாசகர்களால் கவனிக்கப்பட்டாலும் வாசிக்கப்பட்டாலும் புத்தகத்தின் மீது படிந்த கரிய கறையை யாராலும் நீக்க முடியாது. ஒருவரை பாலியல் வன்முறை செய்துவிட்டு பரிகாரமாகச் சில லட்சங்கள் பணம் தருவது போன்றது இது. இதனால் பெருமாள் முருகன் மகிழ்ச்சி அடைகிறார் எனச் சொல்வது பாதிக்கப்பட்ட பெண் தன் மீதான வன்முறையை உள்ளூர ரசித்தாள் எனச் சொல்வதைப் போல. நாம் அந்தளவு கொச்சைப்படுத்த வேண்டியதில்லை.

அடிப்படையில் எழுத்தாளன் என்னதான் மாறுபட்ட பார்வையுடன் இருந்தாலும், கலகவாதியாய்ச் செயல்பட்டாலும் இந்தியாவில் அவன் மக்களின் நன்மதிப்பை பெற்றே ஆக வேண்டும். அந்த நன்மதிப்புக்கும் அவன் பிரதிக்கு கிடைக்கும்

மதிப்புக்கும் ஒரு கண்காணாத நுண்ணிய தொடர்பு உள்ளது. சமூகக் குற்றவாளி ஆக்கப்பட்ட ஒரு எழுத்தாளன் இங்கு தன் இடத்தை ஒரு பகுதி இழக்கவே செய்கிறான். ஏனென்றால் நாம் வாழ்வது பிரான்ஸில் அல்ல. அதனால் சாதி, மதம், செக்ஸ் சம்பந்தப்பட்ட பரவலான சர்ச்சைகள் ஒரு எழுத்தாளனுக்கு இழப்பாகவே முடியும். அதை பெருமாள் முருகன் நன்கு உணர்ந்திருப்பார். அதனாலே அவர் இதில் இருந்து வெளியே வர நினைக்கிறார். தன்னுடைய நாவல் யாரையும் தவறாய் சித்தரிக்கவில்லை என மீளமீளச் சொல்கிறார். “ஆமாம் நீங்கள் அப்படி நினைத்தால் எனக்குப் பொருட்டில்லை” என இறுமாப்பாய்க் கூறவில்லை. நம் நாட்டில் கலாச்சாரச் சூழல் அப்படி. இங்கு எழுத்தாளன் பொதுவெளியில் தன்னையும் எழுத்தையும் பிரித்து வைக்க முடியாது. எப்படி பொதுவெளியில் ஒருவன் நாகரிக விழுமியங்களை வேறுவழியின்றிப் பின்பற்ற நேர்கிறதோ பிரதியும் அவ்வாறு செய்ய வேண்டியதாகிறது. இச்சிக்கல் சின்ன இலக்கிய வட்டத்துக்குள் இல்லை. ஆனால் புத்தகங்கள் வெளியே பொதுவில் போகும்போது நிகழ்கிறது. குறிப்பாக இந்தியாவில். உதாரணமாய் பெருமாள் முருகன் தனது நாவலை நிச்சயமாக இந்த பாலியல் சித்தரிப்புடன் பாடத்திட்டத்தில் வைக்க முடியாது. இதைச் சுட்டிக் காட்டி அவருக்கு சாகித்ய அகாதெமி போன்ற அரசு விருதுகளைக் கூட மறுப்பார்கள். இங்கு சூழல் அப்படி. அதனால்தான் ஒரு சர்ச்சை காரணமாய் ஒரு பிரதி பொதுவுக்கு வந்ததும், பொது நாகரிகத்தை ஒட்டி அதை எழுத்தாளனே தணிக்கை செய்ய வேண்டியதாகிறது. தன் பிரதியின் “ஒழுங்கீனத்துக்கு” மன்னிப்பு கேட்க வேண்டியதாகிறது. நீங்களோ நானோ யாராக இருந்தாலும் ஒருவேளை அதைத்தான் செய்திருப்போம். இந்தியாவில் அதைச் செய்யாதவர்கள் பொதுவெளிக்குள் இருந்து பேச முடியாது.

எந்த ஒரு சர்ச்சையிலும் மீடியாவுக்கோ, பதிப்பாளருக்கோ லாபம் இருக்கும். இதைத் தவிர்க்க முடியாது. ஹிந்து, தமிழ் ஹிந்து உள்ளிட்ட பத்திரிகைகள் இதற்கு இவ்வளவு கவனத்தை ஆரம்பத்தில் இருந்து தந்திராவிட்டால் இந்து

மக்கள் கட்சியும் கொங்கு வேளாளர் சாதிக்கட்சியினரும் பிரச்சனையை இவ்வளவு பெரிதுபடுத்தி இருக்க மட்டார்கள் தான். ஆனால் இது எந்த வன்முறை அல்லது போராட்டத்தின் அடிப்படை விதி. திருப்பி அடிக்காவிட்டால் வன்முறை வளராது. அதற்காக அடிவாங்கிக் கொண்டே இருக்க முடியாது. போராட்டங்களின் தவிர்க்க முடியாத உள்முரண்பாடு இது. அதேபோல் ஒரு போராட்டத்தைப் பாதியில் கைவிடப்படவும் நேரும். அது போராடுபவரின் உரிமை. ஆனால் இதை வைத்து எழுத்தாளனைக் கொச்சைப்படுத்தக் கூடாது.

காலச்சுவடு இச்சர்ச்சையைப் பயன்படுத்தி புத்தகம் விற்கக்கூடாது எனவும் நாம் கோர முடியாது. ஏனென்றால் புத்தகம் சட்டரீதியாகத் தடை செய்யப்படவில்லை. காலச்சுவடு ஸ்டாலில் அந்நாவல் வைக்கப்படவில்லை. பதிலுக்கு வேறு ஸ்டால்களில் வைத்து கறுப்பு டிக்கெட் போல் விற்றார்கள். காவல்துறையின் மறைமுக வலியுறுத்தல் காரணம் என்கிறார். இது ஒரு அபத்த கேலிக்கூத்து.

பெருமாள் முருகனின் செயல்பாடுகளில் கவன ஈர்ப்பு விழைவு இருக்கிறதுதான். ஆனால் அது தெருவில் அடிபட்டு விழுகிறவன் அழுது ஓலமிட்டு தன் மீது கவனத்தை ஈர்ப்பது போல. அது நியாயமான கவன ஈர்ப்பு. ஓர் உண்மையான பிரச்சனையில் எப்போதுமே கவன ஈர்ப்பு தேவைதான்.

பெருமாள் முருகன் இதை சட்டரீதியாக எதிர்கொண்டிருக்கலாம். ஆனால் இதைக் கூறும் போது ஏன் ரசூல், மனுஷ்யபுத்திரன், மற்றும் இணையதாக்குதலுக்கு உள்ளாகும் பெண் எழுத்தாளர்கள் நீதிமன்றத்தை நாடவில்லை எனவும் நாம் கேட்க வேண்டும். ஒருவேளை காவல்துறை மற்றும் நீதிமன்றத்தின் மீதான நம்பிக்கையை இவர்கள் இழந்துவிட்டார்களா? ஏதாவது ஒரு சமூகப் போராளியை, எழுத்தாளனை நீதிமன்றம் சாதி, மத அமைப்புகளுக்கு எதிராக பாதுகாத்ததாய் சமகாலத்தில் வரலாறு இல்லை. பெரும்பாலும் பாதிக்கப்படுபவர்கள் சட்டத்தாலும் காவல்துறையாலும் கைவிடப்பட்டு அவர்கள் ஊரைவிட்டு ஓடியதாகத்தான் வரலாறு.

அரசு ஆஸ்பத்திரியில் தொலைகிற குழந்தையைப் போன்ற தமிழ் எழுத்தாளன்

அண்மையில் நடந்து முடிந்த ஹிந்து லிட் பார் லைப் ஐந்து நட்சத்திரப் பண்பாட்டு விழாவில் வழக்கம் போல் கிரைம் எழுத்தாளர்களிடம் ஆயிரத்தொன்றாவது தடவையாக நீங்கள் உங்களுக்கு அளிக்கப்படாத இலக்கிய அங்கீகாரம் பற்றி என்ன நினைக்கிறீர்கள் எனக் கேட்டார்கள். அவர்களும் அச்சு பிசகாமல் நாங்கள் வாசிக்கப்படக் கூடிய எழுத்தாளர்களாக இருப்பதில் மகிழ்ச்சியடைகிறோம் என்றார்கள். தமிழிலும் சமீபமாகச் சில எழுத்தாளர்கள் இலக்கிய எழுத்து மீது கசப்பும் கேலியுமாகப் பேசி வருவதைப் பார்க்கிறோம். இவர்களின் இந்தப் பாசாங்கான கேலியின் பின்னால் ஓர் ஏக்கம் உள்ளது. நம்மை இலக்கியத் தரப்பு மறுக்கிறதே என்கிற வருத்தம் தரும் ஏக்கம் அது. இலக்கியத் தரப்பு என்றுமே கறாரானதுதான். நீங்கள் நிறைய வாசிக்க வேண்டும், கடுமையாக உழைக்க வேண்டும், வாழ்க்கையின் ஜாலியான பல வருடங்களை பலி கொடுத்து தவமாக உட்கார்ந்து எழுத வேண்டும். வணிக எழுத்தாளர்களும் இதையெல்லாம் செய்கிறார்கள்.

ஆனால் வணிக எழுத்தாளர்களின் இன்னொரு தரப்பு உண்டு. அவர்கள் புத்தகம் பக்கமே செல்ல மாட்டார்கள். கிடைக்கிற

அவகாசத்தை சினிமா டிவி சரக்கு வெட்டி அரட்டை ஊர் சுற்றல் என ஜாலியாக இருப்பார்கள். பிறகு கொஞ்சம் அதிரடியாக பாத்திரங்களை உருட்டி பானையைக் கவிழ்த்து ஒரு மாதிரி சத்தங்கள் எழுப்பி எழுதுவார்கள். கூட்டம் சேர்த்துக் கொள்வார்கள். இவர்கள் கணிசமாக வாசகர் வட்டம் என்ற பெயரில் வலைதொடர்பாக்கம் செய்வார்கள். இவர்கள் பிரசிடென்ஸி, நந்தனம் கல்லூரி மாணவர்கள் மாதிரி. கும்பலாய்த் திரிந்து சத்தம் எழுப்பி சாலையை மறித்தால் மாஸ் என கெத்தாய் உணர்வார்கள். ஆனால், உள்ளுக்குள் பஞ்சு போல் ஒன்றும் அற்று உணர்வார்கள். இந்தத் தரப்பு தான் இன்று நவீன இலக்கியத்துக்குள் புகுந்து டவுசர் தெரிய வேட்டியை மடித்துக் கட்டித் திரிகிறார்கள்.

இவர்களைப் பற்றிப் பேசும்போது நாம் வாசகர்களில் இரு தரப்புகளைப் பற்றியும் பேச வேண்டும். வாசிப்பு, அறிவுக்கும் அனுபவத்துக்கும் ஆனது மட்டுமல்ல. அது ஒரு அடையாளமும் கூட. சுய அடையாளத்தை உருவாக்க உங்களுக்கு என்று ஒரு ரசனையும் நம்பிக்கையும் வேண்டும். புத்தக வாசிப்பு அதைத் தருகிறது. இவர்களை, கையில் சேத்தன் பகத் வைத்திருப்பவர்கள், தஸ்தாவஸ்கி வைத்திருப்பவர்கள் என இருவிதமாகப் பிரிக்கலாம். இருவரும் முக்கியமானவர்களே தீவிரத்தன்மையில் வேறுபட்டாலும். குறிப்பாக இவர்களின் செயலூக்கம் பாராட்டத்தக்கது அதாவது சும்மா புத்தகம் வைத்திருக்காமல் அதைப் படிக்கவும் செய்வார்கள். மூன்றாவது ஒரு தரப்பு உள்ளது. இவர்கள் எழுத்தாளர்களும் அல்ல வாசகர்களும் அல்ல. ஏதாவது ஒரு எழுத்தாளனின் பெயரில் ஒன்று சேர்ந்து வேட்டியும் டவுசரும் இல்லாததால் பேண்டுக்கு மேல் ஜட்டி போட்டுக் கொண்டு பந்தாவாக இடம் வலம் என்று நடப்பார்கள். இப்படி ஒரு வாசகர் வட்டத்தின் புத்தக வெளியீட்டு நிகழ்ச்சி ஒன்றுக்குப் போயிருந்தேன். விசில் அடித்துக் கைதட்டி அமர்க்களம் செய்தார்கள். ஆனால் அந்த எழுத்தாளனின் புத்தகத்தை ஒன்று ரெண்டு பேர் மட்டுமே வாங்கினார்கள். இவர்களின் வாசிப்பு என்பது விகடனில் பொம்மை பார்ப்பது, ஸ்டேட்டஸ் படிக்காமலே கமெண்ட்

போடுவது, ட்வீட் படிப்பது என்கிற அளவில் இருக்கும். அப்படியே வாசக வட்ட எழுத்தாளனின் புத்தகத்தை வாசித்தாலும் அதைத் தவிர வேறு எதையும் படிக்க மாட்டார்கள். வேறு ஏதாவது நூலைப் பற்றி இவர்களிடம் பேசினாலே கோபம் பொத்துக் கொண்டு வரும். எங்க தலையைத் தவிர வேறு எவன்டா இருக்கான் என்கிற கணக்கில் கண்கள் ஜிவ்ஜிவென எரியும். தான் படிக்காத நூலைப் பற்றி இன்னொருவன் பேசினால் கோபம் வரும்தான் இல்லையா!

வாசகர் வட்ட கண்மணிகள் டெசோவை ஆதரிக்கும் தனித் தமிழ்வாதிகளைப் போன்றவர்கள். ஈழப்பிரச்சனை பற்றி ஒரு வார்த்தை தெரியாது. அதனால் டெசோதான் ஈழத்தின் ஒரே தீர்வு என்பதில் உன்னிப்பாக நம்பிக்கை வைப்பார்கள். அதை மீறி ஏதாவது பேசினால் ஓய் எனக் கொதித்து எழுவார்கள்.

இவர்கள் பொதுவாக என்னைத் தவிர உலகத்தில் வேறு எவனுமே இல்லை என தினமும் கண்ணாடியைப் பார்த்து டை அடித்துக்கொண்டே வசனம் பேசிப் பழகும் எழுத்தாளர்களிடம் எளிதில் கவரப்படுவார்கள். இது *cult* அமைப்புகள் எனப்படும் தீவிர ரசிகக் குழுக்களில் காணும் மனநிலைதான். *cult*க்கு சிறந்த உதாரணம் நித்தியானந்தாவின் ஆசிரமம். அங்கே பக்தர்களைக் கல்யாணப் பந்தி போல உட்கார வைத்துத் துள்ளச் சொல்லி விட்டு நித்தி “பக்த, பக்தைகளே நீங்க இப்ப பறக்குறீங்க பாருங்க” என்றால் அவர்களும் தவளை போல் தாவிக்கொண்டு பறப்பதாய் நடிப்பார்கள், நடித்துக் கொண்டே தாமும் நம்புவார்கள். என்ன தான் எதிராக வீடியோ ஆதாரம் வந்தாலும் விட்டு விடாமல் தலைவரைப் பசைபோல் ஒட்டிக் கொள்வார்கள். கல்ட் வாசகர்களும் அப்படியே. இந்த கல்ட் வாசகர் வட்டத்தில் இன்னொரு விகாரம். எழுத்தாளன் தம் கண்முன்னே ஒரு பெண்ணைக் கற்பழித்தாலும், கொலை செய்தாலும் பாரேன் நம்ம பாஸு எப்படி ரேப் பண்ணிக் கொல்றாரு என பெருமைப்பட்டு, இதான்யா பின்நவீனத்துவம், எதிர்க்கலாச்சாரம் என சிலாகிப்பார்கள்.

இவர்கள் ஏன் இப்படி இருக்கிறார்கள்? ஒன்று, கலாச்சார

வறுமை. நித்திக்கும் சரி நம் எழுத்தாளனுக்கும் சரி ரசிகர்கள் நன்கு படித்தவர்கள் அல்லது பணக்காரர்கள். ஆனால் இவர்களுக்கு வாழ்க்கையில் தாம் எங்குமே சென்று சேரவில்லை என்று வெறுப்பு இருக்கும். அல்லது தமக்கு ஓர் அடையாளம் இல்லையே எனும் தாழ்வு மனப்பான்மை இருக்கும். அப்போது தான் நானே தெய்வம் எனக் கூறி பிரச்சன்னபடும் ஒரு மனநோயாளியிடம் கவரப்பட்டு வெறிபிடித்த ரசிக கண்மணிகள் ஆவார்கள். இவர்கள் கெட்டவர்கள் அல்ல, வியாதியஸ்தர்கள். இன்றைய பேஸ்புக் யுகத்தில் இவர்களை ஒருங்கிணைப்பதும் எளிதாகி உள்ளது. இவர்களைக் கொண்டு நல்ல வியாபாரம் பண்ணலாம் என பதிப்பாளர்களும் கல்ட் எழுத்தாளனின் நூலைப் பதிப்பிக்க முன்வருகிறார்கள். ஆனால் எப்படி நித்தியானந்தா பக்தர்களுக்கு, கடவுளில் வீணாக்க நேரமோ ஆற்றலோ இருக்காதோ அதுபோலத் தான் கல்ட் எழுத்தாளனின் வாசகர்களுக்கும் வாசிக்கவோ புத்தகம் வாங்கவோ ஆர்வம் இருக்காது. ரொம்ப முக்கி முனகி இவர்களை வாங்க வைக்கலாம். ஆனால் வாசிக்க மாட்டார்கள். ஆனால் இவர்கள் எழுத்தாளனுக்கு விளம்பரம் செய்யவும் போஸ்டர் ஒட்டி பிட் நோட்டீஸ் கொடுக்கவும் ரொம்ப ஆர்வமாய் முன்வருவார்கள். இந்த பிட்நோட்டீஸ் பையன்களை புத்தகம் வாங்க வைக்க முடியாது என்பதைப் பதிப்பாளர்களும் தாமதமாகவே உணர்ந்துகொள்கிறார்கள். ஒரு ஸ்டேட்டஸுக்கு பத்தாயிரம் லைக் விழுகிறது. இதில் ஆயிரம் பேர் வாங்க மாட்டார்களா என எண்ணி ஏமாந்து போகிறார்கள்.

இன்றைய சூழலின் மிகப்பெரிய அவலம் இந்த மூன்று தரப்பினரும் இலக்கிய வாசகன், வணிக வாசகன், கல்ட் வாசகன் ஒன்றுகலந்து குழப்பமான ஒரு கூட்டத்தை உருவாக்குகிறார்கள் என்பது. ஹிந்து லிட் பார் டைபின் ஒரு பாராட்டத்தக்க அம்சம் அங்கு அஷ்வினி சங்கி, பியுஷ் ஜா போன்ற வணிக எழுத்தாளர்கள் இலக்கிய எழுத்தாளர்களான அமித் சௌத்ரி, அனீஸ் சலீம், அனித நாயர் போன்றவர்களிடம் இருந்து வேறுபட்டு விவாதிக்கப்படுபவர்கள் என்பது. இரு தரப்பினருக்கும்

அவரவருக்கான முக்கியத்துவமும் அளிக்கப்படுகிறது, அதே வேளை யாரும் மேல் கீழாகப் பார்க்கப்படுவதும் இல்லை. இது ஆரோக்கியமானது. வகைமையும் தரமும் ஒன்று அல்ல. வகை பிரிப்பது நமக்குத் தெளிவாக யோசிக்க உதவுகிறது. தீவிர புத்தகங்களை ஆழமாகப் படிக்கவும் வணிக நூல்களை ஜாலியாக ரசிக்கவும் அவசியமாகிறது.

தமிழில் மாறாக இரண்டு வகை நூல்களும் ஒரே மூட்டையில் சேர்த்து கட்டப்படுகின்றன. கொஞ்சம் சீரியஸாகவும் நிறைய செண்டிமெண்டும் கிளுகிளுப்புமாக எழுதுகிற ராஜுமுருகனும் ஒரு தீவிரமான அதனாலே வாசகர்கள் அணுக சிரமமான தீவிர எழுத்தாளர்களும் ஒரே மேடையில் வைக்கப்படுகிறார்கள். ட்வீட்கள், பாலியல் ஜோக்குகளைத் தொகுத்து புத்தகம் போட்டவரும் சுரேஷ் குமார் இந்திரஜித், இமையம், செந்தில்குமார் ஆகியோர் இணைத்து வைத்துப் பார்க்கப்படுகிறார்கள். போன முறை ஒரு விருதுக்கான போட்டியில் ராஜு முருகனின் “வட்டியும் முதலும்” வேறு தீவிர நூல்களுடன் பரிசீலனைக்கு வைக்கப்பட்டது. விருது தேர்வாளர்களிலும் கணிசமானோர் வணிக பரப்பைச் சேர்ந்தவர்களாக இருந்தார்கள். சந்தேகமின்றி விருது ராஜு முருகனுக்கே சென்றது. சொல்லப்போனால் ராஜு முருகனுடன் போட்டி போட்டால் சுந்தர ராமசாமியே தோற்றுப் போவார். அதனால் சு.ரா மோசமான எழுத்தாளர் ஆகிவிடுவாரா?

ஆங்கிலத்தில் இதுபோல் நேராது. சேத்தன் பகத்தும் ரஷ்டியும் ஒருநாளும் ஒரு விருதுக்காகப் போட்டி இட மாட்டார்கள். போட்டி வந்தாலும் சேத்தன் பகத்துக்கே வாசகர்கள் அதிகம் என்பதால் அவரே ஜெயிப்பார். இதனால் ரஷ்டி குறைந்துபட்டவர் ஆகிறாரா? இப்படியான அபத்தமான கேள்விகள் ஆங்கிலத்தில் எழுவதில்லை. இம்முறை சிறந்த புனைவுக்கான ஹிந்து விருது அனீஸ் சலீம் எனும் தீவிர எழுத்தாளரின் *Vanity Bagh* எனும் நாவலுக்கே கிடைத்திருக்கிறது. அவர் போட்டி இட்டது மஞ்சுல் பஜாஜ், சொனோரா ஜா, அமெந்தீப் சந்து போன்ற இலக்கிய எழுத்தாளர்களுடனே,

Immortals of Methuha என்ற ஜாலி நாவல் எழுதிய அமிஷ் திரிபேதியுடன் அல்ல. நல்ல வேளை கோடிக்கணக்கான வாசகர்கள் கொண்ட அமிஷ் திரிபேதி போன்றவர் தமிழில் இல்லை. இருந்திருந்தால் திரிபேதிக்கு மேடையேற்றி விமர்சகர்களை வைத்து மாபெரும் எழுத்தாளர் என ஆரத்தி எடுத்து குங்குமத்துக்கு பதில் இலக்கிய எழுத்தாளர்களை ரத்த வாந்தி எடுக்க வைத்திருப்பார்கள் நம் பதிப்பாளர்கள்.

தமிழில் இலக்கியப் பரப்புக்குள் வணிக வாசகர்கள் திமுதிமுவென உள்ளே நுழைந்த போக்கு 2005இல் துவங்கியது. சினிமாவுக்குப் போன சித்தாள் இலக்கிய எழுத்தாளர்கள் சிலர் இவர்களை இடது கை வலது கை என நீட்டி உள்ளே இழுத்துப் போட்டார்கள். இந்த வாசகர்களுக்கு தாம் முழுங்குவது லேகியமாகவும் இருக்க வேண்டும், ஆனால் அது அல்வாவாகவும் இனிக்க வேண்டும். இலக்கியம் மேல் ஒரு கசப்பும் வணிக எழுத்து மேல் ஒரு பயமும் இவர்களுக்கு உண்டு. இவர்களுக்கு என்று இடைநிலை எழுத்து தமிழில் தோன்றியது. இவர்கள் தந்த அழுத்தத்தால் தமிழின் சில முக்கிய எழுத்தாளர்கள் சிலர் ரெண்டு டூயட், நாலு பைட் என ஜனரஞ்சமாக கதை, அரட்டை கட்டுரை எழுத ஆரம்பித்தார்கள். இப்போது கல்ட் வாசகர்களும், “நாவல்னா அப்டியே ஜிவ்வுன்னு ஒரு ஸ்டேட்டஸ் மெஸேஜ் படிக்கிற மாதிரி ஷார்டா மஜாவா இருக்கணும்” எனும் மஜா வாசகர்களும் கரைவேட்டியுடன் நுழைந்து இலக்கியக் கட்டிடத்தின் மேடையில் இருந்து மெல்ல மெல்ல நகர்ந்து வாசல் வரை வந்துவிட்ட இலக்கிய எழுத்தாளனைக் கிட்டத்தட்ட ரோட்டில் தள்ளி விட்டார்கள்.

கூட்டங்களில் இவர்கள் போடுகிற கூச்சலும் ஆரவாரமும் பற்ற வைக்கிற ஜிகினா ஒளிவிளக்குகளும் புதிதாக யோசிக்கவும் ஆழமாக எழுதவும் விழைகிற எழுத்தாளனுக்குக் கடும் நெருக்கடியும் பயமும் ஏற்படுத்துகின்றன. இவர்களோடு நம்மால் எப்படிப் போட்டி போட முடியும் என யோசிக்க ஆரம்பித்துவிட்டார்கள். தமிழில் ஒரு டி.வி சேனல் ஒரு சிறந்த எழுத்தாளர் விருது கொடுத்தார்கள். நிகழ்ச்சி

இயக்குநரிடம் என்ன அடிப்படையில் தேர்ந்தெடுத்தீர்கள் என விசாரித்தேன். “மாஸாகவும் இருக்கணும், ஆனால் கொஞ்சம் சீரியஸாகவும் வேணும். அப்படியான ஆட்களுக்குதான் விருது” என்றார். உட்காரவும் செய்யணும்; ஆனால் அதே வேளை நிற்கவும் செய்யணும் என்கிற மாதிரி இருக்கிறது இது. இப்படியாக சாம்பாரையும் குருமாவையும் கலப்பவர்கள் ஏதோ இலக்கியத்துக்குச் சேவை செய்வதாய் நினைக்கிறார்கள். அப்படி அல்ல. பழங்குடிகளைக் காட்டில் இருந்து அகற்றி மாநகரக் குடிசையில் குடியிருத்தி அவர்களை நாகரிகப்படுத்தி வாழ்க்கையில் உயர்த்திவிட்டதாய் நம்புவதைப் போன்றது இது. பழங்குடிகளால் எப்படி பொறியியல் படித்த மாநகர மக்களுடன் போட்டி போட முடியும்? கல் சுமக்கத்தான் போவார்கள். அதற்குச் சொந்த அடையாளத்துடன் நிம்மதியாகக் காட்டிலே சுள்ளி பொறுக்கலாமே!

ஓர் ஆரோக்கியமான சமூகத்தில் இலக்கிய எழுத்தாளனும் வணிக எழுத்தாளனும் இருக்க வேண்டும். ஆனால் அவர்கள் டி.ஆரும் பிரபுதேவாவும் ஒரே மேடையில் ஆடுவது போல் போட்டி போடுகிற நிலை ஏற்படக் கூடாது. எழுத்தாளன் தனக்கான சின்ன இடத்தில் இருந்து வேலை பார்க்கிற அமைதியும் நிலையான சூழலும் வேண்டும். இலக்கிய எழுத்துக்கு நிறைய பொறுமையும் பிரயத்தனங்களும் பரிசோதனைகளும் தேவைப்படும். அவன் சில வேளை புரியாமல் போகலாம், அர்த்தமில்லாமலும் எழுதலாம். ஆனால் இந்தப் புகை மூட்டத்தின் ஊடாகத்தான் அவன் பல புதிய கருத்துகளையும் விழுமியங்களையும் இச்சமூகத்துக்காகக் கண்டளிக்கிறான். எழுத்தைப் புதுப்பிக்கிறான். இன்னொரு புறம் வணிக எழுத்தாளன் வாசகனின் மாறுகிற தேவைகளைப் பொறுத்து வேகமாய் சாமர்த்தியமாய் எழுதி தகவல் அறிவும் பொழுதுபோக்கும் அளிப்பான். இருவரும் வேண்டும், ஆனால் இருவரும் ஒருசேர பார்க்கப்படக் கூடாது. ஆனால் தமிழில் இன்று இருவரும் ஒரே மேடையில் கொண்டு வரும்போது இலக்கிய எழுத்தாளன்தான் அதிகம் பாதிப்படைகிறான். அவனுக்கு தன் இருப்பு குறித்த அவநம்பிக்கை வருகிறது.

தன்னை யாரும் வாசிப்பதில்லையோ என கலங்குறான். தினம் தினம் அறிமுகமாகும் விருதுகளும் பத்தி வாய்ப்புகளும் மீடியா பரபரப்பும் வணிக எழுத்தாளனுக்கும் பேஸ்புக் ஸ்டேட்டஸ்களைத் தொகுத்து பதிப்பிக்கும் எழுத்தாளனுக்கு போகும்போது அவன் கடன் தொல்லையால் தற்கொலை செய்யும் விவசாயியின் மனநிலையை அடைகிறான். இன்னொரு புறம் ஆங்கிலத்தில் இலக்கிய வணிக எழுத்தாளர்கள் தனித்தனியாக தம் இடங்களில் இருந்தபடி வாசகர்களுடன் உரையாடுகிறார்கள். இருவருக்கும் ஒரே ஊடக வெளிச்சம் கிடைக்கிறது. தமிழில் இப்போது இருக்கிற சூழலில் ஒரு புது எழுத்தாளன் பரிசோதனைகளைப் பற்றியோ எழுத்தைப் புதிப்பிப்பது பற்றியோ யோசிக்கத் தயங்குவான். வணிக எழுத்தாளனின் அஜித் படத்துக்கு ஆரத்தி எடுக்கும் ரசிகர்களைத் தன் பக்கம் இழுப்பது எப்படி என சூழ்ச்சிகள் வகுப்பான். இன்றைய இலக்கிய எழுத்தாளன் ஓடுகிற பேருந்தில் இடம் பிடிக்கப் பின்னால் துரத்தி ஓடும் தொந்தி ஆசாமி போல் ஆகி வருகிறான். இந்த அவசரமும் பதற்றமும் அசலான எழுத்துக்கு எதிரான சூழலை உருவாக்குகின்றன.

இதனோடு ஒப்பிடுகையில் 70களில் இருந்த குறைவான வாசகர்களும் குறைவான பிரசுர வாய்ப்புகளும் இருந்த சிறுபத்திரிகை சூழல் மேலானது. அன்று ஒரு எழுத்தாளன் தன் இடம் எது, அடையாளம் எது என்பதில் ஒரு தீர்மானத்துடன் நம்பிக்கையுடன் இருந்தான். இன்றைய இலக்கிய எழுத்தாளன் அரசு ஆஸ்பத்திரியில் திருடப்பட்டு பல கைமாறிப் போகும் கைக்குழந்தையைப் போல் ஆகிவிட்டான். அவனுக்கு பிரசுர வாய்ப்புகள் பெருகிவிட்டன. ஆனால் தன் எழுத்து அடையாளத்தை மாற்றிக்கொள்ளும் கடும் அழுத்தம் இரு பக்கமும் அவன் மீசையைப் பிடித்து இழுக்கிறது. அவன் தன் பக்கத்தில் உள்ள மீசை இல்லாத எழுத்தாளர்களை நோக்கி அடிவயிற்றில் இருந்து பொறாமைப்படுகிறான்.

எழுத்தாளன் டி.வி.யில் தோன்றலாமா?

தமிழ்ச் சமூகத்தில் இலக்கிய எழுத்தாளனின் நிலைமை பத்தினிகளைப் போலத்தான். அவன் எங்கெல்லாம் தோன்றலாம் என்னவெல்லாம் பேசலாம் என வாசகர்கள், கட்சிக்காரர்கள், சித்தாந்தவாதிகள் எல்லாம் கோடு கிழிப்பார்கள். ஒரு எழுத்தாளன் எழுதின ஆயிரக்கணக்கான பக்கங்களைத் திருப்பிக்கூட பார்க்காதவர்கள் அவன் டி.வியில் தோன்றினால், கலர் சட்டை போட்டால், சினிமாவில் எழுதினால் சோரம் போய்விட்டதாய் விசனிப்பார்கள். கேலி பகடி செய்து தமக்கு நம்பிக்கை துரோகம் பண்ணிவிட்ட எழுத்தாளன் வரலாற்றையே கறைபடிய செய்ததாய்த் துக்கிப்பார்கள். இதன் ஆதார முரண் என்ன? நமக்கு எழுத்தாளனின் கருத்துகள், படிமங்களைவிட அவனது பிம்பம்தான் முக்கியம். நித்தியானந்தா பாலியல் காணொளி வெளியானபோது அவரை தூஷித்தவர்கள், காறித் துப்பியவர்கள், துரத்திச் சென்று கேள்விகள் கேட்டவர்கள், கேலி செய்தவர்கள் அவர் "தூய்மையோடு இருந்தபோது" அவரது சீடர்களாக இருந்தவர்களோ அவரது உரைகளுக்குச் செவி மடுத்தவர்களோ அல்ல. உண்மையில் அவரது சீடர்கள் மேற்சொன்ன சர்ச்சைக்கு பின்பும் அவருடன் கேள்வி

கேட்காமலே தொடர்கிறார்கள். வெளியே இருந்தவர்கள் தான் அவர்மீது திடீரென ஆர்வம் கொண்டு கேள்வி கேட்டு விமர்சிக்கத் துவங்கினார்கள். இந்த விநோதம் ஏன்?

நித்தியானந்தா அடிப்படையில் யார் என்பது நமக்கு முக்கியமல்ல, ஆனால் தமிழ் பிரக்ஞைக்கு அவர் தொன்றுதொட்டு இங்கு நிலைத்துள்ள புனித சாமியார் பிம்பத்துக்குள் பொருந்தியவர். அந்த பிம்பத்துக்குள் இருந்தபடி அவர் செக்ஸில் ஈடுபடக் கூடாது. இதுதான் பிரச்சனை. தமிழ்ச் சமூகம் எழுத்தாளனையும் இதே சாமியார் பிம்பத்துக்குள்தான் வைத்துள்ளது. சி.சு செல்லப்பா பற்றி இதுவரை எழுதப்பட்டுள்ள கட்டுரைகளை எல்லாம் படித்துப் பாருங்கள். அவரது முக்கிய கருத்துகள், படைப்பாளுமையைப் பற்றிய அலசல்கள் அல்ல, அவர் எப்படி “எழுத்தை” கடுமையான சிரமங்களுக்கு இடையே தொடர்ந்து கொண்டு, அதனால் எப்படி நட்டமடைந்தார், நண்பர்களின் பண உதவிகளை மறுத்து இறுதிவரை கொள்கைப் பிடிப்புடன் இருந்தார் போன்ற “எந்தரு மகானு பாவலு” வியப்புகள்தான் அதிகம் இருக்கும். சுருக்கமாக ஓர் எழுத்தாளன் எப்படி பிச்சைக்காரனாகச் செத்தான் என்பதே தமிழ் வாசகனுக்கு, குறிப்பாய் எழுபது எண்பதுகளில் இருந்து தொண்ணூறுகள் வரை இங்கு சிறுபத்திரிகைகளைப் பின் தொடர்ந்தவர்களுக்கு புளகாங்கிதம் ஏற்படுத்துவதாக இருக்கிறது. சுந்தர ராமசாமி க.நா.சு பற்றிய நூலில் ஒரு சுவாரஸ்யமான சம்பவத்தை நினைவுகூர்கிறார். இருவரும் ஒரு புத்தகக் கடையில் நிற்கிறார்கள். க.நா.சு மிக ஆர்வமாக ஒரு புத்தகத்தைப் புரட்டிக் கொண்டிருக்கிறார். அப்போது நடிகை சரிகா அங்கு நுழைகிறார். எங்கும் பரபரப்பு அமளி. ஆனால் அத்தனை கூச்சலுக்கு இடையேயும் க.நா.சு அந்த புத்தகத்தில் இருந்து தன் கண்ணை எடுக்கவே இல்லை. ஒன்றுமே நடவாததுபோல் அவர் வாசித்துக் கொண்டே இருந்தார். இது குறித்து சு.ரா வியப்பு கொள்கிறார். ஒரு நூலில் குறிப்பிடும் அளவுக்கு முக்கியத்துவம் தருகிறார். இது மேற்கத்திய லௌகீக மனம் இருந்த சு.ராவுக்கே க.நா.சுவின் சாமியார்த்தனம் மீது ஏற்பட்ட இந்தியத்தனமான மயக்கத்தின் உதாரணம். கர்ம

சிரத்தை நடைமுறையில் எல்லா இடங்களிலும் தேவை இல்லை. ஆனால் க.நா.சு சாதாரண ஆள் இல்லையே. அவர் ஒரு ரிஷி புருஷர். அவர் மேனகையின் கவர்ச்சியினால் மனம் தடுமாறாத விஷ்வாமித்திரர். இந்தியர்களின் சாமியார் பிரேமை தான் எழுத்தாளன் டி.வியில் தோன்றும்போது அவர்களை இடறுகிறது.

இன்று கழக டி.விக்கள் தவிர்த்து பிற சேனல்கள் பொது விவாதங்களில் ஒரு சிந்தனையாளனின் இடத்தை நிரப்புபவனாக தீவிர எழுத்தாளன் உருவாகி உள்ளான். “பிரபல தீவிர எழுத்தாளன்” என்ற கூட்டுசேர்க்கை ஒரு நவீனத்துவ சிறுபத்திரிகை மனதுக்கு ஒவ்வாததாக இருக்கலாம். ஆனால் இன்று அப்படியான ஒரு இனம் தோன்றியுள்ளது. தீவிரமாக எழுதும் அதே வேளை மக்களின் கவனத்தை அடையவும் விரும்பும் நிலைக்கு எழுத்தாளர்கள் வந்துள்ளார்கள். இது முன்னேற்றமா சீரழிவா என்கிற விவாதத்துக்குப் பின்னர் வரலாம். முதலில் டி.வியில் தோன்றுவதில், வணிக பத்திரிகைகளில் பத்தி எழுதுவதன், மேடைகளில் மணிக்கணக்காய் சுவாரஸ்யமாய் உரையாற்றுவதில் தீவிர எழுத்தாளனின் உத்தேசம் என்ன என்று கேட்க வேண்டும். அதற்கான தேவை என்ன? அடுத்து புதிய தலைமுறை, விஜய் டி.வி, வின் டிவி உள்ளிட்ட சேனல்கள் தீவிர எழுத்தாளர்களுக்கு இடமளிக்க முன்வந்தது ஏன்?

ஒப்பிட்டால் ஆங்கில சேனல்களில் விவாதங்கள், ரியாலிட்டி ஷோக்களில் எழுத்தாளர்களே அநேகம் தோன்றுவதில்லை. அங்கு தொழில்சார் நிபுணர்கள் மேஜையை ஜோராய்த் தட்டிப் பேசப் பல தளங்களிலும் இருக்கிறார்கள். விசயம் தெரிந்தவர்கள் மொழித்திறன் பெற்றவர்களாகவும் இருக்கிறார்கள் ஆங்கில மீடியாவில். ஆனால் இங்கு நிலக்கரியில் இருந்து அணு உலை வரை, சினிமாவில் இருந்து இன்று ஒரு சேதி வரை நல்ல தயாரிப்புடன் வந்து தெளிவாகப் பேசுவதற்கு எழுத்தாளர்கள் மட்டும்தாம் இருக்கிறார்கள். பட்டிமன்றப் பேச்சாளர்கள் தம் இடத்தைக் கிட்டத்தட்ட இழந்துவிட்டார்கள். முதல் இரண்டாம் தலைமுறை கல்வியறிவுடன் உயர்மத்திய வாழ்க்கையை எட்டி உள்ள இன்றைய இருபது, முப்பதுகளில் இருக்கும் இளைய

தலைமுறைக்கு அறிவார்ந்த காத்திரமான உரையாடலை உருவாக்க எழுத்தாளர்களின் பங்களிப்பு முக்கியமாக உள்ளது.

கடந்த நாற்பது வருடங்களில் வணிக பத்திரிகைகளில் எழுத வந்தவர்களைப் பார்த்தோம் ஆனால் கூர்மையான மொழியும் பரவலான ஆழமான வாசிப்பும் கொண்டவர் என்று சுஜாதாவை விடுத்து மற்றொருவரைக் கூட சுட்ட முடியாது. வாசிப்பை அந்தளவுக்கு மட்டமான வெற்றுப் பொழுதுபோக்காக நமது விகடன், குங்கும ஆசிரியர்கள் மாற்றி வைத்திருக்கிறார்கள். பிரபல எழுத்துக்குக் கூட கல்வியறிவிக்கும் கடமை உள்ளது. ஆனால் ராஜேஷ் குமார் போன்றவர்கள் இன்று கூகுளில் தேடி அஸைன்மெண்ட் எழுதும் எட்டாம் வகுப்பு மாணவன் அளவுக்குக் கூட அறிவற்றவர்கள் என்பது இவ்விசயத்தில் மிகப்பெரும் அவலம். அறுபதுகளில் தோன்றிய மத்திய வர்க்கத்தினரில் ஆங்கில பரிச்சயமோ உலக அறிவுத்துறைகளில் வாசிப்போ அற்ற சினிமா தவிர வேறெந்த கலாச்சார நடவடிக்கைகளிலும் ஈடுபாடற்ற ஒரு நுகர்வோர் சதவீதம் இத்தகைய மட்டமான ஊடக எழுத்தால் திருப்தி உற்றிருக்கலாம். ஆனால் இன்று கல்வி, இணையம் மற்றும் டி.வி ஊடகம் நமது அறிவு மற்றும் கலாச்சாரத் தேவையை விரிவானதாக பல்துறை சார்ந்ததாக மாற்றி உள்ளது. “உறவுகள்” தொடர் பார்க்கும் அதே மாமிக்கு குவிண்டின் டரண்டினோவும் தெரிந்திருக்கிறது. ஒரு பக்கம் ஏற்பட்டுள்ள இந்தத் தலைமுறை மாற்றத்தை வணிக பத்திரிகைகள் சரியாக அவதானித்ததாய்த் தெரியவில்லை. *Frontline, Open Magazine* போன்ற பத்திரிகைகளில் எவ்வளவு திறமையான பத்தி எழுத்தாளர்கள் தமக்கென ஒரு நிலைத்த பக்கங்களுடன் உருவாகி வந்துள்ளார்கள். ஆனால் இணையத்தில் சுவாரஸ்யமாக எழுதும் பிளாகர்கள் கூட புதிய தலைமுறை போன்ற பத்திரிகைகளுக்குப் போனால் அச்சில் வார்த்தது போல் தனித்துவமற்று முதல் பத்தியை “கொ”யில் துவங்கி இறுதி பத்தியை “வி”யில் முடிக்கிறார்கள். வணிகப்பத்திரிகை ஆசிரியர்கள் வாசிப்பறிவும் எழுத்துத் திறனும் கொண்ட எழுத்தாளர்களை உருவாக்கவோ ஊக்குவிக்கவோ இல்லை. அப்படிச் சிலர் ஆர்வமிகுதியாய் புகுந்துவிட்டாலும்

விதைப்பையை அகற்றி கழுத்தில் பெல்ட் மாட்டிவிடுகிறார்கள். அசட்டுத் துணுக்குகள், தொப்புள் படங்கள், தையல் மிஷின் வாங்கி வாழ்வில் பெண்கள் முன்னேறலாம் வகை ஸ்டோரிகள், எந்தெந்த தினங்களில் எந்தெந்தக் கோயில்களில் உருண்டால் தோஷம் தீரும் என அவர்கள் இன்றும் தேவர் மகனில் சிவாஜி சொன்னது போல் இன்றும் அருவாள் கம்புடன் சுற்றும் பயலுகளாகத்தான் இருக்கிறார்கள்.

ஆக வணிக பத்திரிகைகள் கற்காலத்தில் இருக்க டி.வி மீடியா சமகாலத் தன்மையுடன் பெரும் வீச்சுடன் செயல்பட்டு வருகிறது என்பது ஒரு நகைமுரண்தான். “சத்யமேவ ஜெயதே” அல்லது “நீயா நானா” போன்ற விவாத நிகழ்ச்சிகளில் முற்போக்காக தீவிரமாக உரையாடப்பட்ட விசயங்கள் குறித்து உங்களுக்கு மாறுபட்ட கருத்துகள் இருக்கலாம். ஆனால் இவற்றில் ஒரு சிறு சதவீத பிரச்சனைகளைக் கூட நமது வணிக பத்திரிகைகள் எடுத்துப் பேசியதில்லையே! பொதுமக்கள் சுட்டுக்கொல்லப்பட்டு மாநிலமே எரிந்துகொண்டிருக்கும்போது இவர்கள் மாற்றான் படம் பற்றித் தானே கவர் ஸ்டோரி எழுதுவார்கள். இப்படி வாசகர்களின் அறிவு, பண்பாட்டுத் தேவைகளை நிறைவேற்றாதது மட்டுமல்லாமல் இந்தப் பத்திரிகைகள் நமது முக்கிய எழுத்தாளுமைகளை இத்தனை காலமும் நிராகரித்தே வந்துள்ளன. அவர்களுக்கு இடமளித்த போதும் அது பெயரளவுக்கு காங்கிரஸின் சிறுபான்மையினர் மீதான அக்கறை போலத்தான் இருந்தது. ஆக தமிழில் எழுத்தாளனுக்கு பொதுவெளி என்பது இத்தனை காலமும் மறுக்கப்பட்டு வந்துள்ளது. அவனுக்கும் மக்களுக்கும் இடையிலான பாலமாக இன்று டி.வி மாறியுள்ளது. அவனுக்கானது சிறு பங்குதான் என்றாலும் தன் கருத்துகளைத் தொடர்ந்து வெளிப்படுத்த டி.வி இன்று அவனுக்கு வாய்ப்பளிக்கிறது. இதை அவன் பயன்படுத்திக்கொள்வதில் தவறில்லை. சினிமாவால் முழுக்க ஆக்கிரமிக்கப்பட்டு திரிந்துபோன தமிழ்ப்பண்பாட்டு வெளியில் எழுத்தாளன் இன்று தன் மீது விழும் ஒரு சிறு வெளிச்சத்தை முழுமையாகப் பயன்படுத்துவதில் ஒரு நியாயம் உள்ளது.

இங்கு பிரச்சனை உண்மையில் எழுத்தாளனின் கற்பு சம்பந்தப்பட்டதல்ல. பிரச்சனைகள் இரண்டு. ஒன்று டி.வி மீடியாவில் எழுத்தாளன் ஒரு நெடுந்தொடர் நடிகனைப் போலத்தான். அவன் ஒரு விவாதத்துக்குக் கூடுதலாக ஒரு சிறு தெளிவை ஒரு திசையை அளிக்கிறான் அவ்வளவே. அவனது இடம் அங்கு மிகச் சிறியது. அவனுக்குத் தனித்த அடையாளமோ தவிர்க்க இயலாத பண்போ அங்கில்லை. சிவசங்கரி பேசிய இடத்தில் குட்டி ரேவதி வரலாம். குட்டி ரேவதி கிடைக்கவில்லை என்றால் பறவை முனியம்மாவை கொண்டு வருவார்கள். மேலும் டி.வி பார்வையாளன் ஒரு தற்காலிக ஆர்வத்துடன் சினிமா பாடல், குண்டுவெடிப்பு செய்தி, ஈமு விளம்பரம், விவாதம் அனைத்தையும் பார்ப்பவன். அவனது ரிமோட் பொத்தான் அழுத்தலின் சில நொடி இடைவெளிதான் விவாத நிகழ்ச்சி ஒன்றில் ஓர் எழுத்தாளனின் மூச்சிரைக்க வைக்கும் நிலைப்பாட்டின் அழுத்தத்துக்கும் பல சமயம் இருக்கிறது. பவர்ஸ்டாரையும் கோணங்கியையும் அருகருகே வைத்து விவாதம் உருவாக்கினாலும் அவன் எந்தக் குழப்பமும் இன்றி அதைப் பார்த்துவிட்டுக் கடந்து போவான்.

அடுத்து ஒரு எழுத்தாளன் மீடியாவின் கோரிக்கைக்கு ஏற்ப கருத்துகளை அவசரமாக உற்பத்தி செய்து முன்வைக்கும் ஒரு எந்திர நிலைக்குத் தள்ளப்படுகிறான். எல்லாவற்றைப் பற்றியும் ஒரு கருத்தைக் கொண்டிருப்பவன் தமிழ் எழுத்தாளன் மட்டும் தான். உள்ளார்ந்த ஈடுபாடின்றி ஆத்மார்த்தமான இசைவின்றி அவன் தனது தர்க்க பலம் அறிவுக் கூர்மை மட்டும் கொண்டு தொடர்ந்து இந்தத் தீராத மீடியா பசிக்கு ஈடு கொடுத்துக் கொண்டிருக்கலாம். ஆனால் இது அவனை விரைவில் களைப்படைய வைத்து விடுகிறது. அவனது எழுத்துப்பணியைச் சத்தற்றதாக ஆக்கிவிடுகிறது. எழுத்து என்பதே குமாஸ்தா நிலைக்கு எதிரானதுதான். ஆனால் மீடியா நாட்டாமைப் பணி அவனைக் குமாஸ்தா நிலைக்கே திருப்பிவிடுகிறது.

ரிச்சர்டு மேலப் *(Richard Malouf)* எனும் ஆஸ்திரேலிய நாவலாசிரியர் “ஒரு எழுத்தாளன் பேச நேர்கையில்” *(When a Writer Speaks)* எனும் ஒரு சுவாரஸ்யமான கட்டுரையில் இந்தச் சமகால எழுத்தாளன்-டிவி உறவைப் பற்றிப் பேசுகிறார். முதலில் அவர் ஒரு எழுத்தாளன் தன் மனதை அரிக்கும் ஒரு சிக்கலைப் பேச்சில் வெளிப்படுத்துகையில் அவ்விசயத்தை அவன் எழுத்தில் கொண்டு வரும் சந்தர்ப்பம் இல்லாமல் ஆகிவிடுகிறது என்கிறார். இது ஒரு மனநிலை சம்பந்தப்பட்ட விசயம்தான். எழுத்துக்கு இம்மாதிரி உறுதியான விதிமுறைகள் எல்லாம் கிடையாது. பேச்சில் திருப்திகரமாய்ச் சொல்ல முடியாததை எழுத்தாளன் தன் கட்டுரை அல்லது புனைவில் விரிவாகவோ, அல்லது கவிதையில் மேலும் உக்கிரமாகவோ சொல்ல விழையக் கூடும்.

அடுத்து மேலப் எவ்வாறு நாவல் வடிவத்தின் வருகைக்குப் பின் எழுத்தாளன் சமூக அரசியல் விவகாரங்கள் குறித்தும் விரிவாக ஒரு கற்பனைப் படைப்பில் பேச சாத்தியம் உருவாகிறது என்று கூறுகிறார். அதுவரை தன்னை அரசியல் கடந்தவனாக எழுத்தாளன் கருதி வந்திருக்கலாம். ஆனால் நாவலின் காலகட்டம் இந்த நிலைப்பாட்டை மாற்றுகிறது. இனி அவன் பலதரப்பட்ட சித்தாந்தங்கள், நிலைப்பாடுகள், கருத்துநிலைகளுக்குத் தன் எழுத்துவெளியில் இடமளிக்க வேண்டிய தேவை உருவாகிறது. ஆரம்பத்தில் அரசியலற்றவராகத் தன்னைக் காட்டிக் கொண்ட தாமஸ் மன் எவ்வாறு ஜெர்மானிய யூத எதிர்ப்பு அரசியலுக்கு எதிரானவராக தன்னை முன்னிறுத்தினார், அவர் குடியாட்சியை எதிர்ப்பவராக ஆரம்பத்தில் இருந்து பின்னர் அதை ஆதரிப்பவராக எப்படி மாறினார் என்பதை மேலப் விவரிக்கிறார். தாமஸ் மன் தன் நாவல் எழுதும் அனுபவம் வழியாகவே தன் அரசியல் பார்வையிலும் மாற்றம் பெற்றார் என்று கூறுகிறார். இலக்கியத்தில் அரசியல் வேண்டுமா வேண்டாமா என்கிற விவாதம் இன்னும் தமிழில் நிறைவு கொள்ளாமலே இருக்கிறது. மேலப்பின் இக்கட்டுரை அவ்விதத்தில் இங்கு முக்கியமானது.

இதே கோணத்தில் யோசித்தால் எழுத்தாளன் காலத்தின் பிரதிநிதி, சமூகத்தின் குரல், நீதிக்காகப் போராடுபவன்

என்று சொல்லத் தோன்றும். அவன் வெறுமனே கதை எழுதுபவனாகவோ, தன் தபால் பெட்டியில் இறகை விட்டுப் போன குருவியைப் பற்றி மனம் உருகுபவனாகவோ மட்டும் இருக்கத் தேவையில்லை. அவன் விலைவாசி உயர்வு பற்றியும் அணு உலை ஆபத்து பற்றியும் டி.வியில் உரத்துப் பேசலாம் தானே?

இங்கு மேலப் சன்னமாய் எச்சரிக்கிறார். இன்று எழுத்தாளன் தன்னை சமூகப் போர்வாளாகக் கருத வேண்டிய தேவையும் சூழலும் ஏற்பட்டால் அவன் பொதுவெளியில் ஆவேசமாக இயங்குவதில் தவறில்லை. தமிழில் இன்று நிச்சயம் அத்தகைய தேவை உள்ளது. ஆனால் அவன் ஒரு டி.வி "நடிகனாக" மாறி விடாது இருப்பதில் கவனம் செலுத்த வேண்டும். போலியான ஊடக ஆளுமைகள் இடையே தன் தனித்துவம் இழந்திடாதிருக்க விடாப்பிடியாய் இருக்க வேண்டும். ஊடக சமூக அரசியல் உரையாடல்களில் தோன்றும் அர்த்தமற்ற ஆயிரமாயிரம் சொற்றொடர்கள் இடையே ஒரு சிறு வெளிச்சக் கீற்றைத் தொடர்ந்து உருவாக்குவதே தன் பணி என்பதில் தெளிவாக இருக்க வேண்டும்.

அவன் "டி.வி எழுத்தாளனாக" மாறாத வரையில் அவன் டி.வியில் பேசுவதில் பாதகம் இல்லை. அது எதுவரையில் என்பதுதான் சிக்கல்.

(பி.கு: தமிழில் இந்நிலை 2017க்குப் பிறகு மாறிவிட்டது. இன்று கட்சிப் பேச்சாளர்களும் வலதுசாரி ஆதரவாளர்கள் எனும் பெயரில் முகமூடி மனிதர்களுமே டிவி மேடையை ஆக்கிரமிக்கிறார்கள். ஆனாலும் எழுத்தாளன் வெகுஜன ஊடகத்தில் வகிக்க வேண்டிய இடம் என்ன எனும் கேள்வி இன்னும் காலாவதியாகவில்லை.)

தமிழ் சினிமாவும் எழுத்தாளனும்

தமிழ் ஸ்டூடியோ அருண் சினிமாவில் வேலை செய்யும் எழுத்தாளர்களைச் சாடி ஒரு (பேஸ்புக்) பதிவை எழுதியிருக்கிறார். எனக்கு அவர் வைக்கும் குற்றச்சாட்டுகள் மீது கூடுதலாகச் சொல்ல சில விசயங்கள் உள்ளன:

எழுத்தாளர்கள் ஏன் புதிதாக வரும் படங்களைப் பற்றி இவ்வளவு ஆர்வமாக ஆவேசமாக விமர்சனம் எழுதுகிறார்கள், அதே நேரம் இலக்கிய நூல்கள் வெளியாகும் போது அவர்கள் கருத்து தெரிவிப்பதில்லையே என அருண் கேட்கிறார். நல்ல கேள்வி. நான் இதில் எழுத்தாளர்கள் மீது பெரிய குற்றம் இல்லை, மாறாக இந்தக் குற்றச்சாட்டில் நிறைய மிகை உண்டு என நினைக்கிறேன். ஏன்?

இங்கு இலக்கிய விமர்சகர்கள் என ஒரு கூட்டமே இல்லை. இன்னும் சொல்லப்போனால் விரல் விட்டு எண்ணத்தக்க சிலரைத் தவிர இங்கு தனியான பதிப்பாளர்களும் இல்லை. இங்கு எழுத்தாளனே விமர்சகன், அவனே பதிப்பாளன். இங்கு இலக்கிய, நடுநிலை, சிறுபத்திரிகை இதழ்களைக் கொண்டு வரவும் தனியான நபர்கள் குறைவு. எழுத்தாளனே தான்

எழுதுவதற்கான பெரும்பாலான பத்திரிகைகளை நடத்தவும் செய்கிறான். அட, இது மட்டுமில்லை, தமிழ் வெகுஜன இதழ்களில் நல்ல பத்தியாளர்கள் இல்லை; வெகுஜன தொடர்கதையாளர்கள் பெருமளவில் புதிதாக அதே தளத்தில் இருந்து தோன்றவில்லை. இந்தப் பணிகளையும் கடந்த இரு பத்தாண்டுகளுக்கு மேலாக இலக்கிய எழுத்தாளனே செய்து வருகிறான். இன்னும் சொல்வதானால் இதே காலத்தில்தான் வெகுஜன இதழ்களின் எடிட்டிங் பணிகளிலும் அதிகமாக இலக்கிய எழுத்தாளர்கள் போய்ச் சேர்ந்தார்கள். எனக்கு நன்றாக நினைவுள்ளது: ரெண்டாயிரத்தின் பிற்பகுதியில் நிறையச் செய்தி சேனல்களில் விவாதங்களுக்கு எழுத்தாளர்களை அழைக்கும் வழக்கம் தோன்றியது. "நீயா நானா" இன்னொரு பக்கம் இத்தகைய எழுத்தாளர்களை பிரசித்தமான ஆளுமைகளாக்கியது. நான் அப்போது வாரத்தில் மூன்று நாட்களாவது ஏதாவது டிவி ஒன்றின் செய்தி விவாதத்தில் கலந்துகொள்வேன். ஒரு பயனும் இல்லை - சும்மா ஒரு த்ரில்லுக்காக. கடந்த ஐந்தாண்டுகளில்தான் இதிலும் ஒரு நுட்பமான மாற்றம் வந்துள்ளது: அரசியல் விவாதம் செய்வதற்கு திமுக, பாஜக சார்பில் பத்திரிகையாளர்கள், டிவிட்டர், சமூக வலைதளச் செயல்பாட்டாளர்கள் அந்தப் 'பொதுவான தரப்பு' இடத்தை எடுத்துக் கொண்டிருக்கிறார்கள் (அதிமுக எங்கேயுமே இல்லை.). ஆனால் அவ்வை சண்முகியில் கமல் போல காலையில் ஆணாக வேலையிடத்தில் நடன இயக்கம், மதியத்துக்கு மேல் சடாமுடி, பிளவுஸ், சேலை கட்டி, முகத்தில் புரோஸ்தெடிக் மேக்கப் அணிந்து மாமியாக மாறுவேடத்தில் குழந்தைக்குச் சோறூட்டுவது, ரவுடிகளை உதைப்பது என மற்றொரு வேடத்தில் நடிப்பது போல இன்னும் எழுத்தாளர்களே பல பணிகளை எடுத்துச் செய்து வருகிறார்கள். பேஸ்புக்கிலும் இன்று சினிமா குறித்து எழுதுகிறவர்கள் "சினிமா விமர்சகர்கள்" அல்ல - அவர்கள் ஒன்று அமெச்சூரான (வளர்ந்து வரும்) சமூக வலைதள எழுத்தாளர்கள் அல்லது இலக்கிய, செமி-இலக்கிய, எதிர்-இலக்கிய எழுத்தாளர்கள். (எழுத்தாளர்கள் இன்னும் செய்யாத ஒரே பணி அணுகுண்டு கண்டுபிடிக்காதது

மட்டும்தான்.) உண்மையான சிக்கல் தமிழ்ச் சமூகத்தில் பல முக்கிய அறிவார்ந்த பணிகளுக்கு ஆள் இல்லை; ஒரு பெரிய வெற்றிடம் நிலவுகிறது. அங்கு குறைந்த கூலிக்கு அல்லது கூலியே இல்லாமல் பணியாற்ற எழுத்தாளர்கள் புலம்பெயர் தொழிலாளிகளைப் போலச் சென்று வருகிறார்கள்.

நியாயமாக இங்கு இலக்கிய விமர்சகன் என ஒருவன் இருந்திருக்க வேண்டும். அவனுக்கு சமூகத்தில் தனி மரியாதை பெறுகிற, வெகுஜன பத்திரிகைகளில் / நாளிதழ்களில் இலக்கிய பத்தி எழுதுகிற, விமர்சனப் புத்தகங்களை விற்கிற சாத்தியங்கள் இருந்திருக்க வேண்டும். இதெல்லாம் கேரளத்தில் உள்ளது. அங்கு மக்களால் கொண்டாடப்படுகிற, விமர்சனத்தை மட்டும் வாழ்க்கையாக எண்ணுகிறவர்கள் இருக்கிறார்கள். ஆனால் இங்கு விமர்சகனுக்கு ஒரு விருது கூட கொடுக்கப்படுவதில்லை. அதனாலே அவன் ஒரு நாவலாவது எழுதி விட மாட்டோமா என ஏங்குகிறான். அது போகட்டும், அவனது விமர்சனங்களை யாரும் படிப்பதில்லை. அவனுடைய விமர்சனங்களை இன்றைய இடைநிலை இதழ்களில் பொருட்படுத்திப் பதிப்பிப்பதில்லை. அவன் என்ன பைத்தியமா தொடர்ந்து மாரடிக்க? ஆகையால் அப்படி ஒரு இனமே தமிழில் மறைந்துவிட்டது. சினிமா விமர்சகனின் கதையும் அதுதான். மேற்கில் அது ஒரு தனியான துறை. அவர்களுடைய முழுநேர வேலையே சினிமா பார்ப்பது, சினிமா பற்றிப் படிப்பது, சினிமா பற்றி எழுதுவது. அவர்கள் அங்கு செலிபிரிட்டிகள். ஆகையால் அவர்கள் சினிமாவின் மொழி, தொழில்நுட்பம் பற்றித் தெரிந்துகொள்ள, உலக சினிமாவை மேற்கோள் காட்ட மெனக்கெடுகிறார்கள். இங்குள்ள நிலைமை என்ன? இங்கு நிருபர்களும், சப்-எடிட்டர்களும் தமது பல வேலைகளுக்கு மத்தியில் (அவ்வை சண்முகி போல) சினிமா விமர்சனமும் எழுதுகிறார்கள். ஒரு படத்துக்குக் குறைவாக மதிப்பெண் இட்டால் உடனே இயக்குநர் பத்திரிகை அலுவலகத்துக்கு வந்து திட்டுவது இங்கு பலமுறை நடந்துள்ளது. ஆனால் வெளிநாடுகளில் விமர்சகர்களின் கருத்துக்களை மதிக்கிறார்கள்; தம்மைக் கடவுளாக அங்குள்ள இயக்குநர்கள் நினைப்பதில்லை. இங்கு

என்ன நடக்கிறது? இதை அறிந்துகொள்ள நீங்கள் பரத்வாஜ் ரங்கன் நம் இயக்குநர்கள், நடிகர்களை வைத்து அவருடைய யுடியூப் சேனலில் எடுக்கும் பேட்டிகளில் அவர்கள் ரங்கனை எப்படி நடத்துகிறார் என கவனியுங்கள் - ஒரு சிறிய நடிகர் கூட கெத்தாகப் பேச ரங்கன் கைகட்டிக் கொண்டு அவர்களுக்கு இணக்கமாகப் போகவும், நைஸ் பண்ணவுமே முயல்கிறார். இல்லையென்றால் பேட்டி அளிக்க மாட்டார்கள் (பரத்வாஜ் ரங்கனின் அரசியல் எரிச்சல்படுத்தும் என்பது வேறு பிரச்சனை; அதற்குள் நான் இப்போது வரப்போவதில்லை.) தமிழ் சினிமா விமர்சனம் எழுதும் பத்திரிகையாளர்கள் பேட்டி எடுத்தால் நடிகர் / இயக்குநரிடம் “சார்” போடாமல் ஒரு கேள்வியை ஆரம்பிக்க முடியுமா?

பிரச்சனை இங்கு பத்திரிகையாள விமர்சகனிடமோ எழுத்தாள விமர்சகனிடமோ இல்லை - பிரச்சனை வெகுஜன ஊடகத்திலும் சினிமாவிலுமே இருக்கிறது: அவர்கள் ஒரு தொழில்சார் விமர்சகனை மதிப்பதோ அவனுக்கு சரியான கூலி கொடுப்பதில் இல்லை. அதை யார் செய்தாலும் போதும் எனும் அளவுக்குத்தான் வைத்திருக்கிறார்கள். அவர்களுடைய இந்தத் திமிர்த்தனமும் அறியாமையுமே இப்போதுள்ள வெற்றிடத்தை உருவாக்கி உள்ளது; அதை நிரப்ப நிறையப் பேரைப் பயன்படுத்துகிறார்கள். நீங்கள் உங்கள் காரை ரிப்பேர் செய்யும் பொறுப்பை தள்ளுவண்டிக்கடை வைத்திருக்கிறவரிடம் கொடுப்பீர்களா? நீங்கள் உங்களுக்கு நெஞ்சு வலி வந்தால் ஒரு காய்கறி விற்கும் அம்மாவிடம் ஐம்பது ரூபாய் கொடுத்து எனக்கு “சிகிச்சை பண்ணுங்க, அவசரம், கையில் காசில்ல” என்று சொல்லுவீர்களா? ஆனால் விமர்சனம் எனும் விசயத்தில் அப்படித்தான் நடந்துகொண்டிருக்கிறது.

அருண், ஏன் இலக்கியவாதி சினிமா விமர்சனம் பண்ணுகிறான் எனும் கேள்வியை நீங்கள் “ஏன் சினிமாவுக்குள் உங்களால் ஒரு விமர்சகனை உருவாக்க முடியவில்லை?” என்று கேள்வியாகவே எழுப்பியிருக்க வேண்டும். தமிழ் சினிமாவின் எழுபது, எண்பதாண்டு வரலாற்றில் எத்தனையோ தொழில்நுட்ப, திரைக்கதை அறிவு படைத்தவர்கள் இருந்திருக்கிறார்கள்.

அவர்களில் ஒரு பகுதியினர் சினிமா கலை குறித்து படித்தறிந்து கொண்டு, மொழியறிவையும் வளர்த்துக்கொண்டு ஏன் நிறைய புத்தகங்கள் கொண்டு வந்து, வெகுஜன இதழ்களில் வாரந்தோறும் எழுதி, டிவியில், சமூக ஊடகங்களில் பேசி இத்தனை ஆண்டுகளாய் மக்களுக்கு சினிமாக் கல்வியை ஊட்டவில்லை? நீங்கள் உலக சினிமாவின் தரத்திலும், அரசியல் கூர்மையுடனும் தமிழ் சினிமா தோன்ற வேண்டும் எனும் விருப்பத்தில் “படச்சுருள்” எனும் இதழைக் கொண்டு வருகிறீர்கள். ஆனால் அதற்கு நமது வணிக சினிமாக்காரர்கள் அளிக்கிற ஆதரவு என்ன? அதற்கு நமது பிரதான ஊடகங்கள் தரும் இடம்தான் என்ன? ஒன்றுமில்லை. மாறாக சிறுபத்திரிகை தளத்தில் இருந்து வந்த உங்களைப் போன்ற ஒருவரே சினிமாவை உயர்த்த வேண்டும் எனும் நோக்கில் அதே சிறுபத்திரிகை மனநிலை கொண்ட எழுத்தாளர்கள், வாசகர்கள், சினிமா ஆர்வலர்களுடன் சேர்ந்து தமிழ் ஸ்டூடியோவை நடத்தி இதழும் கொண்டு வருகிறீர்கள். நியாயமாக இந்தப் பணியை சினிமாவில் பணமும் புகழும் சம்பாதித்த, புத்தக வாசிப்பும் கொண்ட வெற்றிமாறன், ராம், மிஷ்கின் போன்றவர்கள் தானே செய்திருக்க வேண்டும். ஆனால் நீங்கள் ஏன் இதைச் செய்கிறீர்கள்? தொண்ணூறுகளில் இருந்தே உலக சினிமா குறித்த அறிமுகங்களை மிக அதிகமாகச் செய்து எழுதி வருபவர்கள் சிறுபத்திகையாளர்களே, பாலுமகேந்திரா கூட அல்ல. முதலில் மிக விரிவான உலக சினிமா தொகுப்பைக் கொண்டு வந்தவர் எஸ்.ரா தானே? ஏன் அப்பணியை சினிமாக்காரர்கள் செய்யவில்லை? இங்கே எஸ்.ரா போன்றோர் செய்த பணி பக்கத்து வீட்டு தாய் தன் பிள்ளைகளைப் பட்டினி போட்டு ஊர் சுற்றப் போகும் போது அவர்களைத் தன் வீட்டுக்கு அழைத்து சோறு போட்டதே. சமூகத்துக்கு அறிவைப் புகட்டும் பாத்திரத்தை இதுவரை ஒரு சினிமா இயக்குநரோ, நடிகரோ, நிபுணரோ செய்ததுண்டா? ரஞ்சித் இப்போது “நீலம்” எனும் ஒரு பதிப்பகத்தை ஆரம்பித்திருக்கிறார். தமிழ் சினிமா இத்தனை வருட வரலாற்றில் ஏன் மற்றொருவர் கூட அப்படி ஒரு பணியைச் செய்ததில்லை?

சினிமா பற்றி எழுத்தாளன் எழுதுவதை விடுங்கள். நான் இன்னொரு தீவிர எதிர்நிலை உதாரணத்தைத் தருகிறேன்: தத்துவம் பற்றி எழுதுவது. தமிழில் நான் கடந்த பத்தாண்டுகளாக சாக்ரடீஸ், நாகார்ஜுனர், நீட்சே, ஹைடெக்கர் என தத்துவவாதிகள் பற்றி நிறைய எழுதி வருகிறேன். இப்போது ஹபீப் ஹாதியும் எழுதி வருகிறார். நாங்கள் இருவருமே தத்துவ நிபுணர்கள் அல்ல. நாங்கள் தொழில்முறையாக தத்துவத்தைக் கற்கவில்லை. ஆனால் தமிழில் தத்துவத்துக்கு மிகப்பெரிய வெற்றிடம் உள்ளது. ஹைடெக்கரை விடுங்கள், இங்கே சாக்ரடீஸின் தத்துவத்தை விளக்கும் ஒரு தமிழ் நூல் கூட இல்லை. பிரான்ஸில் பள்ளிக்கூடங்களிலும் பாடத்திட்டத்தில் தத்துவம் உண்டு எனக் கேள்விப்பட்டிருக்கிறேன். இங்கு கல்லூரிகளில் கூட தத்துவப் பாடத்தை இளங்கலை, முதுகலையில் கண்டுபிடிப்பது சிரமம். ஆனால் அது ஒரு மிக முக்கியமான அறிவுத்துறை. நான் உயிர்விடும் முன் ஒரு சில நூல்களையாவது எழுதி, தமிழில் இன்னும் சிலரை தத்துவத்தை நோக்கி ஈர்க்க வேண்டும் என ஆசைப்படுகிறேன். சில நாட்களுக்கு முன் ஒரு மூத்த எழுத்தாளர் என்னை அழைத்து “ஏன் இப்படி ஹைடெக்கரை கட்டிக்கொண்டு உன் நேரத்தை வீணடிக்கிறாய்?” என கடிந்தார்.” நீ உன் நேரத்தை நாவல், கதைகள் என எழுதுவதற்குச் செலவிடு” என்றார். சரிதான், ஆனால் ஒன்று எனக்கு தத்துவம் பிடித்திருக்கிறது, அடுத்து, இத்துறை சார்ந்து எழுத இங்கு யாருமே இல்லையே. தமிழில் யாராவது நாளை தத்துவம் குறித்து வாசிக்க முனைந்தால் அவர்களுக்குத் தெளிவான அறிமுகங்களை, ஆர்வமூட்டும் விவாதங்களை விட்டுச்செல்ல வேண்டும் என நினைக்கிறேன். நான் நாகார்ஜுனர் பற்றி லைவில் பேசிய போது அவரது தத்துவ நோக்கிற்கு ஒரு சிறிய கவனம் ஏற்பட்டதைக் கவனித்தேன். ஹைடெக்கர் சார்ந்தும் அது ஒருநாள் நிகழும் என நம்புகிறேன். இப்படி எழுத்தாளன் திருமணத்துக்கு தாலி எடுத்துக் கொடுப்பதில் (தத்துவம்) இருந்து கருமாதிக்கு தீச்சட்டி தூக்குவது வரை (சினிமா) பல வேடங்களைப் புனைய நேர்கிறது.

இன்னொரு விசயம்: சினிமா ஒன்று வந்ததும் நாம் ஏன் இவ்வளவு கவனத்தை அதற்குக் கொடுக்கிறோம்? ஏனென்றால் வெளிவருவது *Bresson, Wong Kar-Wai,* பெலினி, கொடார்ட், கீஸ்லாவஸ்கியின் படங்கள் அல்ல. நாம் எதிர்வினையாற்றுவது வணிகப் படங்களுக்கே. அவற்றைப் பார்ப்பது மிகவும் சுலபம். இரண்டு மணிநேரத்தில் சோலி முடிந்து விடும். “சார்பட்டா” கூட நேர்த்தியாக கவனமாக எடுக்கப்பட்ட ஒரு பொழுதுபோக்குப் படம் தான். ரஞ்சித் இதே படத்தைப் *Bresson* போல எடுத்திருந்தால் இதில் நூறில் ஒரு மடங்கு ஆட்கள் கூட பார்க்கவோ பேசவோ மாட்டார்கள்.

அடுத்து, இலக்கிய நூல்களுக்கு வருவோம். எழுத்தாளர்களுக்கு விமர்சனம் எழுதும் பொறுப்பு கூட இல்லை என்கிறீர்கள். இது நியாயமற்ற குற்றச்சாட்டு.

இன்றும் தமிழில் முக்கியமான இலக்கிய நூல்களுக்கு விமர்சனங்கள் வருகின்றன. இலக்கியவாதிகள் தாம் இதையும் எழுதுகிறார்கள். நானே நிறைய எழுதி இருக்கிறேன். இவற்றை வாங்கி வணிக இதழ்களில் பிரசுரிக்க முடியுமா எனப் பார்ப்பதே கூட இலக்கியவாதிகள்தாம். இதை ஒரு குழு அரசியல் நடவடிக்கை என நீங்கள் மட்டையடிக்க அடிக்கக் கூடாது அருண். நான் இதை ஒரு கோரிக்கையாக வைக்கிறேன்.

ஒரு இலக்கிய விமர்சனம் எழுத நிறைய மெனக்கெட வேண்டும். நான்கைந்து நாட்களை அந்த நூலுடன் செலவிட வேண்டும். அது எழுப்பும் சிந்தனைகளைத் தொகுத்து மொழியில் விமர்சனமாக, அறிமுகமாகச் செலவிட மூளையைக் கசக்க வேண்டும். நான் ஒருநாள் எங்கோ பக்தினைப் பற்றிக் குறிப்பிட்டேன் என்பதற்காக கோகுல் என்னிடம் தொடர்ந்து பக்தின் பற்றி கட்டுரை கேட்கிறார். நான் அதை இதுவரை தவிர்த்து வந்திருக்கிறேன் - ஏனென்றால், பக்தினை நான் ஏற்கனவே படித்திருந்தாலும், கட்டுரையாக எழுத நான் மெனக்கெட்டு நிறைய வாசித்து, பொறுமையாக எழுதி திருத்தி ஒழுங்காக்கி அளிக்க வேண்டும். இதுவே அவர் என்னிடம் ஒரு படத்தைப் பற்றி எழுதக் கேட்டால் அடுத்த நிமிடமே

எழுத உட்கார முடியும். ஏனென்றால் அதற்கான நேரமும் மெனக்கெடலும் மிகவும் குறைவு. நான் சினிமா விமர்சகன் அல்ல, ஒரு *space filler* தான் என அறிந்தே செய்கிறேன். என்னிடத்தில் இப்பணியை இன்னும் சிறப்பாகச் செய்யும் தொழில்முறை விமர்சகன் வந்ததும் நான் விலகிவிடுவேன். அரசியல், கிரிக்கெட் போன்ற விசயங்களிலும் என்னைப் போன்ற எழுத்தாளர்கள் செயல்படுவது அங்கு எங்களைப் போன்றோருக்கு ஒரு தேவையும் இடமும் உள்ளது, அங்கு நிபுணர்கள் இல்லை என்பதாலே. இது எழுத்தாளனின் பிரச்சனை அல்ல, இது நம் கலாச்சாரச் சூழலின் பிரச்சனை.

அடுத்து, ஏன் நிறைய சீனியர் எழுத்தாளர்கள் எல்லா புது எழுத்தாளர்களையும் பொருட்படுத்தி கருத்து சொல்வதில்லை என்றால் இந்தச் சூழல் முழுக்க விஷமாக இருக்கிறது என அவர்கள் நினைக்கிறார்கள். ஒரு பாதுகாப்புக்கு தம்மைப் பொருட்படுத்துவோரை மட்டும் பாராட்டி ஒரு அணியாக தம்முடன் வைத்துக்கொள்ளலாம் என நினைக்கிறார்கள் - இவ்விசயத்தில் நீங்கள் சொல்வது உண்மைதான் அருண். இதற்கு மற்றொரு தீர்வு உள்ளது: இந்த வேலையே பண்ணாமல் இருப்பது. நான் என்னிடம் யார் புத்தகம் அனுப்பி அதைப் பற்றி எழுதக் கேட்டாலும் பண்ண மாட்டேன். வெளிப்படையாகக் கூட சொல்லிவிடுவேன் - எனக்குப் பிடித்திருந்தால் நானே எழுதுவேன், என்னிடம் கேட்டால் கட்டாயமாக எழுத மாட்டேன் என எனக்கு நெருக்கமான நண்பர்களிடமே சொல்லியிருக்கிறேன். ஏனென்றால் என் படைப்புக்கே நான் விளம்பரம் பண்ணுவதில்லை. அதில் எனக்கு அருவருப்பு உள்ளது. இங்கு கவனிக்க வேண்டியது விளம்பரம் என்பதே - ஏனென்றால் இலக்கிய விமர்சனம் இங்கு விளம்பர எழுத்து ஆகிவிட்டது. ஆனாலும் எனக்குப் பிடித்திருந்தால் நானே அப்படைப்பை பாராட்டி விரிவாக எழுதுகிறேன். இல்லாவிட்டால் கடந்து விடுகிறேன்.

சினிமா மொழி தெரியாமல் ஏன் தமிழ் எழுத்தாளன் அங்கு பணியாற்ற வருகிறான் எனக் கேட்கிறீர்கள் அருண் - சினிமாவை விடுங்கள் நாடக நடிப்பு பின்னணி இல்லாத,

நடிப்பின் அரிச்சுவடி தெரியாதவர்கள் நடிகர்களாக தமிழ் சினிமாவுக்கு வருவதில்லையா? நோட்ஸ் கூட எழுதத் தெரியாமல் இளையராஜா இசையமைக்க வரவில்லையா? ஏ.ஆர் ரஹ்மான் பின்னணி இசை அறிவின்றி வரவில்லையா? எம்.டி வாசுதேவன் நாயரும் உண்ணி.ஆரும் என்ன திரைக்கதையை முறையாகப் பயின்றுவிட்டா மலையாள சினிமாவில் எழுதினார்கள்? பலதரப்பட்ட திறமையாளர்களைத் தேவையானபடி பயன்படுத்திக்கொள்வதே இயக்குநரின் பணி. ரஞ்சித் மட்டுமே தமிழ்ப்பிரபாவைப் போல ஒரு எழுத்தாளனை சரியாகப் பயன்படுத்தி இருக்கிறார் என சாரு சித்ரா லஷ்மணின் பேட்டியில் சொல்வதில் உண்மையுள்ளது. தமிழ் சினிமாவுக்குள் நிறைய கதை வறுமை உள்ளது. அங்கு பகுதி நேர பீட்சா டெலிவரிப் பையனைப் போல பணிசெய்யும் ஒரு எழுத்தாளன் தன் பங்களிப்பை சரிவரச் செய்ய முடிவதில்லை. ஒரு கதை இலாகாவை நிறுத்தி அதில் பல படைப்பாளிகளைத் தொடர்ந்து பணியாற்ற அழைத்தால், அவர்களைச் சரிவர இயக்குநர் பயன்படுத்தவும் செய்து, அவர்களும் போகப்போக தம்மை தகவமைக்கவும் செய்தால் இப்பிரச்சனை சரி ஆகி விடும். தமிழில் என்ன நடக்கிறது? கார்த்திக் சுப்புராஜ், அ.முத்துலிங்கத்தின் “கடவுள் தொடங்கிய இடம்” நாவலைப் படமாக்கும் உரிமையை வாங்கிக் கொள்கிறார். அதை வைத்து ஒரு தனி படம் இயக்கும் முன்பே வெளிவரும் “ஜகமே தந்திரத்தில்” அந்நாவலில் இருந்து சில காட்சிகளைப் பிய்த்துப் போட்டு பயன்படுத்திக் கொள்கிறார். முத்துலிங்கத்துக்கு படத்தின் கிரெடிட்ஸில் எந்த அங்கீகாரமும் இல்லை. “அதான் மொத்தமா காசு கொடுத்தாச்சே” எனும் மனப்பான்மை. இதுவே ராம், அ.முத்துலிங்கத்தின் ஒரு சிறுகதையின் ஊக்கத்தில் ஜன்னல் கண்ணாடியைக் கவனிக்காமல் அங்கு தொடர்ந்து மோதி உயிர்விடும் பறவையின் சித்திரத்தை “தரமணி” படத்தின் ஒரு பாடல் காட்சியில் வைத்திருப்பார். அக்கதைக்கும் ராமின் கதைக்கும் பெரிய தொடர்பு இல்லை. ஆனாலும் ராம் நாணயமாக அதை பாடலின் நடுவில் குறிப்பிட்டு அ.முத்துலிங்கத்தை அங்கீகரித்திருப்பார். அவர் எங்கே கார்த்திக் சுப்புராஜ் எங்கே? தமிழ் சினிமா இப்படித்தான்

எழுத்தாளனைப் பொதுவாக மதிக்கிறது.

நான் மீண்டும் சொல்லுகிறேன் - ஒரு நாவலாசிரியன் திரைக்கதையின் உத்தியைச் சிறப்பாக அறிந்திருக்க அவசியம் இல்லை. அவன் திரைக்கதைக்கு உதவுகிற ஒரு கரட்டு வடிவத்தை சிறு நாவலாகவோ அல்லது தன் பாணியிலான வடிவ நேர்த்தியற்ற திரைக்கதையாகவோ எழுதி வழங்கலாம் (தமிழ்ப்பிரபா "சார்பட்டாவுக்கு" செய்ததைப் போல). அதை வைத்துத் தொடர்ந்து விவாதித்து, திருத்தி தன் திரைக்கதையை இயக்குநர் உருவாக்கிக்கொள்ளலாம். ஹாலிவுட்டில் ஒரு எழுத்தாளனின் நாவல் படமாக்க உரிமை பெறுகிறவர்கள் அதை ஒரு சினிமா வடிவில் எழுதி அவனிடம் இருந்து பெற்றுக் கொண்டு அதில் மேலும் வேலை செய்து மெருகேற்றுகிறார்கள். ஆம், அங்கு தனியான திரைக்கதை ஆசிரியர்களும் உண்டு. எழுத்தாளர்களுக்கு மரியாதை அளித்து, கூலி கொடுக்கும் வழக்கமும் உண்டு. தமிழ் சினிமாவில் நடப்பது குழந்தைகளைக் கடத்தி வந்து கண்ணைப் பறித்துப் பிச்சையெடுக்க வைப்பது போன்ற அநீதி. நிறைய எழுத்தாளர்கள் எப்படி தாம் விவாதங்களிலும், ஆரம்ப கட்ட திரைக்கதை எழுத்திலும் பயன்படுத்தப்பட்டு படம் நிறைவடையாமல் போனாலோ கைவிடப்பட்டாலோ கூலியே இன்றி துரத்தப்படுகிறார்கள் என என்னிடம் வருத்தப்பட்டிருக்கிறார்கள். கௌதம் மேனன் தனக்கு அதை எப்படிச் செய்தார் என சித்ரா லஷ்மணனின் பேட்டியில் சாரு வெளிப்படையாகவே சொல்கிறார். இதை ஒரு தொழில்நுட்ப கலைஞனுக்கோ, நடிகனுக்கோ, இசைக்கலைஞனுக்கோ இந்த இயக்குநர்கள் செய்வதுண்டா? இல்லை, மாட்டார்கள்.

இருந்தும், புகழுக்கும் பணத்துக்கும் ஆசைப்பட்டுதானே நீங்கள் சினிமாவுக்குப் போகிறீர்கள் எனக் கேட்கிறீர்கள் அருண். நீங்கள் இக்கேள்வியை ஜெயமோகனை மனதில் வைத்துதான் எழுப்புகிறீர்கள் எனத் தெரியும். ஆனால் பொதுவாக பதில் சொல்லுகிறேன் - எழுத்தாளன் பணத்தையும் புகழையும் நாடுவதில் எந்தத் தவறும் இல்லை. ஜெயமோகன் தான் வேலை பார்க்கும் படங்கள் மோசமாக வரவேண்டும் என

திட்டமிட்டா மோசமாக திரைக்கதை எழுதுகிறார்? இல்லை. அவருடைய பங்களிப்பை எழுத்தாளனாக அளிக்கும்போது அதை இயக்குநர் சரிவரப் பயன்படுத்த முடியாவிட்டால் அது அவர் தவறா? இல்லை. அவர் எங்காவது தன்னை ஒரு தொழில்முறை திரைக்கதையாளனாக முன்வைத்ததுண்டா? எஸ்.ரா அப்படிச் செய்ததுண்டா? இல்லையே. அடுத்து, நீங்கள் அவர்களுடைய "சினிமா ஆத்மசுத்தியை" கேள்வி கேட்கிறீர்கள். அவர்கள் இலக்கியத்தில் ஒரு தூய்மைவாதத்தை முன்வைக்கிறார்கள் என்றால் அதற்கான உரிமை அவர்களுக்கு உள்ளது. சினிமாவில் அவர்களால் அதே தூய்மைவாத அணுகுமுறையுடன் படங்களைத் தேர்வு செய்ய முடியுமா? இங்கு ஒரு வியாபார நோக்கமற்ற மாற்று சினிமா உள்ளதா? இருந்தால்தானே தேர்வு செய்ய. நீங்கள் ரோட்டில் போகிறீர்கள். அங்கு குப்பையாக இருக்கிறது. அப்போது அவ்வழி வரும் ஒரு துப்புரவுப் பணியாளப் பெண்ணிடம் "ஏம்மா உன் வீட்டை இப்படித்தான் சுத்தமில்லாம வச்சிருப்பியா? ரோட்டுக்கு ஒரு நியாயம், உன் வீட்டுக்கு ஒரு நியாயமா?" எனக் கேட்பது போல உள்ளது இது. எப்படி மொத்த சாலையின் பரிசுத்தத்துக்கும் ஒரு துப்புரவுத் தொழிலாளி பொறுப்பாக முடியாதோ அதே போல ஒரு வணிகப்படம் குப்பையாக போய் முடிவதற்கு ஒரு எழுத்தாளன் பொறுப்பேற்றுக் கழுவேற முடியாது. எனக்கு ஜெயமோகன் மீது பல விமர்சனங்கள் உள்ளது; ஆனால் இவ்விசயத்தில் நீங்கள் வைக்கிற குற்றச்சாட்டை நான் ஏற்க முடியாது. அதேபோல ஜெமோ மீதுள்ள கோபத்தில் நீங்கள் கடனே என "ரோட்டைப் பெருக்க நேர்ந்த" எல்லா எழுத்தாளர்களையும் துடைப்பக்கட்டையால் அடிக்கக் கூடாது. அதைப் படிக்கும் பலர் எந்த எழுத்தாளனுக்கும் அறிவோ சுரணையோ இல்லை என நினைத்துக் கொள்வார்கள்.

இறுதியாக, ஏன் இலக்கியவாதிகள் சினிமாவை இவ்வளவு சீரியஸாக எடுத்து எழுதுகிறார்கள் என (அருணைப் போல) பேஸ்புக்கில் வேறு பலரும் வினவுகிறார்கள். சாருவும் பல இடங்களில் "தமிழர்களுக்கு சினிமா ஒரு மதம் போல உள்ளது" என்று சொல்லி இருக்கிறார். நமக்கு உண்மையில் சினிமா

போதை அதிகமாகிவிட்டதா? இதைப் பற்றிப் பேச விரும்பும் நண்பர்களுக்கு நான் ஆனி டிலார்ட் எழுதிய The Writing Life எனும் நூலை பரிந்துரைக்கிறேன். டிலார்ட் அமெரிக்காவை சேர்ந்த ஒரு பெண் எழுத்தாளர். தோரோவைப் போல இயற்கையை முன்வைத்து இருப்பு குறித்து சிலாகிப்புடன் கவித்துவத்துடன் தேன் சொட்ட சொட்ட எழுதக் கூடியவர். டிலார்டுக்கு பூச்சியியலிலும் ஆர்வம் அதிகம். அவர் தனது சுயானுபவக் கட்டுரைகளில் பூச்சிகள், பறவைகள், விமான சாகச விளையாட்டுகள் ஆகியவற்றை எழுத்தாளனின் படைப்பாக்க உளவியலுடன் ஒப்பிட்டு எழுதுவார். மேற்சொன்ன நூலில் ஓரிடத்தில் அவர் ஒரு அறிவியல் பரிசோதனையைப் பற்றி பேசுகிறார் - விஞ்ஞானிகள் ஒரு ஆண் பட்டாம்பூச்சியை பெண் பட்டாம்பூச்சியின் அருகே கொண்டு வைக்கிறார்கள். சற்று நேரத்தில் அவை இணக்கமாகின்றன. ஆண் பெண்ணை நோக்கி ஈர்க்கப்பட்டு தன் மையலை வெளிப்படுத்துகிறது. பெண் அதை ஏற்று தன்னை புணர்ச்சிக்கு ஒப்புக்கொடுக்கிறது. ஆண் பெண்ணுடன் இணையும் சமயம் விஞ்ஞானிகள் ஒரு கார்ட்போர்டால் ஆன பெரிய, வண்ணமூட்டிய பட்டாம்பூச்சியை அங்கே வைக்கிறார்கள். அதைக் கண்டு ஈர்க்கப்படும் ஆண் தன் இணையை விட்டு விட்டு அந்த கார்ட்போர்டு பட்டாம்பூச்சியிடம் சென்று அதன் மீது ஏறி புணர முயல்கிறது. இந்த முயற்சி பல நிமிடங்கள் தொடர்கிறது. இதைப் பற்றிச் சொல்லும் டிலார்ட் உடனடியாக ஈர்க்கிற, வண்ணமயமான பெரிய உருவகங்கள், அசைவுகளை நோக்கித் தன்னைச் செலுத்துவது உயிர்களின் அடிப்படையான இயல்பு, ஒரு வணிக திரைப்படத்தை நோக்கி ஆர்வம் கொள்ளும் மனிதர்களும் அப்படியே என்கிறார். உயிருள்ள பெண் பட்டாம்பூச்சி இலக்கியம் என்றால் கார்ட்போர்டு பட்டாம்பூச்சி சினிமா. இலக்கிய நூலையும் ஒரு விஜய் படத்தையும் பக்கத்தில் பக்கத்தில் வைத்தால் தமிழன் விஜய் படத்தைப் பார்க்கவே விரும்புவான். எழுத்தாளனும் இந்தப் பட்டியலில் வருவான். (அவனும் மனிதன் தானே.) ஆனால் இதன் பொருள் நாம் சதாசர்வ காலமும் சினிமாவில் மட்டுமே ஆர்வம் காட்டுகிறோம்

என்றல்ல. சினிமாவின் எல்லை எதுவென அடிப்படையான அறிவு கொண்ட எவருக்கும் தெரியும். தன் நுண்ணுணர்வுக்கு, அறிவுத்தேடலுக்கு, கற்பனைக்கு இலக்கியத்தாலே தீனி போட முடியும் என மனிதர்களுக்குத் தெரியும் என்று சொல்லும் டிலார்ட் அந்தப் பரிசோதனையின் முடிவையும் சொல்லுகிறார் - அந்த ஆண் பட்டாம்பூச்சி சிறிது நேரத்தில் சோர்வுற்று இது வேலைக்காகாது என நிஜப் (பெண்) பட்டாம்பூச்சியிடம் சென்று தன் "ஜீவநோக்கத்தை" முடித்துக் கொண்டது. மக்களும் வணிக சினிமா பார்த்து முடித்ததும் வாழ்வின் அடிப்படைகளை அறிய இலக்கியம் நோக்கியே திரும்பியாக வேண்டும்.

முக்கியமான விசயம், டிலார்ட் சொல்கிறார், ஒரு நிஜப் பட்டாம்பூச்சி கார்ட்போர்டு பட்டாம்பூச்சியைக் கண்டு பொறாமைப்படக் கூடாது. வணிக சினிமா பக்கமாகக் கரை ஒதுங்கும் படைப்பாளிகளும் இதை அறிவார்கள். உடனே "நீங்களும் சினிமாவை நீச்சக்கலை" எனச் சொல்கிறார்களா எனக் கேட்காதீர்கள் அருண். திரும்பவும் முதலில் இருந்து ஆட்டத்தை ஆரம்பிக்க முடியாது.

(உயிர்மை.காம், ஆகஸ்ட் 2021)

III

சுபாவம்

தற்கொலையும் கலையும் அருகருகே வந்தால்?

அண்மையில் நான் படித்த சிறந்த நூல்களில் ஒன்று *Reaction Books* பதிப்பகத்தின் *Critical Series* எனும் வரிசையில் வரும் ஒரு ஆங்கில நூல் - டேமியன் பிளானகன் எழுதிய *Yukio Mishima*. ஜப்பானிய நாவலாசிரியர் யுகியோ மிஷிமாவின் கலையையும் வாழ்க்கையையும் சுருக்கமாக அறிமுகம் செய்யும் நூல். முக்கியமாக இது எழுத்தாளனின் உளவியலைப் பற்றி காத்திரமான ஒரு விவாதத்தை முன்வைக்கிறது.

மிஷிமாவின் எழுத்துகள் தமிழில் பரவலாய் மொழியாக்கம் வழி அறிமுகமாகவில்லை. எஸ்.ரா சில கட்டுரைகளில் மிஷிமாவின் வாழ்க்கையைச் சுருக்கமாய் சித்தரித்திருக்கிறார். குறிப்பாய், மிஷிமா ராணுவ முகாம் ஒன்றைக் கைப்பற்றி ஜப்பானிய சாமுராய் முறையில் தன் வயிற்றை வாளால் கிழித்து உயிரை விட்ட சம்பவம். நினைக்க நினைக்க ஏற்க முடியாத, தர்க்க ரீதியில் புரிந்துகொள்ளச் சிரமமான முடிவு மிஷிமாவுடையது. டேமியன் பிளானகனின் சிறப்பு அவர் மிஷிமாவை ஒரு உளவியல் நோயாளி ஆக்காமல், அவரது அகச்சிக்கலை இலக்கிய மற்றும் உளவியல் கோணத்தில் வெற்றிகரமாய் விளக்கிவிடுகிறார் என்பது. இது மிக மிக சிரமமான காரியம். அகத்தூண்டுதலினால்

நடத்தப்படும் எழுத்தே இதை சாதிக்கும். பிளானகன் மேலும் சமூக வரலாற்றுப் பின்னணியையும் அலசுகிறார் - இரண்டாம் உலகப்போரிலும் அதன் பின்னரும் ஜப்பானிய சமூகத்தில், அரசியலில் நிகழ்ந்த பெரிய மாற்றங்களை விவரிக்கிறார். இவற்றை ஜப்பானிய சமூக மனம் எதிர்கொண்ட விதத்தின் இலக்கிய தூல வடிவமே மிஷிமாவின் வாழ்க்கை என்கிறார். விக்டர் பிராங்கிள் ஹிட்லரின் யூத முகாமில் மனிதர்களின் உளவியல் வெளிப்பட்ட விதம் பற்றி எழுதியவை, எரிக் புரோமின் *Fear of Freedom*, மற்றும் ஹைடெக்கர் மரணம் குறித்து கூறியவை எனக்கு நினைவுக்கு வந்தன. பிளானகன் இந்தக் கோட்பாடுகளை மனதில் வைத்தபடி, ஆனால் வெளிப்படையாய்க் குறிப்பிட்டு எழுத்தின் பாய்ச்சலைத் தடைபடுத்தாமல், நடையை எளிமையாய் அமைத்திருக்கிறார்.

நூலின் முதல் அத்தியாயமே நம்மைப் பதற வைக்கக் கூடியது. 1970ஆம் ஆண்டில் நவம்பர் 25 அன்று மிஷிமா தான் உருவாக்கிய தனியார் ராணுவப் படையினர் சிலருடன் சாமுராய் வாள்களுடன் டோக்யோ ராணுவத் தளத்துக்குச் செல்கிறார். அங்கு அவர் ராணுவ தளபதியைச் சிறைபிடித்து அவரை விட வேண்டுமானால் ராணுவ வீரர்கள் அனைவரும் ஓரிடத்தில் கூடி தன் கருத்துகளைக் கேட்க வேண்டும் எனக் கோருகிறார். இதன்படி ராணுவ வீரர்கள் கீழ்த்தளத்தில் கூடுகின்றனர். மேல்தளத்தில் நின்று மிஷிமா தன் அமைப்பின் கொள்கைகளையும் அறிக்கையை வெளியிட்டுப் பேசுகிறார். தேசத்தையும் தேசத்தின் ஆன்மாவான மன்னரையும் காப்பாற்றுவதற்காக ராணுவம் மேற்கத்திய உலக அரசியலை எதிர்த்து நிற்க வேண்டும், அரசியலமைப்புச் சட்டத்தை மாற்ற வேண்டும், நாட்டில் மன்னரின் அதிகாரத்துக்கு சவாலாய் கலகங்கள் நடைபெறக் கூடாது என்பவை அவரது கோரிக்கைகள். வீரர்களில் பலருக்கும் என்ன நடக்கிறது என்றே புரியவில்லை. அவர்கள் கூச்சலிட்டு எதிர்ப்பைத் தெரிவித்தனர். மிஷிமாவைப் பரிகசித்தனர். மிஷிமா இதை ஏற்கனவே எதிர்பார்த்துத் தயாராக வந்திருந்தார். அவர் தளபதியை விடுவித்து விட்டு சாமுராய் முறையில் தன் சகா ஒருவரின்

உதவியுடன் சாமுராய் முறையில் செப்புக்கு எனும் தற்கொலை பண்ணிக் கொள்கிறார். இது மண்டியிட்டு அமர்ந்து வாளால் அடிவயிற்றைக் கிழிப்பதாகும். குடல் வெளிவந்து ரத்தம் பாய மெல்ல மெல்ல இறக்க நேரிடும். வேதனையை முடித்திட (இதற்காகவே நியமிக்கப்பட்ட) உதவியாளர் ஒருவர் வாளால் சாமுராயின் தலையை சீவி விட வேண்டும். ஆனால் மிஷிமா தேர்ந்தெடுத்த உதவியாளரால் முதல் வெட்டில் துல்லியமாய் சீவ முடியவில்லை. ஆகையால் இன்னொரு உதவியாளர் தன் வாளால் அக்காரியத்தை முடித்தார். மிஷிமாவின் இந்த முடிவு பல கேள்விகளை எழுப்புகிறது:

ஒரு எழுத்தாளன், அதுவும் நவீன எழுத்தாளன், ஏன் மன்னருக்காய் உயிர் துறக்க வேண்டும்?

தன் எழுத்து வாழ்வின் உச்சத்தில் இருக்கிற ஒரு நட்சத்திரம் ஏன் இவ்வளவு அபத்தமாய் தொனிக்கும் ஒன்றைச் செய்ய வேண்டும்?

தேசத்தைக் காப்பாற்ற உத்தேசித்திருந்தால் அவர் அரசியலில் புகுந்து போராடி இருக்கலாமே! அப்போதைய ஜப்பானிய பிரதமர் மிஷிமாவை தேர்தலில் போட்டியிட்டு மந்திரி சபையில் போட்டியிடும்படி கேட்டுக் கொள்கிறார். ஆனால் மிஷிமா அதை ஏற்கவில்லை. ஏன்?

மரணத்தின் அழகியலை, செக்ஸுடன் வாழ்வின் பூரணத்தன்மையுடன் மிஷிமா தன் எழுத்தில் இணைக்கிறார். இதுவே அவரது இலக்கியப் பிரதிகளின் பெரிய சுவாரஸ்யம். இதே மரண அழகியலை நேர் வாழ்வில் அவர் ஏன் நிகழ்த்திப் பார்த்தார்?

மிஷிமாவின் "செப்புக்கு" அவரது பிரதான இலக்கு அரசியல் மாற்றம் மட்டுமல்ல எனக் காட்டுகிறது. இதற்கு முன்னர் மிஷிமா பெரிய சமூக அரசியல் போராட்டங்களில் ஈடுபட்டவர் அல்ல. அறுபது, எழுபதுகளில் ஜப்பான் தன் சம்பிரதாயமான மரபார்ந்த கலாச்சார விழுமியங்களை விடுத்து அமெரிக்க தாராளவாத எந்திரமயமாக்கல் போக்கை ஆவேசமாய்

தழுவுகிறது. இரண்டாம் உலகப்போரின் போதான பெரிய சேதங்களும் வீழ்ச்சியும் ஒரு பிரதான காரணம். ஜப்பான் செழிக்கிறது; புதிய பொருளாதார அலையினால் மிஷிமா போன்ற எழுத்தாளர்களும் பலனடைகிறார்கள். மிஷிமா தான் எழுத்தின் வருமானத்தினால் மட்டுமே கோடீஸ்வரர் ஆகிறார். நிறைய நாடகங்களை எழுதுகிறார். அவரது நாவல்கள் படமாக்கப்படுகின்றன. இவை பெரும் வெற்றி பெறுகின்றன. அவர் நடிகராகிறார். பாடி பில்டிங் செய்து மாடல் ஆகிறார். உலகெங்கும் அவரது புகழ் பரவுகிறது. நோபல் பரிசு வாய்ப்பு அவரது வீட்டு அழைப்பு மணியை அடித்து நிற்கிறது. ஆனால் இதே காலகட்டத்தில்தான் ஜப்பானிய சமூகம் மிகப்பெரிய பண்பாட்டு உளவியல் வறட்சியை அனுபவிக்கிறது. வாழ்வில் பிடிப்பிழந்து, அர்த்தத்தை எதிலும் காண முடியாது எந்திரம் போல வாழ்ந்து, கேளிக்கைகளின் பின்னால் அலைந்து ஒரு தலைமுறை சீரழிகிறது. இந்த உணர்வுகளை மிஷிமாவும் உணர்கிறார். தான் வாழ்வின் மீது கட்டுப்பாட்டை இழந்து சருகு போல் மாறுவதை அறிகிறார். இலக்கியம் கூட இனி பெரிய சவால் அல்ல எனத் தோன்றுகிறது. அல்லது இலக்கியம் எதனால் தன்னை ஈர்த்ததோ அதை மேலும் உக்கிரமாய்த் தான் தேடி அடைய வேண்டிய காலம் கனிந்துவிட்டது என உணர்கிறார். இதை ஒட்டுமொத்த சமூகத்துக்கும் உணர்த்தி தன் முடிவைத் தேடிக் கொள்வது அவசியம் என முடிவெடுக்கிறார்.

மிஷிமாவுக்கு மன்னர் மீது தனிப்பட்ட பிரியமோ மன்னராட்சி மீது மயக்கமோ இல்லை. ஆனால் நவீன கார்ப்பரேட் தாக்கம், எந்திரமயமாக்கலால் மக்கள் அடிமையாகி, ஆன்ம சாரத்தை இழக்கும் நிலை, பாண்பாட்டு வேர்கள் அறுக்கப்பட்டு சமூகம் மலினப்படும் சூழல் ஆகியவற்றை எதிர்ப்பதற்காக அவர் மன்னரை, அவர் மீதான வழிபாட்டை, ஒரு குறியீடாகப் பயன்படுத்துகிறார். இந்தச் செப்புக்கு மூலம் மிஷிமா தெரிவித்த உண்மையானது ஹைடெக்கார் தனது தத்துவத்தில் பேசியது தான். நீட்சே ஜெர்மனியில் இருந்தபடி “கடவுள் இறந்துவிட்டார், மீ—மனிதன் தோன்ற வேண்டிய காலம் அருகாமையில் உள்ளது” என அறைகூவியதுதான்.

ராணுவம் என்பது அன்றாடம் மரணத்துடன், பௌதீகமான போராட்டங்களுடன் சம்பந்தப்பட்டது; இதை நவீன கார்ப்பரேட் யுகத்தின் குளிர்பதனப்பெட்டிக்குள் இருக்கும் காய்கறி போன்ற மனித வாழ்க்கைக்கு மாற்றாக மிஷிமா பார்த்தார். கோட் சூட் அணிந்து வெள்ளைக்காரனுக்காக ஜப்பானில் இருந்து வேலை செய்வதை விட ஆயுதமேந்தி மரணத்தைத் தழுவுவது ஆத்மார்த்தமான, ஆழமான திருப்தி தரும் வாழ்க்கை என அவர் நம்பினர். ஆனால் போரின் போது மட்டுமே ராணுவத்தினர் கூட மரணத்துக்கு அருகாமையில் செல்ல முடியும்; அதை ஸ்பரிசிக்க முடியும். ஜப்பானிய ராணுவம் போரில் ஈடுபடக் கூடாது என்பது அவர்களின் அரசியலமைப்பு சட்டம் சொல்வது. கார்ப்பரேட் ஆன்ம சீர்கேட்டில் இருந்து தேசத்தைக் காப்பாற்ற ஒரே வழி போர் தான் என நினைத்த மிஷிமா மீண்டும் மீண்டும் ராணுவத்தை ஆயுதமேந்திப் போரிட்ட அனுமதிக்கும்படி அரசியலமைப்பை மாற்ற வேண்டும் என மீள மீள கோரினார். யாரும் செவி சாய்க்காத நிலையில் அவர் தானாகவே ஒரு ராணுவ வீரனாகக் கடும் பயிற்சிகள் மேற்கொண்டு, ஒரு சின்ன தனியார் ராணுவத்தை உருவாக்கி அவர்களின் தலைமையில் ஒரு சாமுராய் கலகம் செய்ய முயன்றார். இதுவே அவரது தற்கொலையில் போய் முடிந்தது.

முடிவாய், நாம் இன்னொரு கேள்வியையும் கேட்க வேண்டும். மரணம் ஏன் இவ்வளவு வசீகரமாய் இருக்கிறது?

மரணத்தை நாம் என்றுமே அறிய அனுபவிக்க முடியாது; அது என்ன என முழுக்க உணரும் முன்பே நாம் பரலோகத்தின் அழைப்பு மணியை அடித்துக் கொண்டிருப்போம். ஆக, மரணத்தை நாடுவது ஒரு முழுமையை நாடுவதாகிறது. எப்படி?

நீங்கள் ஒரு பொருளையோ மனிதரையோ சாதனையையோ நாடுகையில் அது / அவர் கிடைத்ததும் அலுத்து விடுகிறது. நம் தேடல் அடுத்தடுத்த நாட்டங்கள், இலக்குகள் எனத் தொடர்கிறது. இதில் நாம் ஒரு முழுமையின்மையை, கசப்பை, அர்த்தமின்மையை மெல்ல மெல்ல உணரத் துவங்குகிறோம்.

இதற்கு ஒரு தீர்வு கனவுகளில் இருக்கிறது. சாத்தியமே இல்லாத அரசியல் சமூகப் புரட்சிகள், இலக்கிய இலக்குகள் தொடர்பான கனவுகளைப் பின்தொடர்வதில் இருக்கிறது. இந்தப் பின் தொடரும் முயற்சிகளில் ஆக உன்னதமானது மரணத்தைப் பின் தொடர்வது. அதை ஒருநாளும் "அடைந்து" விட முடியாது என்பதே அதை முழுமையின் வாசல் ஆக்குகிறது. இதுவே மிஷிமாவின் வாழ்நாள் தேடல், ஏக்கம், கனவு என பிளானகன் தன் நூலில் நுணுக்கமாய் நமக்கு உணர்த்துகிறார். மிஷிமாவின் அந்த கொடூரமான முடிவுக்கு அவர் ஒரு அழகான, ஆழமான விளக்கத்தை அளிக்கிறார்.

மிஷிமாவின் ஒரே தவறு மரணத்தை திட்டமிட்டு அடைய முயன்றதே. அடைந்து விட்டால் இந்த மனித வாழ்வில் என்ன மீதி இருக்கிறது? தற்கொலையும் கலையும் அருகருகே வந்து ஒன்றானால் என்னாவது? நாம் மனிதராகவே பின்னர் இருக்க முடியாதே.

உருமாறும் எழுத்தாளன்

அண்ணா,

ஒருவர் எழுத்தில் அதிக நேரம் செலவிட்ட பின்பு அவர் உணர்வுகள் மிகவும் இளகியதாக மாறிவிடுகின்றன. இந்த மென்மையின் நிலையில் இருந்து (முக்கியமாக) ஒரு படைப்பாளி புற உலகை எதிர்கொள்ள முடியுமா? எழுத்தும் துறவு போன்றது தானோ?

அன்புடன்
ஆர். அருள்

அன்புள்ள அருள்

நீங்கள் சொல்வது உண்மையே. எழுத்து நம் மன அமைப்பு, நுண்ணுணர்வை, உலகை பார்க்கும் விதத்தை, மனிதர்களுடன் உரையாடும் பாணியை கண்ணுக்கு புலப்படாத மாதிரி ஒரு தோட்டக்காரன் தன் தோட்டத்து செடிகொடிகளைத் திருத்தி அமைப்பது போல் மாற்றி அமைக்கிறது. உங்கள் கேள்விக்கு வருகிறேன். எழுத்தனுபவம் நம்மை இளகிய மனம் கொண்டவர்களாய், மென்னுணர்வு மிக்கவர்களாய் மாற்றுகிறதா?

இது ஆளாளுக்கு மாறுபடும். என் அனுபவத்தில் எழுத்து ஒரு படைப்பாளியைச் சற்றே கொடூரமானவனாய் மாற்றுகிறது. மானுட அறத்தின் உச்சத்தில் நின்று நெக்குருகப் பேசும் படைப்பாளியைக் கூட நீங்கள் நேரில் சந்தித்துப் பேசிக் கொண்டிருக்கையில் சகமனிதனை நோகடிப்பதில் அவர் தனி இன்பம் காண்பதை நீங்கள் கவனிக்க முடியும். எழுத்தாளர் சந்திப்புகள் எப்போதும் அடிதடி ரகளையில் முடிவதைப் பார்க்கலாம். காரணம் அவர்கள் டிராகுலாக்கள் என்பது. நானும் நீங்களும் கோரைப்பற்கள் கொண்டவர்களே. எப்போது வெளிக்காட்டுவோம் எனத் தெரியாது. ஹருகி முரகாமி *What I Talk About When I Talk About Running* நூலில் இதையே வலியுறுத்துகிறார். உலகின் அத்தனை தீமைகளையும் கசாப்பு செய்து தொங்கவிட்டு எடையிட்டு பையிலாக்கி உங்களுக்கு தருபவனே எழுத்தாளன். அவன் கைகளும் ஆடைகளும் குருதியில் ஈரமாகிச் சொட்டுகின்றன. தீமையின் ஆக்கிரமிப்பால் அவன் பைத்தியமாகாமல் இருக்க உடற்பயிற்சி அவசியம் என்கிறார்.

சிலரை எழுத்து ரொம்ப குழந்தைத்தனமாக மாற்றுவதை, சிலரைக் காதல் பித்தர்களாய் ஆக்குவதை, சிலரை சுயமோகத்தில் திளைப்பவராய் மாற்றுவதைப் பார்த்திருக்கிறேன். உங்களை அது மிகவும் மென்மையானவராய், உலகின் கொடூரங்களை எதிர்கொள்ள முடியாதவராய் மாற்றி இருப்பதாய்ச் சொல்கிறீர்கள்.

இந்நிலையில், ஒரு படைப்பாளி புற உலகை எப்படி சிக்கலின்றி எதிர்கொள்வது? இதற்கான சிறந்த பதிலை கூறத்தக்கவர் கவிஞர் யுவன் சந்திரசேகர்தான். மனிதன் எங்கெங்கு இருந்து என்னென்ன செய்கிறானோ அங்கங்கு அதுவாக மட்டும் இருந்து விட்டுப் போனால் போதும் என்பது அவர் அணுகுமுறை. அவர் ஒரே நேரம் பல விதங்களில் இருப்பார்: விடலைத்தனமாய், லௌகீகமாய், அலௌகீகமாய், ஜாலியாய், தீவிரமாய், தத்துவார்த்தமாய், சீரியசாய்.... "ஒரு படைப்பாளி வங்கியில் எல்லாம் பணி செய்வது அவனை வதைப்பதற்குச்

சமம் அல்லவா? ஏன் இந்தியாவில் ஒரு கவிஞன் கவிஞனாக மட்டுமே இருக்க முடிவதில்லை?" என அவரிடம் ஒருமுறை கேட்டேன். அவர் சொன்னார்:

"நான் வங்கியில் இருக்கையில் படைப்பாளி அல்ல. என் பணியை மிகுந்த ஆர்வத்துடன் மகிழ்ச்சியுடன் செய்வேன்."

மனுஷ்யபுத்திரனும் இதுபோல் நெகிழ்வாகத் தன்னை வைத்துக் கொள்பவரே. ஒரு பக்கம் போனில் காதல் மொழி பேசிக் கொண்டு, தன்னைக் காண வந்துள்ள வாசகரிடம் ரொம்ப தீவிரமாய் இலக்கிய விவாதம் செய்வார். இடையிடையே சமூக விமர்சனப் பதிவொன்றை முகநூலில் பதிவேற்றுவார். இதனிடையே அவரை டிவியில் பேசக் கேட்க ஒரு போன் அழைப்பு வரும். அதற்குப் பதில் அளிக்கும் போதே அவர் முகம் டிவியில் உரையாடுவதற்கான பாவனைகளை ஒத்திகை பார்க்க ஆரம்பிக்கும். இப்போது இன்னொரு ஜாலியான நண்பர் வருவார். முன்னவரிடம் தமிழ் நவீன கவிதையில் ஏன் இப்படியெல்லாம் உருவகங்களைப் பயன்படுத்துகிறார்கள் எனப் பேசிக்கொண்டிருந்தவர் சட்டென புதியவரிடம் பயங்கர வேடிக்கையாக எதையாவது பேசி புது தடத்தில் சென்று விடுவார். எழுத்தாளன் எப்போதும் எழுத்தாளனாக இருக்கக் கூடாது என்பதை அவரிடம் இருந்தே நான் கற்றுக் கொண்டேன்.

நம் மன அமைப்பு அதன் இயல்பில் ஒரே சமயத்தில் பல துண்டுகளாய் உடைந்து முரணற்று இயங்கக் கூடியது. நாம் நம் மனதை அதன் இயல்பில் இருக்க அனுமதித்தால் எழுத்தனுபவம் நம் அன்றாட வாழ்வை அதிகம் சிதைக்காமல் காப்பாற்றலாம்.

என் மன அமைப்பு சட்டென எதாவது ஒன்றில், யாராவது ஒரு மனிதரில் போதை சுகத்தைக் கண்டு அடிமையாகக் கூடியது. நான் தினமும் சில மணிநேரங்களாவது எழுதக் கூடியவன். கடந்த பத்து வருடங்களாய் அவ்வாறு எழுதி வருகிறேன். விளைவாக, என் மனம் வாழ்வனுபவத்தை உள்வாங்கும் பாணி முழுக்க மாறிவிட்டது என இரு வருடங்களுக்கு முன்பு உணர்ந்தேன்.

நான் வீட்டில் ஒரு வேலை செய்துகொண்டிருப்பேன். யாரிடமாவது ஜாலியாக உரையாடிக்கொண்டிருப்பேன். அலுவலகம் சென்று முழுகவனத்துடன் வேலை செய்வேன். ஆனால் அப்போதெல்லாம் என் மனம் என் வசம் இல்லை எனும் உணர்வு எனக்கு ஏற்படும். நான் செய்வதை சற்றுத் தள்ளி நின்று நானே வேடிக்கை பார்க்கும் விசித்திர அனுபவம். விளைவாக எல்லா நடவடிக்கைகளிலும் நான் ரொம்ப வறட்சியாய் இருக்கும் பிரக்ஞை, உலகில் நடப்பதை எல்லாம் அர்த்தமற்றவை எனும் உணர்வு என்னை ஆக்கிரமித்தது. ஆனால் எழுதும் போது மட்டும் நான் அதில் முழுக்க நானாக இருப்பேன். அது மட்டுமே உலகின் ஒரே அறுதி உண்மை எனும் எண்ணம் எனக்குள் அப்படி வலுப்பட்டது.

நான் என் முனைவர் பட்ட நெறியாளர் ரா.அழகரசனிடம் இதைப் பற்றி விவாதித்தேன். அவர் சொன்னார் “இது ரொம்ப ஆபத்தானது. நீயாகவே இதை உணர்ந்திருப்பது நல்லது. இப்படியே போனால் ஒருநாள் முழுக்க நீ உலகில் இருந்து துண்டிக்கப்பட்டு விடுவாய். சீக்கிரமே மீள முயற்சி செய்.”

இவ்வருட பாதியில் பெங்களூர் வந்து உதவிப் பேராசிரியராக வேலைக்குச் சேர்ந்த பின்னரும் இந்த இரட்டை நிலை நீடித்தது. நான் பேசுவேன், ஆனால் நான் பேசுவதை நானே உள்ளுக்குள் இருந்து கவனித்துச் சிரித்துக்கொள்வேன். சரிதான், இதில் இருந்து எனக்கு மீட்சியே இல்லை போல என நினைத்துக் கொண்டேன். எழுதுவதையும் என்னால் நிறுத்த முடியாது, இப்பிரச்சனைக்கும் தீர்வு இல்லை. என்ன பண்ணுவது?

சமீபமாய் இப்பிரச்சனை தானாய் ஒரு முடிவுக்கு வந்தது. இலக்கிய விமர்சனக் கோட்பாடுகளைக் கற்பிக்கும் பொறுப்பை எனக்கு அளித்தார்கள். அந்த வகுப்புகள் ஒரு மலைப்பாம்பு போல் என்னை முழுங்கிக்கொண்டன. வகுப்பில் நான் அவ்வளவு மகிழ்ச்சியாய் இருந்தேன். வகுப்புகள் முடிந்த பின் மனம் வருத்தமாகி ஏங்கும் அளவுக்கு வகுப்புடன் ஒன்றிப் போனேன். எனக்குத் தோதான ஒரு சவாலாய் பாடங்கள் அமைந்தன. நிறையப் படித்துத் தயாரித்துப் போகவேண்டி

இருந்ததால் எழுத்துக்கு இணையான ஒரு திகைப்பும் கிளர்ச்சியும் எனக்கு விமர்சன வகுப்புகளில் கிடைத்தன. நான் வேலைக்குப் போக ஆரம்பித்து எட்டு வருடங்களுக்குப் பிறகு இப்படி ஓர் அனுபவம் எனக்கு வாய்க்கிறது. என் இரட்டை நிலை அகன்று, நானே நானாக வகுப்புகளில் இருக்க ஆரம்பித்தேன்.

ஆனாலும், பிரச்சனை முழுக்க நீங்கிவிடவில்லை. இந்த வகுப்புகளில் என்னை நான் தொலைக்க ஆரம்பித்த பின் என் எழுத்து வெகுவாய் குறைந்துபோனது. கடந்த மாதம் நான் வெகு குறைவாகவே பிளாகில் பிரசுரிப்பதை சமீபத்தில் கவனித்தேன். ஏனெனில் ஒரு போதையில் இருந்து இன்னொன்றுக்கு என் மனம் தாவி இருக்கிறது. ஒன்றில் இருக்கையில் இன்னொன்றை மறந்து விடுகிறேன்.

நான் இனி தினமும் நான்கு மணிநேரம் எழுத ஆரம்பித்தால் என்ன ஆகும் எனத் தெரியவில்லை. வகுப்பில் அதே கிளர்ச்சி இருக்குமா? எனில், இனி நான் இரண்டாய்ப் பிரிந்து எங்கு இருப்பேன்?

ஏக்கத்தின் விஸ்வரூபங்கள்

சமீபத்தில் மனுஷ்யபுத்திரனிடம் எழுத்தாளர்களின் இலக்கியச் சண்டைகள் குறித்து உரையாடிக்கொண்டிருந்தேன். அவர் சொன்னார் “எழுத்தாளர்கள் மிகவும் உணர்வுவயப்பட்டவர்கள். சட்டென சீண்டப்படுவார்கள். லேசாய் உதாசீனித்தாலே தாம் அவமதிக்கப்பட்டதாய்க் கொந்தளிப்பார்கள். அவர்களின் தற்காலிகக் கோபதாபங்களைப் பொருட்படுத்தி அதைக் கொண்டு அவர்களை மதிப்பிடக் கூடாது.” முழுக்க முழுக்க உண்மை இது.

தமிழில் எழுத்தாளர்கள் அடிக்கடி கண் தெரியாத உதாசீனத்தால் சீண்டப்பட்டு உறையில் இருந்து கத்தியை உருவி புரவியில் ஏறி சீறிக் கிளம்புகிறார்கள். குழுவாய்ச் சேர்ந்து மோதுகிறார்கள். அதே வேகத்தில் ஒன்றாய்ச் சேர்ந்து ஆறத்தழுவவும் செய்கிறார்கள். தொடர்ந்து பார்ப்பவர்களுக்கு இந்த மோதல்களும் கூடல்களும் வேடிக்கையாய் அபத்தமாய் இருக்கும். ஆனால் இந்த அகக்கொந்தளிப்பு, ஈகோவின் தத்தளிப்பு, தன்னை நிரூபிக்கும் ஆவேசத்தில் இருந்துதான் சிறந்த எழுத்தும் உருவாகிறது. பெரும் இலக்கிய மோதல்களுக்கு, கடும் வெறுப்பு, கசப்புக்குப் பின்னால் பல சமயங்களில், “என்னை நீ கவனிக்கவில்லை” எனும் மிக எளிய ஏக்கம்தான் இருக்கிறது.

ஆட்டோ சங்கர் போன்று கொலைத்திட்டத்துடன் வரும் எழுத்தாளனையும் அவனது படைப்பு குறித்து அக்கறையாய் சில சொற்கள் பேசினால் மறுநொடியில் வண்ணதாசன் போல் நெகிழ்வானவராய் மாற்றிவிடலாம்.

பின்குறிப்பு: நான் படைப்பின் மீதான அக்கறை என உண்மையான வாசக கவனத்தைத் தான் குறிப்பிட்டேன். முகஸ்துதியை அல்ல. முகஸ்துதியை எழுத்தாளன் உடனே மோப்பம் பிடித்து அறிந்துகொள்வான்.

நான் ஏன் விடுமுறைகளை வெறுக்கிறேன்?

நான் அதிகமாய் ஆச்சரியப்படுவது என் மனப்போக்குகளைக் கண்டுதான். உதாரணத்துக்கு ஒன்றைச் சொல்கிறேன். கடந்த முறை மனுஷ்யபுத்திரனைச் சந்தித்தபோது அவர் "நீ பெங்களூருக்குச் சென்ற பின் நிறைய எழுதுகிறாய். அது நல்லது. ஆகையால் இன்னும் சில வருடங்கள் அங்கேயே இரு." என்றார். ஆம் உண்மை. அதற்கான காரணம் தான் விசித்திரம் - இங்கு வேலைப்பளுவும் நெருக்கடியும் அதிகம். சதா வேதாளம் கழுத்தைப் பற்றித் தொங்கி கதை சொல்லிக் கேள்வி கேட்டபடி இருக்கும். ஆனால் இந்தச் சூழலில்தான் என் எழுத்து தீவிரமும் அதிகமாகிறது. மாறாக, எப்போதெல்லாம் விடுமுறைக் காலம் துவங்குகிறதோ நான் எழுதுவது எல்.கே.ஜி குழந்தை ஸ்லேட்டில் எழுதுகிற கணக்கில் குறைந்து போகிறது. ஒருவித சோம்பல், ஆர்வமின்மை, விழித்து விழித்துப் பார்த்து 'அதுக்குள்ள விடிஞ்சிருச்சா?' என உறங்கும் மனநிலை. நான் இதைக் கொண்டு என்னைப் பற்றி இரண்டு விசயங்களைப் புரிந்துகொண்டேன்:

பொதுவாக எழுத்தாளர்கள் தமக்கு நன்றாய் எழுத எந்தக் குறுக்கீடும் இல்லாத சுதந்திரம் அவசியம் என்பார்கள். அவர்கள்

விடுமுறைகளில் நன்றாய் எழுதக் கூடியவர்கள். ஆனால் எனக்கோ தலைகீழ் - எனக்குச் சுதந்திரமே முட்டுக்கட்டை. சுதந்திரமின்மையின் போது என் எழுத்து பூனையைத் துரத்திப் போகும் நாயைப் போல பறக்கும். எனக்கு எழுத்தை முடுக்கி விட புற வேலை நெருக்கடிகள் அவசியம். அப்படி மென்னியை யாராவது நெருக்குவது அதிகமாகும் போது, அதைச் சமாளித்து அல்லது புறக்கணித்து எழுதும்போது ஜோராக இருக்கிறது. ஆனால் வெளியே இருந்து எழுத்துக்குத் தடை வரவில்லை என்றால் உள்ளிருந்து நானே தடைபோட்டு விடுகிறேன்.

எழுத்தாளர்கள் தனிமை விரும்பிகள். கோடைவாசஸ்தலம், வனாந்தர வீடுகளுக்குச் சென்று விடிய விடிய எழுத முயல்வார்கள். ஆனால் எனக்கு எழுத்து நரம்புகள் சூடேற மானுட சகவாசம் அவசியம். மக்கள் கூட்டம் கூட்டமாய் என்னைச் சுற்றிப் புழங்கியபடி இருக்க வேண்டும். அப்போது அவர்களைக் கவனிக்காமல் மனம் கூர்மை பெற்று எழுத்து அப்படி லாகவமாய் பாயும். தனிமையில் என் எழுத்து சன்னியாசம் பெற்றுப் புறப்பட்டு விடும். அதைத் திரும்ப இழுத்து வருவது ரொம்பப் பெரிய போராட்டம்.

இதனால்தான் நான் விடுமுறைகளை வெறுக்கிறேன்.

கூச்சப்படாதீங்க சார்!

நண்பர் செந்தில்குமாரை நேற்று முதன்முறை சந்தித்தேன். நான் எழுதிய கட்டுரை ஒன்று குறித்த தன் கேள்விகளை ஒரு நோட்டுபுத்தகத்தில் குறித்து கையுடன் கொண்டு வந்திருந்தார். நானும் பொதுவாக எழுத்தாளர்களை ஒரு தயாரிப்புடன் தான் சந்திக்கச் செல்வேன். வரிசையாகக் கேள்விகள் கேட்பேன்.

கல்லூரிக் காலத்தில் ஜெயமோகனைக் கிட்டத்தட்ட அவரது அலுவலகத்தில் தினமும் சந்தித்து நான்கு ஐந்து கேள்விகளாவது கேட்பேன். ஒரு நாள் நான் அவருக்காகக் காத்திருக்க நேர்ந்து மாலை ஆகிவிட்டது. அவர் கிளம்புகிற நேரம் பார்த்து அடைமழை பிடித்தது. அதனால் அவரும் நீண்ட நேரம் அலுவலகத்தில் தங்க நேர்ந்தது. அன்று தொன்மங்கள் பற்றி அருமையாகப் பேசினார். மழையின் பின்புலத்தில் பிடித்தமான உரையாடலில் ஈடுபடுவது ஒரு கொடுப்பினை. பெங்களூரில் தமிழவனைச் சந்தித்த போதும் சரி எஸ்.ராவை அவர் வீட்டில் பார்த்த போதும் நான் நிறையக் கேட்டுத் தெரிந்து கொண்டேன். இத்தகைய 'பேட்டி சந்திப்புகள்' அந்தரங்கமான லகுவான உரையாடலை அனுமதிக்காது. ஆனால் நிறையக் கற்றுக் கொள்ளலாம்.

சில எழுத்தாளர்களுக்கு அறிவார்ந்த திட்டமிட்ட உரையாடல் ஒவ்வாது. மனுஷ்யபுத்திரன் அப்படியானவர், அவர் எதேச்சையாய் தன்போக்கில் மலரும் உரையாடல்களையே விரும்புவார். அது கசப்பாக, பொருமலாக, நகைச்சுவையாக, அறிவார்ந்ததாக, கவித்துவமாக அன்றன்றைக்குத் தோன்றுகிற மனோநிலைக்கு ஏற்ப இருக்கும். ஒரு கட்டத்தில் நான் மனுஷிடம் தயாரிப்புடன் பேசுவதை நிறுத்திவிட்டேன். சிலவேளை ரொம்ப நேரம் பேசிக்கொள்ளாமல் இருப்போம். நான் பாட்டுக்கு ஏதாவது ஒரு புத்தகத்தை எடுத்துப் படிக்க ஆரம்பிப்பேன். சட்டென்று பேச்சு மலர்ந்து தீவிரமாகவே அரட்டையாகவோ கிளைபிரியும். ஷங்கரராமசுப்பிரமணியனின் கவிதையிலும் உரைநடையிலும் இல்லாத கூர்மையான அங்கதம் பேச்சில் இருக்கும். சீரியஸான முகத்தை வைத்துக் கொண்டு ஜாலியாகப் பேசுவார்.

நான் எழுத்தாளனைச் சந்திப்பதில்லை எனக் கொள்கை வைத்திருக்கிறேன் எனக் கூறுபவரைப் பார்த்திருக்கிறேன். சில எழுத்தாளர்களுக்கு வாசகனை எதிர்கொள்ளத் தெரிவதில்லை.

வாசகர்கள் தெய்வ தரிசனத்துக்காக எழுத்தாளனிடம் போவதில்லை. நட்புறவை நாடி வருகிறார்கள். நண்பரிடம் நடந்துகொள்வதைப் போலத்தான் வாசகரிடமும் பழக வேண்டும். அவர்களைப் பேசவிட்டு கவனித்து அக்கறையும் மதிப்பும் அளிக்க வேண்டும். அப்படித்தான் நல்ல உறவுகள் வளர்கின்றன. சில வருடங்களுக்கு முன் எனக்கு ஒரு தோழி வாய்த்தார். வாசகராக மின்னஞ்சலில் அறிமுகமானார். இரண்டாவது அஞ்சலில் “நான் உங்களை விட அதிக வயதானவள்” என்றார். விநோதமாகப்பட்டது. “சரி இருக்கட்டுமே” என்றேன். பின்னால் ஒருமுறை என்னிடம் “நீங்கள் என் வயதை சாதாரணமாக எடுத்துக் கொண்டதே மிகப் பிடித்திருந்தது” என்றார். இப்படிப் பல சமயங்களில் நட்பை நாடி வருபவர்களின் எதிர்பார்ப்புகளும் தயக்கங்களில் எளியதாக விநோதமாகக் கூட இருக்கும். இவர்களில் பல அற்புதமான நண்பர்கள் நமக்குக் கிடைப்பார்கள்.

சாதாரணமாக ஒரு நண்பரிடம் செய்வது போல் வாசகனிடம் நலம் விசாரிப்பது, புன்னகையுடன் அன்பாகப் பேசுவது, கவனிப்பது இதையெல்லாம் செய்வதில் சில எழுத்தாளர்களுக்குத் தயக்கம் உள்ளது. இதை ஒரு சமூகப் பண்பாட்டுக் குறை எனலாம். சுஜாதா கூட புதியவர்களைச் சந்திப்பதில் கூச்சம் கொண்டவர்தான். இந்தச் கூச்சம் களைவதற்கென இன்றைய காலத்தில் கல்லூரி அளவில் கூட ஆளுமை பயிற்சிகள் அளிக்கிறார்கள்.

சில வாசகர்கள் மாறுபட்ட கருத்துகளோடு வருவார்கள். உடனே நம் எழுத்தாளர்கள் அவர்களை உட்கார வைத்து வகுப்பெடுப்பார்கள். வாசகர் வெறுத்துப் போவார். ஒரு வாசகர் பாராட்டுவதோ விமர்சிப்பதோ எழுத்தாளனைத் தூக்கி வைக்கவோ கீழே போட்டு மிதிக்கவோ அல்ல. அதன் உத்தேசம் உறவை ஸ்தாபிப்பதுதான். வாசகன் நான் உங்களுக்கு சரிக்கு சமம் என நிறுவ விரும்புகிறான். அப்போதுதான் நட்பு சாத்தியப்படும். இந்தப் பாராட்டு அல்லது விமர்சனம் ஒரு முகமன் போல அல்லது “வானம் ரொம்ப மந்தாரமா இருக்கே, நல்ல மழை வரும் போல” என வானிலை அறிக்கையுடன் பேச்சை ஆரம்பிப்பது போல.

உரையாடலின் போது வாசகனுக்கு எதுவும் புதிதாகப் புரிய வைக்கும் அவசியமில்லை. தேவையானது அத்தனையும் அவன் பிரதியில் இருந்தே கற்றுக் கொள்கிறான். நல்ல உரையாடல் இரு நண்பர்கள் சேர்ந்து புது ஊருக்குப் பயணம் போவது போல. அதில் பேச்சு அல்ல முக்கியம், புதிய விசயங்களைச் சேர்ந்து கண்டறியும் திகிலும் ஆச்சரியமும்தான்.

இதையெல்லாம் விட்டு விட்டுச் சிலர் யாராவது வாசகன் என வந்தால் வாயிலும் காதிலும் ஒரு 1000 வாலாவைச் சொருகி விட்டு, தீக்குச்சி உரசத் துவங்கி விடுகிறார்கள். அல்லது தெய்வம் என்றாவது பேசியதா என்ற கணக்கில் பேசாமல் இருந்து விடுகிறார்கள். மனிதர்களிடம் பேசத் தெரியாதவர்கள் மனிதர்களைப் பற்றி, அதுவும் நன்றாகவே, எழுதுவது விசித்திரம் தான்.

IV

உளவியல்

சக எழுத்தாளனைப் பாராட்டாதீர்கள்

ஒரு எழுத்தாள நண்பரிடம் கேட்டேன் "நீங்கள் அரசியல் தலைவர்கள் பலரையும் என்கவுண்டர் செய்கிறீர்கள். ஆனால் ஏன் சக எழுத்தாளர்களை விமர்சிப்பதில்லை?"

அவர் சொன்னார் "ஒரு முக்கியமான காரணம் உண்டு. நான் எந்த எழுத்தாளனையாவது கடுமையாய்த் திட்டினால் அவர் மீது எனக்கு பிரியம் அதிகமாகி விடுகிறது. அவர்களும் என்னை பதிலுக்குத் திட்டுவார்கள். ஆனால் நேரில் பார்த்தால் நண்பர்களை விட அதிக பிரியத்துடன் என்னை அணைத்துக் கொள்கிறார்கள். இந்த அன்புத் தொல்லையில் இருந்து தப்பிப்பதற்காகவே நான் எந்த எழுத்தாளனையும் இப்போது விமர்சிப்பதில்லை."

அவர் கூற்றுக்கு மறுபக்கம் இது: நீங்கள் யாரையாவது பாராட்டினால் பாராட்டுக்குரியவர் உங்களை நுணுக்கமாய் வெறுக்க ஆரம்பிப்பார்.

அடுத்தவர்களைப் பாராட்டுவது நிறைய விபத்துகளை ஏற்படுத்தும். தலைக்கவசம் அணிந்தால் கூட தப்பிக்க இயலாது. சொல்லப் போனால் பிறருக்குப் பாராட்டுப்

பத்திரம் வாசிக்கவர்களை அலுவலகத்தில், நண்பர் வட்டத்தில், குடும்பத்தில், உறவுகளில் கிட்டத்தட்ட ஒரு கோமாளியைப் போன்றே நடத்துவார்கள். நெருக்கமான உறவுகளில் சுலபத்தில் பாராட்டுகிறவர்கள் ஒரு எதிரியைப் போன்றே நடத்தப்படுவார்கள்.

நீங்கள் பாராட்டுகிற பத்துப் பேர்களில் எட்டுப் பேர் உங்களைக் கடுமையாய் வெறுப்பார்கள். இது ஏன்? நம்மை அவர்கள் பதிலுக்கு நேசிக்கத்தானே வேண்டும்?

இந்தப் பத்து பேர்களை ரெண்டு விதமாய்ப் பிரிப்போம். 1) தன்னிறைவான தன்னம்பிக்கை மிக்கவர்கள், 2) தன்னிறைவு இல்லாமல் தம் இடம் குறித்த குழப்பம் கொண்டவர்கள்.

முதல் வகையினரைப் புகழ்ந்தாலோ பாராட்டினாலோ மகிழ்ச்சியாய் ஏற்பார்கள். நிதானமாய் பாராட்டை எதிர்கொள்வார்கள். ஆனால் இவர்கள் எண்ணிக்கையில் அரிது என்பதால் இவர்களைக் கணக்கில் கொள்ள வேண்டியதில்லை.

இரண்டாம் வகையினர்தாம் எண்ணிக்கையில் அதிகம். இவர்களுக்கு ஏற்றத்தாழ்வான, படிநிலை சார்ந்த உறவு தான் ஏற்புடையதாக இருக்கும். ஒன்று தம்மை விட மேலே இருப்பவர்களுடன் ஒட்டிக்கொண்டு அவர்களின் பெருமையைத் தம் பெருமையாக நினைப்பார்கள். யார் பின்னாலாவது நின்று அவரது ஆளுமையின் ஒளியில் ஜொலிக்க முயல்வார்கள். ஆனால் தாம் சார்ந்திருப்பவர்களை வெளிப்படையாய் ஜால்ரா அடிக்கவோ தோளில் சுமக்கவோ முயல மாட்டார்கள். இவர்கள் அடிபொடிகள் அல்ல. இவர்களுக்கு ஈகோ தூக்கலாக இருக்கும். இங்கும் இல்லாமல் அங்கும் இல்லாமல் இருப்பார்கள். இது ஒரு சிக்கலான மனநிலை. திறமையானவர்களாகவும் ஈகோ கொண்டவர்களாகவும் இருப்பார்கள். ஆனால் தம் திறமை மீது முழுமையான மரியாதை இருக்காது. பாகனுக்கு அடிபணியும் யானை இவர்கள். எப்போது அது பாகனைப் போட்டு மிதித்துக் கூழாக்கும் என பாகனுக்கும் தெரியாது, யானைக்கும் தெரியாது.

இவர்களுக்கு ஏதாவது ஒரு எதிர்துருவம்தான் சரிப்படும். தம்மைக்

கடுமையாய் எதிர்ப்பவர்களிடத்தும் பழிக்கிறவர்களிடமும் கனிவாக இருப்பார்கள். அதேபோலத் தம்மைவிட மேலாக அதிகாரத்தில் இருக்கிறவர்களையும் கொண்டாடுவார்கள். ஆனால் தான் மேலாக நினைக்கிற ஆள் இவரைப் பாராட்டினால் இவருக்கு அவர் மீது உள்ளார்ந்து ஒரு கசப்பு ஏற்படும்.

அதாவது பாராட்டு கிளுகிளுப்பு தரும். ஆனால் இனம்புரியாத வெறுப்பும் ஏற்படுத்தும். தனக்கு மேலே உள்ளவரை எப்படியாவது காயப்படுத்தும் நோக்கில் காரியங்கள் செய்வார். அதே நேரம் அவர் மீது இவருக்குப் பிரியமும் இருக்கும்.

இதை நாம் தந்தை மகன் உறவில் பார்க்கலாம். காதலன் காதலி நடுவே. கணவன் மனைவி இடையே, குரு சீடன் நடுவே பார்க்கலாம். அதாவது எல்லா படிநிலை உறவுகளிலும்.

ஏதாவது ஒரு கட்டத்தில் தன் குருவை கடந்து மேலே செல்லும் சீடன் அவரைத் தொடர்ந்து காயப்படுத்தவும் வெறுப்பு உண்டாக்கவும் முயற்சி செய்வான். அதாவது தன் விரோதியை விட அதிகமாய் அவர் மீது கசப்பைக் காட்டுவான். வரலாற்றில் இதற்கு நிறைய உதாரணங்கள் சொல்லலாம். கார்ல் யுங் - பிராயிட் உறவு, நீட்சே - வாக்னர் பந்தம், தமிழில் ஜெமோ - சு.ரா உறவு...

இது ஏன் நிகழ்கிறது?

உறவுகளை நம் மனம் மேலே கீழே அல்லது கீழே மேலே என்றுதான் புரிந்துகொள்கிறது. (நட்பு மட்டுமே விதிவிலக்கு.) சட்டென ஒருநாள் நாம் மேலாக வைத்து நேசித்தவரைக் கடந்து வாழ்க்கையில் மேலே செல்லவொ அல்லது அவரைக் கருத்தளவிலோ வேலை சார்ந்தோ எதிர்க்க நேரும்போது அவரை நமக்கு மேலே வைப்பதா கீழே வைப்பதா எனும் தத்தளிப்பு ஏற்படுகிறது. இந்தக் குழப்பத்தைத் தள்ளிப்போட ஒரே வழி அவரைக் கடுமையாய் மறுப்பது தான். மறுப்பதன் மூலம் அவரது நினைவுகளில் இருந்து தப்பிவிடலாம் என மனம் கணக்குப் போடுகிறது. இன்னொரு விசயம் தீவிரமான

அன்பும் வெறுப்பும் அதன் உச்சத்தில் படிநிலை எல்லைகளைக் கடக்கக் கூடிய உணர்வுகள். அதுவும் ஒரு காரணம்.

இதற்கு இரண்டு உதாரணங்கள் தருகிறேன்.

எப்போதும் உங்களுக்குப் பின்னால் கைகட்டியபடி ஒரு தம்பியைப் போல் திரிந்தவர் ஒருநாள் உங்களை விட பணத்திலும் அந்தஸ்திலும் உயர்ந்து விட்டார் என்று கொள்வோம். அப்போது அவர் உங்கள் மீது கண்மூடித்தனமான வெறுப்பைக் காட்டத் துவங்குவார். ஏனென்றால் இனிமேல் அவர் உங்களுக்குத் தம்பியாக இருக்க இயலாது. நீங்களும் அவருக்கு அண்ணனாகத் தொடர முடியாது. நீங்கள் அவருக்கு விரோதி ஆவது தான் ஒரே மாற்று. அல்லது உங்கள் இருப்பு அவர் இடத்தைத் தொந்தரவு பண்ணிக் கொண்டே இருக்கும். நீங்கள் அவரிடம் நார்மலாகப் பழகப் பழக அவருக்கு உங்கள் மேல் கொலைவெறி அதிகமாகிக் கொண்டே போகும்.

அடுத்த உதாரணம். உங்களோடு சக ஊழியராக இருந்தவர், உங்களை விட தகுதியிலும் திறமையிலும் சற்றுக் குறைவானவர், எப்படியோ உஙகளைத் தாண்டி மேலதிகாரி ஆகிவிடுகிறார். இப்போது அவர் ஒரு சர்வாதிகாரியாக மாறி உங்களை பயங்கரமாகக் கொடுமைப்படுத்துவார். இதற்கும் மேற்சொன்ன காரணங்களே.

சரி இனி பாராட்டுவதன் பிரச்சனைக்கு வருவோம். இப்படியானவர்களை நீங்கள் பாராட்டினால் என்ன ஆகிறது?

“நீ என்னைப் பாராட்டி விட்டாய், இனி நீ எனக்கு மேலா கீழா?” இப்படி குழம்பத் துவங்குவார்கள். உங்களைக் கீழே தள்ளுவது தான் ஒரே வழி என்று மறைமுகமாய் உங்களுக்கு எதிராய் அரசியல் செய்வார்கள். நீங்கள் உடனே "இந்தக் காலத்தில் யாருக்கும் நல்லது பண்ணக் கூடாது போல" என புலம்பத் துவங்குவீர்கள். ஆனால் உண்மையில் சிக்கல் நன்மை செய்வதில் இல்லை.

இதை சாக்ரடீஸ் *Dialogues* நூலில் குறிப்பிடுகிறார். காதலியை ஒருபோதும் புகழக் கூடாது. அது அவர்களின் அகந்தையைப்

பெரிதாக்கி உங்கள் மீது வெறுப்பை உண்டு பண்ணும் என்கிறார். இதற்குத் தீர்வு புகழ்ந்துவிட்டு உடனே கொஞ்சம் மட்டம் தட்டி விடுவது. இது நிலைமையை சமனம் செய்ய உதவும். "திமிர்" அடங்கிவிடும்.

காதலிகளுக்கு அடுத்தபடியாய் இந்த லவ் கெமிஸ்டிரி சிக்கலை இலக்கிய (எழுத்தாள) நண்பர்களிடம் பார்க்கலாம். எனக்குத் தெரிந்த ஒரு புனைவெழுத்தாளரிடம் இலக்கிய உலகம் பற்றி அரட்டை அடித்துக்கொண்டிருந்தபோது அவர் ஒரு மூத்த எழுத்தாளரைக் குறிப்பிட்டு கடுமையாய் விமர்சிக்கத் துவங்கினார். என்ன காரணம்? இத்தனைக்கும் அந்த மூத்த எழுத்தாளர் இவரைப் பற்றி நல்லவிதமாய் தான் பேசுவார். இவர் படைப்புகளைப் பாராட்டி எழுதி உள்ளார். நான் கேட்டேன் “பிறகு அவரை ஏன் வையுறீங்க?” அவர் சொன்னார் “என்னைப் பாராட்டினது இருக்கட்டும். ஆனால் அதே வாயால் கண்ட நாயையும் பாராட்டலாமா? யார் கதை எழுதினாலும் அற்புதம் என்கிறார். யார் கவிதைத் தொகுப்பை நீட்டினாலும் உச்சி முகர்கிறார்.”

இதில் விசித்திரம் என்னவென்றால் இந்தப் புனைவெழுத்தாளரைக் கடுமையாய் விமர்சிக்கிற வேறு சில எழுத்தாள நண்பர்கள் இருக்கிறார்கள். அவர்களைப் பற்றி இவர் மாறாக கனிவான அபிப்ராயம் கொண்டிருந்தார்.

இன்னொரு எழுத்தாளர் இருக்கிறார். அவரது படைப்புகளை ஒரு விமர்சகர் மிகவும் கொண்டாடி எழுதியிருந்தார். இவர் என்னிடம் சொன்னார் “அவன் என் கதையைப் பாராட்டினாலே எனக்கு பீயைப் பார்த்த மாதிரி இருக்கு. அருவருப்பா இருக்கு. தயவு செஞ்சு அவனை நிறுத்தச் சொல்லு.” இத்தனைக்கும் இருவருக்கும் இடையில் எந்தப் பகைமையோ பங்காளிச் சண்டையோ இல்லை.

இந்த உதாரணங்கள் வெளிப்படையானவை. மறைமுகமாய் இப்படியான கசப்பு வெளிப்படும் ஏகப்பட்ட உதாரணங்கள் இருக்கும். குறிப்பாய் சக எழுத்தாளர்கள் சேர்ந்து மதுவிடுதிக்குச் செல்லும் போதோ எங்காவது சேர்ந்து தங்கும் போதோ

யார் மிகவும் இணக்கமாக இருப்பவர்களோ அவர்களைத் தான் குறித்து வைத்து வெறித்தாக்குதல் செய்வார்கள். அதுவும் அடுத்தவர் படைப்புகளைக் குறித்து நல்லவிதமாய்ச் சொல்கிறவர்களைச் சுற்றி நின்று அபிமன்யுவைப் போல் வதம் செய்வார்கள்.

இலக்கிய உலகில் இந்த உளவியலைப் புரிந்துகொண்டு பணம் பிடுங்குகிறவர்கள் உண்டு. 1999இல் ஜெயமோகன் தக்கலையில் உள்ள தொலைபேசி நிலையத்தில் வேலை செய்து கொண்டிருந்த காலம். அப்போது நான்கு பின்நவீனத்துவ எழுத்தாளர்களை நாகர்கோவிலில் சந்தித்தேன். அவர்கள் "நாங்கள் ஜெயமோகனைப் பார்க்கப் போகிறோம்" என்றார்கள். நானும் கூட சென்றேன். போனவர்கள் அவரது அலுவலக அறையில் அவரைச் சுற்றி அமர்ந்துகொண்டார்கள். சற்று நேரத்தில் மறைமுகமாய் அவரைத் தாக்கிப் பேசத் துவங்கினார்கள். ஜெயமோகனும் திரும்ப பல அஸ்திரங்களை பிரயோகித்தார். ஒரு மணிநேரம் ஒரு குட்டி பாரதப்போரே நடத்திய பின் அவர்கள் ஜெயமோகனிடம் ஐநூறு ரூபாய் கேட்டார்கள். அதுவும் மிகுந்த அதிகார தோரணையில் "இவ்வளவு நேரமும் வச்சு அடிச்சதுக்குப் பணம் கொடு" என்கிற கணக்கில் கேட்டார்கள். ஜெயமோகன் தன்னிடம் பணமே இல்லை என சாதித்தார். கடைசியில் அவர்கள் பேரத்தில் இறங்கி வந்து "நூறு ரூபாயாவது கொடுங்கள்" என்றார்கள். அவர் தன் பாக்கெட்டைத் திறந்து "பாருங்கள் பஸ்ஸுக்கு பணம் மட்டும் தான் இருக்கிறது" என்றார். அதன் பிறகு ஜெயமோகன் பேருந்து ஏறிக் கிளம்பிவிட்டார். கிளம்பும் முன் அவர் அவர்களிடம் எங்கள் ஊரில் உள்ள ஒரு கவிஞரை குறிப்பிட்டு "வேணுமுன்னா அவரைப் போல் இதே மாதிரி மிரட்டிக் கேளுங்க. கண்டிப்பா கொடுப்பாங்க" என்றார்.

ஜெயமோகன் சொன்ன மாதிரியே இவர்கள் அக்கவிஞரைப் பார்க்க அவர் வீட்டுக்குச் சென்றார்கள். அவர் அப்போதும் தான் அலுவலகத்தில் இருந்து திரும்பி இருந்தார். களைப்பாக மின்விசிறியின் கீழ் லுங்கி பனியனுக்கு மாறி தன் கவிதை ஒன்றைத் திருத்திக்கொண்டிருந்தார். நான்கு எழுத்தாளர்களும்

அவரை வணங்கி விட்டு சுற்றி அமர்ந்து கொண்டனர். கவிஞர் அவர்களை தேநீர் கொடுத்து உபசரித்தார். உற்சாகமாய் நலம் விசாரித்தார். அடுத்து சற்று நேரத்தில் இவர்கள் அவரது கவிதைகளை மறைமுகமாய் கேலி செய்தும் பழித்தும் பேசி அவரை வறுத்து எடுத்தனர். அவர் முகம் வெம்பி வெதும்பியது. கண்கள் பளபளத்தன. குரல் கிட்டத்தட்ட வெளியேவே வரவில்லை. நான்கு பேரும் ஒரு நிமிடம் இடைவெளி விட்டனர். மௌனம். கவிஞர் தன் நகங்களைப் பார்த்தபடி இருந்தார். இவர்கள் அவரை இமைக்காமல் முறைத்துப் பார்த்தனர். சட்டென "ஐநூறு ரூவா இருந்தா கொடுங்க. திரும்ப ஊருக்குப் போக பணம் இல்ல" என்று அவர்களில் ஒருவர் குரலைக் கனிவாக்கிக் கேட்டார். கவிஞர் அவசரமாய் எழுந்து தொங்கிக் கொண்டிருந்த தன் சட்டையில் இருந்து பணத்தை எடுத்து நீட்டினார். அவர்கள் வாங்கிக்கொண்டு நேரே சாராயக் கடை நோக்கி விரைந்தனர். ஒருவேளை மாறாக அவர்கள் அவ்வளவு நேரமும் அக்கவிஞரைப் பாராட்டிப் பேசி இருந்தால் அவர் பணத்தை அவ்வளவு சுலபமாய் எடுத்துக் கொடுத்திருக்க மாட்டார். நிறைய கேள்விகள் கேட்டிருப்பார். இறுதித் தொகையில் இருநூறு ரூபாய் குறைத்துக் கூட இருப்பார்.

இலக்கிய உலகில் இந்த கெமிஸ்டிரியை நன்றாய்ப் புரிந்து கொண்ட ஒரு பதிப்பாளர் இருக்கிறார். அவர் புத்தக வெளியீடுகளின்போதான தனது பத்து நிமிட வரவேற்புரையில் முதல் ஐந்து நிமிடங்கள் மேடையில் இருக்கும் சம்பந்தப்பட்ட எழுத்தாளர்களைத் தித்தித்து திகட்டும்படி புகழ்வார். அவர்கள் எவ்வளவு முக்கியமானவர்கள் என உணர வைப்பார். மேடையில் அமர்ந்து இதைக் கேட்கும் எழுத்தாளர்கள் தோளை விரித்து முகவாயைத் தூக்கிப் பார்வையாளர்களுக்கு ஒரு லுக் விடுவார்கள். அவர்களின் முகங்கள் பெருமிதத்தில் மினுங்கும். அடுத்த ஐந்து நிமிடங்கள் நம் பதிப்பாளர் சட்டென திரைக்கதையின் கிளைமேக்ஸை மாற்றுவார் - எப்படி வாசகர்களும் சமூகமும் இவ்வளவு முக்கியமான எழுத்தாளர்களை சுத்தமாய் மதிப்பதே இல்லை, அவர்களின் புத்தகங்கள் எந்த கவனமும் பெறுவதில்லை என மிகவும் கசப்பும்

அவநம்பிக்கையும் கூடின தொனியில் கூற ஆரம்பிப்பார். அதைக் கேட்கக் கேட்க நம் எழுத்தாளர்கள் முகம் சோபை இழக்க அவர்கள் மோட்டுவளையை வெறித்துப் பார்க்கத் துவங்குவார்கள். அவர் பேசி முடித்ததும் இவர்கள் ஒரு பெருமூச்சு விடுவார்கள். இந்த டெம்பிளேட்டை அவர் எனக்குத் தெரிந்து பல வருடங்களாய்ப் பின்பற்றுகிறார். ஒருவேளை அவர் அந்த மொத்த பத்து நிமிடங்களும் எழுத்தாளர்களை மாறாக வானளவு புகழ்ந்தால் என்னவாகும்? நிகழ்ச்சி முடிந்த பின் அவர்கள் பொடியைத் தட்டி விட்டு நேரே போட்டி பதிப்பாளரிடம் போய் சரணடைந்து விடுவார்கள்.

ஏற்றத்தாழ்வான உறவுகளில் உள்ள இந்தப் புதிரை நன்றாய்ப் புரிந்து கொண்டவர்கள் ஆசிரியர்கள். குறிப்பாய் பள்ளி ஆசிரியர்கள். அதுவும் போன தலைமுறை ஆசிரியர்கள். அவர்கள் சுலபமாய் ஒரு நல்ல மாணவனைப் பாராட்டி விட மாட்டார்கள். சொல்லப் போனால் நல்ல மாணவனைத் தான் அதிகமாய் கண்டிப்பார்கள். மட்டம் தட்டுவார்கள். அல்லாவிட்டால் அவனுக்கு அகந்தை கூடிவிடும் என்பார்கள். அப்படி வேறுவழியில்லாமல் அம்மாணவனைப் பாராட்ட நேர்ந்தாலும் ஏதாவது ஒரு குறையைச் சுட்டிக் காட்டி லேசாய் ஒரு குட்டு வைப்பார்கள். அதேநேரம் வகுப்பில் உள்ள மோசமான மாணவர்களிடத்து இன்னும் கனிவாக நட்பாக இருப்பார்கள். ஏனென்றால் அந்த மாணவர்கள் ஏற்கனவே தாழ்வு மனப்பான்மையுடன் இருப்பார்கள். ஆசிரியர் மீது ஒரு பயமும் வெறுப்பும் கொண்டிருப்பார்கள். அவர்களிடம் கொஞ்சம் நெகிழ்வாய் இருந்தால் சுலபத்தில் பணிந்து ஒழுக்கமாய் இருப்பார்கள். மாறாக அவர்களைக் கண்டித்தாலோ சுத்தமாய் அடங்காதவர்கள் ஆகிவிடுவார்கள்.

இன்றைய தலைமுறை பெற்றோர்கள் இந்த சமன்பாட்டை தவறாய்ப் புரிந்துகொண்டு அல்லாடுகிறார்கள். பிள்ளைகளை மிதமிஞ்சிக் கொஞ்சுவதும் பாராட்டுவதும் அவர்களுக்கே வினையாகிவிட்டது. குழந்தைகள் தம்மை பெற்றோர்களாகவும் பெற்றோர்களைத் தம் குழந்தைகளாகவும் நடத்துகிறார்கள்.

நீங்கள் இலக்கிய உலகைச் சேர்ந்தவரில்லை என்றாலோ, ஆசிரியரோ பெற்றோரோ அல்ல என்றாலோ இதைப் பரிசோதித்துப் பார்க்க வேறு வழி உள்ளது. உங்கள் மனைவியை உடனடியாய் அழைத்து, தொடர்ந்து பதினைந்து நிமிடம் உச்சி குளிர குளிர புகழுங்கள். முடிந்த அடுத்த நிமிடமே அவர் உங்களைப் பற்றி புகார் பட்டியல் வாசிக்கத் துவங்குவார்.

சரி இதற்கு ஒரு தீர்வு இருக்கிறதா? அன்பு ஒரு சிறந்த தீர்வு. அதிகாரம், அந்தஸ்து, அறிவார்ந்த மதிப்பீடு ஆகியவற்றைக் கலக்காமல் ஒருவரிடம் முழுமையான அன்பை மட்டுமே காட்ட வேண்டும். அன்பை வெளிப்படுத்தும் போது அவர் பற்றின உங்கள் அபிப்ராயத்தை, நிலைப்பாட்டை, மதிப்பை சற்றும் காட்டக் கூடாது. ஒரு குழந்தையைப் போல் அவரைக் கையில் ஏந்திக் கொஞ்சி சீராட்ட வேண்டும். இப்படி அன்பைக் காட்டத் தெரிந்தவர்கள் பதில்-வெறுப்பில் இருந்து தப்பிக்கலாம்.

ஆனால் அறிவைக் கடந்து, பிரக்ஞையின்றி அன்பைக் காட்டுவது சுலபம் அல்ல. ஏனென்றால் நவீன மனிதன் தெளிவாய் தர்க்கமாய் கோர்வையாய் பேசக் கூடியவன். அப்பேச்சு வழி அவனால் பேதைத்தனமான அன்பைக் காட்ட முடியாது. அவன் தன் மொழியைச் சிதைப்பதே அதற்கு ஒரே வழி. அவன் அன்பைக் காட்டும் போது உளற வேண்டும்; ஏறுக்குமாறாய்ப் பேச வேண்டும்; முரட்டுத்தனமாய் உணர்ச்சிகளைக் கொட்ட வேண்டும். முரணான சொற்களாய்ப் பொழிய வேண்டும். தன் மொழியைப் பைத்திய நிலைக்கு எடுத்துச் செல்ல வேண்டும். ஒரு குழந்தையிடம், காதலியிடம், மிகவும் நேசிக்கிற ஒருவரிடம் தனிமையில் இதைச் செய்யலாம். ஆனால் எல்லாரிடமும் இது சாத்தியமா என்ன? அதனால்தான் சொல்கிறேன் பாராட்டுவது என்பது ஹெல்மட் அணியாமல் ரேஸுக்குப் போவதைப் போன்ற காரியம்.

எழுத்தும் மரணமும்

நான் அண்மையில் உடல் நலமின்மை காரணமாய் எழுதுவதைப் படிப்படியாய்க் குறைக்க முடிவெடுத்தேன். கொஞ்ச காலம் எழுத்தில் இருந்து விலகி இருப்பதே என் ஆரோக்கியத்துக்கு நல்லது என நம்பினேன். இதைப் பற்றி நான் ஒரு பேஸ்புக் பதிவில் குறிப்பிட்டேன். அப்போது நண்பர் விநாயக முருகன் பின்னூட்டத்தில் எழுதினார் "எழுதுவதை நிறுத்தினால் நீங்கள் செத்துவிடுவீர்கள்." ஆனால் சிலர் எழுத்தைக் குறைப்பது எனக்கு நலம் பயக்கும் என இன்னொரு பக்கம் குறிப்பிட்டனர். தமிழில் இது சம்பந்தமாய் இரண்டு முகாம்கள் உள்ளன:

எழுத்து சீரழிவான வாழ்க்கை முறையைக் கொண்டு வருகிறது. படைப்பின் நெருக்கடி, உழைப்பு, போதுமான வருவாய் இன்மை, மிதமிஞ்சிய போதைப் பழக்கம் ஆகியவை எழுத்தாளனை இளமையிலேயே காவு வாங்கி விடுகின்றன.

வாழ்வின் சிக்கல்களில் இருந்து மீள எழுத்தே சிறந்த மார்க்கம். எழுத்தாளனின் மரணத்துக்கான காரணங்கள் அவனது எழுத்து வாழ்வுக்குப் புறம்பானவை.

முதல் முகாமில் பிரதான ஒழுக்கவாதியான ஜெயமோகன்

வருகிறார். ஜெயமோகன் நீண்ட காலமாகவே *bohemian* கலைஞர்களுக்கு எதிரானவர். அவர் குடிக்கவோ புகைக்கவோ மாட்டார். நான் அவரை என் பதினாறாவது வயதில் சந்தித்தேன். எங்கள் ஊரான பத்மநாபபுரத்தில் குடியிருந்தார். அவரது அலுவலகம் தக்கலையில். இருபது நிமிடம் நடந்து அலுவலகம் போவார். திரும்ப மாலையில் வரும்போது குழந்தை கூட இருந்தால் பேருந்து. அல்லாவிட்டால் மீண்டும் நடந்தே வீடு திரும்புவார். அப்போது எங்கள் ஊரில் பெரும்பாலானோர் பேருந்து பயன்படுத்தத் துவங்கி இருந்தனர். ஸ்கூட்டர், பைக், ஆட்டோ என பிரயாண மார்க்கம் எளிய மக்களுக்குக்கூட மாறிப் போயிருந்தது. வாழைத்தோப்புக்குச் செல்லும் கூலித்தொழிலாளிகள் மட்டுமே நீண்ட தூரம் நடந்து செல்வார்கள். ஜெயமோகன் நடந்துபோவது பார்க்க எனக்கு அக்காலத்தில் விசித்திரமாக இருக்கும். ஆனால் அவர் உடல் நலனைப் பேணுவதில் கறாராக இருந்தார். அதற்காக இரண்டு மணிநேரம் படிப்புக்கு, மூன்று மணிநேரம் எழுத்துக்கு, அரைமணிநேரம் உணவுக்கு என கால அட்டவணை போட்டுச் செயல்படுபவர் அல்ல. அவர் தன் அலுவலகத்தில் இருந்து வீட்டுக்கு நடந்து வரும் வேளையில் கையில் ஒரு பெரிய நூலை ஏந்தி இருப்பார். அதைப் படித்தபடியே சாலையில் தடுக்கி விழாமல் அற்புதமான சிரத்தையுடன் வீடு வந்து சேர்ந்து விடுவார். ஊரில் இதுகுறித்து வியக்காதவர்கள் இல்லை. என் அத்தான் மருத்துவர்கள், எழுத்தாளர்கள் போன்று அறிவுத்துறையைச் சேர்ந்தவர்களைக் கடுமையாய் வெறுத்தவர். அவர் தினமும் மாலையில் என்னிடம் வந்து சொல்வார் “இன்று மாலை உன் எழுத்தாளரை ஒரு பஸ் மோதப்பார்த்தது, அவர் ஒரு லாரி சக்கரத்தின் இடையில் விழாமல் தப்பித்தார்”. நான் சொல்வேன் “ஜெயமோகனை லாரி மோத முடியாது. அவர் மட்டுமே லாரியை மோத முடியும்.” கடைசி வரை அப்படியே நடந்தது. எங்கள் ஊர் லாரிகள் அவரைப் பார்த்ததும் ஒதுங்கியே சென்றன.

ஜெயமோகன் பேருந்தில் பயணிக்கும் போதும் படித்தார். அலுவலகம் சென்று அமர்ந்ததும் அப்படிப்பைத் தொடர்ந்தார்.

அங்கேயே அவருக்கு எழுதும் வசதியும் வாசக நண்பர்களுடன் உரையாடும் அவகாசமும் இருந்தது. மாலையில் அவர் வீட்டில் ஏதாவது ஒரு நண்பர் உரையாட வந்து விடுவார். அவரது இரவு ஒன்பது மணிக்குத் துவங்கி பன்னிரண்டு, ஒன்று வரை தீவிரமான எழுத்துப்பணியை மேற்கொள்வார் என என்னிடம் கூறினார். காலையில் சீக்கிரம் எழுந்து குழந்தைகளைக் குளிப்பாட்டி அவரும் தயாராகிவிடுவார். நடுவில் மிஸ்ஸாகும் உறக்கத்தை மதியம் உணவுக்குப் பின் ஒருமணி நேரம் உணவருந்தும் அறையின் சிறிய பெஞ்சில் தூங்கி ஓரளவு சமாளித்துவிடுவார். ஆனாலும் தூக்கக் கணக்கு இடிக்கிறதே? இதுகுறித்து நான் ஒருமுறை வினவியபோது தனக்குத் தூக்க போதாமையால் சிலநேரம் உடல் மோசமாக பாதிக்கப்பட்டு மருத்துவரை நாடுவதுண்டு என்றார். போதைப் பழக்கம், வெற்று அரட்டை ஆகியவற்றைத் தவிர்த்துப் பார்த்தால் ஜெயமோகனும் பிற எழுத்தாளர்களைப் போல் சமநிலையற்ற, மிகக் கடுமையான எழுத்து நிரலைக் கொண்டவர்தான்.

லட்சியபூர்வ எழுத்து சமநிலையைப் பேணியவர் என சுந்தர ராமசாமியைக் குறிப்பிடலாம். அவர் எட்டு மணிக்கு சன் நியூஸ் பார்க்கிறார் என்றால், அந்நேரம் நீங்கள் அவரிடம் சென்று உலக இலக்கியத்தின் மாபெரும் சிக்கலொன்றை விவாதித்தால் கூட நடுவில் நிறுத்தி, “நாம் இப்போது நியூஸ் பார்க்க வேண்டும். நான் டிவியை ஆன் செய்யவா?” என்று கேட்டுவிட்டு டி.வி பார்க்கத் துவங்கிவிடுவார். அதன்பின் அவர் இரவுணவு அருந்தும் நேரம். இந்த அட்டவணையை அவர் மீறியதே இல்லை. அதுபோல சு.ராவுக்கு நடைப்பயிற்சி வழக்கம் இருந்தது. போதைப்பழக்கங்கள், உடலைக் கெடுத்துக் கொள்ளும் எந்த மிதமிஞ்சிய வழமைகளும் அவருக்கு இல்லை. ஆனாலும் அவர் அறுபதுகளில் இருந்தே மரணத்துடன் விளையாடத் துவங்கினார். எழுபத்து நான்கு வயதில் நம்மை விட்டுச் சென்றார்.

எனக்கு ஒரு பாட்டி இருக்கிறார். எண்பத்தைந்து வயது கடந்து விட்டது. ரத்தக் கொதிப்பு, ரத்தக் கொழுப்பு ஆகிய உபாதைகள் உண்டு. ஆனால் அவர் வாழ்நாளில் உடல் உழைப்பையோ

உடற்பயிற்சியையோ அறிந்ததில்லை. பெயருக்கு மாத்திரைகள் உட்கொள்வாரே அன்றி அவருக்கு மருத்துவத்தில் பெரிய நம்பிக்கை இல்லை. அவர் தன் ஆயுளில் ஒரே விசயத்தை மட்டும் கறாராய்ப் பேணினார். அது வேளாவேளைக்குக் காரமும் புளியும் கொண்ட மீன்குழம்பில் சுடுசோறைப் பிசைந்து உருட்டி வாயை அகலத் திறந்து லபக் என உள்ளே விடுவது. அவர் மென்று நான் பார்த்ததே இல்லை. காய்கறிகள் உடல் ஆரோக்கியத்துக்கு நல்லது என நான் கூறும்போதெல்லாம் அவர் என்னை அருவருப்பாய் பார்ப்பார். கொடிய வறுமை ஏற்பட்டால் ஒழிய அவர் சப்பாத்தி, பழவகைகள், ராகி, கொள்ளு ஆகிய உணவுகளுக்குத் திரும்ப மாட்டார். அவரைப் பரிசோதிக்கும் மருத்துவர்கள் அவர் இன்னும் முப்பது வருடங்கள் தாராளமாய் வாழ்வார் எனக் கூறுகிறார்கள். அவர் வாழ்க்கையை வைத்து ஆய்வு செய்யும் போது உடல் உழைப்பே இல்லாததுதான் அவரது நீண்ட ஆயுளின் காரணமோ என எனக்குச் சிலநேரம் தோன்றும்.

எங்கள் ஊரின் மக்கள் தொகையில் வயதானவர்கள் அதிகமோ என அங்கு புதிதாய் வரும் பயணிகளுக்கு தோன்றலாம். எங்கு பார்த்தாலும் ஏதாவது ஒரு தொண்ணூறு வயது கிழவர் தூய வெள்ளை வேட்டி சட்டை அணிந்து கையில் ஊன்று கோலுடன் நடந்து போய்க் கொண்டிருப்பார். எண்பது வயது பாட்டிகள் பாதி திறந்த பிளவுஸ், தோளில் ஒரு துண்டு, அழுக்கு வேட்டி அணிந்து குளத்துக்கு குளிக்கவோ கோயிலுக்கோ சென்றபடி இருப்பார்கள். நாற்பது ஐம்பதுகளில் பிறந்த பலர் இன்றும் எங்கள் ஊரில் "அரண்மனைப் பல்லி" போல் தம் கால அட்டவணை, தோற்றம், இடம் மாறாமல் இருப்பதை காண்கிறேன். ஆனால் அறுபது, எழுபதுகளில் பிறந்தவர்கள் ஐம்பதில் இருந்து எழுபது வயதுக்குள் இறந்து விடுகிறார்கள். எங்கள் ஊரில் அடிக்கடி நிகழும் மற்றொரு துயரம் முப்பது வயதுக்கு உட்பட்டோரின் மரணங்கள்.

ஏன் நமக்கு மூன்று தலைமுறைக்கு பிந்தியவர்கள் நீண்ட ஆயுள் கொண்டிருக்கிறார்கள் என நான் வியந்திருக்கிறேன். இது குறித்து மேற்கில் ஆய்வுகள் நடந்துள்ளன. ஒரு ஆய்வு

முடிவு என்னவென்றால் உணவு, செக்ஸ், வேலை போன்ற வாழ்வின் நோக்கங்கள் மிதமிஞ்சி சாத்தியப்படும் போது ஆயுள் குறைகிறது. ஒரு தலைமுறையினருக்கு உணவு குறைவாகக் கிடைத்திருக்கலாம். வேலை செய்து, பணம் ஈட்டி தேவைகளை நிறைவேற்றும் வாய்ப்புகளும் அரிதாக இருக்கலாம். அப்போது உடல் தன் வேகத்தைக் குறைத்துக் கொள்கிறது. இன்றைய ஆண்ட்ராய்டு போன்களில் இரவில் மட்டும் குறைவான மின்கலனைப் பயன்படுத்தும் ஒரு செட்டிங் உள்ளது. போன் தானாகவே இரவில் தன் வேலையைக் குறைத்து மின்கலனின் ஆற்றலை சேமிக்கும். பஞ்ச காலத்தில் நம் உடலும் இப்படிச் செயல்படும். ஏனென்றால் உடலின் நோக்கம் நமது மரபணுக்களை அடுத்த தலைமுறைக்கு கடத்திவிடுவதுதான்.

உணவும் சம்பாத்தியமும் அதிக கொண்டாட்டங்களும் செக்ஸும் உள்ள வாழ்க்கையில் அது நாற்பது வயதுக்குள் மனிதனுக்குத் தாராளமாய் சாத்தியமாகும். அதனால் நாற்பது வயதாகும் போது உடல் தானாகவே ஒரு தற்கொலை முயற்சியில் இறங்குகிறது. மெல்ல மெல்லப் பல வியாதிகளை உருவாக்கி மனிதனை பலவீனமாக்குகிறது. இது சம்பந்தமாய் நான் வாசித்த *Threshold of Death* எனும் நூல் ஒரு சுவாரஸ்யமான சேதியைக் குறிப்பிடுகிறது. பலவித வியாதிகள், உபாதைகளில் இருந்து நம்மைப் பாதுகாக்கும் உத்திகளை நம் உடலே அறியும். இந்தப் பாதுகாப்பு அரண்கள் முப்பது வயதுக்கு மேல் தாமாகவே தளர்கின்றன. உடல் ஹார்மோன் சுரப்பை கட்டுப்படுத்துவதன் மூலமாய் முக்கியமான உள்ளுறுப்புகளைப் பாதுகாப்பதைத் தவிர்க்கிறது. மெல்ல மெல்ல நம்மை சாக அனுமதிக்கிறது. அதாவது நாம் எப்போது மரணிக்க வேண்டும் என்பதற்கான ஓர் அலாரம் நமக்குள்ளே ஓடுகிறது. அதில் நேரத்தை நம் உடலே தீர்மானிக்கிறது. போதுமான அளவுக்குப் பொருள் சேர்க்கவும் “வாழவும்” புணரவும் வாய்ப்பு இல்லாத முப்பது, நாற்பதுகளின் தலைமுறையினருக்கு உடல் அலாரத்தைத் தாமதமாகவும், எழுபது, எண்பதுகளில் பிறந்தவர்களுக்கு சீக்கிரமாகவும் வைக்கிறது.

இந்த விவாதத்தின்படி நம் மரணம் நம் கையில் இல்லை.

சிறுவயதில் இருந்தே மிக மிகக் குறைவாய் உண்டு, குறைவாய் உடல் ஆற்றலை வெளிப்படுத்தும் மனிதர்கள் தம் ஆயுளை நீட்டிக்க முடியும் என இந்தப் புத்தகம் கூறுகிறது. இதற்கு இந்திய ஆன்மிக மரபில் இருந்து உதாரணங்களும் கூறுகிறது. உடலை ஒடுக்கி ஆரோக்கியத்தையும் ஆயுளையும் நீட்டிப்பதில் காந்தி ஒரு முன்மாதிரி.

இதன் எதிர்தரப்பினர் கறாரான உடற்பயிற்சி, சத்துள்ள உணவு, சீரான மருத்துவக் கவனிப்பு இருந்தால் மனிதன் நீண்ட காலம் வாழலாம் என்கிறார்கள்.

மரணத்தின் காரணங்களைத் துல்லியமாய் அறிவதோ அதன் வருகையைக் கணிப்பதோ சாத்தியமல்ல. தி.ஜாவின் சிறுகதையொன்றில் ரயில் பயணத்தில் கதைசொல்லி ஒரு உடல்நல நிபுணரைச் சந்திப்பார். அவர் உடல் நலத்தைப் பேணுவதற்கு என்னவெல்லாம் செய்யலாம், அதற்குத் தேவையான சிரத்தை, பழக்கங்கள் பற்றி விவரிப்பார். பேச்சின் இடையே சட்டென மயங்கி விழுந்து அந்த இடத்திலேயே செத்துவிடுவார்.

முன்பு கவிஞர் ராஜமார்த்தாண்டன் இறந்தபோது மிதமிஞ்சிய மதுப்பழக்கம்தான் காரணம் என பரவலாய்ப் பேசப்பட்டது. ஜெயமோகன் இந்த நோக்கில் ஒரு விரிவான கட்டுரையும் எழுதினார். ஐந்து வருடங்களுக்கு முன்பு நான் கிட்டத்தட்ட மரணத்தைத் தொட்டுப் பார்த்து விட்டு மீண்டு வந்தேன். நான் மீண்டிருக்காவிட்டால் மிதமிஞ்சிய எழுத்தும், உடல் மீதான அக்கறையின்மையும் என்னைக் கொன்றுவிட்டது என என் நண்பர்களும் குடும்பத்தினரும் நம்பி இருப்பார்கள்.

சமீபத்தில் கவிஞர் குமரகுருபரன் எதிர்பாராத நேரத்தில் மாரடைப்பால் காலமான போது பலரும் தாள முடியாத அதிர்ச்சியிலும் துக்கத்திலும் ஆழ்ந்தோம். செய்தி கேட்ட போது என்னால் நீண்ட நேரம் அதை நம்ப முடியவில்லை. தனது முதல் எதிர்வினையும் நம்ப இயலாமையே என ஜெயமோகனும் எழுதியிருந்தார். நான் நீண்ட நேரம் என் அறைக்குள் வெறித்துப் பார்த்தபடி அமர்ந்திருந்தேன். அவர்

முக்கியமான இயல் விருதை தன் கவிதைக்காய் வென்றுள்ள சமயம். தன் படைப்பு வாழ்வின் உச்சத்தை நோக்கிச் செல்லும் வேளையில் அவரை மரணம் கவ்விக் கொண்டதே எனும் ஆற்றாமையில் நாம் தவித்தோம்.

இதைத் தொடர்ந்து பல நண்பர்கள் குமரகுருபரனின் மது மற்றும் சிகரெட் பழக்கம், உடல் எடையைக் குறிப்பிட்டு, ஒரு இளம் கவிஞனைத் தேவையின்றி இழந்துவிட்டோமே என கவலை தெரிவித்தார்கள். ஜெயமோகனும் அவ்வாறான இரண்டு கட்டுரைகளைத் தன் இணையதளத்தில் பகிர்ந்து கொண்டார். ஒன்று செல்வேந்திரன் எழுதியது. மற்றொன்று சுகாவினுடையது. இருவரும் கவிஞர்கள் தம்மைத் தாமே அழித்துக்கொள்வதேன் எனக் கேட்டிருந்தார்கள். சுகா நேரடியாகவே குடிக் கலாச்சாரத்தை மகத்துவமான கலக விழுமியமாய் முன்வைத்து, இளைஞர்களை வழிதவறச் செய்யும் சில “மூத்த” எழுத்தாளர்களைச் சாடி இருந்தார்கள். அவர் சாருவை தான் குறிப்பிடுகிறார் என்பது வெளிப்படை. கவிஞர் திருச்செந்தாழைத் தன் பேஸ்புக் பதிவில் குமரகுருபரனின் சிகரெட் பழக்கத்தையும், உடல் எடையையும் குறிப்பிட்டு ஒரு திருமண நிகழ்வின்போது அவர் மூச்சு விட சிரமப்பட்டு இருமிக் கொண்டிருந்ததைப் பார்த்ததைக் குறித்தும் எழுதி இருந்தார்.

இந்த எதிர்வினைகளை ஒரு எதிர்பாராத மரணத்தை எளிமைப்படுத்திப் புரிந்துகொள்வதற்கான முயற்சிகளாகவே பார்க்கிறேன். இந்த எளிமைப்படுத்தல் இல்லாவிட்டால் நம்மால் இயல்பு வாழ்வின் ஓட்டத்திற்கு உடனே திரும்ப முடியாது. சீரான வாழ்வுமுறைக்கு மீண்டு நம் ஆயுளைக் காப்பாற்றிக் கொள்ள முடியும் என நம்ப விரும்புகிறோம். எம்.ஜி.ஆர் தன் மேனி மிளிர்வுக்காக குங்குமப்பூ உண்ணும் வழக்கம் கொண்டிருந்தார். அதுவே அவரது சிறுநீரகத்தைப் பாதித்து மரணத்துக்குக் காரணமானது எனச் சொல்கிறவர்கள் இன்றும் உண்டு. அவர் தன்னை விட ஐம்பது வயது குறைவான ஒரு இளம் நடிகையுடன் உறவு கொண்டிருந்தது காரணம் எனக் கூறுகிறவர்கள் உண்டு. தமிழர்களுக்கு எம்.ஜி.ஆர் எப்படி

சாக முடியும் எனப் புரியவில்லை. அவர் உடற்பயிற்சி, நல்ல உணவுப்பழக்கம் எனத் தன்னைப் பாதுகாத்துக்கொண்டார். மிதமிஞ்சிய போதைப்பழக்கங்கள் இருந்ததாகவும் நமக்கு தகவல் இல்லை. உருக்கு மனிதரான புரூஸ் லீ ஏன் இளமையில் இறந்தார்? அவரது மிதமிஞ்சிய வேலைப்பளுவே காரணம் என அவரது அம்மா கூறினார். அவரது ரசிகர்கள் அவர் விஷமூட்டப்பட்டதாய் நம்பினர். ஆனால் உண்மையான மருத்துவக் காரணம் தலைவலியால் ஏற்பட்ட மூளை வீக்கம். ஒரு சின்ன தலைவலி மாத்திரை அப்போது கிடைத்திருந்தால் அவர் பிழைத்திருப்பார். மரணம் நமக்கு எப்போதும் கண்ணாமூச்சி காட்டிக்கொண்டே இருக்கிறது.

இந்த உண்மைகள் ஜெயமோகனுக்கும் தெரியும். அவர் ஆயுளை விட கால வீணடிப்பைப் பற்றித்தான் அதிகம் கவலை கொள்கிறார் என்பது என் ஊகம். ஜெயமோகன் நடைப்பயிற்சி, கறாரான உணவுப்பழக்கம் என உடலைப் பேணி ஆயிரக்கணக்கான பக்கங்கள் எழுதியிருக்கிறார். அவரை வாசித்து தீர்க்க முடியாமல் த்ரௌபதியைத் துகிலுரிய முற்பட்ட துச்சாதனன் போல் வாசகர்கள் திணறுகிறார்கள். தன் தலைமுறையின் பல எழுத்தாளர்களுக்கும் சேர்த்து ஜெயமோகன் உழைத்திருக்கிறார் என்பது வெளிப்படை. எழுத்து வாழ்வு அப்படியான ஒரு கறாரான ஒழுக்கமான வாழ்க்கை முறையைக் கோருகிறது என்கிறார் அவர். ஒழுங்கீனம் படைப்பாற்றலை வீணடிக்கிறது என்கிறார். அதனாலே ஒழுங்கீனமான பழக்கம் காரணமாய் ஒரு படைப்பாளி மரணிக்கும் (அல்லது அப்படி நம்பும் போது) போது அவர் கலங்குகிறார்.

நான் ஒரு எழுத்தாள நண்பரிடம் சொன்னேன் "நமக்கு முந்தின தலைமுறை எழுத்தாளர்களான ஜெயமோகன், எஸ்.ரா, மனுஷ்யபுத்திரன் போல் நம்மால் உழைக்க முடிவதில்லை. ஒரு வருடம் அவர்களைப் போல் எழுதினாலே நம் ஆரோக்கியம் சீர்குலைந்து ஐ.சி.யுவில் அட்மிட் ஆகிவிடுகிறோம்."

அவர் சொன்னார் "இம்மூவருமே முழுநேர எழுத்தாளர்கள். வேலையில் இருக்கும் எழுத்தாளர்கள் தினமும் அலுவலகத்தில் பன்னிரண்டு மணிநேரம் கழித்துவிட்டு வீட்டிலும் அமர்ந்து

எழுத முயன்றால் சீக்கிரமே பரலோகம் போக வேண்டியதுதான்."

நான் முன்பு மூன்று மாதப் பத்திரிகைகளில் எழுதிக் கொண்டிருந்தேன். இப்போது கூட இரண்டு வார, நாள் இதழ்களிலும் பத்தி எழுதுகிறேன். ஆப்பில் வால் மாட்டின் குரங்கின் நிலைதான் எனக்கு. நான் நிம்மதியாய் இரண்டு மணிநேரம் பகலில் ஓய்வெடுத்து ஒரு வருடம் ஆகிறது. இரவிலும் தூக்கம் குறைவு. அலுவலகத்தில் பத்து மணிநேர வேலை. திணறுகிறேன். ஒருவேளை இதனால்தான் என் உடல் நலம் சீரழிகிறதோ எனக் கவலைப்பட ஆரம்பித்தேன். நண்பரான இயக்குநர் ராமிடம் இதுகுறித்துப் பேசும்போது அவர் சொன்னார், "நீங்கள் கல்லூரி ஆசிரிய வேலைக்குத் திரும்பினால் உங்களுக்கு எழுதக் கூடுதல் நேரம் இருக்கும், இப்போதுள்ள சிக்கல்தானே தீர்ந்து விடும். மற்றபடி ஒரு படைப்பாளி இயங்கித்தான் ஆக வேண்டும். வேறுவழியில்லை."

என் தலைமுறையில் அலுவலக வேலையில் உள்ள கணிசமான எழுத்தாளர்களுக்கு இந்த அச்சம் உள்ளது. எழுத்தை நம்மைக் கொன்றுவிடுமா?

இதுகுறித்தும் இரண்டு விதமான பார்வைகள் உள்ளன.

1) எழுத்து நமக்குள் படிந்துள்ள தீய எண்ணங்களை வெளிப்படுத்தும். கடும் கசப்பு, வெறுப்பு, ஆற்றாமை ஆகிய உணர்வுகளின் தாக்கம் தாளாமல் நம் மனம் சிதற ஆரம்பிக்கும். இதில் இருந்து காப்பாற்றிக்கொள்ள எழுத்தாளன் கடும் உடற்பயிற்சிகள் செய்ய வேண்டும் என ஜப்பானிய எழுத்தாளர் ஹருகி முராகாமி தனது *What I Talk About When I Talk About Running* நூலில் சொல்கிறார்.

பெரும்பாலான இந்தியர்களும் இதையே மானசீகமாய் நம்புகிறோம். ஊரில் வாசிப்புப் பழக்கம் உள்ளவர்களிடம் "ரொம்பப் படித்தால் மனம் பேதலித்து விடும்" என அச்சுறுத்துவது மக்களின் வழக்கம். இந்தத் தொன்மம் நீண்ட காலமாய் நம் மத்தியில் உள்ளது. உலக அளவிலும் கூட இளம் வயதில் மரணமடைந்த கலைஞர்கள் பற்றின தொன்மம்

பிரபலமானது. மைக்கேல் ஜாக்ஸன், ஜான் கீட்ஸ் ஆகியோரைக் குறிப்பிடலாம்.

2012இல் *Journal of Aging and Health* இதழில் மரணத்துக்கும் படைப்பூக்கத்துக்குமான உறவு குறித்து ஓர் ஆய்வு வெளியாகி இருந்தது. இந்த ஆய்வின் பிரதான கண்டுபிடிப்பு படைப்பாளிகளின் மூளை ஆரோக்கியமான நரம்பணு தொடர்புகளைக் கொண்டுள்ளது. அவர்கள் மன அழுத்தத்தைச் சுலபத்தில் எதிர்கொண்டு மீள்கிறார்கள். இதனால் அவர்கள் நீண்ட காலம் ஆரோக்கியமாய் இருக்கிறார்கள். மூளைதான் உடலின் பிற உறுப்புகளின் இயக்கத்தையும் நீட்சியையும் தீர்மானிக்கும் தலைமையகம் என்பது இந்த ஆய்வாளர்களின் மைய வாதம். புத்திசாலித்தனம், உலகத்திடம் திறந்த மனதுடன் இருப்பது, நிறைய நண்பர்களைக் கொண்டிருப்பதைவிட படைப்பூக்கமே ஆயுளுக்கான சாவி என இந்த ஆய்வு கருதுகிறது.

மனுஷ்யபுத்திரனிடம் இதுகுறித்து உரையாடினேன். படைப்பாளிகளின் துர்மரணங்களைத் தனித்துப் பார்க்க கூடாது, தமிழ்ச் சமூகத்தில் ஒரு பகுதியினர் போதைப்பழக்கம் மற்றும் சீர்கேடான வாழ்க்கைமுறைகள் கொண்டு தம்மைத் தாமே அழித்துக்கொள்கிறார்கள், அவர்களின் ஒரு பகுதி மட்டுமே எழுத்தாளர்களும் என்றார் அவர். சில வருடங்களுக்கு முன்பு ஒரு தொலைக்காட்சி விவாதத்திலும் அவர் இதை வலியுறுத்தியதாய் நினைவு.

மரணம் ஏன் இத்தனை சலசலப்புகளை, உணர்ச்சிக் கொந்தளிப்புகளை எழுத்தாளர்களிடையே ஏற்படுத்துகிறது? அமெரிக்காவின் சவுத் டகோட்டா மாகாணத்தில் நடந்த உளவியல் ஆய்வு ஒன்று மரண பயத்துக்கும் படைப் பூக்கத்துக்குமான தொடர்பை அலசுகிறது. மரணம் குறித்த எண்ணம் படைப்பூக்கத்தை அதிகமாய்த் தூண்டுகிறது என்கிறது இவ்வாய்வு. எனக்கு இதுகுறித்து ஒரு விசித்திரமான அனுபவம் ஏற்பட்டது. நான் சமீபமாய் எழுத்தைக் குறைத்து அதிக ஓய்வு எடுக்க வேண்டும் என முடிவெடுத்ததாய் கட்டுரையின் துவக்கத்தில் குறிப்பிட்டிருந்தேன். அந்த சபதம்

எடுத்த பிறகு நான் எழுதுவது முன்பை விட பல மடங்கு அதிகரித்து விட்டது. இது என்ன கொடுமை என உண்மையில் எனக்குப் புரியவில்லை. ஆனால், மேற்குறிப்பிட்ட ஆய்வு இது. மனம் தன் ஆழத்தில் மரணம் குறித்துக் கொள்ளும் பதற்றத்தின் வெளிப்பாடு தான் என்கிறது. சாவு பயம் முதலில் செக்ஸ் ஆர்வத்தை அதிகமாக்கும், படைப்பூக்கத்தையும் தூண்டும். உதாரணமாய் உணவு உற்பத்தி குறைவாக இருந்த, பட்டினியாலும் கொள்ளை நோய்களாலும் மனிதர்கள் இறந்து விழுந்த பழங்காலத்தில் மனிதர்களுள் ஆளுக்கு பன்னிரண்டு குழந்தைகள் வீதம் பெற்றுக் கொண்டார்கள். உணவும் மருத்துவ வசதிகளும் பெருகிய இன்றைய காலத்தில் மலட்டுத்தன்மை மக்களுக்கு அதிகரித்து வருகிறது. போன தலைமுறையினர் அளவுக்கு நாம் செக்ஸில் திளைப்பதாகவும் சொல்ல முடியாது. ஊடகங்கள் முன்வைக்கும் செக்ஸ் பிம்பங்களில்தான் அதிகம் திளைக்கிறோம். உடலுறுவுக்கான் நேரமும் ஆர்வமும் இன்று குறைந்து வருகிறது.

இது எதேச்சையானது அல்ல. இது இயற்கையின் தீர்மானம். இன்றைய மனிதனுக்கு சாவு பயம் குறைந்து விட்டது. அதனால் அவனுக்கு குழந்தைப்பேறின் அவசியமும் குன்றுகிறது. இளம் எழுத்தாளர்களின் துர்மரணம் நமக்குள் அப்படியான மரண பயத்தைத் தூண்டுமா? நமக்குள் மரண பயம் துளிர்விட்டால் நாம் எழுதுவதும் அதிகரிக்குமா?

பேய்களும் எழுத்தாளனும்

மனோஜ் நைட் ஷியாமளனின் “சிக்ஸ்த் சென்ஸ்” படத்தில் ஒரு சின்னப் பையனுக்கு, பேய்கள் கண்ணுக்குத் தெரிகிறார்கள். அவன் பெயர் கோல். அவர்கள் பேசுவது கேட்கிறது. பையன் பயந்து வீரிட்டலறுவது இல்லை. பேய்களும் அவனிடம் பழிவாங்க உதவி கேட்பதில்லை. பேய்களுக்கு “உன் உதவி தேவையுள்ளது, அவற்றைக் கவனித்து அதரவளிக்க யாருமில்லை” என்று அவனது உளவியலாளர் (அவரே ஒரு பேய் என்பது வேறு விசயம்) கூறுகிறார்.

ஆனால் ஒரு பிரச்சனை. பேய்கள் ஒவ்வொன்றும் தம் வாழ்க்கையில் அனுபவித்த வதைகளின் வலியில் உறைந்து போயிருக்கின்றன. பின்னந்தலையில் குண்டடிபட்ட பையன் அதே துளையுடன் தோன்றுகிறான். “வா என் அப்பா துப்பாக்கியை எங்கே ஒளித்து வைத்திருக்கிறார் எனக் காட்டுகிறேன்” என்கிறான். கணவனால் சித்திரவதை செய்யப்பட்ட பேய் சமையலறையில் குருதி சொட்டும் கைகளுடன் தோன்றுகிறாள். “என்னை ஏன் இப்படித் துன்புறுத்துகிறாய், உனக்காக இவ்வளவு துயரப்பட்டு சமைக்கிறேனே” என பையனிடம் கேட்கிறாள். நூற்றாண்டுகளுக்கு முன் தூக்கிலிடப்பட்ட குடியானவனின் குடும்பம் விட்டத்தில் தொங்கியபடி தோற்றமளிக்கிறார்கள்.

தன் ஆண்டையிடம் திருடியதாகக் குற்றம் சாட்டப்பட்டு கொல்லப்பட்ட அடிமை பதுங்கியிருந்து “நான் திருடவில்லை, என்னை விட்டு விடுங்கள்” என அழுகிறான். தன்னைத் திறந்து விடுமாறு கெஞ்சுகிறான். சிறுவனால் இவர்களின் துன்பத்தை எளிதில் பகிர்ந்துகொள்ள முடியவில்லை. அவன் மிகுந்த நெருக்கடிக்கு உள்ளாகிறான்.

அடுத்தவரின் வாதைகளை அறிவதை விட மற்றொரு வதை உண்டுமா? இல்லை. அது நம்மை மெல்ல மெல்ல புற்றுநோய் போல் சிதைக்கிறது, நம்பிக்கைகள், லட்சியங்களைக் குலைக்கிறது, வாழ்க்கை குறித்து அஞ்சவும் பதறவும் வைக்கிறது. ஒரு கட்டத்தில் கோல், பேய்களின் துன்பங்களைக் கேட்டறிந்து உதவ முடியுமா என முயல்கிறான். இது பேய்கள் பற்றிய படம் அல்ல. படைப்பூக்கம் பற்றிய படம்.

படைப்பாளி என்பவன் தனக்கு சம்பந்தமில்லாத வாதைகளை, வரலாற்றில் காணாமல் போனவர்களின் துக்கங்களைப் பதிவு செய்பவன். எழுத்து ஒரு பெரும் வாதை என கி.ரா ஒருமுறை கூறியது இந்த அர்த்தத்தில்தான். மோசமான குற்றங்களை, அஞ்சத்தகுந்த கீழ்மைகளை உங்கள் பாத்திரம் செய்கிறது என்றால், விளங்காத குழப்பங்களுக்கு, விதியின் சிக்கல்களுக்கு அது ஆளாகிறது என்றால் எழுத்தாளனாக நீங்களும் இந்த அனுபவங்களின் சிலுவையைச் சுமந்துதான் ஆகவேண்டும். உங்கள் கதாபாத்திரம் ஒரு குழந்தையின் கழுத்தை நெரித்துக் கொல்கிறான் என்றால் அதை எழுதும் முன்பான மணித்துளிகள் உங்களுக்குக் கடும் வதையாகத்தான் இருக்கும். எழுதிய பின்பு உங்கள் நாவில் கசப்பின் சுவை நீங்காமல் இருக்கும். அது நீங்கள் இல்லை என்றாலும் அதைக்கூட இருந்து பார்த்தது நீங்கள்தானே. படைப்பாளி தூக்கிலிடும் பணியை செய்யும் ஆராச்சாரர் போன்றவன். மரணதண்டனை தன் தீர்ப்பு அல்ல என்றாலும் அச்செயலைக் கூட இருந்து நிறைவேற்றும் துரதிருஷ்டம் அவனுக்கு உண்டு. அவன் அதை ஏற்கவோ நிராகரிக்கவோ இயலாது.

அதனால்தான் தீமை குறித்த சிறுகதைகள், கவிதைகள் எழுதுவது எழுத்தாளனுக்கு மயிரிழையில் தப்பிக்கிற விபத்தின் உணர்வைத் தருகிறது. “நீராலானது” தொகுப்பைப் படித்த பின் மனுஷ்யபுத்திரனிடம் “இதிலுள்ள அபாரமான கவிதைகளை எழுத நீங்கள் அதிர்ஷ்டம் பண்ணியிருக்கிறீர்கள்” என்றேன். அவர் சொன்னார் “இதை எழுதியது என் வாழ்வின் ஆக மோசமான காலகட்டம். இதன் உக்கிரம் தாங்காமல் குடித்துக் குடித்து சீரழிந்தேன். மனச்சிதைவின் விளிம்புக்கே போனேன். மீண்டும் ஒரு வாய்ப்புக் கிடைத்தால் இவற்றை எழுதாமலே இருப்பேன்.” எஸ்.ராமகிருஷ்ணன் தான் ஒவ்வொரு முறை நாவல் எழுதி முடித்த பின்னும் உடல்நிலை சீரழிந்து மருத்துவமனையில் சேரும் நிலைக்குப் போய்விடுவதாகக் கூறுகிறார்.

பொதுவாக எழுத்து ஒரு நல்ல விடுவித்தல் அனுபவம் எனக் கூறப்படுகிறது. மனச்சோர்வு கொண்டோரை எழுத்துப் பயிற்சியில் ஈடுபடச் சொல்வார்கள். இதை *free writing* என்பார்கள். அதாவது தங்குதடையின்றி மனதில் பட்டதை எழுதிக்கொண்டுபோவது. ஆனால் எழுத்துப் பயிற்சி உண்மையிலேயே ஆரோக்கியமானதுதானா என்கிற ஐயம் இப்போது ஏற்படுகிறது.

எழுத்தாளர்கள் பிறரை விட சீக்கிரமே உடல் நிலை சீரழிந்து போவதைப் பார்க்கிறோம். போதை மருந்து, காமம், சூதாட்டம் என எதாவது ஒன்றில் சிக்கி மீளமுடியாது தவிப்பார்கள். எழுத்தாளன் என்றில்லை, இலக்கியம் கலை வாசிப்பு என ஆர்வம் உள்ளவர்கள் பலரும் இதுபோல் தன்னழிப்பு முனைப்பு கொண்டவர்கள்தாம். போதையினால் கற்பனை மலரும், அதனால கலைஞர்கள் போதையின் சாத்தியங்களை நாடுகிறார்கள் என்று ஒரு காலத்தில் நினைத்தார்கள். ஆனால் சுயதேடல் கொண்டவர்களால் தவிர்க்க முடியாது போகிற ஓர் அல்லலாகவே போதையைப் பார்க்க வேண்டி உள்ளது.

ஏதோ ஒரு புள்ளியில் வாழ்வின் குரூரங்களை, குழப்படிகளை அறிய நேரும் இவர்கள் எளிதில் சகஜ வாழ்வுக்கு மீள்வதில்லை. இதற்கு எழுத்தாளனாய்த் தான் இருக்கும் அவசியம் இல்லை.

படைப்பு மனம் இருந்தால் மட்டுமே கூட போதும். அது உங்களை சதா இருட்டின் பக்கங்களைத் திறந்து பார்க்கத் தூண்டுகிறது. அதனால்தான் மிகச் சாதாரணமான மற்றும் உன்னதமான படைப்பாளிகள் ஒரே போன்று தம்மைத் தாமே அழித்துக் கொள்கிறார்கள்.

நாவலாசிரியர்களுக்கு இன்னும் சிக்கல் அதிகம். ஒரு கவிதையை, கதையை எழுதிய பின் பைத்திய மனநிலையைக் கடந்து போய்விடலாம். ஆனால் தினம் தினம் நாவலை எழுதியாக வேண்டும். முடிக்க வருடங்கள் எடுக்கலாம். தினம் தினம் அவன் உளைச்சல்களோடே வாழ்ந்தாக வேண்டும். ஆனால் நாவல் என்பது வாழ்வின் தீமை மட்டும் அல்லவே. வாழ்வின் மகத்துவமான இனிமையான நாட்களையும் சித்தரிக்கும் மனக்கிளர்ச்சி, உல்லாசமும் எழுத்தாளனுக்குக் கிடைக்கும். ஆனால் இனிப்பை உற்பத்தி செய்கையில் எந்தளவு அவன் விரல்கள் இனிக்குமோ விஷத்தை உருவாக்கும் போது அதே அளவு விரல் நுனி நீலம் பாரிக்கும். உச்சகட்ட மகிழ்ச்சியின் கிளர்ச்சியையும் துக்கத்தின் வதையையும் வருடம் முழுக்க மாறி மாறித் தருவதனால்தான் நாவல் எழுதுவது சிலருக்கு வசீகரமான நடவடிக்கையாய் இருக்கலாம்.

சரி இதைத் தொழில்முறை ஆபத்து என வரையறுப்போம். அதில் இருந்து தன்னைப் பாதுகாத்துக்கொள்ள எழுத்தாளன் என்ன செய்யலாம்? ஒன்று, அவனுக்கு எழுத்தில் தன்னில் ஏற்படுத்தும் விளைவுகள் இவை என்கிற பிரக்ஞை வேண்டும். மதுவையும் மிதமிஞ்சிய காமத்தையும் நோக்கிச் செலுத்தாமல் இது அவனைப் பாதுகாக்கும். அடுத்து, உடல் ஆரோக்கியத்தை மேம்படுத்த வேண்டும்.

இரண்டாவது ஆலோசனையைத் தருபவர் பிரபல ஜப்பானிய நாவலாசிரியர் ஹருகி முராகாமி. அவர் மிக அதிகமாய் சிகரெட் புகைப்பவர். முப்பத்தி மூன்று வயதுக்கு மேல் ஒருநாள் தொடர்ந்து பல நிமிடங்கள் இருமி முடித்த பின் அவருக்கு ஓர் எண்ணம் வருகிறது: “இப்பிடியே போனால் விரைவில் நான் நோய்வாய்ப்பட்டுத் தளர்ந்து போவேன். எழுத முடியாமல்

போகும்.” அவர் சிகரெட் பழக்கத்தை விடுகிறார். ஆனால் அடுத்து அவர் செய்கிற காரியம் முக்கியம்.

தான் இப்படி தொடர்ந்து புகைப்பது எதனால் என யோசிக்கிறார். எழுத்து தரும் மனநெருக்கடியைத் தாள முடியாததனால் மனம் உடல் வழி தன்னையே அழிக்கப் பார்க்கிறது என அறிகிறார். உடலும் மனமும் இருவேறு விசயங்கள் அல்ல. மனதின் நீட்சியே உடல், உடலின் நீட்சியே மனம் என உணர்கிறார். ஆக எழுத்தாளன் வெறுமனே வாசிப்பதும் எழுதுவதும் மட்டும் போதாது. அது கால்வாசி பயிற்சிதான். முழுமையான மனப்பயிற்சி உடலுக்குச் சேர்த்து தரும் உடற்பயிற்சிதான் என நினைக்கிறார். அவர் அன்று முதல் ஓட்டப்பயிற்சி ஆரம்பிக்கிறார். அதற்கு முன் அவர் அதிகம் ஓடியது இல்லை. அதனால் மிகுந்த சிரமங்கள் ஏற்பட விடாமல் ஓடுகிறார். மெல்ல மெல்ல மராத்தான் ஓடும் நிலைக்கு வருகிறார். முராகாமிக்கு இப்போது வயது 64. இதுவரை வருடத்துக்கு ஒன்று என 31 மராத்தான்களை ஓடியிருக்கிறார். இந்த மராத்தான் ஓட்டத்திற்காகத் தனி பயிற்சிகள் எடுக்கிறார். எழுத்தைப் போன்ற அதே அளவு முக்கியத்துவத்தை ஓட்டத்திற்கு அளிக்கிறார். சில மராத்தான் அனுபவங்களின் டயரிக் குறிப்புகளாக எழுதி ஒரு நூல் வெளியிட்டிருக்கிறார்: “ஓட்டத்தைப் பற்றிப் பேசும்போது என்ன பேசுவேன்” *(What I Talk about When I Talk about Running)*. இதில் தான் ஒரு இயல்பான ஓட்ட திறமை கொண்ட ஆள் அல்ல என்கிறார் முராகாமி. அவருக்கு நீண்ட தூரம் ஓடும் திறனோ வேகமாய் ஓடும் கால் தசைகளோ இல்லை என்கிறார். கடவுள் அவரை ஓடுவதற்காகப் படைக்கவில்லை. ஒவ்வொரு மராத்தான் மற்றும் அதற்கான தினசரி ஓட்டப்பயிற்சியும் கடும் வலியை ஏற்படுத்துகிறது. சிலநாள் அவரே கீழே இறங்கி காலை பதிக்க முடியாதபடி கால் மரக்கிறது, முட்டி வீங்குகிறது. ஆனால் வலியைத் தாங்கும், தொடர்ந்து ஒரு செயலைச் செய்யும் விடாப்பிடித்தனம் மட்டுமே தனக்கு இயல்பாக கிடைத்த திறமை என்கிறார் முராகாமி. அதைக் கொண்டு மட்டுமே அவரால் திறமையோ உடல்வலிமையோ இல்லாமல்

கூட இத்தனை வருடங்களாய் மராத்தான் ஓட இயலுகிறது. ஆனால் எதற்கு ஒருவர் தன்னை இந்தளவு வருத்திக்கொள்ள வேண்டும்?

இவ்வாறு வருத்திக்கொள்வதன் வழியாக அவர் தன் மனதை விடுவிக்கிறார். உடலுக்கு அழுத்தம் அதிகமாகும் போது அது மனதை பாதிக்கிறது. மனம் துயருறும் போது அது உடலில் வலியாக வெளிப்படுகிறது. உடல் புல்லாங்குழல் என்றால் மனம் அதில் உள்ள துளைகள். மனதின் வலியைத் தாங்க ஆரோக்கியமான உடல் வேண்டும் என்கிறார் முராகாமி. எழுத்தின் போது நாம் போகக் கூடாத தீமையின் பாதைகளில் பயணிக்கிறோம்; அப்போதும் நாம் காணும் இருட்டான உலகம் நம்மைக் கடுமையாய் துன்புறுத்தி மனதைக் கலைத்துப் போடுகிறது. எழுதி முடித்த பின்னும் அந்தத் தீங்கு நம்முடன் ஒட்டிக்கொண்டு வருகிறது. அது நம்மைத் தொந்தரவு பண்ணிக்கொண்டே இருக்கிறது. அதைத் தாங்கும் உடல்வலு எழுத்தாளனுக்கு அவசியம் என்கிறார் முராகாமி. மனவலிமை போதும் என முராகாமி சொல்லவில்லை என்பதைக் கவனியுங்கள். மனம் விழும்போது மனதால் ஒன்றும் பண்ண முடியாது; அதை உடல்தான் தாங்க வேண்டும். அது போல் உடல் விழும் போது மனம் தாங்கிக் கொள்ளும். இந்தப் புரிந்துணர்வுதான் முராகாமியை அறுபத்தி நாலாவது வயதிலும் மராத்தான் நோக்கிச் செலுத்துகிறது.

தமிழில் இவ்விசயத்தை நன்குணர்ந்தவர் ஜெயமோகன். அவருக்கு என்று கறாரான உணவு நடைமுறை உண்டு. பத்மநாபபுரத்தில அவர் தங்கியிருந்த போது தக்கலையில் உள்ள அலுவலகத்துக்கு நடந்துதான் போவார். அவர் சாராயம், சிகரெட், பீடா, குட்கா எல்லாம் பயன்படுத்துவதில்லை. அவர் நடத்துகிற கூட்டங்களிலும் அனுமதிப்பதில்லை. உடற்பயிற்சி செய்யாத தமிழ் எழுத்தாளனுக்கு அட இவருக்கு ஏன் போதை வஸ்துக்கள் பிடிப்பதில்லை எனக் குழப்பமாக இருக்கிறது. கொஞ்சம் குடித்தால் நம்மைப்போல் ஜாலியாக இருப்பாரோ என யோசிக்கிறான். வைக்கம் முகமது பஷீர்

தினமும் உடற்பயிற்சி செய்வார். குஸ்தி முறைகள் தெரிந்தவர் அவர். இடுப்பில் எப்போதும் கத்தி வைத்திருப்பார். தனது வலிமையான பௌருஷமான உடல் பற்றின பெருமை கொண்டவர் கூட.

கட்டுரைகள் எழுதுவது மனத்தொந்தரவுகளை அளிப்பதில்லை. சொல்லப் போனால் மனச்சிக்கல்களுக்கு அவை தீர்வாக உள்ளன. என் மனைவி என்னைக் கடுமையாகத் திட்டிக் கொண்டிருக்கும் போது அவளுக்குக் கூற வேண்டிய பதில்களை கட்டுரையாக இன்னொரு பக்கம் எழுதிக் கொண்டிருப்பேன். எழுதி முடித்ததும் சிரித்தபடி "இவ்வளவுதானா, இன்னமும் சொல்லு" என்பேன். பா.ஜ.க இத்தேர்தலில் பெரும் வெற்றி பெற்றது என்னை ரொம்ப கலக்கமடைய வைத்தது. தொடர்ந்து நண்பர்களுடன் அது குறித்துப் புலம்பிக்கொண்டிருந்தேன். அது என்னை மேலும் துன்பத்தில் தள்ளியது. அப்புறம் மோடி குறித்து ஒரு கட்டுரை எழுதினேன். அதோடு மனதைப் பிடித்த சனியன் அகன்றது போல் நிம்மதி கிடைத்தது. ஆனால் நாவல் எழுதுகிற ஒவ்வொரு நாளும் கசப்பில் ஆழ்ந்துகொண்டே போவதுதான் என் அனுபவம். இது நேரடியான துன்பம் அல்ல. மறைமுகமாக அடியாழத்தில் நம்மை அரிக்கிற அவஸ்தை.

கட்டுரை உண்மையை எளிமைப்படுத்துகிறது. புனைவு அதைச் சிக்கலாக்குகிறது. கட்டுரை உண்மையைத் தெளிவாக்குகிறது. புனைவு அதைக் குழப்பமாக்குகிறது. கட்டுரையில் வாழ்வின் பிரச்சனைகளுக்கு ஒரு தீர்வு இருக்கும். அல்லது குறைந்தது அப்படியான பாவனை இருக்கும். புனைவில் தீர்வுகளே இல்லை. சரி புனைவு எழுதுவதைப் பேசாமல் விட்டுத் தள்ளலாமே?

கட்டுரை நண்பனைப் போன்றது. நண்பன் வாழ்வை மகிழ்ச்சியாக்குவான். தொல்லைகளில் இருந்து பாதுகாப்பான். ஆனால் புனைவு காதலி போல. நோகடித்துக் கொண்டே இருப்பாள். தற்கொலை நோக்கித் தள்ளுவாள். ஆனால் நண்பனா காதலியா என்றால் கண்ணை மூடிக்கொண்டு யாரைத் தேர்வீர்கள்? மனித குணம் அப்படி!

மூன்றாவதாக ஒரு பிரச்சனை உள்ளது. புனைவெழுத்தாளனால்

சமூகத்துடன் ஒட்டிப் போக முடியாது. சமூகத்துக்கும் புனைவெழுத்தாளனுக்கும் பரஸ்பரம் தாம் பேசுகிற மொழி புரியாது. புனைவெழுத்தாளனுக்குச் சமூகம் கிறுக்காகவும் சமூகத்துக்கு அவன் கிறுக்காகவும் தோன்றும். இது அவனை மோசமாக பாதிக்கும். அவன் தனிமைப்படுவான். "சிக்ஸ்த் சென்ஸில்" கோல் எனும் அச்சிறுவன் தன் சக மாணவர்கள் மற்றும் ஆசிரியர்களால் விநோத பிராணியாகப் பார்க்கப்படுகிறான். அவன் தன்னைச் சுற்றி உலவும் பேய்கள் கூறும் ரகசியங்களை உடனுக்குடன் வெளியே கூறிவிடுகிறான். ஆசிரியர் வகுப்பில் அவர்கள் இருக்கும் வகுப்பறையின் வரலாறு பற்றிப் பேசுகிறார். அந்த வகுப்பறை பல நூற்றாண்டுகளுக்கு முன் குற்றவாளிகளைத் தூக்கிலிடும் இடமாக இருந்தது என ஆவிகள் மூலம் அறியும் கோல் எழுந்து வகுப்பில் அதைக் கூறுகிறான். ஆசிரியருக்கு அவ்வரலாறு தெரியாது. அவர் குழப்பமுற்று அவனை முறைக்கிறார். கோலுக்கு இது எரிச்சலூட்டுகிறது. அவன் அந்த ஆசிரியர் சின்ன வயதில் திக்குவாயனாக இருந்து மனச்சிக்கலுக்கு ஆளாகிய உண்மையைக் கத்தி கூறுகிறான். சமநிலை இழக்கும் ஆசிரியர் கோலை நோக்கிக் கத்துகிறார். அவர் பதற்றத்தில் பல வருடங்களுக்குப் பின் மீண்டும் திக்குகிறார். பின்னர் கோல் இவ்வாறு எல்லாரிடமும் தன் உண்மைகளை வெளிப்படுத்தக் கூடாது என அறிகிறான். இறுதிக் காட்சியில் அவன் ஒரு நாடகத்தில் நடிக்கிறான். அதற்காக ஒப்பனை செய்துகொண்டிருக்கையில் பல ஆண்டுகள் முன்பு அம்மேடையில் நடந்த தீவிபத்தில் கருகி இறந்து போன பெண்ணின் ஆவி அவனிடம் பேசிக்கொண்டிருக்கிறாள். அப்போது அதே ஆசிரியர் வருகிறார். அவர்தான் கோலுக்கு நாடகத்தில் நடிக்க வாய்ப்பளித்தவர். அவர் "யாரிடம் பேசிக் கொண்டிருக்கிறாய்" எனக் கேட்கிறார். கோல் அதற்கு "சும்மா வரிகளை மனனம் செய்துகொண்டிருந்தேன்" என்று பொய் சொல்லுகிறான். அவர் சமாதானமாகிறார். கோல் நாடக வாய்ப்புக்கு ஆசிரியருக்கு நன்றி சொல்கிறான். நாடகத்தில் சிறப்பாக நடித்து கைதட்டு வாங்குகிறான்.

இன்னொரு காட்சியில் அவன் காரில் அம்மாவுடன்

இருக்கையில் ஒரு விபத்து நடக்கிறது. அவர்கள் போக்குவரத்து நெரிசலில் வெகுபின்னே தங்கிப் போகிறார்கள். கோல் தன் அம்மாவிடம் நடந்த விபத்தில் ஒரு பெண் இறந்துவிட்டதாய்க் கூறுகிறான். உனக்கெப்படித் தெரியும் என அம்மா வினவ, இறந்துபோன பெண்ணின் ஆவி தன் பக்கத்தில் கார் கண்ணாடி அருகே நிற்பதாய் கூறுகிறான். அதுவரை அவன் தன் அம்மாவிடம் பேய்களைக் காணும் இயல்பு தனக்கு உள்ளதைக் கூற மாட்டான். இது பல குழப்பங்களை மனஸ்தாபங்களை இருவர் இடையிலும் ஏற்படுத்துகிறது. இப்போது தன்னைப் பற்றிய உண்மைகளை அவன் முதன்முறை சொல்லிய பிறகு அம்மாவுக்கும் பையனுக்கும் இடையே நல்லுறவு ஏற்படுகிறது.

இந்த இரண்டு காட்சிகளில் முதல் காட்சியில் கோல் தன் ஆசிரியரிடம் பேயைப் பார்த்த உண்மை நிலையைக் கூறாமல் மனனம் செய்ததாய்ப் பொய் சொல்லுகிறான். இரண்டாவதில் அம்மாவிடம் பேய் பார்த்ததாய் உண்மை சொல்லுகிறான். இதன் பொருள் படைப்பாளி வெளிசமூகத்திடம் தன் உண்மை சொரூபத்தைக் காட்டக் கூடாது என்பது. வெளியே நீங்கள் மிக மிக சாமான்யமாக இருப்பதே நல்லது. சாமான்யனாய் இருப்பதாய்ப் பாவனை செய்வது வெளிசமூகத்தில் சகஜமாய்த் தொந்தரவின்றி வாழ உதவும். அதே சமயம் உள்வட்டத்தில் உள்ள அம்மா, மனைவி, நண்பர்களிடம் ஒரு எழுத்தாளனாய் வாழும் நிலையின் சிக்கல்களை வெளிப்படுத்த வேண்டும். வீட்டுக்குள் எழுத்தாளனாகவும் வெளியே சாமான்யனாகவும் இருப்பதே நல்லது என்கின்றன இக்காட்சிகள். எழுத்தாளன் எப்படியும் மறைந்து வாழும் நக்சலைட் போலத்தான். அவன் வெளியே மாறுவேடத்திலும் உள்ளே இயல்பாகவும் இருக்க வேண்டும். இல்லாவிட்டால் சமூகத்துக்கும் அவனுக்கும் ஆபத்து. உதாரணமாய், வெளிசமூகத்தில் எழுத்தாளனாகவே இருக்க தலைப்படும் புனைவெழுத்தாளன் அவமதிக்கப்படுவான், ஒடுக்கப்படுவான், குறைந்தது தவறாய்ப் புரிந்துகொள்ளப்படுவான். வீட்டுக்குள் தன் படைப்பு பிரச்சனைகளை மறைக்கும் ஆணை மனைவி பிரிந்து போய் விடுவாள்.

கவலையில்லாமல் எழுதுவது எப்படி?

நண்பரும் எழுத்தாளருமான சுரேஷ் கண்ணன் சமீபத்தில் என்னிடம் எழுத்து சம்பந்தமாய் சில கேள்விகள் எழுப்பினார் அவை கொஞ்சம் அந்தரங்கமான கேள்விகள் எனப் பட்டதால் ஆரம்பத்தில் பதிலெழுதத் தயங்கினேன். அந்தரங்கம் என்றால் படுக்கையறை என்றெல்லாம் இல்லை. நான் எழுதும்போதான மனநிலை. பொதுவாக என் எழுத்து குறித்துப் பேச எனக்குக் கூச்சம் அதிகம். ஏனென்றால் ஒரு குழந்தைக்கு ஏன் விரல் சூப்பப் பிடிக்கும் எனக் கேட்டு அதுவும் விளக்கத் துவங்கினால் ரொம்ப தத்துபித்தென பித்துக்குளித்தனமாய் இருக்குமல்லவா! என் எழுத்துக்கான தயாரிப்பு, திட்டங்கள், முஸ்தீபுகள் குறித்த பதில்களும் அப்படித்தான் அமையும்.

இருந்தாலும் என்னை மதித்துக் கேட்டிருக்கிறார் என்பதால் சில நாட்கள் என்ன எழுதலாம் என யோசித்தேன். நகம் கடித்தேன். துப்பினேன். முகவாயை மேலும் கீழுமாய் ஆட்டினேன். பிறகு மறந்துவிட்டேன். அடிக்கடி நினைவுபடுத்திக்கொள்வேன். பிறகு மீண்டும் மறதி. இன்று எதேச்சையாய் அவர் பதிவை படிக்க நேர...

சுருக்கமாய் அவர் கேள்விகள் என்ன என முதலில் பார்ப்போம்.

“என்னளவில் வார, மாத இதழ்களுக்கு அந்தந்த

டெட்லைன்களுக்குள் எழுதுவதென்பது நிச்சயம் மன அழுத்தத்தை ஏற்படுத்தும் விஷயம். சமீபமாக அந்த அழுத்தத்தை என்னால் நன்கு உணர முடிகிறது. அதுகுறித்த அலாரம் மனதில் ஒரு சுமையாக அப்படியே உறைந்து மிரட்டிக் கொண்டேயிருக்கும் சமயங்களில் நடுஇரவில் கூட அது சார்ந்த அலாரம் உள்ளே பலமாக அடித்துப் பதறியடித்து எழுந்து உட்கார்ந்து எழுதியிருக்கிறேன்.

என்னைப் பொறுத்தவரை அச்சு ஊடகத்திற்கு எழுதுவது என்பது ஒரு வாதை. எழுதுவது குறித்த திட்டவட்டமான கருத்துகளும் வடிவமும் மனதில் ஏற்கெனவே தோன்றியிருந்தாலும் அவற்றைச் சொற்களின் வடிவத்தில் வலுக்கட்டாயமாகப் பிடுங்கி கோர்வையாக அமைப்பது என்பது சள்ளை பிடித்த வேலை. எவ்வளவு தூரம் ஒத்திப் போட முடியுமோ அத்தனை தூரம் ஒத்திப் போடத் தோன்றும்.

இணையத்தில் எழுதும் போது அது நம்முடைய ஏரியா என்பதால் எவ்விதப் பிழைகளையும் பற்றிக் கவலைப்படாமல் இயல்பாக எழுதிவிட முடிகிறது. ஆனால் அச்சு ஊடகம் எனும் போது அது இன்னொருவரின் பொறுப்பில் இருக்கும் பிரதி என்பதால் தன்னிச்சையாகவே ஒரு பதட்டமும் ஒழுங்குணர்வும் உள்ளே வந்து விடுகிறது."

இந்த நெருக்கடிக்கு எனக்கு உண்டா? உண்டெனில் எப்படி எதிர்கொள்கிறேன்?

முதலில், நானும் சுரேஷ் கண்ணனும் முழுக்க வேறுபட்ட ஆளுமை கொண்டவர்கள். அவர் எதையும் திட்டமிட்டு கறாராய் செய்ய விரும்புகிறவர். கெட்டபெயர் வாங்கக் கூடாது என கவலை கொள்கிறவர். நான் "போனால் போகட்டும் போடா" வகையறா. என் இயல்பே அக்கறையின்மை சார்ந்ததுதான்.

நான் இரண்டு பத்திகள் எழுதி வருகிறேன். ஒன்று தினமணியில், இன்னொன்று குமுதத்தில். இரண்டுக்கும் சில மணிநேரத் தயாரிப்பு அவசியம். இரவில் தூங்கும் முன்னரோ வேறு வேலைகள் நடுவிலோ தயாரித்துக்கொள்வேன். அப்போதே

என்ன எழுத வேண்டும் எனும் திட்டம் எனக்குள் இருக்கும். இரண்டு பத்திகளுமே 400-500 வார்த்தைகள்தாம். ஒன்று எழுத சராசரியாய் முக்கால் மணிநேரம் போதும். அதுவும் நிறையத் தகவல்களைக் கோர்க்க வேண்டும் என்பதால். இல்லையென்றால் அதற்கும் பாதி நேரம் போதும். இந்த இரண்டு பத்திகளும் எனக்கு என்றும் நேர நெருக்கடியை அளித்ததில்லை. மூன்று நாட்கள் தொடர்ந்து எழுதி ஒன்றரை மாதத்துக்கு ஆன கட்டுரைகளைக் கொடுத்து விடுவேன்.

அடுத்து உயிர்மைக்கு நான் மாதாமாதம் எழுதும் கட்டுரை. இதையும் திட்டமிட்டு எழுதுவதில்லை. என் கட்டுரையின் பாணியே மறுத்து எழுதுவதுதான். என் இயல்பே எல்லாவற்றையும் சந்தேகிப்பது, சுயமாய் யோசித்துப் புரிய முயல்வது, எனக்கான ஒரு தனிப் பார்வையை உருவாக்குவது. யார் சொல்வதையும் நான் இதுவரை ஏற்றுக்கொண்டதில்லை. சமூக வலைதளங்களில், பத்திரிகைகளில் நான் எதிர்கொள்ளும் நிலைப்பாடுகளை மறுத்தே நான் பெரும்பாலான கட்டுரைகளை எழுதி இருக்கிறேன். சிலநேரம் ஒரு நூலிலோ கட்டுரையிலோ பொதுவாய் நாம் புரிந்துகொண்டதற்கு முழுக்க மாறுபட்ட பார்வையை காண்பேன். அதை முன்வைத்து என் தரப்பையும் சேர்த்து எழுதுவேன். விவாத அரங்குகள் கண்டிருப்பீர்கள். ஒருவர் ஆணித்தரமாய் கூறுவதை இன்னொருவர் கொலைவெறியுடன் மறுத்துத் திரும்ப அடிப்பார். நான் அப்படியான ஒரு ஆள். எனக்கு என ஒரு மாற்றுத்தரப்பு இல்லையெனில் எழுத மாட்டேன். ஒரு நிலைகொண்ட விசயத்தைக் கலைப்பது தான் என் நோக்கம். அதில் எனக்கு ஒரு திகில் உள்ளது. இதனால் நான் பெரும்பாலும் உணர்ச்சிவசப்பட்டு “உன்னை அடித்து காலி பண்ணுறேன் பார்” எனும் மூர்க்கத்துடன் தான் எழுதுவேன். என் உணர்வுநிலை கட்டுரை தொனியில் தெரியாது என்றாலும் இதுவே உண்மை. நிதானமாய்ச் சிந்தித்துச் சொல் சொல்லாய்க் கோர்த்து ஒரு கச்சிதமான கட்டுரை எழுதுவது என் விருப்பம் அல்ல.

இதை ஒட்டி என்னை இப்படி விளக்கிக்கொள்கிறேன். நான் ஒரு மரபான எழுத்தாளன் அல்ல. நான் ஒரு பெரும் விவாதத்தில்

ஒரு சிறிய தரப்பை முன்வைக்கிற ஆள். எல்லாரும் சேர்ந்து சமைக்கிற சாம்பாரில் நான் ஒரு அரை ஸ்பூன் காரப்பொடியைப் போடுகிறேன். அவ்வளவுதான்.

ஏழெட்டு வருடங்களுக்கு முன்பே நான் "எழுத்தாளன் என்றால் என்ன?" எனும் கட்டுரையில் இதுகுறித்து எழுதியதாய் நினைவு. எழுத்தாளன் என்பது ஒரு பிரமை என அடிக்கடி எனக்குத் தோன்றும். அது ஏன் என அக்கட்டுரையில் விளக்கி இருக்கிறேன்.

இந்த நிலைப்பாடு பதற்றமின்றி ஜாலியாய் எழுத எனக்கு உதவுகிறது.

எழுதத் துவங்கிய காலத்தில் எனக்கு எதை எழுதுவது என்பது குறித்த நெருக்கடி நிச்சயம் இருந்தது. உயிரோசை ஆரம்பிக்கப்பட்ட கட்டத்தில் நான் அதில் வாராவாரம் எழுதினேன். ஆனால் எனக்கு எழுத ஒன்றுமே தோன்றாது. அதற்காய்த் தேடித் தேடி வாசித்து தகவல்கள் தொகுத்து எழுதுவேன். ஆனால் அப்போதும் எழுதத் துவங்கினால் அதில் மூழ்கிவிடுவேன். தப்பான அடவு வைக்கிறோமா என்றெல்லாம் கவலை கொள்ள அவகாசம் இருக்காது. ஆனாலும் எழுதுவதற்கு முன்பான சில நாட்கள் கடன் கேட்பதற்கு முன்பான நிமிடங்கள் போலத்தான் இருக்கும்.

அதை எப்படிக் கடந்தேன். நான் ஒரு கட்டத்தில் எனக்கு எவை பற்றியெல்லாம் எழுத விருப்பம் அதிகம் என கண்டுகொண்டேன். என் புரிதலில் இருந்து மட்டும் எழுதினேன். எழுத்துக்காய் தனியாய் படிப்பதை நிறுத்தினேன். எதேச்சையாய் நான் வாசிப்பதும் பார்ப்பதும் கேட்பதுமே எனக்கான தூண்டுதல். எழுதிப் பழகிக் கொஞ்ச காலத்தில் நம் மனம் பல திசைகளில் தன்னைத் திறந்து வைக்கத் துவங்கும். கருத்துகளும் பார்வைகளும் கொன்றைப் பூக்கள் போல் கொத்துக் கொத்தாய் நமக்குள் பூத்துத் தொங்கும். ஒன்றைத் கிள்ளி எடுத்து வேறு வடிவில் வைப்பதே நம் வேலையாக இருக்கும். சில வாரங்களில் எனக்கு ஒரே நாளில் பத்துக் கட்டுரைகள் எழுதத் தூண்டுதலும் ஐடியாக்களும் தோன்றும்.

நேரம் இல்லாமலே தவிர்த்து விடுவதுண்டு.

சில நாட்களில் ஒரு கணித பார்முலாவை போட்டுப் பார்ப்பது போல் எழுதுவேன். ஒரு சிறிய கேள்வி தோன்றும். அதை பரிசீலித்துப் பார்க்க எழுதுவேன். என் பாணியில் அதற்கு விடை காண இயலுமா என முயல்வேன். சமீபத்தில் சொர்க்கம் உண்மையில் இருக்கிறதா என்பதற்கு சி.எஸ் லீவிஸ் எனும் விமர்சகரின் பதிலைப் படித்தேன். எனக்குள் அது சட்டெனப் பல கேள்விகளைத் தூண்டியது. அவரது பார்வையை வெவ்வேறு தளங்களில் வைத்து உரைகல்லைப் போல் உரசிப் பார்ப்பேன். அது சரியா தவறா என்பதை எழுதும் போக்கிலே கண்டறிய முயல்வேன். அதுதான் எழுத்தில் எனக்குக் கிடைக்கும் மிகப்பெரிய உத்வேகம், மனக்கிளர்ச்சி, பறக்கும் உணர்வு.

இப்படி எதை எழுதுவது எனும் ஒரு பிடிப்பு கிடைத்த பின் எனக்கு எழுத்து சார்ந்த பதற்றங்கள் வெகுவாய் குறைந்து விட்டன. இறுதியாய் நானே அடிக்கடி என்னிடம் சொல்லிக் கொள்வேன்: “நீ ஒரு எழுத்தாளன் அல்ல.”

நான் ஒரு புத்திசாலியோ, ஆய்வாளனோ, மேதையோ, அறிவுஜீவியோ அல்ல. என் நண்பர்களுடன் ஒப்பிடுகையில் நான் மிக மிகக் குறைவாகவே படித்திருக்கிறேன். உலக ஞானமும் எனக்கு மிகக் குறைவே. ஆக இந்த அளவிலான என்னை அறிய விரும்புகிறவர்கள் மட்டுமே என் வாசகர்கள். அவர்களும் என்னைப் போல் எளியவர்களே.

எழுதும் போது அது எளிய வாசகனுக்கும் புரிய வேண்டும் என்பதில் மட்டுமே கவனம் கொள்வேன். அது கூட சிலநேரம் என் பிரச்சனை அல்ல என நினைப்பேன். கீர்க்கெகாட் இருத்தலியம் பற்றி என்ன சொல்கிறார் என எல்லா வாசகர்களுக்கும் ஸ்கிரீம் சாப்பிடும் லாகவத்தில் புரிய வைக்க முடியாது. அப்படி முடியாவிட்டால் அது என் குற்றமே. கடவுள் எனக்கு அளித்துள்ள மூளையை வைத்து இவ்வளவு தான் செய்ய முடியும் என சமாதானம் பண்ணிக் கொள்வேன்.

சுருக்கமாய் மீண்டும்:

எதற்கும் அலட்டிக் கொள்ளாதிருப்பது என் இயல்பு

எழுதுவதற்கென யோசிக்கத் தேவையில்லாதபடி என் மனம் மாறிவிட்டது. அது என் எழுத்திற்கான உணர்வுநிலைகளையும் கருத்துக்களையும் அது தந்துகொண்டே இருக்கிறது.

நான் எழுத்தாளன் என என்னை பாவிப்பதில்லை. எனக்கும் அறிவும் புரிதலும் குறைவு எனும் நிலைப்பாட்டில் இருந்து தான் எழுதத் துவங்குகிறேன்.

எழுத்தாளனின் கலாச்சார அதிகாரம்

நேற்று நண்பர் சர்வோத்தமனுடன் பேசிக்கொண்டிருக்கும் போது அவர் எழுத்தாளர்களின் கலாச்சார அதிகாரம் பற்றிக் குறிப்பிட்டார். எழுத்தில் பெரும் சமூக அங்கீகாரமோ பணமோ இல்லை. சொல்லப்போனால் இத்தனை பேர் வருடாவருடம் மலைக்கு மாலை போடுவது போல் நிறைய விரதங்கள் இருந்து எழுதி புத்தகம் போட்டு, அவர்களில் சிலர் கூடுதலாய்ச் செலவு செய்து புத்தகத்தை புரமோட் செய்வது எல்லாம் பார்க்கும் போது கொஞ்சம் அபத்தமாய் உள்ளது. இதில் இருந்து அவர்களுக்குக் கிடைப்பது என்ன? கலாச்சார அதிகாரம் என்றார் சர்வோத்தமன்.

இதையே என் நண்பர் ஒருவர் வாசகர்களின் பேரன்பு என்பார். இன்னொருவர் தோழமை என்பார். மற்றொருவர் பிரியம் என்பார். கலாச்சார அதிகாரம் என்ற சொல் எனக்கு சரியாகப் படுகிறது.

அதாவது ஒரு கூட்டத்தில் யாரென்றே தெரியாத பத்துப் பேர் உங்களைத் தேடி வந்து கைகுலுக்கும்போது, புத்தகத்தில் கையெழுத்து வாங்கும் போது ஒரு கிளுகிளுப்பு ஏற்படுகிறது. அல்லது மற்றொரு எழுத்தாளனைப் பத்துப் பேர் சூழ்ந்து

பேரன்பைக் காட்டும்போது நமக்குப் பொறாமை ஏற்படுகிறது. உங்கள் சொல்லுக்கு என்று ஒரு மதிப்பு, அதைப் படிக்க, கேட்க என ஆட்கள். எவ்வளவு குறைவான எண்ணிக்கை என்றாலும் இது ஒரு அதிகாரம்தான். தெருவில் இஸ்திரி போடுகிறவருக்கோ ஓட்டல் கல்லாவில் இருப்பவருக்கோ இது இல்லை.

எனக்கு எப்போதும் இந்த அதிகாரம் கூச்சம் ஏற்படுத்தும். நேற்று வங்கிக்குப் பணம் எடுக்கப் போயிருந்தேன். அங்கு என்னைப் போன்ற ஒரு வாடிக்கையாளர் என்னைத் தேடி வந்து அறிமுகப்படுத்திக் கொண்டார். என் வாசகர் என்றார். என் பிளாகைப் படிப்பதாய்ச் சொன்னார். உயிர்மைக் கூட்டங்களுக்குத் தவறாமல் வருவதாய்ச் சொன்னார். அவருக்கு என்னைவிட இருபது வருடங்கள் மூப்பிருக்கும். நிறைய அனுபவங்கள் கொண்டவர். வெளிநாட்டுக்குச் சென்று இருபது வருடங்கள் உழைத்துவிட்டு இப்போது ஊருக்குத் திரும்பி இருக்கிறார். அவருக்கு இந்த உலகைப் பற்றி, இந்த வாழ்க்கை பற்றி, என்னைவிட பத்து மடங்கு அதிகமாய்த் தெரிந்திருக்கும். அவருக்குத் தெரியாத ஒன்றையும் நான் சொல்லிவிடப் போவதில்லை. அவருக்குத் தெரிந்ததை ஒரு புது கோணத்தில் எழுதியிருக்கலாம். அதனாலே அவர் தன்னை என் வாசகன் என அறிமுகப்படுத்தியதும் எனக்குச் கூச்சம் ஏற்பட்டது. அந்தச் சந்தர்ப்பத்தில் கிடைக்கும் அங்கீகாரத்துக்குப் பொருத்தமானவனாய் நான் என்னை உணரவில்லை. அதற்கு ஒரு காரணம் உண்டு.

எழுத்தாளனின் அதிகாரம் அவனில் இருந்து வரவில்லை என நினைக்கிறேன். இந்த அதிகாரம் எழுத்தின் அதிகாரம். எழுத்தாளனுக்கு அது *de facto* ஆக கிடைக்கிறது. வில்லை யார் எடுத்தாலும் வில்லாளன்தான். வில்லின் கம்பீரமும், பலமும், அதன் மீது பிறருக்கு உள்ள திகைப்பும் உங்களுக்கு உரியதாகிறது. குழந்தையாய் இருக்கையில் உங்களை எல்லாரும் அள்ளிக் கொஞ்சுவார்கள். அன்பைப் பொழிவார்கள். உங்கள் குற்றங்களை, சேட்டைகளை, பிடிவாதத்தை எவ்வளவு முன்கோபம் கொண்டவரும் பொறுத்து ஏற்பார்கள். ஆனால்

வளர்ந்த பின் உங்களை அதே உங்களை ஏன் யாரும் அள்ளி கொஞ்சுவதில்லை? அப்படி என்றால் அந்த அன்பு, செல்லம் கொஞ்சம், ஆசை எல்லாம் உங்கள் மீதானதா அல்லது குழந்தை எனும் பிம்பம் மீதானதா?

ஒவ்வொரு காலகட்டத்திலும் நமக்கு ஒரு பிம்பம் கிடைக்கிறது. அதை சூடிக்கொண்டதும் அதற்குத் தோதான அன்பு, மரியாதை, அங்கீகாரம் எல்லாம் கிடைக்கிறது. ஒரு குழந்தைக்கு உள்ள அதிகாரம் வளர்ந்தவருக்கு இருப்பதில்லை. எழுத்தாளனுக்கும் இதுவே நேர்கிறது. அவனால் குழந்தை ஆக முடியாது. அதனால் அவன் எழுத்தாளன் ஆகிறான்.

குழந்தையின் அதிகாரம் என்பது ஆதியில் குழந்தைகளுக்கு என ஏற்பட்ட பிம்பத்தில் இருந்து வருகிறது. அது நம் மரபணுவில் பதிந்திருக்கிறது. தொன்மங்களை பற்றி ஆராய்ந்த கார்ல் யுங் எவ்வாறு பெரும்பாலான மரபுகளில் தெய்வத்தை குழந்தையாக, அதுவும் கைவிடப்பட்ட, ஆபத்தில் இருக்கும் குழந்தையாக, பார்க்கும் வழக்கம் உள்ளது எனப் பேசுகிறார். அவர் கர்த்தரில் இருந்து கிருஷ்ணர் வரை உதாரணம் காட்டுகிறார். நமக்கு எந்தக் குழந்தையைப் பார்த்தாலும் அள்ளிக் கொஞ்சத் தோன்றுகிறது. ஒரு யுத்தகளத்தில் ஒரு குழந்தை அனாதரவாய் நிற்கும் புகைப்படம் பார்த்தால் மனம் பதறுகிறது. அன்று முழுக்க அந்தச் சித்திரம் நம்மைத் தொந்தரவு செய்கிறது. குழந்தைகளுக்கு சமூகத்தில் உள்ள இடம் என்பது அது ஒரு குழந்தையாய் இருப்பதனால் மட்டுமே விளைகிற ஒன்று. அந்தத் தனிப்பட்ட குழந்தையின் குணநலன்களினால் அதற்குக் கிடைக்கிற சிறப்பு அங்கீகாரம் அல்ல இது.

குழந்தை பிம்பத்தின் மீது நமக்குள் கனிவு மரபணு ரீதியானது என்றேன். இது மனிதனுக்கே உரித்தான சுபாவம் எனத் தோன்றுகிறது. குழந்தை என்றில்லை குட்டிக் குரங்கு, விழுந்து கிடக்கும் காக்காய்க் குஞ்சு, ரோட்டில் அழகாய்த் துள்ளி வரும் நாய்க்குட்டி என எதைப் பார்த்தாலும் தூக்கி உதவ, கவனிக்க, சீராக்கத் தோன்றுகிறது. ஆனால் ஒரு அம்மா நாய் தனது குட்டிக்கு மூன்று மாதங்கள் ஆனதும் அதைத் துரத்தி விடும்.

ஆனால் மனிதன் மட்டுமே வளர்ந்த பிறகும் தன் குழந்தையை ஒரு “குழந்தையாகவே” பார்க்கிறான். இதற்கு ஒரு காரணம் வேறு எந்த மிருகத்தை விடவும் மனிதக் குழந்தைகள் வளர்வதற்கு நீண்ட காலம் எடுத்துக் கொள்கின்றன என்பது. 15 ஆண்டு காலம் என எடுத்துக்கொண்டால் அதுவரை ஒரு மனிதக் குழந்தை பாதுகாப்பற்ற, பலவீன நிலையில்தான் இருக்கிறது. அதனாலே கூட நமக்கு நம்மை அறியாமலே சிறியதாய், பலவீனமாய்த் தோன்றுகிற எல்லாவற்றின் மீது ஒரு அக்கறை, பிரியம், கவனம், ஆசை ஏற்படுகிறது என நினைக்கிறேன். (இந்த உணர்வு இந்தச் சமூகத்தில் குழந்தைகளைப் பாதுகாக்க உதவுகிறது.)

சரி, எழுத்தாளனுக்கு வருவோம். காலச்சுவடிலோ உயிர்மையிலோ உங்கள் கதை வெளியாகும்போது அப்பத்திரிகையின் அதுவரையிலான இதழ்களில் எழுதிய அத்தனை மகத்தான எழுத்தாளர்களின் வெளிச்சமும் உங்கள் எழுத்தின் மீது விழுகிறது. நீங்கள் வெளிப்படுத்தும் கவித்துவம், சமூகக் கோபம், மிடுக்கு, கம்பீரம் அனைத்துமே உங்களுக்கு முன்பு எழுதியவர்களின் சொற்களின் வெளிச்சத்தால் அதிகம் கவனம் பெறுகின்றன. ஒரு கண்ணாடியின் வெளிச்சத்தை மற்றொரு கண்ணாடி வாங்கிப் பிரதிபலிப்பது போல் இது நிகழ்கிறது. நீங்கள் கவிதை நூல் வெளியிடும்போது இதுவரை தமிழில் சாதித்த அத்தனை கவிகளின் மதிப்பும் அங்கீகாரமும் உங்கள் மீதும் இயல்பாகக் கவிகிறது. ஒரு சிறுகதையாளனாய் உங்களை அறியப்படுத்தும்போது நீங்கள் பெறும் கலாச்சார அதிகாரம் என்பது உங்களுடையது அல்ல. புதுமைப்பித்தனின், அசோகமித்திரனின், இமையத்தின், சு.ராவின், எஸ்.ராவின், ஜெமோவின் அத்தனை பிம்பங்களும் உங்களுக்குப் பின்னால் வந்து நிற்கின்றன. என் ஒவ்வொரு சொல்லுக்கும் கிடைக்கும் அங்கீகாரம் எனக்கு முன் எழுதப்பட்ட லட்சக்கணக்கான சொற்களில் இருந்து வருகின்றன. இந்தச் சமூகத்தில் எனக்கு முன்பு பல எழுத்தாளர்கள் எழுத்தாளன் எனும் பிம்பத்திற்கு ஒரு மரியாதையை (பெரும் புகழ் இல்லாவிட்டாலும்) ஏற்படுத்தி இருக்கிறார்கள். எழுத ஆரம்பித்ததும் எனக்கும் அது கிடைத்து

விடுகிறது. என் கைகளில் சுடர்விடும் இந்த ஒளி என்னுடன் கைகோர்க்கும் எவருக்கும் கிடைத்துவிடும். இந்தச் சங்கிலித் தொடர் முடிவற்றது.

இதனால்தான் என்னைவிட அறிவும் அனுபவமும் மிகுந்த ஒரு ஆள் என்னைத் தன் வாசகர் எனக் கூறிக்கொள்ளத் துணிகிறார். அவர் என் வாசகர் அல்ல. நான் கையாளும் மொழியின், அதன் பின் உள்ள லட்சக்கணக்கான சொற்களில் உறைந்துள்ள அறிவின், உணர்ச்சிகளின், குறியீடுகளின் வாசகர். எப்படி காந்தியாக நடித்த பென் கிங்ஸ்லி காந்தி இல்லையோ, அதேபோல் இந்த பிம்பம் என்னுடையது அல்ல. நான் இதில் தற்காலிகமாய்க் குடியிருக்கும் ஒருவன். அதனாலே எனக்குக் கூச்சம் ஏற்படுகிறது.

எழுத்தாளனின் நினைவுமறதி

எனக்கு ஒரு வினோதமான பழக்கம். ஆறு மாதங்களுக்கு முன்பு நான் எழுதிய ஒரு கட்டுரை, கதை என்றால் கூட சுத்தமாக மறந்துபோய்விடுகிறது. அதில் நான் என்ன எழுதியிருக்கிறேன் என்பதை நானேதான் படித்து "ஓ இப்படியெல்லாம் எழுதியிருக்கிறேனா?" என யோசித்துப் புரிந்துகொள்ள வேண்டி இருக்கிறது. ஒருமுறை கிளப் ஹவுஸில் பாத்திமா பாபுவின் சிறுகதை வாசிப்பு நேரம் நிகழ்ச்சிக்குச் சென்றிருந்தேன். என்னுடைய சிறுகதை ஒன்றை எடுத்திருந்தார்கள். அதன் முடிவை முழுக்க மறந்துவிட்டேன். அவர்கள் ஒரு குறிப்பிட்ட கதையைப் படிக்கும்போது கேட்டுவிட்டு "இதை ஏன் இப்படி எழுதியிருக்கிறேன்? என்ன அர்த்தம் இதற்கு?" எனச் சற்று நேரம் குழம்பினேன். பிறகு ஒருவாறாகப் புரிந்துகொண்டு அதைப் பற்றிப் பேசினேன். ஆனால் வேறு இரு கதைகள் ஓரளவுக்கு நினைவிருந்தன - ஏனென்றால் தொகுப்பாக வரும் முன் அக்கதைகளை நிறைய முறைகள் திருத்தி எழுதியிருந்தேன்.

என்னுடைய நாவல்களுக்கும் இது பொருந்தும் - எழுதிவரும் நாவலை ஆறு மாதம் தொடவில்லை என்றால் அதில் என்னதான் இருக்கிறது எனப் பெரும்பாலும் மறந்துவிடுவேன். என்னுடைய

முதல் நாவலான "கால்களை" எழுதிக் கொண்டிருக்கையில் எனக்கு உடல்நலமற்றபோது கோமா நிலைக்குப் போனேன். சிகிச்சை முடிந்து இயல்பாகி வீடு திரும்பி நாவலை விட்ட இடத்தில் இருந்து எழுதினேன். நாவலின் மொழி மாறிவிட்டது. சற்றுக் கசப்பான, எதிர்மறையான உலகைப் பேசும் மொழியில் எழுதத் தொடங்கினேன். 200 பக்கங்களைத் தாண்டியதும் நாவலின் உணர்வு மாறுவதை உணர்ந்தேன். ஏனென்றால் என் மனதின் மொழி ஒரே மாதத்தில் மாறிவிட்டது. எப்படியோ நாவலின் மையப்பாத்திரத்தின் மனப்போக்கை, சிக்கல்களைக் கவனத்தில் வைத்துத் தொடர்ச்சி பிசகாமல் எழுதி முடித்தேன். அது நாவலை இன்னும் கூர்மையாக்கினாலும் ஒரு நுட்பமான வாசகனால் நாவலின் மொழியில் வரும் திசை மாற்றத்தைக் கண்டுபிடித்திட இயலும். அது மட்டுமல்ல நாவலை எழுதுமுன் நான் வாசிக்கும் புனைவுகள், கேட்கும் இசை என் மொழியை பாதிப்பதை உணர்ந்திருக்கிறேன்.

என்னுடைய வாசகர்கள் நான் முன்பு எழுதிய ஏதாவது ஒரு கட்டுரையையோ கருத்தையோ குறிப்பிட்டுப் பேசும்போது "ஆஹா அப்படியா, ஓ சரி சரி" என நினைத்து மையமாகச் சிரித்து கழன்றுவிடுவேன். வேறு யாரோ ஒருவருடைய கட்டுரையைப் பற்றிப் பேசுவதாகவே தோன்றும். நானா அப்படி எழுதினேன்? ஏன் அப்படி எழுதினேன்?

இப்படி என்னுடைய எழுத்தென்றால் மட்டும் 'கைவிடும்' எனது நினைவுத்திறன் வாசிப்பென்றால் மட்டும் நன்றாகவே 'கைகொடுக்கிறது'. ஆனால் நான் பதினெட்டு வயதில் வாசித்த நாவல்களில் வரும் சின்னச்சின்ன விபரங்கள் கூட இப்போதும் எனக்கு நன்கு நினைவுள்ளன. சில ஆண்டுகளுக்கு முன் படித்த சிக்கலான தத்துவக் கட்டுரைகளைப் பற்றித் துல்லியமாகத் திரும்பச் சொல்ல முடியும். சொற்களோ கோட்பாடோ மனிதர்களின் முகமோ மறப்பதில்லை. என் மனம் நான் வாசிப்பதை சேகரித்து பத்திரமாக வைத்துவிட்டு எழுதுவதைத் தேவையில்லை என்று பேருந்து ஜன்னல் வழியாகக் காற்றில் பறக்கவிடுகிறது. ஏன் இப்படி எனத் தெரியவில்லை. (ஒருவேளை அதுவே என்னை மதிக்கவில்லையோ?)

உளவியல் இதைப் பற்றி என்ன சொல்கிறது?

உளவியல் இதை "செய்கர்னிக் விளைவு" என்கிறது. அதென்ன "செய்கர்னிக் விளைவு"?

1927இல் ஆஸ்திரியாவில் உள்ள வியென்னா நகரில் செய்கர்னிக் எனும் ஒரு உளவியலாளர் ஒரு உணவகத்திற்குச் சென்றிருந்த போது அங்குள்ள பரிசாரகர்களிடம் ஒரு விசித்திரமான பண்பைக் கவனித்தார். அவர்கள் எடுக்கிற ஆர்டர்கள் முடிந்ததும் ஆர்டரில் உள்ள விசயங்களை முழுமையாக மறந்து போவார்கள். ஆனால் முடிவுறாத (பில் போடாத) ஆர்டர்களில் உள்ள உணவுப்பொருட்கள் குறித்த தகவல்களை நினைவு வைத்திருப்பார்கள். இதைத் தன்னிச்சையாகவே அவர்கள் செய்கிறார்கள். பில் போட்டு அதை வாடிக்கையாளர் பணம் செலுத்தி விடைபெற்றதும் அந்த நபர் என்ன சாப்பிட்டார் என்பது இவர்களுடைய மனதில் இருந்து முழுக்க மாயமாகி விடுகிறது. தொடர்ந்து ஆர்டர்கள் எடுத்துக்கொண்டும் முடித்துக்கொண்டும் இருப்பவர்கள் இந்தப் பரிசாரகர்கள் என்பதால் இரண்டு நிலைகளுக்கும் இடையில் போதுமான காலஇடைவெளி இருக்காது. பெரும் கூட்டமுள்ள அந்த உணவகத்தில் ஒரு வாடிக்கையாளர் எழுந்ததும் அந்த இடத்தில் மற்றொருவர் வந்து அமர்வார். ஆக பரிசாரகர்கள் தம்மை அறியாமலே தமது மனதின் மெமரி டிரைவை அழித்து அழித்து எழுதிக்கொண்டிருக்கிறார்கள் என கணித்த செய்கர்னிக் இது ஏன் நிகழ்கிறது எனப் புரிந்துகொள்ள முடிவெடுத்தார். அவர் பலவிதமான வயது, உடற்தகுதி கொண்டவர்களை வைத்து ஒரு பரிசோதனையைச் செய்தார். அவர்களுக்கு இரு விதமான இடுபணிகளை அளித்தார். இடுபணியை முடித்ததும் அவர்கள் தாம் என்னென்ன செய்தோம் என நினைவுகூர்ந்து சொல்ல வேண்டும். சில இடுபணிகளை மட்டும் பாதியில் நிறுத்தச் சொல்லி நினைவுகூர வேண்டும். இந்தப் பரிசோதனையின் முடிவில் அறியப்பட்டது என்னவெனில் பாதியில் நிறுத்தப்பட்ட இடுபணிகளின் தகவல்களை நம்மால் நன்றாக நினைவுபடுத்த முடிகிறது, ஆனால் முழுமையாக முடித்ததும் அப்பணிகளின் குறித்த நினைவு சற்று மங்கலாகி விடுகிறது.

இதைக் கொண்டு நமது நினைவுத்திறன் எப்படிச் செயல்படுகிறது என செய்கர்னிக் விளக்கினார். அதன்படி, நாம் ஒரு வேலையைச் செய்கையில் அடுத்து என்ன நடக்கும் என்பதை அறியும் ஆசையே நம்மைத் தொடர்ந்து செலுத்துகிறது. இதற்காக அதுவரை என்ன நடந்தது, அடுத்து வருவதை எப்படி அடைவது என்பதை நினைவு வைத்திருப்பது நமது மனத்திற்கு அவசியமாக இருக்கிறது. பரிசாரகர்களுக்குத் தமக்கான வாடிக்கையாளரை அனுப்பி வைத்து டிப்ஸை ஜேப்பில் போட்ட பிறகு அந்த அடுத்தது என்ன எனும் தூண்டுதல் இல்லாமல் ஆகிறது. அவர்கள் மனம் இதை மறக்கச் செய்துவிட்டு, அடுத்த தூண்டுதலை நோக்கி அவர்களைச் செலுத்துகிறது.

குருக்ளான்ஸ்கி எனும் மற்றொரு உளவியலாளர் இதுகுறித்து வேறொரு விளக்கத்தைச் சொல்கிறார் - ஒரு இடுபணியைச் செய்து முடித்ததாக நமக்குத் திருப்தி வந்ததும் அதை நினைவில் வைத்திருக்க ரொம்ப அவசியம் இல்லை என முடிவெடுத்து மனம் அதை அழித்து விடுகிறது. ஆனால் ஒரு வேலையின் பாதியில் இருக்கையில் அதை முடித்தாக வேண்டுமே, இலக்கை அடைந்த நிறைவுணர்வைப் பெற வேண்டுமே எனும் அழுத்தம் அதிகம். அந்த அழுத்தமே அதைச் செய்து முடிக்கும் ஆற்றலை அளிக்கிறது. அதுவே அவ்வேலைக்கு அவசியமான தகவல்களை நினைவில் வைத்திருக்கவும் தூண்டுகிறது. நிறைவுணர்வே ஒரு வெகுமதியாகச் செயல்படுவதால் மனதிற்கு அதற்கு மேல் நினைவுகள் தேவையிருப்பதில்லை. இதைத்தான் செய்கர்னிக் விளைவு என்று சொல்கிறார்கள்.

இந்த “செய்கர்னிக் விளைவு” சில எழுத்தாளர்களிடம் செயல்படுவதுண்டு. ஒரு கதையையோ நாவலையோ கட்டுரையையோ எழுதி முடித்ததும் அவர்களுடைய மனம் அந்த முழுமை செய்த திருப்தியில் அதை மறந்துவிட்டு அடுத்த விசயத்துக்குச் செல்ல விரும்புகிறது. எப்போதும் புதிய தருணங்களில் நிலைக்க விரும்பும் மனம் அவர்களுடையது. ஒரு படைப்பை எழுதுவதில் அல்ல, நிறைவு செய்வதிலே அவர்களுடைய அக்கறை அதிகமாக இருக்கிறது. ஆனால் வாசிக்கையில் இந்த மாதிரி அவர்களுடைய மனம்

சிந்திப்பதில்லை - வாசிப்பை ஒரு தொடர்ச்சியான நிறைவு இல்லாத தேடலாக அது நினைக்கலாம். அந்த வாசிப்பில் கிடைத்த தகவல்கள், உணர்வுகள், தர்க்கம் அவசியம் அவருடைய எழுத்துக்கு, சிந்தனைக்கு என மனம் நினைக்கிறது. வாசித்த விசயங்கள் நினைவில் தங்கி இருப்பதற்கு அது ஒரு காரணம்.

ஹெமிங்வே எழுத்தாளர்கள் இடையே "செய்கர்னிக் விளைவுக்கு" ஒரு சிறந்த உதாரணம். 1958இல் வெளியான தனது பாரிஸ் ரெவ்யூ பேட்டியில் ஹெமிங்வே தான் எழுதும் கதைகளை உடனுக்குடன் மறந்துவிடுவது அடுத்த நாளை புத்தம் புதிதாக ஆரம்பிக்கத் தனக்கு உதவுகிறது என்கிறார். அவருடைய "ஒரு வினோதமான நாடு" எனும் சிறுகதையில் தனது கதைகளின் தட்டச்சுப் பிரதிகளைத் தொலைக்கிற ஒரு எழுத்தாளன் தனது வீட்டு உரிமையாளரிடம் அக்கதைகளைத் தன்னால் திரும்ப எழுத முடியாது, அப்படி முயன்றால் அவை முற்றிலும் புதிய கதைகளாக, புதிய மனவெழுச்சியுடன் தோன்றும் என்கிறார். மேலும் இப்பழக்கம் ஒரு ரிப்போர்ட்டராக இருந்த நாளில் இருந்தே தனக்கு ஏற்பட்டது என்று அப்பாத்திரம் கூறுகிறது. தான் எழுத உத்தேசிப்பதை, தான் எழுதி திருத்தி முடிக்காததைப் பற்றிப் பிறரிடம் பேசுவது, வாசித்துக் காட்டுவது கூட எழுத்தின் தனித்தன்மையை இல்லாமல் ஆக்கும் என்கிறார் ஹெமிங்வே.

ஹெமிங்வே வாழ்வில் இதைச் சார்ந்து ஒரு சுவாரஸ்யமான திருப்புமுனை சம்பவம் உண்டு:

1922இல் ஹெமிங்வே 23 வயதான ஒரு இளம் எழுத்தாளர். அவரது இரண்டு சிறுகதைகள் மட்டுமே பிரசுரமாகி இருந்தன. அவர் எலிசபெத் ஹேட்லி ரிச்சர்ட்ஸனை மணந்து ஒரு ஆண்டு ஆகியிருந்தது. அவர்கள் பிரான்ஸில் வாழ்ந்து வந்தனர். ஒரு கருத்தரங்கு பற்றி செய்திக் கட்டுரை எழுதுவதற்காக ஹெமிங்வே மட்டும் ஸ்விட்சர்லாந்தில் உள்ள லோஸேன் நகருக்கு வந்திருந்தார். அங்கிருந்து தன் காதல் மனைவியை அழைத்து அவரையும் லோஸேனுக்கு வரும்படி கேட்டார். அங்கு தான் ஆரம்பித்தது வினை - எலிசபெத் தன் கணவரின் எழுத்துப்படிகள் (எழுதி முடித்த கதைகள், பாதி எழுதிய ஒரு

நாவல், அவற்றின் கார்பன் காப்பிகள்) அனைத்தையும் ஒரு சூட்கேஸில் இட்டு பயணத்தின் போது கொண்டு வந்தார். ஆனால் ரயில் நிலையத்தில் வைத்து அந்த சூட்கேஸ் மட்டும் திருடு போய்விட்டது. லோஸேன் வந்து சேர்ந்த எலிசபெத் அழுதபடி ஹெமிங்வே முன் போய் நின்றார். ஹெமிங்வே "பரவாயில்லை கண்ணே, எல்லா கதைகளுக்கும் என்னிடம் கார்பன் காப்பி இருக்கிறதே" என்றார். "அவற்றையும் சேர்த்தே சூட்கேஸில் வைத்தேன்" என்று எலிசபெத் மேலும் கண்ணீர் வடிக்க ஹெமிங்வே அதை நம்பாமல் உடனே பிரான்ஸுக்குப் புறப்பட்டுச் சென்று தன் வீட்டைத் திறந்து முழுக்க சோதனையிட்டார். எலிசபெத் சொன்னது உண்மைதான். மொத்தமும் தொலைந்து போய்விட்டது. ஹெமிங்வேயிடம் ஒரு பதிப்பாளர் அவர் பாதி எழுதி வைத்திருந்த நாவலை வெளியிடலாம் என ஆர்வம் தெரிவித்திருந்தார். இப்போது அதை எப்படி முடித்துக் கொடுப்பது? அவருக்கு வேறுதான் எழுதியது அத்தனையையும் உடனடியாக மறக்கும் பழக்கம் உண்டே!

ஆனால் ஹெமிங்வே மனம் தளரவில்லை. அவர் அந்தக் கதையை ஒரு புதிய பார்வையில் புதிய மொழிநடையில் மீள எழுதினார். அப்படித்தான் அவருடைய "*The Sun Also Rises*" நாவல் உருவாக்கி 1926இல் வெளியாகி வெற்றி பெற்றது. ஹெமிங்வே எனும் எழுத்தாளர் அப்படித்தான் அவதரித்தார்.

ஆனால் இந்த வினோதமான சிக்கல் எல்லா எழுத்தாளர்களுக்கும் இருப்பதில்லை. குறிப்பாக, என் எழுத்தாள நண்பர்களும், சீனியர்களும் இதற்கு நேர்மாறானவர்கள் - அவர்கள் பத்து வருடங்களுக்கு முன்பு எழுதிய ஒரு கவிதையையோ கதையையோ நினைவில் இருந்து சர்வசாதாரணமாக மேற்கோள் காட்டுவார்கள். தற்போது எழுதி வரும் கதையை, நாவலைப் பற்றிக் கேட்டால் அதைப் பற்றியே மாய்ந்து மாய்ந்து பேசுவார்கள். ஏனெனில் அவர்களுடைய மனம் தாம் எழுதி முடித்த படைப்புகளை முடிவுற்றதாகக் கருதுவதில்லை என நினைக்கிறேன்.

அவர்களிடையே நான் ஆடு தொலைந்துபோன மேய்ப்பனாகவே எப்போதும் இருக்கிறேன்.

ஆனால் இதற்கும் ஒரு அனுகூலங்களும் உண்டுதான் - ஒன்றை எழுதும் போது புத்தம் புதிதாக அணுக முடிகிறது, எழுதிய பின் மறந்துவிடுவதால் அதை நான் சுமக்கத் தேவையில்லை.

என்னை யாரும் மதிக்கவில்லை என நான் கவலைப்படுவதே இல்லை - நான்தான் ஒன்றுமே எழுதவில்லையே?

(உயிர்மை, ஆகஸ்ட் 2022)

V

வாசிப்பு

இளம் எழுத்தாளன் ஏன், எப்படி வாசிக்க வேண்டும்

மனோன்மணியம் சுந்தரனார் பல்கலை மாணவர்களிடம் கவிதை குறித்து சமயவேலுடன் சேர்ந்து உரையாடிய அனுபவத்தை போகன் சங்கர் பேஸ்புக்கில் பகிர்ந்திருந்தார். அம்மாணவர்கள் இன்றும் பாரதிதாசனைத் தாண்டி வாசித்திராதது, தாம் எழுதும் கவிதைகளில் பாரதிதாசனையே பிரதியெடுப்பது குறித்த வருத்தத்தைத் தெரிவித்திருந்தார். மனுஷ்யபுத்திரனைக் கூட இவர்களுக்குத் தெரியவில்லை என சமயவேலுக்குச் சோர்வாகி விடுகிறது. தம் கவிதைகள் உண்மையில் கவிதையே அல்ல எனச் சொல்லப்பட அம்மாணவர்களும் வேதனையில் தவிக்கிறார்கள். இப்படி சிவாஜிகணேசன் பட கிளைமேக்ஸ் போல் ஆகிவிடுகிறது.

எனக்கு இந்தப் பதிவு ஒரு விசயத்தை நினைவூட்டியது. நான் கூட பதின்வயதில் இந்த மாணவர்களைப் போலத்தான் இருந்தேன். எனக்கு நவீன கவிதையை அறிய எந்த வழியும் இல்லை. தமிழ்ப் பாட நூல்கள் வழி அறிமுகமான மரபுக் கவிதை மீது ஈர்ப்பு ஏற்பட, நான் சந்தம், தளை பின்பற்றி மரபுக் கவிதை எழுத ஆரம்பித்தேன். பள்ளியில் தமிழாசிரியரிடம் கொண்டு போய் காட்டுவேன். அவர் “வடிவம் சரியாக இருக்கிறது, ஆனால் ஏன் இவ்வளவு காதல் உருக்கம், மருகுதல்? சமூக நோக்கோடு எழுதலாமே?” என்பார்.

இதன் பின்னர் எனக்கு ஊரில் கலை இலக்கியப் பெருமன்றத்துடன் பரிச்சயம் ஏற்பட்டது. அங்கு நடந்த இலக்கியக் கூட்டங்களில் நான் மரபுக் கவிதையாகப் பொழியத் துவங்கினேன். மன்றத்தினர் எனக்கு நவீன கவிதையை அறிமுகம் செய்தார்கள். அதாவது போதிக்கவில்லை. ஆனால் அவர்களின் உரையாடல்களைக் கவனித்தபோது நவீன கவிதையின் பிதாமகர்களின் பிரபலமான கவிதைகள், பாணி, பார்வை பற்றித் தெரிய வந்தது.

அடுத்து நான் நவீன கவிதையின் பாடுபொருளை மரபுக்கவிதை வடிவில் புனையத் துவங்கினேன். ஆனால் மன்றத்தினர் இதை வேடிக்கையாகப் பார்க்கவில்லை. என்னைத் திருத்த முயலவில்லை. "நவீன கவிதைகளைப் போய் முதலில் படி, பிறகு எழுது" எனச் சொல்லவில்லை. அவர்கள் என்னை வாசிக்கவே சொல்லவில்லை. இங்கேதான் முக்கியமான ஒரு நுணுக்கம் உள்ளது.

ஒரு தத்துவவாதியாக விரும்புகிறவன் நிச்சயம் தனக்கு முன் வந்த தத்துவங்களைப் படிக்க வேண்டும். வரலாற்று மாணவனுக்கும் அவ்வாறே. ஆனால் எழுத்தாளனுக்கு இது தேவையில்லை. சரியான வழிகாட்டுதல் இருந்தால் எந்த நவீன வாசிப்பும் இன்றி முக்கியமான நவீன படைப்புகளை ஒருவர் எழுத முடியும். தமிழில் இதற்குச் சில நல்ல முன்னுதாரணங்கள் உண்டு. (அவர்களைப் பற்றி மற்றொரு சந்தர்ப்பத்தில் எழுதுகிறேன்.)

இது எப்படி சாத்தியமாகிறது? நவீன இலக்கியம் தன்னிலையானது. மரபு இலக்கியமோ புறநிலையானது. இதுதான் முக்கிய வித்தியாசம். கம்பன் தன்னைப் பற்றி எழுதுவதில்லை. அவர் ராமனைப் பற்றி எழுதினார். ஆனால் பிரமிளோ சுந்தர ராமசாமியோ கல்யாண்ஜியோ முகுந்த் நாகராஜனோ, அல்லது மேற்சொன்ன பதிவில் வரும் போகன், சமயவேல் ஆகியோரோ தம்மைப் பற்றி தம் தரப்பில் இருந்து தான் எழுதுகிறார்கள். "ஏ சமூகமே", "ஏ வானமே" என வெளியில் இருந்து கருத்து கூறுவதில்லை. தமக்கு உள்ளிருந்து சமூகத்தை, வானத்தைப் பார்த்துக் கருத்து எழுதுகிறார்கள்.

இந்த வித்தியாசத்தின் பின்னே முன்னூறு வருட மேற்கத்திய அறிவுலக மாற்றங்கள் உள்ளன. நாம் இவற்றை ஒரு இளம் கவிஞனுக்கு விளக்கத் தேவையில்லை. அவனிடம் தன் சொந்த வாழ்க்கையின் வித்தியாசமான அனுபவங்கள் பற்றி தன் தரப்பில் இருந்து *(first person)*, “நான்” என்று ஆரம்பித்து எழுதச் சொன்னால் போதும். அது நவீன கவிதையோ சிறுகதையோ ஆகிவிடும்.

எல்லார் வாழ்க்கையிலும் ஒரு மிக அந்தரங்கமான, வித்தியாசமான அனுபவம் இருக்கும். ஒரு மரணம், தெருவில் பார்த்த வித்தியாசமான மனிதர், நண்பர்களுடன் சென்ற பயணம், யாரோ தந்த அவமானம் இப்படி. ராஜேந்திர சோழனின் சிறுகதை ஒன்றுண்டு, ஒரு பதின்வயது பையனின் சுய இன்ப அனுபவம் பற்றியது. கொல்லையில் அவன் சுய இன்பம் செய்யும் போது அங்கே பாம்பு புற்றுகள் இருக்கும். இந்தச் சூழல் வர்ணனை மூலம் அவர் கதையை இன்னொரு தளத்துக்கு எடுத்துச் செல்வார். ஆனால் கதையின் மையம் அந்தரங்கமானது: சுய இன்பம்.

கலை இலக்கியப் பெருமன்றத்தில் யார் மரபுக்கவிதை / வானம்பாடி கவிதை கொடியுடன் வருகிறார்களோ அவர்களை சுய அனுபவங்கள் பற்றி எழுதத் தூண்டுவார்கள். அவர்களாகவே கொடியைக் கீழே வைத்து விடுவார்கள். இவ்வாறு வைரமுத்துவின் கொடியுடன் கைநிறைய வார்த்தை ஜாலக் கவிதைகளுடன் மன்றத்துக்கு வந்தவர் தான் லஷ்மி மணிவண்ணன். அவர் சில வருடங்களில் ஒரு முக்கிய நவீன இலக்கியவாதி ஆனார்.

சமகால இலக்கியத்தில் நாட்டார் வழக்கு, ஊடகங்கள், நம்பிக்கைகள், தொன்மங்கள் ஆகியவற்றுக்கு முக்கிய இடம் உண்டு. தன்னனுபவத்துடன் இவையும் சேர்ந்து கொண்டால் சமகால (பின்நவீனத்துவ) இலக்கியம் ரெடி.

மன்றத்தினர் இந்த வகை எழுத்து வாசிப்பின் வழியாக வெளிவர வேண்டியது அல்ல என்பார்கள். எழுத்து நம் வாழ்க்கையினுள் உறைந்து இருக்கிறது. அதை வெளிக்கொணர்ந்தால் போதும்.

மன்றத்தில் தீவிர இலக்கிய நூல்களை, விமர்சன, அரசியல், சமூக, தத்துவ நூல்களைப் படிப்பார்கள். விவாதிப்பார்கள். ஆனால் விமர்சகர்கள் தாம் இதைப் பெரும்பாலும் செய்வார்கள்.

வாசிப்பு சில நேரம் எழுத்துக்குத் தடையாகிவிடும். சரளத்தைத் கெடுத்துவிடும். யாரையோ போலச் செய்யத் தூண்டும். அப்படி என்றால் இளம் எழுத்தாளன் வாசிக்கவே தேவையில்லையா? நான் இது பற்றி முன்பு ஜெயமோகனிடம் உரையாடியிருக்கிறேன். அவர் ஒருவர் வாசிப்பு இன்றியே தன் அனுபவம் மூலம் சிறந்த சில கதைகள், கவிதைகளை எழுத முடியும் என ஏற்றுக் கொண்டார். ஆனால் சீக்கிரமே சரக்கு தீர்ந்து போகும். எழுத்தாளன் கையளவு அனுபவத்தைக் கொண்டு அதன் பலவித பரிமாணங்களை, ஆழங்களை அகலங்களை வாசகனுக்குக் காட்டிக்கொண்டே இருக்கிறான். கொஞ்சத்தைப் பெரிதாகக் காட்டுகிறவனே எழுத்தாளன்.

இதற்குத்தான் அவனுக்கு வாசிப்பு அவசியம். இதற்குச் சிறந்த உதாரணமாய் இமையத்தைக் காட்டலாம். அவர் நேரடி அனுபவங்களில் இருந்து தான் எழுதுகிறார். ஆனால் தன் மொழி நுணுக்கம் மூலம் ஒரு பாத்திரத்தின் உரையாடலில் மனம் எப்படியெல்லாம் ஜாலம் காட்டுகிறது என அவரால் பேச முடியும். இதற்கு அவரது நீண்ட கால வாசிப்பு, க்ரியா ராமகிருஷ்ணன் அளித்த பயிற்சி அவருக்குப் பெரிதும் பயன்படுகிறது.

சரியான வழிகாட்டுதல் இருந்தால் இந்த மனோன்மணியம் சுந்தரனார் பல்கலை மாணவர்கள் மத்தியில் இருந்து ஒரு நல்ல கவிஞனோ சிறுகதையாளனோ தோன்ற முடியும். அவர்கள் எதையும் புதிதாய் வாசிக்க வேண்டியதில்லை. யாரையும் பிரதியெடுக்காது சொந்த அனுபவத்தை, கூசச் செய்யும் ஒரு அனுபவத்தை, நேரடியான மொழியில் எழுதினால் போதும். அதை ஒருவர் எடிட் செய்து கொடுத்தால் போதும்.

நான் ஆரம்பத்தில் தன்னிலை, புறநிலை பார்வைகள் பற்றிச் சொன்னேன். இந்த மாணவர்களுக்கு பள்ளியில் இருந்து கல்லூரி முதுகலை வரை நவீன கவிதைகள் மிக மிக அரிதாகத்

தான் அறிமுகம் ஆகின்றன. ஆனால் நவீனக் கவிதைக்கு வெகுநெருக்கமான சங்கக் கவிதைகளும் பெரிதாய் வகுப்பில் விவாதிக்கப்படுவதில்லை. சங்கக் கவிதைகளை அதிகமாய் அதன் நுணுக்கங்களை வெளிப்படுத்தும் வண்ணம் போதித்தாலே இம்மாணவர்கள் நவீனக் கவிதைக்கு வெகுநெருக்கமாய் வந்து விடுவார்கள். ஆனால் பாடத் திட்டம் வகுப்பவர்களுக்கு இந்த மாதிரி அக்கறைகள் எல்லாம் இல்லை.

நான் மன்றத்துக்குச் சென்ற புதிதில் ஒரு கேள்வி கேட்டேன். ஏன் பள்ளியில் சங்கப் பாடல்கள் சொல்லித் தருவதில்லை? ஏன் நீதி இலக்கியம், சமய இலக்கியம் மட்டுமே பயிற்றுவிக்கிறார்கள்? பாடத்திட்ட குழுவைச் சேர்ந்த ஒருவர் சொன்னார்: “பெண் ஆசிரியர்கள் சங்கக் கவிதைகளைச் சொல்லித் தர கூச்சப்படுகிறார்கள். அதில் ரொம்ப செக்ஸ் இருக்கிறது என சிரமப்படுகிறார்கள்.”

நம் அக்கறைகள் வேறு மாதிரியானவை.

VI

தத்துவம்

நிரந்தரம் நோக்கிய தப்பியோட்டம்

என் வாழ்வின் கணிசமான பகுதியை நான் பிரியமானவர்களுக்காகச் செலவழித்திருக்கிறேன். ஆனால் அவர்களில் எத்தனை பேர் இப்போது என்னுடன் இருக்கிறார்கள்? உறவுகளின் அழகு அதன் நிரந்தரமின்மை எனத் தோன்றுகிறது.

எத்தனை எத்தனையோ வேலைகள் செய்திருக்கிறேன். அந்த வேலைகளில் இருந்தும் ஒன்றும் பெற்று விடவில்லை. சம்பாதித்த பணமும் தங்கவில்லை. இனிய, கசப்பான நினைவுகள் மட்டுமே எஞ்சுகின்றன. கடந்த 11 ஆண்டுகளாய் நான் எழுதியவை மட்டுமே அவ்வளவு விசுவாசமாய் என்னுடன் ஒரு நிழலைப் போல வருகின்றன.

இதுவே எல்லா படைப்பாளிகளுக்கும் நேர்வது. எழுத்து நிரந்தரமானது. நிரந்தரமான ஒன்றுடன் பிணைக்கப்பட்டிருக்கிறோம் எனும் உணர்வே தனிமையை ஏற்படுத்துகிறது. இந்தத் தனிமையின் அழுத்தம் நம்மை நிரந்தரமற்ற துர்பலமான உறவுகள், அனுபவங்களை நோக்கித் தள்ளுகின்றன. நிரந்தரத்தின் அழுத்தத்தில் இருந்து, தனிமையில்

இருந்து விடுபட மீண்டும் உறவுகள், வேலைகள் என ஒரு சுழற்சிக்குள் போய் விழுகிறோம். அவை எதுவுமே இறுதியில் எஞ்சாது என அறிந்துகொண்டேதான் செய்கிறோம்.

கலை வாழ்வுடன் அணுக்கம் வரும்போதெல்லாம் ஒருவன் மிக மிகச் சாதாரணமான கேளிக்கைகள், கொண்டாட்டங்கள், சூது, காமம், மது, பணம், அதிகாரம், புகழுக்காக அதிகமாய் அலைக்கழிகிறான். இவை அவன் அழியக்கூடியவன் என அவனுக்கு உணர்த்திக்கொண்டே இருக்கின்றன. அதுவே அவனுக்கு வேண்டும். அது அவனுக்கு நிம்மதி கொடுக்கிறது.

கணிசமான கலைஞர்கள் தேவையற்ற சர்ச்சைகளில், சிக்கல்களில் மாட்டி அழிகிறார்கள். மதுவில், நோய்மையில், அன்பில் அழிகிறார்கள். கலை உலகில் ஒரு இடம் பெறுவதை விடவும் இந்த அன்றாட உலகில் தம் இடத்தை அழிப்பதே அவர்களுக்கு உவப்பாக உள்ளது.

ஒரு எழுத்தாளன் எதிர்பாராமல் மரிக்கும்போது அவன் தன் எழுத்து உருவாக்கிய நித்தியத்துடன் - இன்மையுடன் - இணைகிறான். அவன் அதற்கு மேல் எதையும் அஞ்சத் தேவையில்லை. ஆனால் அப்போது அவனது வாசகர்கள் பரிதவிக்கிறார்கள். அவன் எழுத்துலகம் அழியாத இடத்தில் இருப்பது அவர்களை பதற்றப்படுத்துகிறது. அவர்கள் அஞ்சலிக் கூட்டங்களுக்குக் குவிகிறார்கள். அவனைப் பற்றின நினைவுகளைத் தொகுக்கிறார்கள். சக எழுத்தாளர்கள் அஞ்சலிக் குறிப்புகளாக எழுதித் தள்ளுகிறார்கள். மீண்டும் அவனை நிரந்தரத்தில் இருந்து நிரந்தரமின்மை நோக்கி இழுத்துப் போடுகிறார்கள். அவனைக் கையைப் பற்றித் தம் அருகே ஒரு பிளாஸ்டிக் நாற்காலியில் அமர்த்தி, மாலை சார்த்தி, மூக்கில் பஞ்சு வைத்து, அவன் தம்முடன் இருப்பதை உறுதிப்படுத்துகிறார்கள்.

நமது இந்தச் சின்ன வாழ்க்கை நிரந்தரத்தில் இருந்து நிரந்தரமின்மை நோக்கிய தப்பியோட்டமே!

எழுத்தாளனுக்குப் புகழினால் என்ன பயன்?

எழுத்தாளன் எதற்கு எழுத வேண்டும்? எனக்கு இரு காரணங்கள் தோன்றுகின்றன. அதைப் பற்றி விவாதிப்போம்.

சுயவெளிப்பாடு அதன் மூலம் சுயநிலைப்பு. ஒவ்வொரு எழுத்தாளனும் யாரும் சொல்லாத ஒன்றை தான் சொல்லுவதாய் நம்புகிறான். அதனாலே எழுதுகிறான். ஆனால் எந்த அளவு அவன் சுயமாய் எழுத முடியும் எனும் கேள்வி உள்ளது. ஒரு கட்டத்தில் எழுத ஒன்றுமே தோன்றாது. இதை *writer's block* என்கிறார்கள். நான் இரண்டு கட்டங்களையும் அனுபவித்திருக்கிறேன். வெறுமனே கவிதை, கதைகள் எழுதின பத்து வருடங்கள் (15இல் இருந்து 27 வரை). அவ்வப்போது மட்டும் எழுதுவேன். சிலநேரம் என்ன எழுதுவது எனத் தெரியாது. வறட்சியாக உணர்வேன். அப்போது நான் பயிற்சியில் இருப்பதற்காக மொழிபெயர்ப்பில் ஈடுபடுவேன். அதாவது வாரத்தில் சில நாட்களாவது எதையாவது மொழிபெயர்ப்பேன். எழுதுவது மிகுந்த தடங்கல் கொண்ட செயல்பாடாக இருந்தது. அடுத்த கட்டத்தில் நான் ரைட்டர்ஸ் பிளாக்கை உணரவே இல்லை. நிறைய கட்டுரைகள் எழுதினேன். படித்தவற்றை மொழிபெயர்த்தேன். நாவல் எழுதினேன். கடந்த ஏழு

வருடங்களில் தினமும் எழுதியிருக்கிறேன். குறைந்தது ஐந்து பக்கங்கள். எதாவது எழுத இருந்து கொண்டிருக்கிறது. இந்த மாற்றத்திற்கு ரெண்டு காரணங்கள்.

நான் எழுத்தாளன் எனும் உணர்வை கைவிட்டேன். எழுத்தாளன் என்றால் யார் என என்னையே கேட்டுக் கொண்டேன். எழுதும் போது எழுத்தாளன் என்றால் எழுதாத போது? எழுத்து நம் ஆளுமையை மாற்றுவது இல்லை. ஆளுமை மாற்றம் எழுத்தைத் தீர்மானிக்கலாம். எழுதிய பின் முற்றிலும் வேறொரு ஆளாக இருக்கிறோம். அதனால் ஒருவன் எழுதாத வேளையில் எழுத்தாளன் என கோரிக்கொள்ள முடியாது என நினைக்கிறேன். மேலும் எழுத்து ஒரு நீண்ட தொடர்ச்சியான உரையாடல். நாம் பயன்படுத்தும் சொற்கள், கருத்துகள் ஒவ்வொன்றும் நீண்ட காலமாய் பலரால் பதப்படுத்தி அர்த்தமூட்டப்பட்டவை. நாம் ஒரு கதை, கவிதையை எழுதும் போது ஏற்கனவே எழுதப்பட்ட ஒரு மாபெரும் கதை அல்லது கவிதையில் மற்றொரு வரியைச் சேர்க்கிறோம். அவ்வளவு தான். அதில் நாம் பெருமை கொள்ளவோ வருத்தப்படவோ அஞ்சவோ ஒன்றும் இல்லை. மேலும் ஒரு படைப்பு வளர்வதில் அர்த்தம் பெறுவதில் வாசகனுக்குப் பெரும்பங்கு உள்ளது. ஒரு தகுதியான வாசகன் இருந்தால்தான் தகுதியான எழுத்தாளன் இருக்க முடியும். வாசகன் எழுத்தாளனைத் தீர்மானிக்கிறான். உதாரணமாய் பூக்கோவின் முதல் நூல் *Archealogy of Knowledge* மிகச் சிரமமான ஒரு தத்துவ நூல். அது பிரான்சில் லட்சக்கணக்கான பிரதிகள் விற்றன. எப்படி? அங்கு பள்ளி பாடத்திட்டத்திலே தத்துவம் உள்ளது. அதனால் அப்படி ஒரு நூலை அங்கு பொதுமக்கள் கூட குங்குமம் போல் படிக்க முடியும். அங்குதான் பூக்கோ மாதிரி ஒரு ஆள் உருவாக முடியும். பூக்கோ உருவாக அங்கு புத்தகம் வாசிக்கிற ஒவ்வொரு சாதாரண ஆளும் காரணமாகிறான். இங்கு ஒரு பண்பாடு உள்ளது. அதை மீறி நாம் இயங்க முடியாது. நாம் சிறப்பாய் எழுதுகிறோம் என்றால் அந்தளவுக்குச் சிறப்பாய் வாசகர்களும் நம்மை வாசிக்கிறார்கள் என்றும் பொருள். நான் எழுத்தை ஒரு நீண்ட சாலை நிர்மாணமாய்ப் பார்க்கிறேன். ஒவ்வொரு

பகுதியிலும் பல்வேறு வேலைகளை மக்கள் செய்கிறார்கள். ஒரு குறிப்பிட்ட பகுதி சிறப்பாய் அமைந்து இன்னொரு பகுதியில் சாலை இல்லை என்றால் வீண். யாரும் அங்கு பெருமை கோர முடியாது. தொடர்ந்து சாலை உருவாகிக்கொண்டே இருக்க வேண்டும். அதைப் போடுபவர்களும் பயணிப்பவர்களும் வேண்டும். சாலையை நிர்மாணிப்பதன் ஒரே நியாயம் அது இல்லை என்றால் நாம் இல்லை என்பது. ஒரு எழுத்தாளனும் வாசகனும் அதனால்தான் எழுத்துடன் இருக்கிறார்கள். அது இல்லை என்றால் அவர்கள் இல்லை. அதே போல் வாசகன் இல்லாவிட்டால் எழுத்தும் எழுத்தாளனும் இல்லை.

கீர்க்கெகாட் இதைத் தெளிவாக விளக்குகிறார். ஒரு மனிதன் வாழ்வில் “பலவிதங்களில் இருக்கிறான்”. இது அவனது இருப்பு. வாழ்வுக்கும் இதற்கும் வேறுபாடு உண்டு. வாழ்வு என்பது ஒட்டுமொத்தமாக நம் செயல், சிந்தனை, போக்கு, கூட இருப்பவர்களின் போக்கு, வரலாறு, விதிமுறைகள், நம்பிக்கைகள் எல்லாம் சேர்த்து உருவாகும் அடையாளம். ஆனால் இருப்பு வேறு. இதிலிருந்து எல்லாம் துண்டித்து விட்டு நீங்கள் என்னவாக இருக்கிறீர்கள் என தூய்மையாய் தனித்துப் பார்ப்பது அது. கீர்க்கெகாட் இந்த இருப்பை ஒரு சுயபிரதிபலிப்பு என அழகாக விளக்குகிறார். அதாவது நீங்கள் ஒரு கண்ணாடி. எதிரில் உள்ளதைப் பிரதிபலிக்கிறீர்கள். அல்லது ஒரு பிரதிபலிப்பை மீள்பிரதிபலிக்கிறீர்கள். உங்களுக்கு என்று ஒரு தனித்த உண்மையான நிலையான அடையாளம் ஒன்று இல்லை. யார் கூட இருந்து எதைச் செய்கிறீர்களோ அது ஆகிறீர்கள். இது மிக நுட்பமாக நீங்கள் உணராதபடி நிகழ்கிறது. அதனால்தான் நீங்கள் உங்களை ஒரு தனிமனிதனாக “நானாக” கருதுகிறீர்கள். ஆனால் அதேவேளை நீங்கள் ஒரு அமைப்பின் அல்லது சமூகத்தின் அல்லது காலத்தின் நீட்சி, தொடர் இயக்கம் என உணரவும் செய்கிறீர்கள். இந்த இரண்டு உணர்ச்சிகளுக்கும் இடையில் ஒரு மோதல் நேர்கிறது. அது படைப்பூக்கமாக, அரசியல் செயல்பாடாக, கருத்தியலாக உருவாகிறது. ஆனால் நீங்கள் எதையும் முழுக்கத் தனியாய் உருவாக்குவதில்லை. உங்கள் அடையாளமும் ஒரு சின்ன பிம்பம் போல் எப்போதும்

விலகக் கூடியது என்பதில் தெளிவாக இருங்கள். ஒரு எழுத்தாளன் தன்னை எழுத்தாளனாக நிராகரிப்பது இதனால் அவசியம். அது மிகப்பெரிய சுதந்திரத்தை அவனுக்குத் தரும். இதையே ஆசிரியனுக்கும், அரசியல்வாதிக்கும், கணவன், மனைவிக்கும் கூட பொருத்தலாம். நம்முடைய பிரச்சனை நாம் நம் அடையாளங்களை உண்மையாக நம்புவதுதான். இது துயரத்தை ஏற்படுத்துகிறது.

எழுத்தாளன் என்று ஒருவன் தன்னைக் கோரக் கூடாது என்பதற்கு இன்னொரு காரணம் சொல்கிறேன். எந்த நொடி நீங்கள் உங்களை எழுத்தாளன் என நினைக்கிறீர்களோ அப்போது உங்கள் எழுத்து வீழ்ச்சியடையும். செயற்கையாகும். சின்ன வயதில் நான் கொஞ்ச காலம் சங்கீதம் படிக்கச் சென்றேன். என் ஆசிரியர் கள்ளத் தொண்டையில் பாடாதே என எச்சரிப்பார். கள்ளத்தொண்டை என்றால் பாடுகிறோம் எனும் பிரக்ஞையுடன் பாடுவதுதான். அதேபோல் கராத்தே கற்கப் போன போதும் ஆசான் ஒன்று சொல்வார். குத்துகிறோம் என்றால் முதலில் கைகளை லகுவாக வைத்திருக்க வேண்டும். முறுக்கக் கூடாது. குத்தும் அந்த இறுதி நொடிதான் நம் தசைகள் முறுக வேண்டும். இலக்கில் முஷ்டி படும்போது தான் முழு ஆற்றலும் வெளிப்பட வேண்டும். அதுவரை சூழலைக் கவனித்து அமைதியாக இருக்க வேண்டும். ஒருவரை அடிக்கும் போதும் நாம் அடிக்கிறோம் என்றே நினைக்கக் கூடாது. மனம் காலியாக இருக்க வேண்டும். எழுத்துக்கும் இது பொருந்தும் என நினைக்கிறேன். நன்றாக எழுத முதலில் நாம் ஒன்றை நன்றாக எழுதுவதாய் அல்லது எழுத வேண்டும் என நினைக்கக் கூடாது.

எழுத்து ஒரு உணர்வை அல்லது கருத்தைக் கடத்துவதற்கான கருவி. அவ்வளவுதான். கத்தி போல. கத்தியை எடுத்து வீசும் போது தான் அதற்கு மதிப்பு. வெட்டிய பின் அதற்கு மதிப்பில்லை. எப்படி வெளிப்படுத்துகிறோம் என கவலைப்படக் கூடாது. சொல்ல வந்ததை எளிதாக நேரடியாக கூர்மையாகச் சொல்ல வேண்டும். அதைத் தாண்டி கவலைப்படக் கூடாது. எழுதுகிற அந்த நேரத்தில் மட்டுமே நீங்கள் எழுத்தாளனாய்

சுடர்கிறீர்கள். மிச்ச நேரத்தில் அதில் இருந்து விடுபட வேண்டும். பலவித பாவனைகள், குழு அரசியல்களில் அப்போது மாட்டாமல் இருப்போம்.

நான் என் எழுத்தின் இரண்டாம் கட்டத்தில் அடுத்தவர் என்னைப் பற்றி என்ன நினைக்கிறார்கள் என கவலைப்படுவதை நிறுத்தினேன். அதற்கான அவசியம் இல்லை. வாசகனுடன் உரையாடுகிறோம். அவன்தான் முக்கியம். நாம் எழுதுவது தரமானதா என ஒரு சீனியரோ விமர்சகனோ சொலவது அல்ல. வாசகனுக்குப் புரிகிறது, அவனுக்கு முக்கியம் எனப் படுகிறது என்றால் நம் பணி முடிந்தது.

வாசகனுக்கு எது முக்கியம் எனத் தேடி எழுத வேண்டியதும் இல்லை. நமக்கு முக்கியமானது வாசகனுக்கும் முக்கியமானதே. அல்லது அப்படி முக்கியமாக நினைப்பவன் மட்டுமே நம் வாசகன். நான் இப்படித்தான் ஒவ்வொன்றையும் குறைத்துக் குறைத்து ஒரு கணிதப் பயிற்சியில் விடை காண ஒவ்வொரு சூத்திரமாக வெட்டிக் கொண்டு போவது போல் செய்கிறேன். நான் எதை யாரை நோக்கிச் சொல்கிறேன் என்பதைக் கடந்து எதுவும் முக்கியமில்லை. அதனால் தான் நான் தயங்காமல் எனது சீனியர் எழுத்தாளர்களை விமர்சித்திருக்கிறேன். அவர்களது குருபீடங்களில் சேர்வதைத் தவிர்த்திருக்கிறேன். எனக்கு எழுத்து என்பது ஒரு வேலை. அதைச் செய்ய யாரது அங்கீகாரமும் தேவையில்லை. எனக்கு என்று ஒரு இடமோ அடையாளமோ இல்லை. காற்றைப் போல் இருக்கிறோம். அப்போது நாம் யாரையும் தாக்கலாம், ஆதரிக்கலாம்.

ஒரு ஜென் கதை உண்டு. ஒரு மடாலயம். கடுமையான பனி பொழியும் இரவு. மடாலயத்தில் அத்தனை பேரும் நடுங்கிக் கொண்டு தியானம் செய்ய முயல்கிறார்கள். அப்போது ஒரு இளம் துறவி சில புத்த சிலைகளை உடைத்துப் போட்டு கொளுத்தித் தீ காய்கிறார். சட்டென அவருக்கு ஞானம் கிடைக்கிறது. எழுத்திலும் நாம் இதுபோல் சிலைகளை பற்ற வைத்து தீ காய வேண்டும். அதுதான் விடுபட வேண்டிய முதல் தளை. குறிப்பாக இரு சிலைகள். ஒன்று முக்கியமான

ஆட்கள் நம்மைப் பற்றி என்ன நினைக்கிறார்கள் என்பது. அடுத்து நாம். இரண்டையும் எரிக்க வேண்டும்.

1. உள்நோக்கிக் குவியும் எழுத்து வெளிநோக்கியும் பாய வேண்டும். இரண்டுக்கும் ஒரு சந்திப்புப் புள்ளி உள்ளது. அங்கே தான் சிறந்த எழுத்து தோன்றுகிறது. எழுத்தாளன் தன்னை முன்னிலைப்படுத்த இயங்கினால் அது புண்ணைச் சொறிவது போல் ஆகும். ஆரம்பத்தில் சின்னதாய் ஒரு சுகம். போகப் போக அரிக்கும் இடம் புண்ணாகும். சீழ் கட்டும். அப்புறமும் சொறிந்தால் புண் உடையும். தொடர்ந்து தனக்காக உழைத்து மேடை அமைத்து விழாக்கள் நடத்தி விமர்சனங்கள் வரவழைத்து சுயமுன்னேற்றப் பணிகளில் மட்டும் ஈடுபடும் சிலரை எனக்குத் தெரியும். அவர்கள் உண்மையில் மகிழ்ச்சியாக இல்லை. மனதின் ஒரு பக்கம் அவஸ்தையாக கசப்பாக பதற்றமாக இருக்கும். தினமும் தன்னை யாராவது பாராட்ட மாட்டார்களா என ஏங்குவார்கள். அது அவர்கள் தம் சுயத்தை வெறுப்பதனால் ஏற்படுவது. நாம் நம்மை வெறுக்கத் தேவையில்லை. எழுத்து ஒரு சுயம் அல்ல. அது ஒழுகிப்போகும் நதி. நாம் அதில் அணை கட்டி நம்மை உருவாக்கப் பார்க்கக் கூடாது. யார் பாராட்டினாலும் இல்லாவிட்டாலும், பணம் தந்தாலும் இல்லாவிட்டாலும் எழுதுவது நம் கடமை. அதன் மூலம் நம் பண்பாட்டுக்கு சமூகத்துக்கு முக்கிய பங்களிக்கிறோம். எழுதுவதன் வழி நாம் காலத்தின் ஒரு பகுதியாக இருக்கிறோம். அது பெரிய பேறு. மேலும் அதுதான் நம் இருப்பு. எழுதாவிட்டால் ஒரு எந்திரத்தில் இருந்து கழன்று தெறித்த திருகாணி போல் ஆகி விடுவோம்.

எழுத்தாளன் மகிழ்ச்சியாக இருக்க வேண்டும் என்றால் முதலில் எழுத்தின் மூலம் எதையாவது அடைய நினைக்கக் கூடாது. எழுத்தைக் கொண்டு தன்னை மதிப்பிடக் கூடாது. இந்த உலகம் நமக்கு ஏராளம் தந்திருக்கிறது. நாம் எழுத்தின் வழி கொஞ்சம் திருப்பி அளிக்கிறோம். அவ்வளவுதான்.

இன்று எழுத்து ஒரு அவஸ்தையாக எரிச்சலாக பலருக்கும் மாறி வருகிறது. நம் இடத்தை உறுதிப்படுத்தி ஆலாய்ப் பாய்கிறோம்.

இதைத் தவிர்க்க நம்மைக் கடந்த ஒரு லட்சியத்தைப் பற்றிக் கொள்ள வேண்டும். லட்சியங்களின் வறட்சி நம் காலத்தின் சாபக்கேடு. அதனால்தான் ஏன் எழுத வேண்டும் எனும் கேள்வி நம்மை அலைக்கழிக்கிறது. பெயருக்காக, அந்தஸ்துக்காக, சினிமா வாய்ப்புக்காக எழுத முனைந்து ஏமாற்றம் அடைகிறோம். ரெண்டாயிரத்துக்கு முன்பு வரை இந்த வெற்றிடம் இல்லை. இன்று நாம் ஒரு பெரும் நெருக்கடியைச் சந்திக்கிறோம். இதிலிருந்து எப்படித் தப்பிப்பது என யோசிக்க வேண்டும். நம்மைத் தவிர எதையாவது நம்பத் தொடங்குவோம். அப்படி நம்பினால் நம்முடைய சுய அழற்சி, வெறுமை இல்லாமல் ஆகும். எழுத்தில் மகிழ்ச்சி உண்டாகும்.

என்னுடைய இலக்கு என்ன எனச் சிலர் கேட்கிறார்கள். நான் மிகச் சாதாரணமான இலக்குகளைத்தான் வைத்திருக்கிறேன். ஆரோக்கியமாக இருக்க வேண்டும். நல்ல வேலை வேண்டும். அவ்வளவுதான். தினசரி வாழ்வில் அக்கறையுடன் ஈடுபாட்டுடன் இருக்க வேண்டும். மிகச் சாதாரண விசயங்களில்தான் அசாதாரணம் உள்ளது. ஒரு குங்பூ ஞானி பற்றி ஒரு கதை உண்டு. அவரது திறமையைக் கேள்விப்பட்டு சிலர் அவரைப் பரிசோதிக்க நினைக்கிறார்கள். ஒரு உணவகத்தில் அவர் உணவருந்துகிறார். இவர்கள் அவர் அருகே மேஜையில் உட்கார்ந்து அட்டகாசம் செய்கிறார்கள். அவரைச் சீண்டுகிறார்கள். அவர் சட்டென தன் சாப்ஸ்டிக் குச்சியால் ஒரு ஈயைப் பிடித்துக் கீழே போடுகிறார். அவர்கள் வியந்ததுபோல் வெளியே போகிறார்கள். ஒருவரை அடித்து வீழ்த்துவதை விட குச்சியால் ஈ பிடிப்பது பெரிய சாதனை. அதையே செய்ய முடிந்த பின் வேறென்ன வேண்டும். ஒரு பிரமாதமான புத்தகத்தை எழுதுவதைவிட, சின்னச் சின்ன அன்றாட விசயங்களில் மகிழ்ச்சியாக இருப்பது கஷ்டம். எனக்கு மேலே மேலே போக வேண்டும் என ஆசை இல்லை. மேலே போக ரொம்ப அவசியம் என்றால் மொட்டைமாடி மேலே போய் நின்று கொள்ளலாம். என் நண்பர் ஒருவர் எனக்குக் கிடைத்துள்ள யுவபுரஸ்கார் விருதை பயன்படுத்தி மிகப்பெரிய வெளிச்சத்தைப் பெற முயல வேண்டும் என்றார்.

நான் நினைத்தேன்: "அதனால் எனக்கென்ன பயன்? புகழை ஒரு பதிப்பாளர் பயன்படுத்தி புத்தகம் விற்கலாம். ஆனால் எழுத்தாளனுக்கு அதனால் ஒன்றும் இல்லை. அவன் எழுதி முடித்ததும் அப்புத்தகத்தைக் கடந்து போகவே பிரியப்படுகிறான். அடுத்து அவனது புகழை ஒரு நிறுவனம் பயன்படுத்திக் கொள்ளலாம். ஒரு எழுத்தாளன் புகழடையும் போது அவன் ஒரு குலுக்குநடிகையைப் போல் ஆகிறான். அவனை எல்லாரும் பயன்படுத்துவார்கள். அவன் பரிதாபமானவன்."

உண்மையிலேயே புகழைக் கொண்டு வாசகனைச் சம்பாதிக்க முடியுமா என்பதில் எனக்கு ஐயம் உள்ளது. கோபிநாத் ஒரு "புகழ்பெற்ற எழுத்தாளர்" தான். நீயா நானா மூலம் கிடைத்த ஒளியைக் கொண்டு அவர் விகடன், நக்கீரனில் தொடர்கள் எழுதுகிறார். அவரது "நீயா நானா" பிம்பத்துக்காக அவர் புத்தகங்கள் விற்கின்றன. நாளை ரஜினிகாந்த் ஒரு தொடர் எழுதினால் அது கோபிநாத்தை விட நூறுமடங்கு அதிகம் மக்களால் படிக்கப்படும். அவர் புத்தகங்களும் நூறு மடங்கு அதிக வாசகர்களால் வாசிக்கப்படும். அதனால் ரஜினி எழுத்தாளரா? இக்கேள்விக்கு பதில் அவரை வாசிக்கிறவன் உண்மையான வாசகனா என்பது. பொழுதுபோக்கிற்காக வாசிக்கிறவன் வாசகன் அல்ல. அவன் ஒரு நுகர்வோன். கோபிநாத்தைப் படிப்பவர்களும் நுகர்வோர்தான். ஜெயகாந்தன் வாசகனை பாதித்தது போல் கோபிநாத்தால் முடியாது. அதாவது புகழ் மூலம் அடையும் வாசகன் நம் புகழை, அதற்குக் காரணமான பிம்பத்தை மட்டுமே மேய்வான். ஆனால் அசலான வாசகர்களும் இந்தப் புகழ் மூலம் நம்மைக் கண்டடைவார்கள் என்பதை நான் மறுக்கவில்லை. ஆனால் அது பெண் பார்க்கும் சடங்கின் போது ஒரு பெண்ணின் மீது நமக்குக் காதல் ஏற்பட்டு அவளையே திருமணம் செய்து உன்னத உறவு உருவாவது போல் ஓர் அபூர்வ விசயம். பெரும்பாலும் அசல் வாசகர்கள் மிக மிகக் குறைவாகவே புகழ் வழியாக வசீகரிக்கப்படுவார்கள். என் நண்பர் ஒருவர் அடிக்கடி டி.வியில் தோன்றுகிறவர். ஆனால் தீவிரமான கவிஞர். அவர் நூலை வாங்கிப் படித்த வாசகன் ஒருவன் போன் செய்து அவரிடம் ஏமாற்றம் தெரிவித்தான்:

“சார் நீங்க டிவியில ரொம்ப முற்போக்கா ஆவேசமா சமூகக் கருத்துகள் பேசுறீங்க. அது பிடிச்சுப் போய்தான் உங்க கவிதை நூல் வாங்கினேன். ஆனால் உங்க கவிதையில அதே மாதிரி சமூகக் கருத்துகள், விமர்சனங்கள் இல்லியே. ஏன்?” இப்படியான வாசகர்கள்தாம் அதிகம் நாடி வருவார்கள்.

எழுத்தாளனுக்குப் புகழினால் உண்மையில் எந்த லாபமும் இல்லை.

எழுத்தாளன் என்றால் என்ன?

இது ஒரு கேள்வி மட்டும்தான். பதில் சொல்கிற உத்தேசத்தில் எழுதவில்லை. சுருக்கமாக:

எழுத்தாளன் என்பதை வேலை, பொறுப்பு, அடையாளம் என்று நினைக்கிறோம். இங்கே ஒரு சிக்கல் வருகிறது. எழுதுவது என்பது ஒரு தகவல் தொடர்பு முறை. பேசுவது, சங்கேதம், சைகை போல. ஆனால் எழுதும் போது கடத்தப்படும் சேதி கட்டாயம் எதிர்த்தரப்பைப் போய்ச் சேர வேண்டும் என்ற கட்டாயம் இல்லை. மேஜையில் ஒரு மெழுகைக் கொளுத்தி வைத்து இருட்டிடம் பேசுவது போல் ஒரு எழுத்தாளன் எழுதிக் கொண்டு போகிறான். ஐயாயிரம் பேரை உத்தேசித்து தமிழ் எழுத்தாளன் ஒரு புத்தகம் எழுதினால் அதை பத்தாயிரமும் படிக்கலாம், வெறும் ஐந்து பேர் மட்டும் சீண்டலாம். என் அக்கறை இந்த எண் சம்பந்தப்பட்டது அல்ல. எத்தனை பேர் படித்தாலும் அவனது சேதி போய்ச் சேர்ந்ததற்கு எந்த நிச்சயமும் இல்லை. உதாரணமாக வாழ்ந்த காலத்திலே நீட்சேவை இலக்கியத் தத்துவ வாசகர் யாரும் ஏற்றுக்கொள்ளவில்லை. கழுதையைக் கட்டி அழுது பைத்திய விளிம்பில் நிரந்தரமாய் கால் தடுக்கிய பின்னர் அவர் ஒரு யூத எதிரியாக, இனவாத ஆதரவாளராக அவரது சகோதரி எலிசபெத்தால் தவறாகத்

திரித்துக் காண்பிக்கப்பட்டார். அவரது புத்தகங்கள் ஹிட்லரின் இலக்கியக் கண்காட்சியில் இருந்தன. பின்னர் இருபதாம் நூற்றாண்டில் அவர் ஒரு கலகவாத பின்நவீனத்துவச் சிந்தனையாளராக பூக்கோவால் கொண்டாடப்பட்டார். அதற்குப் பின்னரும் தத்துவ வாத்தியார்கள் தோன்றி இல்லை அவர் ஒரு மரபான சிந்தனையாளர்தான் என்கிறார்கள். நீட்சே என்ன உத்தேசித்தார்? தன்னுடைய அதிமனிதனாக அவர் ஹிட்லரையோ மோடியையோ ஏற்றுக்கொண்டிருப்பாரா? பின்நவீனத்துவத்தை ஏற்றிருப்பாரா? இஸ்லாமியக் கலாச்சாரத்தை, குறிப்பாய் அஸாஸின்கள் எனப்படும் அதன் தொழில்முறை கொலைஞர்களைப் போற்றிய நீட்சே இன்று லஷ்கர் போன்று அமைப்புவாதிகளை எப்படி நேர்கொண்டிருப்பார்? நீட்சே என்ன உத்தேசித்தார் என்பது இன்னமும் குழப்பமாக இருக்கிறது. எனக்குத் தெரிந்த ஆய்வாள நண்பர் ஒருவர் தமிழின் திணைக் கோட்பாட்டின்படி நீட்சே ஒரு பாலைநிலக் கவிஞர் என்று தனிக் கோட்பாடு வைத்திருக்கிறார். நீட்சேவின் குரல் வாசகனின் செவிப்பறையை அடைய இன்னும் எத்தனை ஒளிஆண்டுகள் கடந்து வர வேண்டும்?

ஒரு இசைக்கலைஞன், நடிகன், பேச்சாளன், ஆசிரியன், போதகன், கூத்துப்பாடகன் என அனைவரும் ஒரு கேட்பாளர்/ பார்வையாளர் துணைகொண்டுதான் இயங்குகிறார்கள். தான் பாடுவதை யாரும் கேட்காமல் போய் விடுவார் என்ற சஞ்சலமே ஒரு பாடகனுக்கு இருக்காது; கூடவே தவறாகக் கேட்பார்கள் என்ற குழப்பமும். ஆனால் மூட்டமான அடையாளம் கொண்டிருக்கும் எழுதுகிற ஒருவன் தன்னை "எழுத்தாளன்" என்றால் நியாயமானதா? எழுத்தாளன் நிச்சயம் எழுதித் தெரிவிப்பவன் அல்ல.

ஆனால் எழுத்தாளன் நிச்சயம் தன்னை ஸ்தூலப்படுத்துவதற்கு ஒரு வழி உள்ளது. அது ஆகக் கூடிய மட்டும் திசைதவறாமல் சொல்ல வந்ததை மட்டும் சுருக்கமாகச் சொல்லிவிடுவது. ஆனால் சுருக்கிக் கூறுவது நிச்சயம் இலக்கியம் அல்ல என்கிறார் ரொலாண்ட் பார்த். அது பள்ளி கல்லூரி வாத்தியார்கள்

செய்யும் அக்கிரமம் என்கிறார் அவர். வடிகட்டப்பட்டு கடும் மௌனத்துடன் வரும் ஒவ்வொரு சொற்றொடரும் எதிர்சாரி மீது கடும் அதிகாரத்தை பிரயோகிக்கிறது. உதாரணமாக மாணவர்கள் சுயமாக யோசிப்பதை, கிளைபிரிந்து விவாதிப்பதை ஒரு லட்சிய ஆசிரியன் அனுமதிக்க மாட்டான். அவனது சிந்தனைப் போக்கில் இருந்து இம்மியும் பிசகாமல் மாணவன் பின்தொடர வேண்டும். அதற்காக அவன் சொல்ல வந்ததை அதனது பிற அர்த்த சாத்தியங்கள், குறியீட்டு தூண்டுதல்களில் இருந்து சுத்திகரிக்கிறான். முன் பின் சிந்திக்க வாய்ப்பற்ற எண்ணங்களாகச் சுருக்குகிறான். தான் உத்தேசித்தது போய் சேர்ந்துவிட்டதா என்று அடிக்கடி மாணவனின் உடல் மொழியை சோதித்து உறுதி செய்கிறான். ஒரு பழுத்த ஆசிரியனின் மூளை இவ்வாறு ஒரு துப்பாக்கி முனையாகவே செயல்படுகிறது. இதையே பார்த் இலக்கிய விரோதம் என்கிறார். நீட்சேவுக்கு தான் பேசுவதன் அர்த்த நிச்சயத்தன்மை குறித்த அவநம்பிக்கை எப்போதும் இருந்திருக்கிறது. அவர் ஒரு மொழி ஆய்வாளரும் கூட. நூற்றாண்டுகளின் உருவக, குறியீடுகள் படிந்து செறிவு கொண்டது மொழி. அதை வைத்து ஒன்றைப் புதுசாகக் கூறுவது கிட்டத்தட்ட வெற்றி கொள்ள முடியாத ஒரு சவால். அதனால் நீட்சே தனது அவதானிப்புகளை "இருக்கலாம், தோன்றுகிறது" என்றே முன்வைக்கிறார் (அவரது வசைகளின் தீர்க்கத்தன்மை வேறு). ஒவ்வொரு முறை சுருக்கி தெளிவாக கருத்துகளைச் சொல்ல முயலும் போதும், ஒரு பொருளில், எழுத்தாளன் உண்மைக்கு விரோதமாக நடக்கிறான், வாசகனுக்கு துரோகம் செய்கிறான். "சுருக்கமாக" அவன் பொய் சொல்கிறான்.

ஆனால் மாறாக மொழியின் அர்த்தச் சுமையில் இருந்து விடுபட அவன் மறைமுகமாய், பூடகமாய் தான் எழுத முயல வேண்டும். அப்போது வாசகன் மாயமாகி விடுகிறான். இன்று ஒரு தீவிர இலக்கியவாதி தன் எழுத்தை லகுவாக்கினால் வெகுஜன வாசகர்களுக்காக சமரசம் செய்வதாக ஒரு குற்றச்சாட்டு வைக்கப்படுகிறது. இது ரோலாண்ட் பார்த் ஏற்கனவே விரல் சுட்டியதுதான் என்றாலும், இதில் எத்தனை சதவிகிதம் நியாயம்

உள்ளது? எழுத்தாளன் என்னதான் செய்ய முடியும்?

இது சற்று தத்துவார்த்தமான கேள்வி. புலன்களால் உணரப்படும் உலகம் நிஜம் அல்ல என்று நூற்றாண்டுகளாய் அனைத்து தத்துவஞானிகளும் யோசித்திருக்கிறார்கள். இப்படியான உலகை ஏற்பதா நிராகரிப்பதா என்பதே ஒவ்வொரு தலைமுறையிலும் தத்துவஞானிகள் இடையே வேறுபாடான நிலைப்பாடாக இருந்து வந்துள்ளது. அனைவரும் இருட்டில் தடவியபடிதான் பேசி இருக்கிறார்கள். ஆனால் இலக்கிய உலகம் வேறுமாதிரியாக இயங்குகிறது. இலக்கிய விமர்சன வரலாற்றில், எழுத்தாளன் உருவாக்கும் கற்பனை உலகம் ஒருவிதத்தில் நிஜமானது, முக்கியமானது என்று மீளமீள அழுத்துகிறார்கள். ஒரு கட்டத்தில் தத்துவத்தில் இருந்து இலக்கிய எழுத்துக்கு நகரும் நீட்சேவிடமும் இந்தத் தன்னம்பிக்கையின் ஆவேசம் கூடுகிறது. அவர் ஆரம்பத்தில் எழுதின *The Birth of Tragedy* என்ற நூல் ஆய்வாளக் கூட்டத்தினால் நிராகரிக்கப்பட்டது. நீட்சேவின் மொழிதான் அதற்குக் காரணம். ஆய்வு அல்லது மேற்கூறிய "ஆசிரிய" தட்டை மொழியைத் தவிர்த்து ஒருவித ஆவேச, உருவக மொழியைப் பயன்படுத்தி இருந்தார். நீட்சேவின் மொழியில் இருந்த சத்தியத்தை தரிசித்து விட்டதான மிகைநம்பிக்கை மற்றும் தீப்பற்றிய சொற்கள் தத்துவ ஆய்வாளனுக்கு உரியது அல்ல. இதனால் அவரது வாழ்நாள் முழுக்க கல்வியாளர்களால் தனிமைப்படுத்தப்பட்டார். உலகம் பெரிய பொய் என்று நீட்சே நம்பினார். ஆனால் அந்த மரபான தத்துவார்த்த அவநம்பிக்கை அவரது எழுத்தை தொந்தரவு செய்யவில்லை. மிகுந்த சரளத்துடன் தனது நம்பிக்கைகளைத் தயக்கமின்றி எழுத்து மூலம் சொன்னார். ஆனால் சுருக்கி பத்தியாக்காமல் நிஜத்தின் அருகில் செல்ல பிரயத்தனப்பட்டார். இதற்கு உருவகம், மணிமொழி, பகடி என மொழியின் அனைத்து நுட்பங்களையும் உத்திகளையும் பயன்படுத்தினார். அதாவது, நீட்சே தத்துவஞானியாக மட்டுமே இருந்தால் இப்படி உண்மையைக் காட்ட முயன்றிருக்க மாட்டார். அவர் எழுத்தாளராக மாறினார். காரணம் எழுத்தாளனுக்கு இப்படி தர்க்கத்துக்கு அப்பாற்பட்ட தன்னம்பிக்கை என்றுமே

இருந்துள்ளது. அவன் ஒரேயடியாக சமூகத்தால் நம்பப்பட்டும் அஞ்சப்பட்டும் புறக்கணிக்கப்பட்டும் வருகிறான். எப்படி இருந்தும் அவன் தனது அடையாளம், சொல்ல வந்த சேதி, கைக்கொண்ட மொழி அனைத்தின் மீதும் உறுதியான நம்பிக்கை கொண்டு இயங்குகிறான். அவை உண்மையா? நாம் இன்னும் நெடுங்காலம் தொடர்ந்து தள்ளிப் போட வேண்டிய கேள்வி அது!

இலக்கியத்தில் காலாதீதமாக இருப்பது...

தமிழ் இலக்கியச் சூழலில் மட்டுமல்ல மாற்று மொழி எழுத்தாளர்களிடமும் நான் காணும் ஒரு வினோத விருப்பம் ஒரு காலாதீதமான படைப்பை எழுதி வரலாற்றில் நீங்கா இடம் பெற்று விட வேண்டும் என்பது. இந்த ஆசையை என்னிடம் தெரிவிக்காத ஒரு எழுத்தாளன் இருக்கிறார் என்றால் அது மனுஷ்யபுத்திரன்தான் - அவர் தான் வாழும் காலத்தில் கவனிக்கப்பட வேண்டும் என மட்டுமே ஆசைப்படுகிறார். சாருவும் இப்படித்தான். எஸ்.ரா தன்னைப் பற்றி அதிகம் சொல்லுவதில்லை என்பதால் இது குறித்த அவரது கருத்து என்னவெனத் தெரியவில்லை. ஜெயமோகன் ஒரு பத்தாயிரம் முறையாவது தனது படைப்புகள் காலம் கடந்து நிற்கும் எனச் சொல்லி இருக்கிறார். எனக்கு பதினாறு வயதிருக்கும் போது என்னிடம் அவர் சொன்னார்: “தமிழில் இப்போது எழுதிக் கொண்டிருப்பவர்களில் நூறு வருடம் கழித்துப் படிக்கப்படப் போகிறவர்கள் நானும் எஸ்.ராவும்தான்.” நான் அதைக் கேட்டு அதிர்ந்து போனேன். இது எப்படி ஜெமோவுக்குத் தெரியும்? ரகசியமாக ஏதாவது கால எந்திரம் வைத்திருக்கிறாரா? ஆனால் ஆசான் தான் ஸ்கூட்டர் கூட ஓட்ட மாட்டாரே? இப்படி ரொம்ப குழப்பமாக இருந்தது.

இருந்தாலும் ஆசானின் இந்தக் கருத்து எனக்குப் பிடித்துப் போனதால் சில காலம் நானும் இந்தப் பைத்தியம் பிடித்துத் திரிந்தேன். காலத்தை வென்ற படைப்பை எப்படி எழுதுவது என சதா கவலைப்பட்டுக்கொண்டு இருந்தேன். நம்முடைய பட்டியல் வெளியீட்டுச் சூழலில் சதா ஒரு இலக்கியப் படிநிலை உருவாக்கப்பட்டு வருவதால், அரை நூற்றாண்டுக்கு முன்பு இயங்கிய படைப்பாளிகளில் தமக்கு ஏற்றவர்களைத் தனித்தனிப் பட்டியல்களாக வெளியிட்டு முன்னோடி மரபை இங்கு ஏற்படுத்தி அதை குருபரம்பரையாக நாம் வளர்த்து விட்டிருப்பதால் இந்த எண்ணத்தை என்னால் கடந்து செல்லவே முடிந்ததில்லை. ஆனாலும் இது ஓர் அபத்தம் எனும் நம்பிக்கையும் என்னிடம் இருந்தது. என்னுடைய தத்துவ வாசிப்புதான் இவ்விசயத்தில் ஒரு தெளிவை எனக்குத் தந்தது.

அண்மையில் ஒரு தீவிர எழுத்தாள நண்பரிடம் - அவர் ஒரு முற்போக்காளர், பகுத்தறிவாளர் - உரையாடும்போது இப்படியே எந்தப் படைப்பு காலம் கடந்து நிற்கும், எது நிற்காது எனப் பேசிக்கொண்டு போனார். நான் அவரிடம் இக்கேள்வியை கேட்டேன். இதையே நான் ஜெமோ உள்ளிட்ட இலக்கிய சாதனையாளர்கள், அடுத்த தலைமுறை படைப்பாளிகள், வாசகர்கள், சிந்தனையாளர்களிடமும் வைக்க விரும்புகிறேன்:

1) காலாதீதம் என்றால் காலத்தைக் கடந்து, காலத்துக்கு அப்பால் ஒன்று இருப்பது. அப்படி காலத்துக்கு வெளியே இருக்கும் ஒன்று உண்மையில் எங்குதான் இருக்கிறது?

2) “இருத்தல்” என்றாலே காலத்துக்கு உட்பட்டதுதானே? காலம் கடந்து வாழும் படைப்பு எனும்போது அது எங்குமே வாழ முடியாதுதானே?

3) புதுமைப்பித்தனோ, தி.ஜாவோ, சு.ரா, அசோகமித்திரனோ இவர்களுடைய படைப்புகள் நம் மொழிக்குள்தான் இருக்கின்றன. நம் மொழி காலத்துக்குள்ளே இருக்கிறது. இப்படி இருக்க இவர்கள் காலத்தைக் கடந்து வாழ்கிறார்கள் என்பது எப்படி சாத்தியமாக முடியும்?

4) முன்னோடிகளை நாம் இக்காலத்திலும் படிக்கிறோம் எனச் சொல்லலாம். அது வேறு, காலாதீதம், சாஸ்வதம் என்பது வேறு. இப்படி அவர்கள் சாஸ்வதத்தில் இருப்பதாகச் சொல்லி நாம் வாழ்கிற இந்த நிகழ்காலத்தை ஒரு சாஸ்வதமான காலம், அதற்கு முடிவில்லை என நாம் கற்பனை பண்ணி ரகசியமாகப் புளகாங்கிதம் அடைகிறோம் என நினைக்கிறேன். இது ஒரு பகற்கனவு.

5) தன் காலத்தைக் கடந்து ஒரு படைப்பாளி படிக்கப்படுகிறான் என்றால் அது தானே நிகழ்வதல்ல. அவனை முக்கியமாகக் கருதுகிற எழுத்தாளர்கள், விமர்சகர்கள் அவனை இன்றும் முன்னெடுக்கிறார்கள், அவனுடைய பிரதிகளை பதிப்பாளர்கள் தொடர்ந்து சந்தையில் வைத்திருக்கிறார்கள், அவனுடைய நுண்ணுணர்வு, அரசியல், மொழி, கற்பனை ஆகியவை இன்றைய தலைமுறைக்குத் தோதாக உள்ளன. சமூக, வரலாற்றுச் சூழல், இலக்கிய அரசியல், வியாபாரச் சந்தை, வாசகனின் தேவை என பல சார்புநிலைகள்தான் இந்த "காலாதீதத்தை" தோற்றுவிக்கின்றன. சு.ரா ஏன் அவரது மறைவுக்குப் பின் மவுசிழந்து போனார்? அவர் தரமற்ற படைப்பாளி என்பதாலா? இல்லை. அவர் ஒரு சிறந்த எழுத்தாளரே. அவரது பல கதைகள் முக்கியமானவையே. ஆனால் அவரது படைப்புகளை முன்னிறுத்த பெரும் துணையாக இருந்தது அவருடைய ஆளுமையும், இலக்கியப் பள்ளியாக அவர் தன்னைத் தக்கவைத்திருந்ததுமே. அவர் போனதும் அந்தப் பள்ளி 'கலைக்கப்பட்டது'. அவருடைய ஆகிருதியும் மதிப்பிழந்தது. அவரைப் பின்பற்றி சு.ரா ஸ்டைலில் எழுதுபவர்களும் குறைந்தார்கள். (இதுவே எந்த ஒரு பீடாதிபதிக்கும் நடக்கும்)

ஐரோப்பாவில், பதினாறாம் நூற்றாண்டில் மெட்டாபிசிக்கல் கவிஞர்கள் என ஒரு சிறிய குழு செயல்பட்டார்கள். ஜான் டன், ஹெர்பர்ட் போன்ற வித்தியாசமான, வசீகரமான கவிஞர்கள் இவர்கள் இடையே உண்டு. நான் ஆங்கில இலக்கியம் படித்தபோது பெரும்பாலான பழங்கால இலக்கியவாதிகளை நிராகரித்தபடி வந்தேன். ஆனால் மெட்டாபிசிக்கல் கவிஞர்களை எனக்கு மிகவும் பிடித்திருந்தது.

ஆனால் அவர்கள் வாழ்ந்த காலத்தில் அக்கவிஞர்களுக்கு எந்த மதிப்பும் இருக்கவில்லை. மெட்டாபிசிக்கல் என்பதே அவர்களைப் பகடி பண்ண அளிக்கப்பட்ட பட்டப்பெயர் தான். சுமார் நானூறு வருடங்களுக்குப் பின் டி.எஸ் எல்யட் இந்தக் கவிஞர்களைத் தோண்டியெடுத்து அவர்களைப் பாராட்டி எழுதினார். அசலான இலக்கிய நுண்ணுணர்வு அவர்களிடமே தென்பட்டது என்று சொன்னார். இதைப் படித்த போதுதான் எனக்கும் ஏன் மெட்டாபிசிக்கல் கவிதைகள் பிடித்திருந்தன என்பது எனக்குப் புரிந்தது - அவர்களிடம் ஒரு அபூர்வமான நவீனம் அந்தக் காலத்திலேயே இருந்தது. நவீனப் படைப்புகள் வழி இலக்கியத்துள் வந்த எனக்கு பண்டைய இலக்கியம் போலியாகவும், இந்தக் கவிஞர்கள் தனிச்சிறப்பு படைத்தவர்களாகவும் தோன்றக் காரணம் அவர்களிடம் என் காலத்தின் சில அம்சங்கள் இருந்தன என்பதே. இதுவே டி.எஸ் எல்யட்டையும் அவர்களை நோக்கி ஈர்க்கச் செய்திருக்க வேண்டும். இது முழுக்க சமூக வரலாற்றுக் காரணிகளால் தோற்றுவிக்கப்பட்ட மதிப்பீடே அன்றி எந்தக் காலாதீதமும் இல்லை. கற்பனாவாத படைப்பாளிகள், சார்லஸ் டிக்கென்ஸ் போன்று நவீன யுகத்தில் மிகையானவர்கள் எனக் கருதி நிராகரிக்கப்பட்ட வெகுஜன இலக்கியப் படைப்பாளிகள் பின்நவீன காலத்தில் மதிப்பு பெற்றதும் இப்படித்தான். எந்தப் படைப்பாளியும் தன்னளவில் சுயம்புவாக நீடித்திருப்பதில்லை.

6) சாஸ்வதம், காலாதீதம் என்றால் அதன் பொருள் ஒன்று முதலும் முடிவும் அற்றது என்பதே (கடவுளை நாம் அப்படித் தான் அழைக்கிறோம்). ஒரு படைப்பு காலாதீதமானது என்றால் அது தோன்றியிருக்கவே முடியாதே. தோன்றும் போது காலாதீதமாக இல்லாமல் சமூகப் பொருளாதார, வரலாற்றுச் சூழலுக்கு உட்பட்டு காலத்துக்குள் தோன்றிய ஒன்று எழுத்தாளனின் மறைவுக்குப் பின் மட்டும் எப்படி காலாதீதமாக முடியும்? நமது கடவுள்கள் கூட மனிதப் பிறப்பெடுத்து மனிதனாகத் தானே மரித்தார்கள்.

7) எது ஒன்றும் அதைத் தோற்றுவிக்கிறவரின் குணநலன்களாலே உருவாகிட முடியும். நாயின் வயிற்றில் பூனை பிறக்க முடியாது.

ஒரு எழுத்தாளன் காலத்துக்கு உட்பட்டவன். அவன் பிறந்து மறைகிறவன். அவன் எழுதியது மட்டும் எப்படி மரணமற்றதாக இருக்க முடியும்?

8) இதை நினைத்துப் பார்க்க கருணையற்றதாகத்தான் இருக்கும் - நான் செத்த பிறகு என் படைப்பை யார் படித்தால் என்ன, படிக்காவிட்டால்தான் என்ன? என் சாவுக்குப் பிறகு நீங்கள் என்னைப் படித்தால் எனக்கு ராயல்டி வருமா அல்லது மகிழ்ச்சி ஏற்படுமா? சாஸ்வதம் என்பது நாம் அழிந்துபோகக்கூடியவன் எனும் கவலைக்கான ஓர் எளிய ஆறுதல் மட்டுமே.

9) என் பிள்ளைகள், வாரிசுகள் வழியாக நான் நீடித்திருப்பேன் எனும் மற்றொரு கற்பிதம் நம்மிடையே உண்டு. யோசித்துப் பாருங்கள் - இது உண்மையென்றால் நாம் ஏன் சாக மறுக்கிறோம்? உயிருடன் இருக்கும்போது சொத்தை மட்டுமல்ல அரசியல் பதவியைக் கூட வாரிசுக்குக் கொடுக்க மறுத்து நீடிப்பவர்களே நாம். இதுவே நமக்கே இதில் நம்பிக்கை இல்லை என்பதைக் காட்டுகிறது. எப்படி நம் வாரிசுகள் அவர்களுடைய சமூகப் பொருளாதார, பண்பாட்டுச் சூழலின் சார்பில் தோன்றி, காலத்துக்கு உட்பட்டு வாழும் தனிமனிதர்களோ அப்படியே நாம் எழுதும் இலக்கிய பிரதிகளும் நமக்குப் பின்பான வாசகர்களுடன் உரையாடும் அல்லது கைவிடப்படும். நமக்கும் நம் படைப்புக்கான தொடர்பு அது நம் வழி - பல்வேறு சார்புநிலைகளுக்கு உட்பட்டு - வெளிப்பட்டது என்பது மட்டுமே. நம் காலத்துக்குப் பின்பு நம் படைப்புகள் இருக்குமென்றால் அவற்றின் வழி 'நாம்' இருக்க முடியாது. கலீல் ஜிப்ரான் சொன்னதைப் போல "நம் குழந்தைகள் நம் குழந்தைகள் அல்ல."

10) நான் இந்தக் கணத்துக்கு அப்பால் இருப்பு இல்லாதவன். இதுவே உண்மை. ஒரு வினாடிக்கும் மற்றொன்றுக்கும் அப்பால் நாம் உருவாக்கும் தொடர்பே பொய்யாக இருக்கும் போது இவ்வாழ்வுக்கும் பின்னான என் படைப்பின் சாஸ்வத வாழ்வுக்குமான தொடர்ச்சி எப்படியான மகா பொய்?

நான் எழுதுவது இப்போதைய என் இருப்பை அறிய, உணர,

அதில் ஆழ்வதற்கு மட்டுமே. வாசகனும் அதற்காகவே வாசிக்கிறான். அதைத்தான் அதற்கு எந்த மதிப்பும் தன்னளவில் இல்லை என நினைப்பதே எழுத்தாளனை ஏமாற்றங்கள், துயரங்கள், அகங்காரத்தில் இருந்து விடுவிக்கும். இல்லாவிட்டால் எழுத்தே அவனுடைய சிறையாகிவிடும். தான் வாழாத ஒரு வாழ்வு குறித்த கற்பனையில் திளைத்து, நான் நிலைத்திருப்பேன் என கிளர்ச்சி அடைந்தபடியே அவன் இந்தக் கணத்தைத் தொலைத்து விடுவான். அவன் சதா தன்னைப் புகழ்ந்தபடி, அப்படி தனக்கு ஜால்ரா போடும் ஒரு கூட்டத்தை வளர்த்தபடி இருப்பான்; ஒருவேளை அவன் பிறரால் கவனிக்கப்படாவிடில் கடுமையாக பதற்றத்துக்கு ஆளாகி இருக்க நேரிடும். தன் கற்பனையால் உருவாக்கிக் கொண்ட சாஸ்வத கிரீடத்தின் எடை தாளாமல் ஒருநாள் அவனுடைய கழுத்து முறிந்து போகும். மற்றபடி, இந்தப் பொய் உங்களுக்கு எழுத உத்வேகம் அளிக்குமெனில் அதைப் பற்றிக் கொள்ளலாம், அது உங்களைப் 'பற்றிக்' கொள்ளாதவரை பிரச்சனை இல்லை.

ஒரு எழுத்தாளனின் உன்னத மீமெய்யியல்

“இளையராஜாவின் பொன்விதிகள்” என்றொரு கட்டுரையில் ஜெயமோகன் இளையராஜா எந்தளவுக்கு உலக வாழ்வில் பற்றற்றவர், புற உலகின் அரசியல் பற்றின அக்கறையற்றவர், மிச்சம் வைக்காமல் தன்னை கலைக்கு ஒப்புக் கொடுத்தவர், அதற்கான ஒழுங்கைப் பேணுகிறவர் என்று சிலாகிக்கிறார். இதில் என்னைத் தூண்டிய விசயம் பற்று என்பதே. ஒரு கலைஞன் லௌகீகத்தில் பற்றற்றவன் எனும் தொன்மமானது இங்கு கா.ந.சு காலத்தில் இருந்தே இருக்கிறது. (அதற்கு முன் சங்க காலக் கவிஞர்கள் பரிசிலுக்குப் பாட்டெழுதினார்கள் என்னும் நம்பிக்கை இதன் எதிரிடையோ?) இன்று அரசவைப் புலவர்களின் இடத்தில் சினிமா கலைஞர்கள் வந்து விட்டமையால் ஜெயமோகன், ராஜாவை மட்டும் கா.ந.சுவாக புனைகிறார் என நினைக்கிறேன். அல்லது அது அவர் கண்ட இளையராஜாவாக நிஜமாகக் கூட இருக்கலாம். என் ஆர்வம் கலைஞனின் பொன்விதிகளில் ஒன்றாக பற்றற்று இருத்தலைக் கூறலாமா என்பதே.

நான் என்னையே எடுத்துக் கொள்கிறேன். எழுத ஆரம்பித்தால் எனக்கு சாப்பிடுவது, உடற்பயிற்சி செய்வது ஏன் வேலைக்குப் போவது கூட மறந்துபோகும். ஒரு பேரழகி

என் அருகே வந்து நிற்பது போக அவள் தன் செவ்வாய் திறந்து அருளினாலும் அச்சொற்கள் என் காதில் பட்டு இலையுதிர் மழைத்துளிகள் போலாகிவிடும். (ஏனென்றால் நான் யார் சொல்லும் கேட்கக்கூடாது என ஹெட்போன் மாட்டி இசையை உச்சமாக ஒலிக்கவிட்டிருப்பேன்.) இத்தனை வருடங்களாக வேலை செய்து கொண்டிருக்கிறேன்; இதுவரை என்னிடம் எந்த சேமிப்பும் இல்லை, வீடில்லை, சொத்தில்லை, தங்கமில்லை, ஒன்றுமேயில்லை. (என்னைப் போல எதுவுமே இல்லாதவர்கள் சாமான்யர்களிலும் பலர் இருக்கிறார்கள். அது நம் பொருளாதார அமைப்பின் சாபக்கேடு.) நான் வாங்க ஆசைப்படுவதும் பெரும்பாலும் கணினி, புத்தகம் என்று எழுத்து சம்பந்தப்பட்டதாகவே இருக்கும். (என்னைப் போல தினமும் எழுதுகிற படைப்பாளிகளின் விருப்பங்களும் என்னைப் போன்றே எழுத, வாசிக்க நேரம், வேளாவேளைக்கு சாப்பாடு, ஒரு துணை என்றளவிலே இருக்கும்.) என்னைப் போன்ற கலைஞர்கள் பற்றற்றவர்களா?

“அதெப்டிங்க? நீங்க வேலைக்குப் போய் சம்பாதிக்கிறீங்க, சாப்டுறீங்க, பெண் (அல்லது ஆண்) துணை இருக்குது, பற்றில்லாமல் இதெல்லாம் சாத்தியமா?” என யோசிப்பீர்கள். ரொம்ப நியாயமான கேள்வி. இதே கேள்வி இளையராஜாவுக்கும் பொருந்தும்.

சரி, உலகப்பற்று அதிகமானோருடன் ஒப்பிடுகையில் ஒரு ‘உன்னத கலைஞன்’ குறைவான லௌகீக அக்கறை கொண்டவன் என்று கூறலாமா? என்னுடைய பதில் இங்கு கூடுதல்-குறைவு எனும் இருமையில் எந்தப் பொருளும் இல்லை. எந்தக் கலைஞனும் பற்று கொண்டவனோ பற்றற்றவனோ அல்ல, ‘துறத்தல்’ என்பதே ஒரு போலித்தனம் என்பதே. துறந்தவன் எப்படி ‘துறந்தவன்’ ஆகிறான்? துறந்திடும் பொருள் ஒன்று இருக்கும் வரையில்தானே அவன் துறவி? பற்றற்றவன் எப்படி பற்றற்றவன் ஆகிறான்? பற்றிக் கொள்ளும் ஒன்று இருக்கும் வரையில்தானே அவன் பற்றற்றவன்?

மாறாக, ஒரு இசைக்கலைஞனோ எழுத்தாளனோ இந்த உலகை ஒரே சமயம் பற்றிக்கொண்டும் துறந்துகொண்டும் இருக்கிறான் என நம்புகிறேன். இந்த உலகைப் பற்றிக்கொண்டு அதைக் கடந்துபோகும் முயற்சியே கலை. அதே நேரம் அவன் இந்த உலகில் இருந்து பறந்து வானிற்குச் செல்வதும் இல்லை. அவன் திரும்பவும் பூமிக்கே வருகிறான். மீண்டும் இங்கிருந்து தாவுகிறான், மீள்கிறான். இந்த ஊசலாட்டமே கலை அனுபவம், படைப்பனுபவம். ஹைடெக்கர் சொல்வதைப் போல இந்த உலகில் "இருக்கிற" எவருமே இத்தகைய அனுபவத்தைப் பெறுகிறவர்களே. ஆனால் கலைஞன் இதை இன்னும் உக்கிரமாக, சிக்கலாக அறிகிறான், இன்னும் உன்னதமாக்குகிறான். வாழ்தலின் 'உன்னத மீமெய்யியல்' *(the sublime metaphysics of living)* என்று படைப்பாக்கத்தைக் கூறலாம்.

ஒருவன் கலைஞனாக இருப்பதன் முழுமுதற் தகுதியே அவன் இந்த உலகுடன் மிகுந்த பற்று கொண்டிருப்பதே. ஒரு பெண்ணை எப்படியாவது சுகிக்க வேண்டுமென உங்கள் உடல் தகிக்கிறதா, அதை உங்களால் தங்குதடையின்றி ஏற்றுக் கொள்ளவும் முடிகிறதா, அதை உணர்கிறீர்களா? ஆம் எனில், நீங்கள் கலைஞன் ஆகலாம். அப்படி கலைஞன் ஆக இந்த உடல்ரீதியான இச்சையைக் கடந்துபோவதற்குக் கலையைப் பயன்படுத்துகிறீர்கள். ஒரு பெண்ணுடலை ஒரு ஸ்வர ஜதி மூலம் தொடுகிறீர்கள். ஒரு நுட்பமான வரி மூலம் இன்னும் ஆழமாக, பிரம்மாண்டமாக உணர்கிறீர்கள். அப்போது அதை அடையவும் கடந்து போகவும் உங்களால் முடிகிறது. ஆனால் இங்கு முக்கியமானது உங்களுடைய கலையின்பமானது - உங்களை கலைக்குள் வைத்திருக்கும் அந்த சங்கதியானது - கடப்பதில் இல்லை என்பதே. மாறாக, அது உலகில் இருந்துகொண்டே இல்லாமல் போவதில் இருக்கிறது. இருத்தலுக்கும் இன்மைக்கும் நடுவே ஒரு இடைவெளி வருகிறது. அந்த இடைவெளியும் இருத்தலுக்குள்ளேதான் இருக்கிறது (ஏனென்றால் நீங்கள் உலகில் இருந்துகொண்டேதான் இருக்கிறார்கள், ஒவ்வொரு நொடியும்.) பற்றியிருந்தாலோ பற்றற்றிருந்தாலோ நீங்கள் இந்த இடைவெளியை அறிய முடியாது. சொல்லப்போனால் இந்த

இடைவெளியை அறியாமல் இங்கு யாரும் இல்லை, இருக்கவும் முடியாது. நான் ஏற்கனவே சொன்னதைப் போல அதன் உக்கிரம், தீவிரம், அளவுதான் மனிதர் இடையே வித்தியாசம்.

அதனால்தான் இளையராஜாவோ, ஒரு கலைஞனோ, எழுத்தாளனோ, சாமான்யனோ, ஒரு சாமியார் கூட இங்கு 'சாமியார்' அல்ல. 'சாமியார்' ஆக சாக வேண்டும் என்கிறேன். சாகையில் மட்டுமே உலகம் மறைகிறது. இடைவெளியும் மறைகிறது. இளையராஜா பற்றற்றவர் என்பது ஒரு மேலோட்டமான புரிதல் மட்டுமே. அவர் ஒரு கணம் உலகை மறக்கிறார். மீண்டும் நினைவு கொள்கிறார். இரண்டுக்கும் இடையே இந்த உலகில், அதன் இடைவெளியில், மிக அதிகமாக தன் இசை வழி திளைக்கிறார். இதுவே எழுத்தாளனுக்கும் நிகழ்கிறது. அது நிகழ அவன் ஒவ்வொரு கணமும் மிகுந்த பற்றுடன் இருக்க வேண்டும். ஆம், இளையராஜாவும் 'பற்றாளரே', அதனாலே அவர் உன்னதமான கலைஞன். நான் ஒரு எழுத்தாளனாக இளையராஜாவிடம் இருந்து ஒரு பொன்விதியைப் பெற்றால் அது "உலகில் இரு" என்பதே.

VII

அரசியல்

எழுத்தாளனும் இனக்குழு அடையாளமும்

“தமிழ்ச் சூழலில் தன் வேர்களுடன் நேர்மையான உறவுள்ள எந்தப் படைப்பாளிக்கும் அவனது இனக்குழுத்தன்மையின் தனித்துவம் இருக்கும் என்றே நான் எண்ணுகிறேன். அந்த இனக்குழு அடையாளத்தை மறைக்கவோ, இல்லை என்று பாவனை செய்வது நேர்மையான இலக்கியப்படைப்பாளியின் செயலல்ல. தன் வேர்களுடன் முற்றிலும் தொடர்பற்ற படைப்பாளி தனக்கென கலாச்சார சுயத்துவம் இல்லாதவனாகவே இருப்பான்.” - ஜெயமோகன், “கி. ராஜநாராயணன்: இனக்குழு அழகியலின் முன்னோடி.”

எனக்கு ஜெ.மோவின் இக்கூற்றில் முழுக்க உடன்பாடில்லை.

தேவதச்சன் எந்த இனக்குழு அழகியலை முன்னெடுக்கிறார்? மனுஷ்யபுத்திரன்? ஜி.நாகராஜனின் “குறத்தி முடுக்கு” அல்லது சு.ராவின் “பல்லக்கு தூக்கிகளில்” எந்த இனக்குழு அடையாளம் உள்ளது?

சரி, இது உண்மையென்றால் உலக இலக்கியத்துக்கும் பொருந்த வேண்டுமே. தஸ்தாவஸ்கியின் இனக்குழு அடையாளம்? காம்யு?

தஸ்தாவஸ்கிக்குத் தனது இனக்குழு அடையாளத்தை விட (அவருக்கு அப்படி ஒன்று இருந்ததென்றால்) கிறித்துவத்தின் அறம், இறையியல், மனித நேயம், உளவியல், நவீன வாழ்வின் அந்நியமாதல், மனிதனிடம் உள்ள தர்க்கத்துள் அடைபடாத ஒரு பித்து ஆகியவற்றில்தான் ஆர்வம் அதிகம்.

ஜெயமோகனின் இந்தக் கட்டுரைக்கு உள்ளேயே அவர் சு.ரா மற்றும் நி.நாகராஜனின் “சமூக அடையாளம்” அவர்கள் மீது திணிக்கப்பட்டதே அன்றி இயல்பானது அல்ல என்கிறார். இன்னொரு இடத்தில் ஒரு சிறந்த படைப்பாளியிடம் அவனது ஆழ்மனதின் இனக்குழு விழைவுகளும் நவீன பிரக்ஞையும் மோதும் போதே படைப்பூக்கம் உச்சம் அடைகிறது என்கிறார். இதன்படி பார்த்தால் அவர் மேற்சொன்ன இருவரின் குறையாகவே இனக்குழு அடையாளமின்மையைக் காண்கிறார்.

ஜெயமோகனின் இந்த விமர்சன அணுகுமுறை ஒரு சில படைப்பாளிகளுக்கும் மட்டுமே பொருந்தும் என நினைக்கிறேன். ஆனால் அவர் பொதுவாய் ஒரு படைப்பாளியைக் கொண்டாடும்போது, சில விசயங்களை அழுத்திச் சொல்வார். அப்போது அவர் கூற்று சற்று மிகையாகி விடும். அப்படியே இதைப் புரிந்துகொள்கிறேன். ஜெயமோகனின் விமர்சனத்தில் உள்ள பிசிறுகளைப் பெரிதுபடுத்த வேண்டியதில்லை. அவர் விமர்சனம் எழுதும் படைப்பாளி. ஆக, நாம் அவர் விமர்சனத்தில் உள்ள சில சிறப்பான அவதானிப்புகளை மட்டும் உள்வாங்கினால் போதும். மிகையைத் தவிர்த்து விடலாம்.

நான் இதைப் பற்றி இங்கு குறிப்பிட்டு எழுதக் காரணம் வேறு. ஜெயமோகனின் இனக்குழு அடையாள வாதம் எனக்கு பதினெட்டு வருடங்களுக்கு முன்பு அவர் என்னிடம் படைப்பு மனம் பற்றிக் குறிப்பிட்ட ஒரு விசயத்தை நினைவுபடுத்தியது. ஜெயமோகனுக்கு அப்போதில் இருந்தே இனக்குழு அடையாளங்களுக்கும் படைப்பாளிக்கும் உள்ள தவிர்க்க இயலாத உறவு குறித்து ஒரு வலுவான நம்பிக்கை உண்டு.

நான் பதினெட்டு வயது வரை கிராமத்திலேயே வாழ்ந்தேன். ஆனால் ஊரில் உள்ள பண்பாட்டு வாழ்க்கையில் எனக்கு

ஈடுபாடு இருந்ததில்லை. எனக்கு மனிதர்களில், குறிப்பாய் தனியாய் உலவும் மனிதர்களில், ஆர்வம் உண்டு. கோயிலுக்கும் குளத்துக்கும் தனியாய்ப் போகும் முதியவர்கள், மாடு மேய்க்கும் பையன்கள் இப்படி. அதேபோல் விசித்திரமான மனிதர்கள், அவர்களைப் பற்றின ஊர்க்கதைகள். ஆனால் கோயில் நிகழ்ச்சிகள், கொடை, தீபாராதனை, விழா, தேரோட்டம் இதிலெல்லாம் என் மனம் சென்றதில்லை. ஊரின் சமூக நிகழ்ச்சிகளில் கலந்திருப்பேன். ஆனால் மனம் அங்கு ஒன்றியதில்லை. நான் இதை ஒரு இளைஞனாக ஜெயமோகனிடம் குறிப்பிட்டபோது, அவர் முகம் ஒரு கணம் சுண்டியதை இப்போதும் நினைவு கூர்கிறேன். அவர் சொன்னார் “இல்லை கோயில் பற்றி நீங்கள் கவனித்த விசயங்கள் உங்கள் ஆழ்மனதில் இருக்கும். எழுத்தின் போது அது தானே வெளிவரும்.”

அப்போது எனக்கு என் மீதே வருத்தம் ஏற்பட்டது. ஏனென்றால் நான் ஜெயமோகன் கூறியதை அச்சு பிசகாமல் நம்பினேன். சற்று காலம் குற்றவுணர்வுடன் மருகினேன். ஆனால் என் வாசிப்பு பரவலாக இலக்கியத்தில் ஒரு வழி அல்ல பல வழிகள் என அறிந்துகொண்டேன்.

ஜெயமோகன் மொழியின் அடுக்குகளையும் மனதின் அடுக்குகளையும் ஒன்றாகப் பார்க்கிறார். *Unconscious* எனும் நனவிலில் தான் நம் மனதின் கீழ்மட்டத்தில் உள்ள அடுக்கு, இதுவே நம் அன்றாட விழைவுகளை (செக்ஸ், அச்சம்) போன்று தீர்மானிக்கிறது என்றார் பிராய்ட். நனவிலிக்கு தர்க்கம் இல்லை. அது ஒரு குழப்பநிலையில் இருக்கிறது. எல்லா உணர்ச்சிகளும் எண்ணங்களும் பின்னிப்பிணைந்த கலவை அது. பிராயிடுக்கு பின்னர் வந்தவர்கள் இந்த நனவிலியையே நம் மொழியாகக் கண்டார்கள். நனவிலியைப் போன்றே மொழிக்கும் நிலைத்த அர்த்தமோ தர்க்கமோ இல்லை என்றார்கள். மானுடவியல் சார்ந்து மனிதர்களை அலசியவர்கள் இனக்குழு வாழ்க்கைக்குள் சென்றார்கள். மனித நடவடிக்கைகளின் அடிப்படையை அங்கு காணவியலும் என்றார்கள். அமைப்பியல் பின்-அமைப்பியல் என இது சார்ந்து நிறைய விவாதங்கள் நடந்தன. ஜெயமோகன்

நனவிலி, மொழி, இனக்குழு மனநிலை மூன்றையும் இணைத்து அதையே படைப்பூக்கம் எனக் காண்கிறார். இது பண்பாட்டுத் தேடல் சம்பந்தமான அவரது அடிப்படை நம்பிக்கை. அவரது குழந்தைகள் நாவலான "பனிமனிதனில்" இது வெளிப்படையாகவே இருக்கும். உன்னத நிலையில் இருக்கும், மனித நாகரிகமே இல்லாத, கட்டற்ற நனவிலிக்குள் வாழும் ஆதிமனிதர்கள் இதில் வருவார்கள். இவர்களைத் தேடியே ஆய்வாளனும் ஒரு பௌத்த ஞானியும் செல்வார்கள்.

இந்த "ஆதிமனிதனை" ஒரு எழுத்தாளன் தனக்குள் சந்திக்கையிலே சிறந்த படைப்பு தோன்றுகிறது என்கிறார் ஜெயமோகன். கி.ராவிடம் இது நிகழ்வதாலே அவர் கி.ராவை ஒரு முக்கிய படைப்பாளியாய் மதிப்பிடுகிறார். "பனிமனிதன்" நாவலை ஜெயமோகனின் விமர்சன அணுமுறையின் அடிப்படையான ஒரு வரைவு எனலாம்.

ஆனால் இதில் ஒரு சிக்கல் உள்ளது. மானுடவியல், தொன்மவியல், இனக்குழு ஆய்வு சார்ந்து ஆராய முடியாத முக்கிய எழுத்தாளர்களும் இருக்கிறார்கள். உதாரணமாய், ஷேக்ஸ்பியரிடம் சமூகவியலையும், கிறுத்துவ இறையியல் சார்ந்த ஒரு வேரைக் காணலாம். ஆனால் அவரது ஆதி அடையாளம் என்பதை மேலும் தேடிப் போனால் அது பழங்கால கிரேக்க இலக்கியம், தொன்மம், தத்துவத்திலே போய் முட்டி நிற்கும். ஆனால் இங்கிலாந்தின் தொல்குடிகள் கிரேக்கர்கள் அல்ல. ஆக, மொழி மற்றும் மதம் வழியாக ஒரு அந்நிய தொல்குடியுடன் ஒரு செயற்கை உறவை இங்கிலாந்து மக்கள் உருவாக்கி இருக்கிறார்கள். ஹருகி முராகாமி போன்ற ஒரு எழுத்தாளரிடம் நீங்கள் (உலக இலக்கிய வாசிப்பு வழி) இதே கிரேக்க தொல்குடி உறவைக் காண இயலும். ரஷ்ய மேதையான தஸ்தாவஸ்கியும் அவ்வாறே. ஆக ஜெயமோகன் கூறுவது போல் பழங்குடி மனதுக்கும் எழுத்தாளனுக்குமான உறவு அத்தனை நேரடியான ஒன்று அல்ல. (அவர் சொல்வது உண்மைதான். ஆனால் சற்றே மிகைப்படுத்தி, எளிமைப்படுத்துகிறார்!)

சரி இவர்கள் எல்லாம் ஐரோப்பியர்கள். அதனால் கிரேக்க

தொன்மம் மற்றும் பண்பாட்டில் போய் இணைகிறார்கள். முராகாமி போன்றவர்கள் ஐரோப்பிய தாக்கம் கொண்ட "போலி" இலக்கியவாதிகள் என ஒரு பேச்சுக்கு வைத்துக் கொள்வோம் (சொந்த மண்ணின் வேர்களை நேரடியாய் ஸ்பரிசிக்காதவர்கள் போலிகள் என்பதே ஒரு சிக்கலான ஏற்றுக்கொள்ள சிரமமான வாதம்). நவீன ஐரோப்பியத் தத்துவம் நம்முடைய வைதிக மரபின் தாக்கத்தால் உருவானது என்றொரு பார்வை உள்ளது. குறிப்பாய், தெரிதா இந்திய வைதிகத் தத்துவங்களில் வாசிப்பு கொண்டவர். அவரது கட்டுடைத்தல் என்பதே நாம் வேள்வியின் போது சொல்லும் மந்திரங்களின் நீட்சி என்கிறார்கள். "இதுவும் அல்ல, அதுவும் அல்ல" என இறைவனை எதுவெல்லாம் அல்லாது இருக்கிறானோ அவனே என்கிறோம். அதாவது மொழியை, மொழி வழியாய் மனதைக் கடந்தவனே பூரண உண்மையான இறைவன். குறிப்பானுக்கும் குறிக்கப்படுபவற்றுக்குமான உறவை இப்படித்தான் அமைப்பியல் வாதிகள் வரையறுக்கிறார்கள். பசு என்றால் என்ன? எது பசு இல்லையோ அதுவே பசு. ஆனால் பசு என்றால் பசுவின் அர்த்தமே வரவேண்டியதில்லை, அது மற்றொன்றாகவும் இருக்கலாம், மொழி கட்டற்றது என்று கூறும் தெரிதா ஒரு வைதிக மரபின் நீட்சியாகவே எனக்குப் படுகிறார். அப்படி என்றால் நீங்கள் ஐரோப்பியத் தத்துவவாதிகளை, அவர்களின் தாக்கம் கொண்ட ஐரோப்பிய எழுத்தாளர்களை, கிரேக்க மரபில் இணைப்பீர்களா அல்லது நம் வைதிக மரபின் பகுதி என்பீர்களா? சம்ஸ்கிருத தாக்கம் வலுவாகக் கொண்ட ஷோப்பன்ஹெர், நீட்சே போன்றவர்கள் எம்மரபைச் சேர்ந்தவர்கள்?

இனக்குழு வாழ்வியலைத் தாண்டிப் பார்த்தோமானால் மொழியை நாம் எந்த ஒரு சமூக வாழ்க்கை அடையாளத்தோடும் பிணைக்க முடியாதபடி அது சிக்கலாக, குழப்பமாக உள்ளது. தனது இனக்குழு வேரை நேரடியாகவோ அல்லது மறைமுகமாகவே சந்திக்காமலும் ஒரு சிறந்த படைப்பு தோன்ற முடியும். எப்படி?

ஒரு படைப்பு மனித மனம் அல்லது மனிதனின் நடவடிக்கைகளின் விசித்திரங்கள், புதிர்களை வெளிச்சமிடும் போதே சுவாரஸ்யமாகிறது. அதற்கு விரிவும் ஆழமும் கொடுக்க தத்துவம், சமூகவியல், வரலாறு போன்று வேறு துறைகளின் அனுபவங்கள் உதவுகின்றன. இனக்குழு வரைவியல் இவ்வாறான பல வழிகளில் ஒன்று மட்டுமே. ஆனால் அதுமட்டுமே ஒரே வழி அல்ல.

இனக்குழு வாழ்வை இருவிதமாய்க் காட்டலாம். எஸ். ரா தனது “நெடுங்குருதியில்” அதை வரலாற்றின் நகர்வில் பல தலைமுறைகள் சந்திக்கும் வெறுமையைப் பேசப் பயன்படுத்துகிறார். கி.ரா வரலாற்றை ஒரு பாத்திரம் ஆக்காமல் பின்னணியில் வைத்து இனக்குழு வாழ்வை மட்டும் முன்வைக்கிறார். எனக்கு “நெடுங்குருதி” படிக்கையில் கிடைக்கும் மன விரிவு, கிளர்ச்சி கி.ராவின் நாவல்களில் கிடைப்பதில்லை.

எஸ்.ராவுக்கு தன் இனக்குழு வரலாற்றை நேரடியாய் சித்தரிப்பதில் ஏன் ஆர்வம் இல்லை? ஏனென்றால் அவருக்கும் ஒரு பண்பாட்டை அதனளவில் சித்தரிப்பதை விட அதன் வரலாற்று நகர்வை, அது ஒரு தனிமனிதனை எப்படியெல்லாம் வடிவமைக்கிறது, அவன் எப்படி எல்லாம் வரலாற்றில் நிராதரவாய் உணர்கிறான் எனப் பேசுவதிலே உற்சாகம் இருக்கிறது. பி.கிருஷ்ணனின் “புலிநகக்கொன்றையிலும்” இதே போல் வரலாற்று மாற்றங்களுக்கும் தனி மனிதனுக்குமான உறவு, அவனது வெறுமை, நிராதரவு நிலையின் அவலம் பேசப்படுகிறது. இந்த இரு நாவல்களுக்கும் சு.ராவின் “புளிய மரத்தின் கதை”, ஜெ.மோவின் “ரப்பர்” ஆகியவற்றை முன்னோடிகள் எனலாம். எனக்கு இந்த நாவல்கள் பிடித்திருக்கின்றன. ஏனென்றால் இவை வாழ்க்கையை அதைவிட அகலமான ஆழமான ஒன்றுடன் இணைக்கிறது (வரலாறு அல்லது தத்துவம்).

என்னைப் பொறுத்தவரையில் நாவல் எப்படி இருக்க வேண்டும்? நாவலில் வெறும் வாழ்க்கை மட்டும் இருக்கக் கூடாது. வாழ்க்கை இன்னொரு தளத்துடன் கைகோர்க்க வேண்டும்.

கி.ராவிடம் அது நேர்வது இல்லை. எனக்கு “கோபல்ல கிராமம்” ஒரு நாவலாக அல்லது ஒரு நாவலுக்கான முன்வரைவாக மட்டுமே தோன்றுகிறது.

இதேபோன்று கிராமத்துப் பின்னணி கொண்ட, வாய்மொழி சித்தரிப்பு பாணி கொண்ட இமையத்தின் கதைகளில் மனித மனங்கள் எப்படி மொழியின் ஊடாய் ஒன்றோடொன்று பின்னிக் கொள்கின்றன எனும் சித்திரம் வருகிறது. உதாரணமாய் “எங் கதெ” நாவலில் விநாயகம் தன் காதலியைக் கடுமையாய் சாடிக்கொண்டே வருகிறான். ஆனால் அவனது எதிர்மறையான சித்தரிப்பின் ஊடே அப்பெண் குறித்த ஒரு நேர்மறையான சித்திரமே நமக்குக் கிடைக்கிறது. இந்த நாவலைப் படிக்கையில் நமக்குக் கிடைக்கிற கிளர்ச்சி இந்த நுணுக்கங்களிலேதான் உள்ளது. ஒருவன் நான் “இதுதான்” என்கிறான். ஆனால் அவன் பேசிக்கொண்டே போகையில் அவன் “அது” அல்ல, அவன் “வேறொருவன்” என நமக்குப் புலனாகிறது. அப்படி என்றால் அவன் செய்யும் குற்றங்களுக்கு நாம் யாரைப் பொறுப்பாக்குவது? விநாயகம் தன் காதலியைக் கொல்ல முடிவெடுக்கிறான். அது அவன் முடிவா அல்லது அப்பெண்ணே அவனை அவ்வாறு முடிவெடுக்கத் தூண்டுகிறாளா? விநாயகத்தின் காதலி அவனுக்கு துரோகம் செய்கிறாள். இது இவர்களின் குற்றமா அல்லது சமூகம் சூழல், அவர்களைச் சூழ்ந்துள்ளோருடனான உரையாடல் அவர்களை அவ்வாறு செய்யத் தூண்டுகிறதா? ஏற்கனவே குடும்பமும் குழந்தைகளும் கொண்ட அவளை அவன் காதலிக்கும் தூண்டுதலை அவன் ஊரும் அவன் குடும்பமும் அளிப்பதாய் நமக்கு ஒரு குறிப்பு நாவலில் கிடைக்கிறது. அப்படி என்றால் அந்தப் பிறழ்வான காதலுக்கு விநாயகம் காரணமா அந்த ஊரே காரணமா?

இந்நாவலில் நம் மனம் செயல்படும் விதம், மொழி நமக்குள் இயங்கும் விதம், நம் நடவடிக்கைகளுக்குள் ஒரு ஊரின் மனம் செயல்படும் நுணுக்கம் குறித்த ஒரு தீவிரமான உளவியல் அலசல் உள்ளது. இதுவே இந்நாவல் என்னைக் கவர காரணம். இதை என்னால் கி.ராவில் காண முடிவதில்லை.

கி.ரா ஒரு இனக்குழு கதைசொல்லியாகவே இருக்கட்டும். ஆனால் என்னைப் பொறுத்த மட்டில் அவர் நாவல் ஆசிரியர் அல்ல. அவர் கதைகள் கதைகளாகவே இருக்கின்றன, அவை தத்துவம், வரலாறு, உளவியல் எங்கும் போய் தீவிரமாய், நுணுக்கமாய் இணைவதில்லை.

மேலும், ஜெயமோகனின் இந்தப் பார்வை ஒரு படைப்பாளியைத் தனது சாதி, மதம், பாலின அடையாளத்துடன் பிணைத்திட, இந்த அடையாளங்களை மீறி அவனால் செயல்பட முடியாது என அவனை சாராம்சப்படுத்தக் கூடும். ஆனால் எழுத்தின் நோக்கமே மற்றமையாகி இருமையின் எல்லைகளை அழிப்பதல்லவா?

ஆக, இனக்குழு அடையாளம் வெளிப்படுவது மட்டும் ஒரு எழுத்தாளனுக்குப் போதாது, அது வெளிப்படாதது அவனுக்கு ஒரு போதாமையும் அல்ல.

நதியும் கடலும் நீரின் பல வடிவங்கள்: கே. என். செந்திலின் வாசக சாலைப் பேட்டியும் கருத்துகளும்

கே.என் செந்திலின் வாசக சாலைப் பேட்டியின் துவக்கத்தில் அவர் கூறும் கருத்துகளை விடுத்து எனக்கு அவரது பேட்டி பிடித்திருந்தது. கேள்விகளும் அபாரம். இத்தகைய பேட்டிகளை (ஒரு நூல் வெளியானதை ஒட்டி அதை மையமிட்டு வெளியாகும் பேட்டிகள்) நான் ஆங்கிலத்தில்தான் கண்டிருக்கிறேன். இது ஒரு மிக நல்ல முயற்சி. குறிப்பாக, செந்திலின் நூலைப் படித்து அதில் இருந்து விமர்சனபூர்வமாய் கேள்விகள் எழுப்பியுள்ளதற்காக வாசக சாலை நண்பர்களைப் பாராட்டலாம். செந்திலும் ஆழமாய் நேர்த்தியாய் சுவாரஸ்யமாய் பேசியுள்ளார். படித்த பின் எனக்கு அவரது நூலை வாங்கிப் படிக்கும் ஆர்வம் ஏற்படுகிறது. இதுவே ஒரு பேட்டியின் வெற்றி.

இனி செந்திலின் சர்ச்சைக்குரிய கருத்துகள் (இலக்கிய தீர்ப்புகளுக்கு) வருவோம். செந்தில் அவரது இலக்கிய கருதுகோள்களைப் பொறுத்தமட்டில் எனக்கு இளங்கோ கிருஷ்ணனை நினைவுபடுத்துகிறார். இருவருமே இலக்கியம் மேலான, தரமான ஒரு பண்பாட்டு நிகழ்வு என நம்புகிறார்கள். எழுத்து ஒரு சாதி அமைப்பென்றால் இலக்கிய எழுத்துதான்

பிராமணன். அதன் அருகில் வேறெதையும் வைக்கக் கூடாது. அதை அசுத்தப்படுத்தக் கூடாது. அதை பவ்யமாய், மரியாதையுடன் நடத்த வேண்டும். அதன் பூணூலை வேறு யாரும் அணியவிடக் கூடாது என வலியுறுத்துகிறார்கள்.

இந்தக் கோணத்தில்தான் அவர் சரவணன் சந்திரன், சீனிவாசன் நடராஜன், அராத்து, ஆத்மார்த்தி, விநாயக முருகன், கணேச குமாரன், ஜி. கார்ல் மார்க்ஸ் என ஒரு பட்டியலைத் தந்து இவர்களை வணிக எழுத்தாளர்கள் என்றும், இவர்களை ஒருவர் பாராட்டுவது குமட்டலையும் முகச்சுளிப்பையே மற்றவர்களிடம் ஏற்படுத்தும் என்கிறார். ஆத்மார்த்தியையும் விநாயக முருகனையும் "மொழியைக் கையாளத் தெரியாத இலக்கியம் கிஞ்சித்தும் கைவரப்பெறாத நபர்கள்" என முத்திரை குத்துகிறார். இவர்களை முன்னெடுத்தமைக்காக மனுஷ்யபுத்திரன், முருகேச பாண்டியன் ஆகியோரைச் சாடுகிறார். சுஜாதாவை மகத்தான படைப்பாளி என அழைக்கலாமா என பழையதொரு புகாரையும் தூசு தட்டி எடுக்கிறார். மேற்சொன்ன எழுத்தாளர்களை வெளிச்சம் பெற வைத்த இணையம் எனும் ஊடகத்தையும் சபிக்கிறார். இந்தப் பேட்டியில் அபத்தமாகப் பட்டது இந்தப் பகுதி மட்டும்தான்.

ஒட்டுமொத்தமாய், இந்தக் கண்டனங்களைப் பார்க்கையில் கே.என். செந்தில் குறித்து எனக்குக் கிடைக்கும் சித்திரம் ஒரு எண்பதுகளைச் சேர்ந்த நவீனத்துவவாதியுடையது. திருக்குறளையும் பாரதியையும் இலக்கியவாதிகள் அல்ல என பிடிவாதமாய் மறுத்த சு.ராவுடையது. காலாவதி ஆகிப் போன ஒரு குறுகின பார்வையின் எச்சமாய் செந்தில் தன்னை வைத்துக் கொள்வது மிகவும் வருந்தத்தக்கது.

ஒரு இடைநிலை எழுத்தாளனை இலக்கியவாதியாகக் கருதுவதன் சிக்கல் எனக்குப் புரிகிறது. ஆனால் எழுத்தாளர்கள் இடையில் தரம் பிரிப்பதில் எனக்கு உடன்பாடில்லை. என் அளவுகோலின் படி வணிக எழுத்தாளனும், இடைநிலை எழுத்தாளனும், தீவிர இலக்கிய எழுத்தாளனும் தத்தம் அளவில் நம் பண்பாட்டுக்கு வளம் சேர்க்கிறார்கள். சுஜாதாவையும்

பாலகுமாரனையும் (எண்டமூரி வீரேந்திரநாத்தைக் கூட) நான் கவனமாய் படிப்பேன். அவர்கள் நமது மையப் பண்பாட்டின் ஆன்மா என்பேன். அவர்களைக் கவனிப்பது நம் மக்கள் தொகையின் உளவியலை, பண்பாட்டுப் பாய்ச்சல்களை, வினோத பாவனைகளை, சமூக உளவியல் கூறுகளை அறிய உதவும். சினிமாவிலும் கிம் கி டுக்கின் படங்களைப் போன்றே சங்கரின் படங்களையும் நான் ஊன்றி கவனிப்பேன். குளத்து நீரில் ஒரு சாம்பிள் எடுத்து வந்து அதை நுண்பெருக்கியில் துளியாக விட்டு நுண்ணுயிர்கள் அசைவதைப் பார்த்து வியந்து பகுத்தறியும் ஆய்வாளனின் அணுகுமுறை என்னுடையது. என்னைப் பொறுத்தமட்டில் எல்லா பாக்டீரியாக்களும் முக்கியமே அது பாலகுமாரன் பாக்டீரியா ஆனாலும், சு.ரா பாக்டீரியா ஆனாலும் சரிசமமாய் முக்கியமானவை.

ஒரு இலக்கிய எழுத்தாளன் வணிக எழுத்தாளன் செய்யும் பணியை இன்னும் சிக்கலாய், தீவிரமாய், உக்கிரமாய் செய்கிறான் என்பதில் மாறுபாடில்லை. ஆனால் ஆழம் என்பதில்தான் நான் செந்திலுடன் மாறுபடுகிறேன். செந்தில் சு.ராவின் பள்ளியைச் சேர்ந்தவர் என்பதால் இலக்கியத்தில் ஆழம் ஒரு கலைஞனால் பிரக்ஞைபூர்வமாய் "செய்யப்படுகிறது" என நம்புகிறார். நான் ஆழம் ஒரு படைப்பில்தானே நிகழ்கிறது, பல்வேறு கலாச்சார, தத்துவக் கூறுகள் முயங்கும்போது இயல்பாகவே ஆழம் உருவாகிறது என நம்புகிறேன்.

ஒரு எழுத்தாளன் தன்னை முழுக்க ஒரு பண்பாட்டுத் தளத்துக்கு சமர்ப்பிக்கும் போது அல்லது அவன் தன்னை மறந்து இயங்கும் போது ஆழம் விளைகிறது.

ஒரு வணிக எழுத்தாளன் சமரசம் செய்வதில்லையா? ஆம். ஆனால் அதையும் மீறி அவன் படைப்பு ஒரு ஆழம் நோக்கிச் செல்லும். அதைக் கூர்ந்து வாசிக்க நமக்குத் தெரிந்தால் போதும். வணிக எழுத்தை நோக்கி கண்ணை இறுக்க மூடுவது ஒரு நல்ல வாசகனின் அடையாளம் அல்ல. உ.தா, சு.ரா போன்ற ஒருவர் இடைநிலை எழுத்தாளரான தி.ஜாவையோ ரொமாண்டிக்கான எழுத்தாளரான வண்ணதாசனையோ

இலக்கிய வரையறைக்குள் வராதவர்கள் எனக் கருதியிருக்கலாம். ஆனால் இன்றைய வாசகன் இவர்களை மிகவும் ஆர்வமூட்டும் படைப்பாளிகளாய்க் கருதுகிறான். சொல்லப்போனாலும் சு.ராவையும் கடந்து இந்த எழுத்தாளர்கள் வாசகனுக்கு ஆர்வம் ஊட்டுகிறார்கள். ஏனென்றால் இலக்கிய அடையாளங்கள் வெறும் அலங்காரங்கள் மட்டுமே என இன்றைய வாசகன் கருதுகிறான். இதை ஒரு சீரழிவாக நான் பார்க்கவில்லை; இதுவே ஒரு சரியான வாசிப்பு முறைமை.

ஆக, இலக்கிய எழுத்து, இடைநிலை எழுத்து, வணிக எழுத்து ஆகியன முறைமைகள் மட்டுமே. எழுத்து அடிப்படையில் ஒன்றுதான். அதேநேரம் இலக்கிய எழுத்துக்கும் இலக்கியமற்ற எழுத்துக்கும் வேறொரு வித்தியாசமும் உண்டு. (1) இலக்கிய எழுத்தாளன் சிலநேரம் ஒரு தத்துவவாதியாக, சிந்தனையாளனாக ஒரு புனைவுக்குள் செயல்படுவதுண்டு. காம்யூ, சார்த்தர், தஸ்தாவஸ்கி, நம்மூரில் ஜெயமோகன், சு.ரா ஆகியோரை உதாரணம் காட்டலாம். இவர்கள் எழுத்தாளர்கள் மட்டுமன்றி ஒரு சிந்தனைப் பள்ளியாக இருப்பார்கள்; ஒருவித அறிவார்ந்த கட்டமைப்பை புனைவுக்குள் உருவாக்குவார்கள். (2) இன்னொரு பக்கம் அசோகமித்திரன், இமையம் ஆகியோர் தமது படைப்பில் கலைநுணுக்கம், தொழில்நுட்பம் ஆகியவற்றைப் பிரதான இலக்காக வைத்திருப்பார்கள். அழகியலே அவர்களின் பிரதியின் ஆன்மாவாக மாறும். அதாவது பண்பாட்டு ஊடுபாவல், சமூக மனம் ஆகியவை வெளிப்படுத்துவது பிரதியின் கலைநுணுக்கத்துக்கு இடம்பட்சமாகவே இவர்களிடம் இருக்கும். இந்த இரண்டு முனைப்புகளையும் நாம் வணிக/ இடைநிலைப் படைப்பாளிகளிடம் காண முடியாது. உதாரணமாய், சுஜாதாவைச் சொல்லலாம். தனது மொழியில் அவர் காட்டிய அக்கறை, அவரது உளவியல் மற்றும் மொழி சார்ந்த அவதானிப்புகளே அவரை முக்கியப் படைப்பாளி ஆக்குகிறது. சிந்தனாவாத ஆளுமையோ, கலைநுணுக்கமோ அல்ல. தனக்கென ஒரு சிந்தனைப் பள்ளியை உருவாக்கவோ தன் படைப்பை ஒரு கச்சிதமான அழகியல் பிரதியாக்கவோ அவர் மெனக்கெடுவதில்லை.

ஒரு நாட்டுப்புறக் கலைஞன் சாதகம் செய்தும், பல்வேறு கலைநுணுக்கங்கள் பயின்றும் தொழில்நுட்ப ரீதியாக ஒரு கர்நாடக இசைக்கலைஞனைப் போல் அமர்க்களப்படுத்த முடியாது. அவன் இசையில் பிசிறுகள் இருக்கும்; அவன் குரல் எப்போதும் அவன் இச்சைக்கு ஏற்ப துல்லியமாய் ஒலிக்காது. ஆனால் மனமும் குரலும் ஒரு புள்ளியில் இணையும் வேளை அவனால் கர்நாடக இசைக்கலைஞனுக்கு இணையாகச் செயல்பட முடியும். வணிக படைப்பாளியும் சில தருணங்களில் இலக்கியப் படைப்பாளிக்கு இணையாக உன்னதங்களைத் தொட முடியும். இலக்கியப் படைப்பாளியிடம் தொடர்ந்து ஒருவித நேர்த்தியும் முனைப்பும் இலக்கு நோக்கிய பாய்ச்சலும் இருக்கும். அவன் கலை சுருதி சேராத போதும் இந்த இயல்புகளால் படைப்பில் ஒரு மின்சாரத்தைத் தக்க வைப்பான். ஆனால் வணிகப் படைப்பாளி கல்யாண வீட்டு சமையல்காரர் போல. கொஞ்சம் உப்பு கூடும், புளி குறையும், சோறு கூடுதலாய்க் குழையும். ஒன்றிரண்டு பட்சணங்கள் அற்புதமாய் இருக்கவும் செய்யும்.

இலக்கியப் படைப்பாளி எப்போதும் ஆழமாய் எழுதுகிறான் என்பது ஒரு பாவனை மட்டுமே. இந்தத் தோற்ற மயக்கம் வணிக எழுத்தாளனிடம் இல்லை. அவன் தன் முந்தானை சரிவதை எண்ணி கவலைப்படாமல் அரங்கில் துள்ளி ஆடுவான். இலக்கிய எழுத்தாளன் தன் ஆடை நழுவாமல் எப்போதும் பார்த்துக்கொள்வான்.

ஒருவகை எழுத்து மகத்துவமானது, இன்னொன்று குப்பை, ஒன்று சாதனை, இன்னொன்று கூலிக்கு மாரடிப்பது எனப் பாகுபடுத்துவது என்னைப் பொறுத்தமட்டில் சிறுபிள்ளைத்தனமானது. ஓடையும் நதியும் சாக்கடையும் நீரின் பல வடிவங்கள்; இறுதியில் கடலில் சேர்ந்த பின் அவை உப்பு நீராகின்றன. இடையில் அவை என்னவாய் இருந்தால் என்ன?

இதனால்தான் இடைநிலை எழுத்தாளர்கள் என்னைக் கவர்கிறார்கள். சரவணன் சந்திரனையும் விநாயக முருகனையும் நான் ரசித்துப் பாராட்டியிருக்கிறேன். சீனிவாசன்

நடராஜனையும் கணேச குமாரனையும் ஏன் செந்தில் இவர்களுடன் இணைக்கிறார் என எனக்குப் புரியவில்லை. இருவருமே இலக்கிய எழுத்தாளர்கள். இருவரின் நாவல்களைப் பற்றியும் நான் பாராட்டி எழுதியிருக்கிறேன். தத்தம் பாணியில் சமகால இலக்கிய எழுத்துக்கு முக்கியமான பங்களிப்பாளர்கள் இவர்கள்.

ஒரு நல்ல நுணுக்கமான முதிர்ச்சியான வாசகன் தீட்டு பார்க்க மாட்டான் என்பதை மட்டும் நான் இங்கு கே.என் செந்திலுக்கு நினைவுபடுத்திக் கொள்கிறேன். உதாரணமாய், வணிக எழுத்தாளராய்க் கருதப்பட்ட அலெக்ஸாண்டர் டூமோவின் கவுண்ட் ஆப் மாண்டிகிறிஸ்டோ நாவல் பற்றி அசோகமித்திரன் வெகுவாய் சிலாகித்து எழுதியிருக்கிறார். ஏனென்றால், அசோகமித்திரன் ஒரு நவீனத்துவர் என்றாலும் ஒரு முதிர்ச்சியான வாசகர். அவர் சாதிய மனப்பான்மை கொண்டவர் என அவரது ஒரு பேட்டியை ஒட்டி விமர்சனம் எழுந்ததுண்டு. ஆனால் ஒரு வாசகராய் அவர் தீட்டு பார்த்ததில்லை.

VIII

வரலாறு

வரலாற்றினூடாக ஒரு நாவலாசிரியன் எப்படித் தோன்றி உருப்பெற்றான்?

நாவல் ஆசிரியன் என்பவன் பதினெட்டாம் நூற்றாண்டில் ஐரோப்பாவில் தொடர்கதைகள் வழியாக சமூக, குடும்ப, வரலாற்றுப் பிரச்சனைகளை, தனிமனிதர்களுக்கும் சமூகத்துக்குமான மாறிவரும் உறவுகளைச் சித்தரித்தவன். ஐரோப்பா காலனிய படையெடுப்பைத் துவங்கி, அங்கு தொழில் புரட்சி ஏற்பட்ட காலத்தில் தேசம் குறித்த கற்பனைகள், கருத்தியல்களை வளர்த்தெடுப்பவனாக, அதற்கு வடிவம் அளிப்பவனாக நாவலாசிரியன் மாறுகிறான். அடுத்து குறிப்பாக பத்தொன்பதாம் நூற்றாண்டு துவங்கி இருபதாம் நூற்றாண்டுகளின் ஆரம்பம் வரை நாவலாசிரியன் ஒரு சமூக, அரசியல் விமர்சகனாக, மக்கள் பிரச்சனைகளைப் பல்வேறு கோணங்களில் அலசுகிறவனாக, அதற்காகப் போராடுகிறவனாகவும் இருந்தான்.

பின்னாளில் “அன்புள்ள டாக்டர்” / *agony aunty* போன்ற பத்திகள், கேள்வி-பதில் பகுதிகள், அரசியல் சமூக, உளவியல் பத்திகள் மெல்ல மெல்ல நாவலாசிரியனின் இந்த இடத்தை எடுத்துக் கொண்டன. கலாச்சார விழுமியங்கள், கேள்விகள்,

சமூகத்தில் அவ்வப்போது எழும் அலைகள், தத்தளிப்புகள், தடுமாற்றங்கள் (குற்றங்கள், படுகொலைகள், ஆண்-பெண் உறவுச்சிக்கல்கள், தேசியம், எழுச்சி,போராட்டங்கள்) ஆகியவற்றைப் பேசுவதற்கு, படிக்க விரும்பாத பெரும்பகுதி ஜனங்களுக்குக் கொண்டு சேர்ப்பதற்காக சினிமா எனும் சக்தி வாய்ந்த ஊடகம் தோன்றியது. சினிமாவுக்குப் போட்டியாக பின்னர் டி.வியும், டி.விக்கு மாற்றாக இணையம், கைபேசி, ஸ்மார்ட் டி.வி, யுடியூப், சமூக வலைதளங்கள் ஆகியவை தோன்றின. இப்போது மக்களே தம்மை அவ்வப்போது அலைக்கழிக்கிற, கவர்கிற, கோபப்படுத்துகிற விசயங்களைத் தாமே செய்தியாக்கி, தாமே அலசி, தாமே ஒரு முடிவுக்கும் வருகிறார்கள். பத்திரிகைகள், இலக்கியம், நாவல், சினிமா, டி.வி. ஆகியவற்றில் இருந்து இன்று மக்களே ஒரு சுய-ஊடகம் ஆகிறார்கள்.

வரலாற்றில் இந்த இடம் நாவலாசிரியனுக்குச் சிக்கலானது - பத்தொன்பதாம் நூற்றாண்டில் டிக்கென்ஸ் நாவலை சமூக இடர்களை, தீமைகளை அம்பலப்படுத்தும் ஒரு தளமாகப் பயன்படுத்தினார். கார்க்கி தொழிலாளர் போராட்டத்தை உத்வேகப்படுத்தும் ஒரு கருவியாக்கினார். ஜேன் ஆஸ்டின், வெர்ஜினியா வூல்ப் போன்றோர் தத்தமது காலத்தில் பெண்கள் சந்தித்த நெருக்கடிகளை உளவியல், பாலின, மொழி, கலாச்சார, சமூக விழுமிய தளங்களில் வைத்துப் பேச நுட்பமான உரையாடல் களமாகவும் பிரச்சார கருவியாகவும் பயன்படுத்தினர். யாரும் பேச மறுத்த பாலியல் சிடுக்குகளை, டார்வினும் பிராயிடும் சந்திக்கும் இடத்தில் ஆண்-பெண் உறவு இனி என்னவாகும், ஒரு தூய மிருக நிலையில் காதல் பகட்டில்லாத ஓர் உறவாக மலருமா போன்ற கேள்விகளை டி.எச் லாரன்ஸ் எழுப்பினார்.

இவை அத்தனையையும் பத்தொன்பதாம் நூற்றாண்டில் தன் நாவல்களில் விரிவாக அலசக் கூடிய மகத்தான படைப்பாளியாக தல்ஸ்தாய் விளங்கினார். தல்ஸ்தாயிடம் நாம் விடை காண முடியாத கேள்விகளே இல்லை. ஒரு பெண் சுதந்திரமாக முடிவெடுத்தால், அதனால் அவளது குடும்பம் உடைந்தால்,

பரவாயில்லை என அவள் ஒரு விட்டுவிடுதலையான காதலை நாடினால் என்னவாகும் எனும் கேள்வியை அவர் ரஷ்யாவின் மத்திய வர்க்கம், மேற்தட்டினரின் பாசாங்கான வாழ்க்கை, அரசு எந்திரத்தின் சுயநலம், போலித்தனம், விழுமியங்களை, சமூகக் கட்டுப்பாடுகளைச் சற்றும் பொருட்படுத்தாமல் இருக்கும் ஆண்கள் சமூகத்தால் எந்தக் கேள்விக்கும் உட்படுத்தப்படாமல் இருப்பது, ஒரு பெண்ணின் சின்னச்சின்ன முடிவுகள் மீது ஒட்டுமொத்த சமூகமும் செலுத்தும் மிகப்பெரிய அழுத்தம், கட்டற்ற வாழ்க்கையில் ஈடுபடும் கலைஞர்களின் நிலை, இதையே பொருளாதார தளத்தில் விவசாயத்தில் செயல்படுத்தி நிலவுடைமை அடிமைகளான கூலிகளுக்கு சம உரிமை அளிக்க விரும்பும் ஒரு மேற்தட்டு இளைஞனின் நிலை, ஒழுக்கத்தின், மதத்தின், குடும்பத்தின் நிர்ப்பந்தங்களின் மத்தியில் ஒரு தனிமனுஷியின் இருப்பு என்னவாகிறது... இப்படி ஆயிரமாயிரம் கேள்விகளை தல்ஸ்தாய் எழுப்புவார். அத்தனை கேள்விகளையும் ஒரு மணமான பெண் ஓடிப்போகிற ஒற்றை வரி மீது வைத்து வெற்றிகரமாய் ஆழமாய் அலசி ஒட்டுமொத்தமான ஒரு தத்துவார்த்த முடிவுக்கு வந்திருப்பார். அந்தத் தத்துவத்தை நாம் ஏற்க வேண்டிய அவசியம் இல்லை, ஏனென்றால் அதற்கு முரணான பல கருத்தியல்களை அதே அளவுக்கு வலுவாக அவர் பரிசீலித்திருப்பார். அதாவது இத்தனை *ideas* மத்தியில் அவற்றுக்கான *counter-ideas*-உம் வலுவாக இருக்கும். இன்றும் நான் எந்த நாவலைப் படித்தாலும் ‘அட இதைத்தான் தல்ஸ்தாய் ஏற்கனவே பேசிட்டாரே’ எனத் தோன்றாமல் இருக்காது. அதனால்தான் அவரை நான் நாவல்களின் கடவுளாக நினைக்கிறேன்.

தல்ஸ்தாய் வாழ்ந்த காலத்தில் இயங்கிய மற்றொரு மகத்தான நாவலாசிரியர் தஸ்தாவஸ்கி. இருவருமே மேற்தட்டு சமூகத்தில் தோன்றியவர்கள். ஆனால் தல்ஸ்தாய் தஸ்தாவஸ்கியை விட அதிக பணம் படைத்தவராக, பல்லாயிரம் ஏக்கம் நிலங்களுக்கு, பல ஊர்களுக்கு, அந்த ஊரில் வாழும் கூலிகளுக்குச் சொந்தக்காரராக இருந்தார். தான் வாழ்ந்த காலத்தில் அவர் தன் நாவல்கள் மூலமாகவும் நிறையப் பணம் பெற்றார்.

ஒரு கட்டத்தில் கிறித்துவம் போதிக்கும் எளிமை, இரக்கம், பரோபகாரம் போன்ற நல்ல விழுமியங்களை நாடி தன் வாழ்க்கையை மாற்றிக் கொண்டார். இனம், மதம் ஆகிய எல்லைகளைக் கடந்து மனிதன் பரஸ்பரம் நேசிக்க வேண்டும் எனும் கொள்கையைக் கொண்டார். அதற்காகத் தன் எழுத்தின் மூலம் சம்பாதித்த பணத்தைத் தண்ணீராகச் செலவழித்தார். வயோதிகத்தை எட்டிய நிலையில் அவர் தன் மனைவி, குழந்தைகளிடம் இருந்து மனதளவில் விலகி தன் பண்ணையில் மிக எளிய வாழ்க்கையை வாழ்ந்தார். தனக்காக செருப்பை தானே தைத்துப் பயன்படுத்தினார். ஒரு குடியானவனைப் போல ஆடை அணிந்தார். அவரது காப்பிரைட் வருமானம் ஏழைகளுக்கான தொண்டில் பறிபோவது கண்டு பொறுக்காமல் அவரது மனைவி சோபியா சண்டை போட, தள்ளாடும் வயதில் வீட்டில் இருந்து வெளியேறி ரயில் நிலையத்துக்குச் சென்றார். அவரது மனைவியும் மக்களும் எத்தனையோ கெஞ்சியும் திரும்பச் செல்ல மறுத்துவிட்டார். இந்தச் சம்பவங்கள் ஊடகங்களால் பரபரப்பாகப் பதிவு செய்யப்பட்டு. இரண்டு நாட்களில், நவம்பர் 20, 1910இல் தல்ஸ்தாய் ரயில் நிலையம் ஒன்றில் உடல் நலிவுற்று இறந்து போனார்.

தல்ஸ்தாயின் இந்த வாழ்க்கையைத் தலைகீழாக்கினால் தஸ்தாவஸ்கியின் வாழ்க்கை வருகிறது. என்ன ஒரே வித்தியாசம் இளமையின் செல்வந்த வாழ்க்கை என்றுமே தஸ்தாவஸ்கிக்குக் கிடைக்கவில்லை. ஆனால் தல்ஸ்தாய் தன் ஐம்பதுகளுக்குப் பின்னால் நகரத் தொடங்கிய தூய அன்பு நிலை, வறுமையின் எளிமை, எளிய மக்களுடனான ஒன்றிணைந்த வாழ்க்கை, சக மனிதனை எந்தத் தடையுமின்றி நேசிப்பது, உச்சபட்ச தீமை சூழ்ந்த நிலையிலும் அன்பின், பரிவின் வழியாகத் தன்னைத் தூய்மைப்படுத்திக் கொள்வது தஸ்தாவஸ்கிக்குத் தன் இருபது, முப்பதுகளிலே வாய்த்தது. அதற்காக அவர் தல்ஸ்தாயைப் போல முயற்சிக்கவில்லை, வாழ்க்கை அவரைக் கடும் இருட்டில், துன்பத்தில், பேரிழப்புகளின் பள்ளத்தாக்கில் தள்ளியது. தஸ்தாவஸ்கி அளவுக்கு துரதிருஷ்டங்களாய் ஆட்பட்ட மற்றொரு எழுத்தாளன் ஐரோப்பிய வரலாற்றில்

இருக்க முடியாது. அந்த நரக வாழ்க்கையின் ஊடாக அவர் உலகமே இன்றளவும் போற்றும் பெரும் நாவல்களை எழுதினார். மானுட அறம், தீமை, தனிமனித இருப்பு, சமகால வரலாறு, ஆண்-பெண் உறவு, தீவிரப் போராட்ட அரசியலின் மற்றொரு பக்கம், குற்றவியல், மெய்யியல், உளவியல் என தஸ்தாவஸ்கி தன் காலத்தின் ஆன்மாவைத் தொட்ட பல பிரச்சனைகளைப் பற்றித் தனித்துவமாக ஆழமாய் எழுதினார்.

தல்ஸ்தாய் புறவுலகின் எழுத்தாளர் என்றார், தஸ்தாவஸ்கி அக உலகின் எழுத்தாளர். தல்ஸ்தாய் உளவியல் எதார்த்தவாத புனைவெழுத்தாளர் என்றால் தஸ்தாவஸ்கி மீ-எதார்த்த எழுத்தாளர்.

தல்ஸ்தாய் எதையும் நிதானமாக, சமநிலையுடன் அணுகுபவர் என்றால், தஸ்தாவஸ்கி எதையும் உச்சநிலையில், பித்தின் மறுஎல்லையில் வைத்துப் பார்ப்பவர்.

தல்ஸ்தாயின் உலகின் அன்றாடங்களின் தடங்கள் பதிந்த பொருண்மையான உலகம் என்றால், தஸ்தாவஸ்கியினுடையது அன்றாடத்தில் இருந்து விலகிய அதே நேரம் சமூகச் சீரழிவுகளைப் பேச மறக்காத ஒரு கனவுலகம்.

தல்ஸ்தாய் ஒழுக்கம், நம்பிக்கைகள், மனநிலை, விழுமியங்கள், தத்துவம் என எதிலும் ஒரு இருமையைக் கட்டமைப்பவர், அதன் பின் அந்த ஒருமையில் உள்ள உண்மைகளுக்குச் சமமான முக்கியத்துவம் அளித்து சமநிலையாக்குபவர். ஆனால், தஸ்தாவஸ்கி இந்த இருமையைத் தொடர்ந்து உடைப்பவர்; இருமைகளற்ற ஒரு மகத்தான மெய்யியல், அறத்தால் கட்டப்பட்ட உலகைக் காட்டுபவர். உ.தா., அவர் ஒரு விலைமகளை கர்த்தருக்கு நிகரான ஒரு பெண்ணாகக் காட்டும் போது நமக்கு அது மிகையென்றோ கலகம் என்றோ படாது. எந்த சரி தவறும் இல்லாத ஒரு கவித்துவ நிலையை, உணர்ச்சியின் கொதிநிலையில் தொடர்ந்து இருக்கும் மனிதர்களின் வாழ்வை அவர் காட்டினார். ஆகையால் தல்ஸ்தாயைப் போல தஸ்தாவஸ்கி ஒரு போதகராக நமக்குத் தோன்ற மாட்டார்.

பத்தொன்பதாம்-இருபதாம் நூற்றாண்டில் மிகப்பெரிய புகழின் வெளிச்சத்தைப் பெற்ற தல்ஸ்தாயின் படைப்புகள் கடந்த ஐம்பதாண்டுகளில் மெல்ல வாசகர்களின் கவனத்தில் இருந்து நழுவிச் செல்ல, அந்த இடத்தை இன்று தஸ்தாவஸ்கி அடைந்திருக்கிறார். தல்ஸ்தாய் மற்றும் தஸ்தாவஸ்கி வாசகர்களுக்கு இடையில் யார் மேல் எனும் வாதம் ஒரு போதும் முடிவடையாதது.

தல்ஸ்தாயும் தஸ்தாவஸ்கியும் தாம் வாழ்ந்த காலத்தில் பரஸ்பரம் அறிந்துகொண்டிருந்தனர், பரஸ்பரம் மதிப்பு கொண்டிருந்தனர். தல்ஸ்தாயின் "போரும் வாழ்வும்" தஸ்தாவஸ்கிக்கு மிகவும் பிடித்த படைப்பாக இருந்தது. தல்ஸ்தாய் ரயில் நிலையத்தில் தன் இறுதி இரு நாட்களில் இருக்கும் போது அவர் கூட எடுத்து வந்திருந்த நாவல் தஸ்தாவஸ்கியின் "கரமசோவ் சகோதரர்கள்." அவர் மரணிக்கும்போது கையில் இந்த நாவல் இருந்தது.

தல்ஸ்தாயைச் சந்திக்க தஸ்தாவஸ்கி அவர் வாழ்ந்த காலத்தில் மிகவும் முயன்றார். ஆனால் சந்தர்ப்பவசத்தால் ஒவ்வொரு முறையும் இந்த வாய்ப்புகள் தட்டிப் போனது. இறுதியாக அவர் தல்ஸ்தாயை அவரது பண்ணைக்குச் சென்று சந்திக்க நினைத்தபோது அவர் தனித்து சமூகத்திடம் இருந்து விலகி வாழ்வதாகச் சொல்லப்பட, தஸ்தாவஸ்கி தன் முடிவை மாற்றிக்கொண்டார். பின்னர் தஸ்தாவஸ்கி 1881ல் இறந்து போன போது தல்ஸ்தாய் "நான் அவரைச் சந்திக்காவிடிலும் அவரது ஆன்மாவை நான் அறிந்திருந்தேன். அந்த விதத்தில் அவர் என் நண்பரே" எனச் சொன்னார்.

சரி, நாம் ஆரம்பித்த இடத்துக்கே வருவோம் - இப்படி வானத்துக்குக் கீழ் அனைத்து விசயங்களையும் எழுதக் கூடிய மேதைகளை, போதகர்களாக, ஆய்வாளர்களாக, கருத்தாளர்களாக, சமூக விமர்சகர்களாக, (தல்ஸ்தாயைப் போல) ஒரு பெரும் சமூகத்தையே, காந்தியடிகளைப் போன்று பெரும் தலைவர்கள் உருவாகக் காரணமாக நாவலாசிரியர்கள் இருந்த காலம் முடிந்து போனது. இதைப் பற்றித் தனது *Writer on Holiday* எனும் கட்டுரையில் ரொலண்ட் பார்த்

பேசும் போது எழுத்தாளன் எனும் பிம்பம் அல்லது இருப்பு பதிப்பாளர்களால் திட்டமிட்டு உருவாக்கப்பட்டது என்கிறார். இதைக் கொண்டு புத்தகங்களுக்கு, புனைவுக்கு என தனி மதிப்பொன்று உருவாக்கப்பட்டது, ஒரு நாவலைப் போன்று நாவலாசிரியனும் ஒரு புனைவாக, தொன்மமாக கட்டமைக்கப்பட்டான் என்கிறார். இதற்கு உதாரணமாக அவர் எழுத்தாளன் விடுமுறையின் போது வெளிநாட்டுக்குச் செல்லும் புகைப்படங்களைக் குறிப்பிடுகிறார்; இவற்றில் எழுத்தாளன் எழுதியபடி இருக்கிறான். ஆனால் சாதாரண மக்களோ பயணங்களின் போது உல்லாசமாக எந்த வேலையும் செய்யாமல் இருக்கிறார்கள். இந்த மக்கள் விடுமுறை முடிந்து வேலைக்குச் செல்லும்போது எழுத்தாளன் தன் வீட்டுக்குச் சென்று விடுமுறையில் இருப்பான், ஆனால் அவன் அப்போதும் தன் நாவலில் வேலை செய்து கொண்டிருப்பான். இதைத் தொடர்ந்து பத்திரிகைகளில் சித்தரிப்பதன் வழி நாவலாசிரியன் குறித்த ஒரு வசீகரமான பிம்பம் உருவாக்கப்பட்டது என்கிறார் பார்த்.

இருபதாம் நூற்றாண்டின் பிற்பகுதியில் நாவல் என்பது வணிக நாவல், இலக்கிய நாவல் எனத் தெளிவாக வரையறுக்கப்பட்டது. முன்பே இந்த வரையறை இருந்தாலும் இந்த நூற்றாண்டில் தான் இலக்கிய நாவல் ஒரு சிறுபான்மையினர் படிக்கும் கலை வடிவமாகவும், வணிக நாவல் பல கோடி பேர் துய்க்கிற ஒரு தற்காலிகப் பொழுதுபோக்காகவும் இருந்த வித்தியாசங்கள் அழிக்கப்பட்ட்டு கலையும் வணிகமும் வேறுவேறுதான், ஆனால் ஒன்றும் தான் எனும் இடத்தை வந்து சேர்ந்திருக்கிறோம். இதன் விளைவு இரண்டிலும் ஒரு சிறப்புத்தேர்ச்சி (*specialization*) வந்து விட்டது. வாசிப்பு வாழ்க்கையை மாற்றியமைக்கும், சமூகத்தில் புரட்சியை, பெரும் மாற்றங்களைக் கொண்டு வரும், தீமையை ஒழிக்கும் எனும் நம்பிக்கைகள் தளர்ந்துவிட்டன. இன்று இலக்கிய நாவல் ஒரு பர்கர், ஐஸ் கிரீம் போல ஒரு பண்டமாகி விட்டது (ஆனால் வாசிப்பனுபவம் மாறவில்லை.) இலக்கிய நாவலாசிரியனின் இடமும் வெகுவாகச் சுருங்கிவிட்டது. ஆகையால்தான்

இன்று நாவல்கள் ஆயிரம், ரெண்டாயிரம் பக்கங்களில் எழுதப்படுவதில்லை. ஒரு நாவலுக்குள் கதையோட்டத்துக்கு நேரடியாகத் தொடர்பில்லாத எதையும் இன்று கொண்டு வர முடியாது. பலகுரல் தன்மையுடன், சிக்கலான களத்துடன் அமைக்கப்படும் பின்நவீன நாவல்களில் கூட இன்று ஒரு வேகம் வந்து விட்டது. தல்ஸ்தாயின் “போரும் வாழ்வும்” போன்ற நாவல்களை நாம் இன்று படிப்பதோ எழுதுவதோ இல்லை. சமகால நாவல்களில் இருந்து தல்ஸ்தாயின் செவ்வியல் நவீன நாவல்களுக்குப் பின்னோக்கிச் செல்லும் வாசகர்கள் இதைக் கருத்தில் கொள்ள வேண்டும்.

எழுத்தின் அதிகாரம்: ஓலைச்சுவடி, புத்தகம் முதல் டிவிட்டர் வரை

எழுத்தாளர்களை விட வாசகர்கள் அதிக அறிவாளிகள் என்பது என் அனுமானம். எழுத்தாளர்களுக்கு தம் அறிவை இன்னும் புத்திசாலித்தனமாக, தர்க்கபூர்வமாக, கூர்மையாக வெளிப்படுத்தத் தெரிகிறது. அவர்களிடத்து இந்த மொழி தரும் ஒரு தன்னம்பிக்கை இயல்பாக இயங்குகிறது. ஆயிரமாண்டு அறிவையும் நுண்ணுணர்வையும் தன்னிடத்து கொண்டுள்ள மொழியில் புழங்கும்போது இயல்பாய் அவற்றைக் கடன் பெறும் எழுத்தாளன், ஒவ்வொரு சொல்லின் பின்னும் தான் எதிர்கொண்ட ஐரோப்பியக் கல்வியின் செறிவைக் கண்டுள்ள எழுத்தாளன் தன் எதிரில் தேரும் கவச குண்டலமும் அற்று நிற்கும் வாசகனை விட மேலானவனாகத் தன்னைக் காட்டி விட இயலும். அது உண்மையில் எழுத்தின் வன்மை. எழுத்தாளனின் மேன்மை அல்ல.

ஓர் எளிய அரட்டையில் கூறப்படும் விசயத்தை ஒரு கட்டுரையாக எழுதினால் மிக எளிதில் அதற்கொரு அறிவார்ந்த மதிப்பு ஏற்பட்டுவிடும். முகநூல் நிலைதகவல்களை ஏன் இவ்வளவு

முக்கியமாய் மதித்து சண்டை போடுகிறோம் என்றால் அது எழுத்து மொழி தரும் மதிப்பினால்தான். எழுதப்படுகிற எதுவும் மேலானது என நம் மனதில் ஆழமாய்ப் பதிந்து விட்டது. எனக்கு இது சம்பந்தமாய் இரண்டு அனுபவங்கள் உண்டு.

பல சமயங்களில் என்னுடைய வாசகர்களிடம் உரையாடும் போது அவர்கள் என்னை விடப் பல மடங்கு அதிகமாய் வாசித்துள்ளதைக் கவனித்துள்ளேன். நான் அவர்களை விட அறிவில் பல மடங்கு குறைந்தவன்தான். அவர்களுடைய வாழ்வனுபவம், உணர்வு நிலை, அக்கறை சார்ந்து ஓர் உரையாடலை இந்த வலுவான மொழித்தளத்தில் உருவாக்குகிறேன் எனும் ஒரே காரணத்தினாலே அவர்கள் என்னைப் படிக்கிறார்கள். ஓர் எழுத்தாளனாக என்னைக் கோரிக் கொள்வதில் எனக்குள்ள முக்கிய பிரச்சனை எழுத்தாளன் தான் எழுதும் விசயங்களுக்கு இணையாக வைத்துப் பார்க்கும் சிக்கல் உள்ளது என்பதாலே.

என்னுடைய “புரூஸ்லீ: சண்டையிடாத சண்டைவீரன்” நூலை வாசித்து விட்டு ராஜா எனும் வாசகர் அலைபேசியில் அழைத்தார். தனது மனைவியைச் சமீபத்தில் இழந்திருந்த அவர் கடுமையான மன அழுத்தத்தில் இருந்தார். அவருக்கு அந்த நூலில் மரணம் பற்றி வரும் வாக்கியங்கள் பெரும் நிம்மதியைத் தந்ததாகவும், சகஜ வாழ்வுக்கு மீள அந்நூல் உதவியதாகவும் நெகிழ்ச்சியுடன் குறிப்பிட்டார். மிகுந்த நெகிழ்ச்சியுடன் என்னிடம் உரையாடினார். எனக்கு அப்போது அவரது வயதோ பின்னணியோ தெரியாது. ஒருவரது வாழ்க்கையின் ஆகப்பெரும் நெருக்கடியை எதிர்கொள்ள அந்நூல் உதவும் என நான் சற்றும் எதிர்பார்த்திருக்கவில்லை. அப்படியான நோக்கத்துடன் நான் அந்நூலை எழுதவும் இல்லை. ஏனென்றால் உற்றவரின் மரணத்தை எதிர்கொண்ட அதை வென்று கடந்த அனுபவ அறிவோ வாழ்க்கை ஞானமோ ஒன்றும் எனக்கில்லை. மரணம் பற்றி எனக்கிருந்த எண்ணங்களை எனது வாசிப்பின் பின்னணியில் எழுதியிருந்தேன், அவ்வளவே. நாங்கள் ஒருநாள் சந்திக்கத் திட்டமிட்டோம்.

என்னைப் பார்த்ததும் அவருக்கு அதிர்ச்சியாக இருந்தது. எனக்கு நாற்பதுக்கு மேல் வயதிருக்கும் என எதிர்பார்த்திருந்தார். அவருக்கு என் வயதிருக்கும் என நான் நினைத்தேன். எனக்கு அவரிடம் ஒரு எழுத்தாளன் நிலையில் இருந்து அவரை வாசகராகப் பார்க்க சங்கடமாக இருந்தது. அவர் என்னை விட பத்து மடங்கு அதிக அனுபவம் மிக்கவர். வாழ்க்கையை எதிர்கொண்டு அறிந்தவர். என்னைப் போன்ற ஒரு இளைஞனிடம் இருந்து அவர் வாழ்க்கைப் பாடத்தை அறிந்து கொண்டதாகக் கூறும்போது எனக்கு மிகுந்த கூச்சம் ஏற்பட்டது. பிறகு அவர் அவர் எனக்கு அளிக்கும் மரியாதை இம்மொழியில் இத்தனை வருடங்களாய் இயங்கியுள்ள சிந்தனையாளர்கள் மற்றும் எழுத்தாளர்களுக்கு அளிக்கும் அங்கீகாரம் என விளங்கிக் கொண்டேன். அவருக்கும் மொழிக்கும் இடையிலான பாலம் மட்டுமே நான். என் மூலம் நமது பண்பாட்டில் உருவான கருத்தாக்கங்கள், அவதானிப்புகள், பார்வைகளை அவர் மனம் தொட்டுணர்ந்திருக்கிறது. தேவதச்சன் ஒருமுறை சொன்னார் கவிதை என்பது “குண்டு பல்பை ஹோல்டரில் பொருத்துவது” போன்றது என. என் வேலை பொருத்துவதுடன் முடிகிறது; அவ்வெளிச்சத்திற்கான பெருமை எனதில்லை. ஆனால் தெரியாத்தனமாக நம் சமூகத்தில் எழுத்திற்கான பெருமையும் அவப்பெயரும் எழுத்தாளனுக்கு வந்து சேர்கிறது.

நீங்கள் இருப்பின் நெருக்கடி பற்றித் தீவிரமாய் தத்துவார்த்த தொனியுடன் விவாதித்தால் வாழ்க்கையின் ஆழ அகலங்களை அலசிப் பார்த்த ஒரு சிந்தனையாளன் என உங்களை அவர்கள் நினைத்து விடக் கூடும். ஆனால் அது உண்மை அல்ல. சில மண்ணில் காய்க்கிற கனிகளுக்குத் தனிச் சுவையிருக்கும். அது மண்ணின் சிறப்பு. கனிக்கு எந்தப் பெருமையும் இல்லை. இந்த மொழியில் ஆழமாய் இறங்கிப் பயணிக்கத் துணிந்தால் “தங்கமீன்கள்” படத்தில் வெள்ளி முலாம் பூசும் வேலை செய்கிற கல்யாணி தன் மகளுக்கு சில்வர்மேனாகத் தெரிவது போல் நீங்கள் உங்கள் வாசகனுக்குத் தெரிவீர்கள். ஆனால் உள்ளுக்குள் நீங்கள் சாதாரண அப்பாவி அசட்டு ஆள் தான். நாம் மீண்டும் இணைய பதிவுகளுக்கு அளிக்கப்படும்

முக்கியத்துவத்தைப் பார்ப்போம். நீங்கள் ஒரு அரசியல்வாதி அல்லது பிரபலத்தை முகநூலில் கிண்டல் செய்து எழுதினால் கைது செய்து தண்டிப்பார்கள். ஆனால் அதையே தெருவில் நின்று யாரிடமாவது பேசினாலோ செல்போனில் நண்பரிடம் சொன்னாலோ கைது செய்ய மாட்டார்கள். ஏன் ஒரு கரித்துண்டால் சுவரில் கிறுக்கினால் கூட பொருட்படுத்த மாட்டார்கள். ஒரு வாக்கியத்துக்குச் சொன்னால் இல்லாத ஆபத்து எழுதினால் ஏன் ஏற்படுகிறது? ஒரே டீக்கடை அரட்டை முகநூலின் டைம்லைனில் நிகழும் போது ஏன் சட்டபூர்வ மதிப்பும் தண்டனைக்குரிய கவனமும் பெறுகிறது? தண்டனைக்குரிய எதுவுமே அதிகாரம் சம்பந்தப்பட்டதாய் இருக்கும். ஆக, பேச்சில் அதிகாரம் இல்லை. ஆனால் எழுத்தில் அதிகாரம் இருக்கிறது. இது ஏன்?

சமீபமாக ஷாமி விட்னஸ் எனும் டிவிட்டர் தலைப்பில் செயல்பட்ட பெங்களூர் பொறியியல் பட்டதாரி மெஹ்தி தீவிரவாதி எனும் பெயரில் வேட்டையாடப்பட்டு கைது செய்யப்பட்டார். அவ்வாறு அவர் வேட்டையாடப்படும் வரை ஒரு குறிப்பிட்ட தீவிர மதக் கருத்துநிலை கொண்ட இணைய செயல்பாட்டாளராக மட்டுமே இருந்தார். இஸ்லாமிக் ஸ்டேட் எனும் தீவிரவாத குழுவை அவர் ஆதரித்தார். இக்குழு சம்பந்தமான தகவல்களை இணையத்தில் பரப்பினார். விவாதங்களில் ஈடுபட்டார். இது குற்றமா என்றால் குற்றமென்றும் இல்லையென்றும் கூறலாம். ஏனென்றால் பொருண்மையான குற்றம் எதிலும் அவர் ஈடுபடவில்லை. எந்தத் தீவிரவாதியுடனும் அவர் நேரடியாக உரையாடவில்லை. தீவிரவாத குழுக்களுக்குப் பொருளுதவி செய்யவில்லை. தீவிரவாத பயிற்சிக்காக வெளிநாடு செல்லவில்லை. தீவிரவாதத்தை அவர் தூண்டி அதனால் யாரும் தீவிரவாதி ஆனதாக ஆதாரமும் இல்லை. மெஹதி இதையே பேச்சு வழி செல்போனில் நண்பர்கள் இடத்து செய்திருந்தால் அவரைக் கைது செய்ய இயலாது. ஆனால் எழுத்துக்கு ஒரு சட்டபூர்வ மதிப்பு வந்து விடுகிறது. மெஹதி சிரியா சம்பந்தப்பட்ட ஒரு அரசியல் வல்லுநர் என சில பிரித்தானிய ஊடகவியலாளர்கள் கருதுகிறார்கள். அவரது

கருத்துகளுக்கு காத்திரமான மதிப்பளித்து அவற்றை மேற்கத்திய ஆங்கிலப் பத்திரிகைகளில் முன்னர் மேற்கோள் காட்டி உள்ளனர். இன்று உளவுத்துறை அவரைத் தீவிரவாதியாக அறிவித்ததன் மூலம் ஒரு அரசியல் ஆய்வாளர், மத ஆர்வலர் மற்றும் தீவிரவாத ஆதரவாளர் இவற்றிற்கு இடையிலான கோட்டை அழித்து விட்டது எனலாம்.

தமிழில் விடுதலைப்புலிகளுக்கு ஆதரவாக எவ்வளவோ எழுதப்பட்டுள்ளது. புலிகள் தடை செய்யப்பட்ட ஒரு இயக்கம். தமிழகத்தில் ஓரளவு ஈழ ஆதரவு சூழல் இருந்து வருவதால் புலி ஆதரவு இணைய எழுத்தாளர்கள் இதுவரை சட்டரீதியாக ஒடுக்கப்பட்டதில்லை. ஆனால் இஸ்லாமிய தீவிரவாத இயக்கங்களை ஆதரிப்பது அப்படி சாதகமாகப் பார்க்கப்படாது. இங்கு எப்படி புலிகளை ஆதரித்து ஒருவர் எழுதுவதால் எப்படி புலிகள் இயக்கம் மிகப்பெரிய எழுச்சியைத் தமிழகத்தில் அடையவில்லையோ, அதுபோன்றே மெஹ்தியும் புது தீவிரவாதிகளை உருவாக்கவோ தாக்குதல்களுக்குக் காரணமாகவோ இல்லை. மேலும் நீங்கள் ஒரு குறிப்பிட்ட அரசியல் நிலைப்பாடு கொண்டவராக இருக்கலாம். தனிப்பட்ட முறையில் அதை ஆதரிக்கும் முழு உரிமையும் உங்களுக்கு உண்டு. உங்கள் ஆதரவை நண்பர்களிடத்தோ வகுப்பில் மாணவர்கள் அல்லது அலுவலகத்தில் சக பணியாளர்களிடத்தோ டீக்கடையில் சக வாடிக்கையாளர்களிடத்தோ பேச்சு மூலம் தெரிவிக்கலாம். அதுவும் குற்றமல்ல. ஆனால் அதையே இணையத்தில் எழுதும் போது குற்றநடவடிக்கையாகப் பார்க்கப்படும். இந்த முரண் ஏன் ஏற்படுகிறது? எழுத்திற்கு உள்ள ஒரு அதிகாரபூர்வ மதிப்பு சார்ந்த ஒரு மயக்கம்தான் இதற்குக் காரணம் எனலாம். இந்த மதிப்பு ஒரு வரலாற்றுக் கட்டமைப்பும்தான். இந்தக் கட்டமைப்பு எப்படித் தோன்றியிருக்கலாம்?

இதற்கான காரணத்தை நாம் எழுத்தின் துவக்க காலத்தில்தான் தேட வேண்டும். முன்பு அறிவு துறைசார் நிபுணர்களாலோ அல்லது துறவிகளாலோ ஓலைச்சுவடிகளில் சேமித்து வைக்கப்பட்டிருந்தது. இச்சுவடிகளைப் படிக்கும் உரிமையோ வாய்ப்போ எளிய மக்களுக்கு இருக்கவில்லை. இந்தியாவில்

நீண்ட காலம் பிராமணர்கள் வசமே கல்வி அதிகாரம் இருந்தது. பின்னர் பௌத்தர்கள் தம் பள்ளிகளில் கல்வியை மக்களிடம் கொண்டு சேர்க்க முயன்றனர். அப்போதும் கூட ஒரு சில சமூக அடுக்குகளைக் கடந்து கல்வி போகவில்லை. இக்காலகட்டத்தில் தான் "குருவுக்கு அடுத்தபடியே தெய்வம்", "எழுத்தறிவித்தவன் இறைவன் ஆகும்" போன்ற நம்பிக்கைகள் தோன்றியிருக்க வேண்டும். எழுத்துடன் தொடர்புடைய எவரும் தேவ அறிவு கொண்டவர்கள், மேலானவர்கள் என நம்பப்பட்டார்கள். கல்வியறிவுள்ளவர்கள் மட்டுமே எழுத முடியும் என்பதால் ஏற்பட்ட நம்பிக்கை இது. இக்காலகட்டத்தில் எழுதப்பட்ட எதுவும் அறிவானது எனக் கருதப்பட்டது.

ஐரோப்பாவில் சேக்ஸ்டனின் அச்சு எந்திரக் கண்டுபிடிப்பு கல்வியைப் பரவலாக்க உதவியது. புத்தகங்கள் மூலம் அறிவு மடாலயங்களைக் கடந்து தெருவுக்கு வந்தது. பத்தொன்பதாம நூற்றாண்டில் எந்திரமயமாக்கலின் விளைவாக ஒரு புதிய மத்திய வர்க்கம் தோன்றியது. அவர்களுக்கு வாசிப்பதற்காக நிறைய பத்திரிகைகள் உருவாகின. அதில் எழுத தொடர்கதை எழுத்தாளர்களும், பத்திரிகையாளர்களும் தோன்றினர். அவர்கள் சமூகத்தில் உயர்ந்த மதிப்பு பெற்றிருந்தனர். இங்கிலாந்தில் கீழ்மத்திய வர்க்கத்தில் இருந்து தோன்றிய சார்லஸ் டிக்கன்ஸ் போன்றோர் தம்மை சமூக தீவினைகளுக்கு எதிரான எழுத்துப் போராளிகளாகக் கற்பித்துச் செயல்படவும் செய்தனர். இக்காலகட்டத்தில் நாவல் ஒரு தனிமுக்கியத்துவம் பெற்ற எழுத்து வடிவமாகத் தோன்றியது. வாசிப்பு என்பது மேற்தட்டினருக்கு மட்டுமல்லாமல், மத்தியவர்க்கத்துக்கும் அணுக்கமானதாக ஆகியது.

இந்தியாவில் காலனிய ஆட்சியின் போது இங்கு நிறுவப்பட்ட கிறித்துவக் கல்வி நிறுவனங்கள் கீழ்த்தட்டினரிடம் இருந்து புது மத்திய வர்க்கத்தையும், மேல்மத்திய வர்க்கத்தையும் தோன்றுவித்தன. இக்காலகட்டத்திலும் பின்னர் சுதந்திரத்துக்குப் பின்னரும் கல்வி ஓரளவு ஜனநாயகப்பட்டாலும், எழுத்து என்பது சிலர் மட்டும் புழங்கக்கூடிய பிராந்தியமாகவே இருந்தது. "படித்தவன் சூதும் வாதும் செய்தால் அம்போ எனப் போவான்"

என பாரதி கூறியதன் பொருள் எழுத்தாளன் தனக்கான சமூகப்பொறுப்பை உணர்ந்திருக்க வேண்டும் என்பதே. அவன் இச்சமூகத்துக்கு ஆசானான, வழிகாட்டியாக இருக்க வேண்டும். அறிவும் தெளிவும் வாய்த்தவர்கள் மட்டுமே எழுத வேண்டும், கல்வி படைத்ததனால் யார் வேண்டுமானாலும் எழுதக் கூடாது என அவர் கருதியிருக்கக் கூடும். அன்றாட வாழ்வில் சூதும் வாதும் செய்கிறவன் இருக்கலாம். ஆனால் எழுத்துலகில் அப்படி ஒருவன் இருக்கக் கூடாது என பாரதி கோருகிறார். ஆனால் எழுத்து முழுக்க மக்கள் வசம் ஆன கட்டத்தில் எழுத்தாளன் யாராகவும் எப்படியும் இருக்கலாம் என நினைக்கத் தொடங்கினோம். எழுத்து ஒரு பண்டம் ஆனது. அதை யாரும் உற்பத்தி செய்து பயன்படுத்தலாம் எனும் நிலை தோன்றியது. இந்த நிலைப்பாட்டு மாற்றம் முக்கியமானது.

உண்மையில் மக்களை வழிநடத்துவதாகக் கருதப்படுகிற ஒரு சில தொழில்களுக்கு மட்டுமே இன்றும் ஒழுக்கமும் அறமும் தேவை என இன்றும் எதிர்பார்க்கிறார்கள்: ஆசிரியர், அரசியல்வாதி, எழுத்தாளன். எண்பதுகளுடன் அரசியல் முழுக்க ஜனநாயகப்பட்ட பின் இப்போது அரசியல்வாதி சூதும் வாதுமற்றவனாக இருக்க வேண்டும் என நாம் எதிர்பார்ப்பதில்லை. அது அனைவருக்குமான ஒரு தொழிலாக அங்கீகரிக்கப்பட்டு விட்டது. ரெண்டாயிரத்துக்குப் பிறகு இணைய பரவலாக்கம்தான் எழுத்தை அதன் சரியான பொருளில் ஜனநாயகப்படுத்தியதாகக் கூறலாம். இதனால் அனைத்துச் சமூக நிலையினருக்கும் இணைய வாய்ப்பு சாத்தியப்பட்டுள்ளதாய் நான் கூறவில்லை. இணையம் மற்றொரு பிரதான மாற்றத்தை நம் அணுகுமுறையில், சிந்தனை அமைப்பில் கொண்டு வந்தது. இதுவரை அறிவார்ந்த, உயர்ந்த, சமூக மேம்பாட்டுக்கானதை மட்டுமே எழுத வேண்டும், எழுதப்படுவது அனைத்தும் உயர்வானது, அதிகாரபூர்வமானது, கவனிக்கத்தக்கது என இருந்த நம்பிக்கையை உடைத்தது. எழுத்து என்பது அறிவு பரவலாக்கத்துக்கான கருவி எனும் நிலையில் இருந்து சமூக உறவாடலுக்கான பாலமாக மாறியது. அரசு அதிகாரத்தின் தரப்பாக இருந்த எழுத்து எளிய மக்களின்

அரட்டையாக, சுயவெளிப்பாடுகளின் வெளியாக மாறியது. அறிவின் அதிகாரமுள்ளவர்களே கருத்து சொல்லலாம் எனும் நிலை மாறி எழுதத் தெரிந்த யாரும் கருத்து சொல்லலாம் எனும் நிலையை உண்டாக்கியது.

இலக்கியப் பரப்பில் இது ஒரு குழப்பத்தை ஏற்படுத்தி உள்ளது. பேஸ்புக்கில், பிளாகில், டிவிட்டரில் எழுதுபவர்கள் தம்மை எழுத்தாளராகக் கருதத் தயங்குகிறார்கள். தம்மைப் பதிவர்கள் என அழைத்துக்கொள்கிறார்கள். ஆனால் இணையத்தில் எழுதின பக்கங்களை அச்சில் கொண்டு வந்து விட்டால் அடுத்த நொடியில் இருந்து தம்மைத் தயங்காமல் எழுத்தாளன் என அழைத்துக் கொள்கிறார்கள். முன்பு அசோகமித்திரன் ஒரு கட்டுரையில் தான் எழுதிய வரிகளை பத்திரிகைக்கு அனுப்புவதற்கு மிகுந்த தயக்கம் கொண்டிருந்ததாக, அந்த “எழுத்துக் கூச்சம்” எழுத்தாளனுக்கு இயல்பில் வேண்டும் எனக் கூறியிருந்தார். அவர் குறிப்பிட்ட சுய தணிக்கை இன்று சரோஜா தேவியின் அன்னநடை போல் காலாவதியாகி விட்டது. அதேபோல் முன்பு எழுத்தாளர்கள் க.நா.சு, சுந்தரராமசாமி போன்ற அதிகார மையங்கள் தம்மைப் பற்றிக் கண்டித்துக் கூறிவிடுவார்களோ என வெகுவாக அஞ்சினர். சு.ரா, வண்ணதாசனைக் கிண்டலடித்துச் சொன்ன ஒரு வாக்கியம் பல வருடங்களாய் ஒரு மறுக்கமுடியாத மதிப்பீடாக இலக்கிய வட்டங்களில் புழங்கியது. ஆனால் இன்று மூத்த எழுத்தாளர்கள் புது எழுத்தளர்களுக்கு அறிவுரை சொன்னாலோ விமர்சித்தாலோ அது பொருட்படுத்தப்படுவதில்லை என்றும் மட்டுமல்லாமல் கடுமையான கண்டனங்களுக்கும் கேலிக்கும் உள்ளாகிறார்கள். இன்று மூத்த எழுத்தாளர்கள் இணைய எழுத்தாளர்களை நோக்கி ஒருவித அச்சத்துடன்தான் நடந்துகொள்கிறார்கள். பேஸ்புக் போன்ற தளங்களில் இயங்கும் எழுத்தாளர்களும் பொதுப்புத்திக்கு பாதகம் வராதது போல் எழுதவே கவனம் எடுத்துக் கொள்கிறார்கள். தெருவில் அலைந்த ஒரு லும்பன் கும்பல் இன்று இணையத்துக்குள் வந்து விட்டது என நாம் இதைப் பார்க்க முடியாது. ஏனென்றால் முன்னர் இதே கும்பல் தெருவில் இருந்தபோதுகூட எழுத்தறிவுள்ளவனைத் தன்னை

விட மேலானவனாக, விமர்சனத்துக்கு அப்பாற்பட்டவனாகப் பார்த்தது. ஆனால் இன்று அவர்கள் எழுத்தாளனைத் தமக்கு அப்பாற்பட்டவனாகப் பார்ப்பதில்லை. ஏனென்றால் அவர்களும் ஒருவிதத்தில் எழுத்தின் “அதிகாரத்தை” கைப்பற்றி விட்டார்கள். அதற்கான தன்னம்பிக்கையும் பதிவர்களுக்கு எழுத்தில் இருந்து தான் வருகிறது. கிரேக்க புராணத்தில் அகிலெஸ் எனும் வீரன் பிறந்த மதலையாய் இருக்கையில், அவன் தாய் அவனை ஒரு நதியில் முக்கி எடுப்பார். அதனால் யாராலும் அழிக்க முடியாத உருக்கு போன்றதாக அவன் உடல் உருமாறும். எழுத்தும் அப்படி ஒரு நதி தான். ஒரே வித்தியாசம் இன்று இந்நதியில் முழுக்குப் போடுவது அனைவருக்குமான உரிமையாகி உள்ளது. பொதுவான எதுவும் அதிகாரம் அற்றதாகும் எனும் பொருளில் எழுத்து தன் அசலான சமூக அதிகாரத்தை மெல்ல மெல்ல இழந்து வருகிறது. இன்று எழுத்துக்குள்ள “அதிகாரம்” பெயரளவிலான ஒன்றுதான்.

எழுத்து இன்று உன்னதத்திற்கும் குற்றத்திற்கும் அனுபூதிக்கும் கலகத்துக்கும் அப்பாற்பட்ட வேறொன்றாக மாறிவருகிறது. இப்போது அரசு மற்றும் அதிகார சமூகத்தின் முன்னுள்ள கேள்வி, இந்தக் கருத்துகள், சிந்தனைகளில் எவையெல்லாம் முக்கியமானவை, அதிகாரபூர்வமானவை என்பது. இந்தச் சுதந்திரமான, மையமற்ற, இலக்கற்ற கருத்துகளால் சமூகம் தாக்கத்திற்கு உள்ளாவதாய் அரசு அஞ்சுகிறது. எழுத்துக்கும் அதிகாரத்துக்குமான தொடர்புக் கண்ணி அறுந்துவிட்டது என நம்ப சமூகமோ அரசோ தயாராக இல்லை. இணைய எழுத்தின் மீதான கண்காணிப்பு நடவடிக்கைகள், கட்டுப்பாடுகள், கைதுகள் இதன் வெளிப்பாடுகள்தாம். உண்மையில் அரசு அவ்வாறு அஞ்சத் தேவையில்லை. அறிவும் கருத்துகளும் இன்று வெறும் துய்ப்புக்கான பண்டங்களே! எழுத்துக்கும் எழுதுபவனுக்கும் மதிப்பு உள்ளதாய் எண்ணுவது வெறும் பார்வை மயக்கம்தான்.

★★★

ஆர். அபிலாஷ்

1980இல் பத்மநாபபுரத்தில் பிறந்தார். ஸ்காட் கிறுத்துவக் கல்லூரி, சென்னை கிறித்துவக் கல்லூரி மற்றும் சென்னை பல்கலைக்கழகத்தில் ஆங்கில இலக்கியத்தில் முறையே இளங்கலை, முதுகலை பட்டங்கள் மற்றும் முனைவர் பட்டத்தைப் பெற்றார். அவர் கடந்த பதினைந்து வருடங்களாக *உயிர்மை, தீராநதி, அம்ருதா, குமுதம், ஆனந்த விகடன், தி ஹிந்து, தினமணி, கல்கி* உள்ளிட்ட தமிழ் இடைநிலை இதழ்களிலும் வெகுஜன இதழ்களிலும் எழுதி வருகிறார். *குமுதத்தில்* கிரிக்கெட் பற்றியும், *தினமணியில்* ஆங்கிலம் பற்றியும் தொடர்கள் எழுதினார்.

ஆர். அபிலாஷ் இதுவரை மூன்று நாவல்கள், ஒரு சிறுகதைத் தொகுப்பு, கட்டுரைத் தொகுப்புகள், வாழ்க்கை சரிதை, ஒரு கவிதைத் தொகுப்பு, ஒரு ஹைக்கூ கவிதைகளின் மொழியாக்கத் தொகுப்பு உள்ளிட்டு ஆங்கிலத்திலும் தமிழிலுமாய் 40 நூல்களுக்கு மேல் எழுதியுள்ளார். இவரது *"கால்கள்"* நாவலுக்கு 2014இல் சாகித்ய அகாதெமி யுவ புரஸ்கார் விருது வழங்கப்பட்டது. 2016இல் பாஷா பரிஷத் விருதும் இவரது இலக்கியப் பங்களிப்புக்காக வழங்கப்பட்டது.

விக்கிப்பீடியா பக்கம்: https://ta.wikipedia.org/wiki/ஆர்._அபிலாஷ்

www.ingramcontent.com/pod-product-compliance
Ingram Content Group UK Ltd.
Pitfield, Milton Keynes, MK11 3LW, UK
UKHW042136021026
15589UKWH00003B/868

9 789391 748524